शोध अज्ञातांचा

सुनिल ह. वाईकर

Published By: createspace.com, An Amazon Associate Company

Powered By: Pothi.com

किंमत : रु.३७०/-

प्रथम आवृत्ती : चैत्र शुद्ध प्रतिपदा,श्री शालिवाहन शके १९३९ ,
गुढी पाडवा,२८मार्च २०१७.

माझे प्रिय,

अनुराधा, प्रज्ञा

आणि

कौस्तुभ

यांना सस्नेह

डिस्क्लेमर:

शोध अज्ञातांचा या कथेतील सर्व पात्रे आणि प्रसंग संपूर्णपणे काल्पनिक आहेत. त्यांचा कुठल्याही जीवित अथवा मृत व्यक्तींशी संबंध नाही.संबंध आढळल्यास तो निव्वळ योगायोग समजावा. या कथेचा उद्देश कुठल्याही धर्मग्रंथावर भाष्य करण्याचा नाही.

.

अनुक्रमणिका

लेखकाचे मनोगत ७
प्रास्ताविक ८
सुरुवात....... .... १०
प्रकरण १ .... १३
प्रकरण २ .... २०
प्रकरण ३ .... २६
प्रकरण ४ .... ३१
प्रकरण ५ .... ३६
प्रकरण ६ .... ५१
प्रकरण ७ .... ६२
प्रकरण ८ .... ७२
प्रकरण ९ .... ८४
प्रकरण १० .... ९३
प्रकरण ११ .... १०६
प्रकरण १२ .... ११७
प्रकरण १३ .... १२३
प्रकरण १४ .... १३०
प्रकरण १५ .... १४०
प्रकरण १६ .... १५२
प्रकरण १७ .... १६५
प्रकरण १८ .... १७५
प्रकरण १९ .... १८८
प्रकरण २० .... २०२
प्रकरण २१ .... २१३
प्रकरण २२ .... २२४
प्रकरण २३ .... २३८
प्रकरण २४ .... २५३
प्रकरण २५ .... २६४
प्रकरण २६ .... २७६
प्रकरण २७ .... २९२
प्रकरण २८ .... ३०९

५

प्रकरण २९ .... ३२२

उपोद्.घात ३३४

लेखकाचे मनोगत

वैज्ञानिक काल्पनिका(सायन्स फिक्शन) ही कादंबऱ्यांची अशी एक वर्गवारी आहे, जी अगदी तारुण्यात पदार्पण करणाऱ्या युवा वर्गातील वाचकांपासून ते सेवानिवृत्त झालेल्या वाचकांपर्यंत सर्वांनाच वाचण्यास आवडते. कल्पनांमध्ये रमणे हा मानवी स्वभाव आहे. अशा कल्पनांमधूनच विविध वैज्ञानिक शोध लागले आहेत. मला लहानपणापासून वाचनाची आवड असल्याने,मी मराठीतील बहुतेक प्रथितयश लेखकांचे साहित्य वाचलेले आहे. त्याचप्रमाणे नविनतम इंग्रजी कादंबरी वाचणे देखील मला आवडते. माहिती व तंत्रज्ञान या आजच्या परवलीच्या विषयांमध्ये असलेल्या रुचीमुळे मला, **'गार्डियन-नैनिताल, लढत एका षडयंत्राशी'** या माझ्या पहिल्या कादंबरीचे कथानक स्फुरले. ते कथानक कादंबरी स्वरुपात प्रकाशित झाल्यावर वाचकांच्या प्रतिसादाने मला माझ्या दुसऱ्या कथेची मांडणी करण्याची प्रेरणा मिळाली.

ऐतिहासिक तसेच पौराणिक कथानके देखील वाचतांना त्या काळात रमणे, ही माझी नित्याची आवड आहे.पौराणिक दाखल्यांवर संशोधन करणे हा देखील माझा आवडता छंद आहे. **शोध अज्ञातांचा,** या अंतराळ विज्ञान काल्पनिकेत आपल्या सर्वांना लहानपणापासून पडलेल्या अनेक प्रश्नांची उत्तरे सापडतील.

सुनील वाईकर B.E. (Electrical),DCA

'नक्षत्र ',वास्तुपार्क लेआउट ,जयभवानी मार्ग,*नाशिक रोड* (महाराष्ट्र).

भ्रमणध्वनी :+९१ ८९२८९ ७९२२२

प्रास्ताविक

'शोध अज्ञातांचा' ही एक अंतराळ विज्ञानाशी संबंधित कथा आहे. या कथेतून अशा अनेक प्रश्नांची उत्तरे आपणास मिळतील ज्यांचा शोध आपणास अगदी बालपणापासून होता. आपल्या इतिहासातील अनेक घटना व सद्य काळातील वैज्ञानिक प्रगती यामध्ये असणारा दुवा आपणास बरेचदा गवसत नाही. पुरातन काळात ज्या अनेक प्रगत संस्कृती होऊन गेल्यात त्या आणि त्यानंतरच्या मानवाच्या उत्क्रांतीच्या प्रवासातील काही दुवे सापडत नाहीत. पुरातन काळात अनेक अद्‌भुतरम्य शस्त्र, यंत्र,विमाने यांचा उल्लेख आढळतो.

मायान संस्कृतीतील मानवांनी अंतराळातील अनेक ग्रहांचा आणि ताऱ्यांचा शोध लावल्याचा उल्लेख आढळतो. त्या काळातील कालमापक यंत्र आणि आजचे घड्याळ हे एकमेकांशी मोठे साधर्म्य राखून आहेत. त्यावेळीही एका तासाची साठ मिनिटे आणि एका मिनिटाचे साठ सेकंद अशी विभागणी केली होती. वर्तुळाचे विभाजन ३६० अंशामध्ये करता येते याचा उल्लेख देखील त्या काळातील साहित्यात सापडतो. मायान संस्कृतीमध्ये तयार केलेल्या कॅलेंडर मध्ये ३६५ दिवसांचे एक वर्ष असेच कालमान होते. त्यांनी लीप ईयरची संकल्पना देखील आत्मसात केली होती. अचानकपणे अशी आधुनिक आणि प्रगत संस्कृती गूढरीत्या नष्ट झाली.

त्या संस्कृतीत आणि नंतरच्या संस्कृतीत झालेल्या विकासामध्ये मोठी दरी आढळते.त्या काळातील प्रगत संस्कृती अचानक कोठे लोप पावली?

पिरॅमिड सारखी अनेक भूमितीय वास्तुशिल्पे ख्रिस्तपूर्वकाळातील लोकांनी नेमक्या कोणत्या उद्देशाने निर्माण केलीत? पिरॅमिड्स केवळ त्या काळातील इजिप्शियन राज्यकर्त्यांच्या कबरी होत्या काय? एवढी अवजड शिल्पे उभारणे अत्याधुनिक यंत्र सामुग्रीशिवाय शक्य होते काय?........

देवाचा धावा करितांना आपण आकाशाकडेच का बघतो? देव पृथ्वीवर कोठून येत होते? अवकाशात स्वर्ग होता काय? असे अनेक प्रश्न आहेत की ज्यांची नेमकी उत्तरे आपणास सापडत नाहीत. त्या प्रश्नांचे सोडाच, पण आपल्या पृथ्वीबद्दल देखील आपणास बऱ्याच अंशी अज्ञान आहे. पृथ्वीचे सूर्यापासूनचे अंतर हे मानवी आयुष्यास पूरक आहे. पृथ्वीचे

वैविध्य हे पृथ्वीला सुंदर आणि राहण्यास योग्य बनविते. या अनेक वैविध्यांपैकी एक जरी गोष्ट बदलली तरी त्याचा मानवी आयुष्यावर परिणाम होईल काय? उदाहरणार्थ जर पृथ्वीचा भू-चुंबकीय गुणधर्मच नष्ट झाला तर काय होईल याची कोणी कल्पना करू शकतो काय? अशा अनेक गोष्टी आहेत की ज्या मानवाच्या नियंत्रणाच्या बाहेर आहेत.

भारतीय अंतराळ विज्ञान संशोधन (ISRO) केंद्रात कार्यरत असलेल्या दोन तरुण आणि तल्लख बुद्धी असलेल्या शास्त्रज्ञांना अशा अनेक प्रश्नांनी हैराण केले होते. त्यांनी या सगळ्या गोष्टींचा छडा लावण्याचा चंग बांधला होता. ते प्रकाशाच्या वेगापेक्षा अधिक वेगवान संदेश वहन प्रणाली विकसित करतात. त्यामुळे अतिशय वेगाने अनेक घटना घडतात. त्या तरुण शास्त्रज्ञांचा पृथ्वीपासून अनेक प्रकाशवर्ष दूर स्थित असलेल्या अतिप्रगत अशा संस्कृतीशी संपर्क होतो. त्या संस्कृतीतील लोकांची वैज्ञानिक प्रगती ही मानवाच्या प्रगतीच्या मानाने अनेक युगे पुढे आहे. वास्तविक पाहता मानव ही त्यांचीच निर्मिती असते. मानवाच्या संरक्षणासाठी त्यांनी पृथ्वीभोवती वातावरणाचे कवच निर्माण केलेले असते.

एक दुसरी अतिप्रगत, दुष्ट विचार आणि दुष्ट इरादे असलेली संस्कृती देखील पृथ्वीच्या संपर्कात असते. पृथ्वीवरील मानववंशाचा समूळ नाश करण्याच्या इराद्याने त्यांचे कारस्थान पृथ्वीवरील अज्ञात स्थळी सुरु देखील असते............

शोध अज्ञातांचा या कथेत लेखकाने अनेक अतर्क्य घटनांचा उलगडा केलेला आहे. या कथेत वाचकांना अगदी त्यांच्या बालपणापासून पडलेल्या अनेक प्रश्नांची उत्तरे मिळतील.............

अनुराधा वाईकर

सुरुवात........

पश्चिम भारतातील थर वाळवंटातील एक निर्जन ठिकाण, ब्रह्म वेळा : पहाटेचे दोन वाजून तेरा मिनिटे :

वाळवंटातील वाळूच्या अंतरंगात विचित्र घडामोडी सुरु होत्या. एका मोठ्या परिसरातील वाळू पाण्यात निर्माण होणाऱ्या भल्यामोठ्या भोवऱ्या सारखी गरागरा फिरावयास लागली, आणि त्या भोवऱ्यामधून एक मध्यम आकाराची चमचमती वस्तू बाहेर पडली. त्या वस्तूचा आकार अष्टकोनी होता. ती वस्तू त्या वाळूच्या पृष्ठभागावर एवढ्या अलगदपणे अवतरली, की तिच्या वाळूतून वर येण्याने वाळूचा एक कणही हवेत उडाला नाही. आजूबाजूच्या वातावरणातील निरव शांतता त्या वस्तूच्या येण्याने जरादेखील ढळली नाही. रात्रीच्या चांदण्यांच्या मंद प्रकाशात न्हाऊन निघालेल्या त्या वाळवंटात ती वस्तू मात्र वेगळयाच प्रकाशात चमकत होती. त्या विचित्र वस्तुमधून येणारा मंद नाद बंद झाला आणि अष्टकोनी आकारातील एक भाग अलगदपणे बाजूला सरकला. उघडलेल्या भागातून एक यांत्रिक जिना अलगदपणे बाहेर आला. त्या जिन्यावरून एक व्यक्ती शांतपणे उतरली. ती व्यक्ती साधारणपणे साडेआठ फूटउंचीची आणि मजबूत बांध्याची होती. त्या व्यक्तीचे हात गुडघ्यांच्या खालपर्यंत लांब होते. तो एक आजानुबाहू पुरुष होता. त्याने परिधान केलेला पोशाखही असाधारणपणे चमकत होता. त्यातून एक वेगळयाच प्रकारचा चमत्कारिक सोनेरी प्रकाश बाहेर पडत असल्याचा भास होत होता. तो गूढ पुरुष त्याच्या यानापासून थोडा दूर गेला आणि त्याने आपले बाहू चांदण्यांनी प्रकाशित असलेल्या आकाशाच्या दिशेने उंचाविले. तो कुठल्यातरी गूढ भाषेत पुटपुटत होता. त्याच्या उंचाविलेल्या हातांच्या बोटातून निळसर किरणे प्रसारित होण्यास सुरुवात झाली. त्याच्या त्या गूढ स्वरूपातील स्वगताची लय सुस्वरीत ॐकाराशी जुळती होती. त्याच्या बोटांमधून प्रक्षेपित होणारी निळी प्रकाश किरणे अंतराळात दूरवर स्थित असलेल्या नक्षत्र मंडळाकडे क्षणार्धात झेपावली. त्या किरणरूपी संदेशाने व्याध ताऱ्याचा अचूक वेध घेतला होता. व्याध हा तारा पृथ्वीपासून साडेआठ प्रकाशवर्षे दूर होता. तरीदेखील त्याचा तो संदेश त्याच्या निर्धारित ठिकाणावर काही क्षणातच पोचला. त्याच्या संदेशाची देवाण घेवाण काही मिनिटात संपली. पुढल्या क्षणी पृथ्वीच्या क्षितिजावर दुसरी

एक चमकदार अष्टकोनी वस्तू अवतरली आणि ती काही क्षणातच वाळवंटातील त्या निर्जन ठिकाणी उतरली. त्या अनोख्या यानामधून दुसरी एक मजबूत देहयष्टीची व्यक्ती बाहेर पडली. ती व्यक्ती लगबगीने चालत पहिल्या व्यक्तीच्या जवळ पोहचली. त्याचा वेष देखील आधी आलेल्या व्यक्तीसारखाच होता. त्याने आदराने पहिल्या व्यक्तीस अभिवादन केले. पहिल्या व्यक्तीने नव्यानेच आलेल्यास विचारले,

" देवेंद्र, तिकडे सगळे क्षेम आहे नं? मला इथे निलम ग्रहावर येऊन बराच कालावधी झाला आहे नं म्हणून विचारले."

नुकत्याच आलेल्या व्यक्तीचे नाव देवेंद्र होते.

" श्री विष्णू, आपणास इथे येऊन काही तासच तर झाले आहेत. तिकडे काहीही बदल झालेला नाही. एक गोष्ट मात्र सगळयांनाच बुचकळयात टाकणारी आहे, आणखी बरेच आत्मे या निलम ग्रहावर येण्याकरिता आसुसले आहेत. काही कळतच नाही की इथे असे काय आहे की जे त्यांना इकडे आकृष्ट करीत आहे." देवेंद्रने विचारमग्न होत विचारले.

"मी तुला जे आणण्यास सांगितले होते ते तू आणले आहेस काय?" विष्णूंनी त्याच्या विचारांकडे दुर्लक्ष करीत विचारले.

"होय." देवेंद्रने त्याच्या लांब अंगरख्याच्या कप्प्यात हात घालून एक मध्यम आकाराची पेटी बाहेर काढली आणि ती आदरपूर्वक विष्णूकडे दिली. विष्णूंनी त्या पेटीचे झाकण हळुवारपणे उघडले. त्यामध्ये एक सोनेरी प्रकाश उत्सर्जित करणारी मखमली मुलायम चेंडूसदृश वस्तू होती. त्याकडे पाहत त्यांनी समाधानाने मान डोलाविली.

" हुंss, हा उपाय योग्य ठरेल. याने काम होईलच ." ते स्वतःशीच समाधानाने पुटपुटले .त्यांनी त्या चेंडूला हळुवारपणे कुरवळले आणि नंतर कुस्करले. त्या चेंडूचे रुपांतर असंख्य प्रकाश कणात झाले आणि ते प्रकाशकण तेथील थंड विरळ हवेत अपरिमित काजव्यांप्रमाणे पसरून नाहीसे झाले. परतीच्या मॉन्सूनचे वेध लागलेले होते. विष्णूंना पूर्ण कल्पना होती की ते प्रकाशकण मॉन्सूनच्या वाऱ्यासोबत संपूर्ण आशिया खंडात आणि आजूबाजूच्या प्रदेशात पसरतील. तसे झाल्याने त्यांना अपेक्षित असणारा परिणाम साध्य होणार होता.

देवेंद्र तिथून जाण्याच्या परवानगीच्या अपेक्षेने विष्णूंकडे पाहत होता. विष्णूंनी त्याच्या मनातील विचार ओळखून होकारार्थी मान डोलावली. देवेंद्र त्याच्या स्टारशिपकडे झपझप चालत निघाला. त्याला निलम ग्रहावर रेंगाळण्यास अजिबात आवडत नसे. त्याचे अष्टकोनी यान पुनर्जिवित

झाल्यागत हवेत झेपावले आणि क्षणार्धात रात्रीच्या निरव शांततेत असे काही अदृश्य झाले की जसे ते तिथे कधी आलेच नव्हते.

विष्णू देखील त्यांच्या यानाकडे निघाले आणि त्यांचे यान पुन्हा वाळवंटातील वाळूच्या पोटात लुप्त झाले.

****

प्रकरण १

“ओके शिरीन डियर, मी तुला नंतर कॉल करतो. काळजी घे.” सौरभने कॉल संपवीत शिरीनचा निरोप घेतला. सौरभ भारतीय अंतराळ संशोधन संस्था, इस्रोमध्ये वरिष्ठ वैज्ञानिक पदावर कार्यरत होता. तो एका महत्वाकांक्षी प्रोजेक्टवर काम करीत होता. तो प्रोजेक्ट अतिशय गुप्त स्वरुपाचा होता. आपल्या सूर्यमालेपासून दूर अंतरावर असलेल्या एखाद्या ग्रहमालेत जीवसृष्टी अस्तित्वात आहे काय याचा शोध घेण्याचे कार्य त्या प्रोजेक्टमध्ये सुरु होते.

अमेरिका, रशिया यासारख्या प्रगत देशांनी आपल्या सूर्यमालेतील ग्रहांवर जीवसृष्टी अस्तित्वात आहे काय याचा शोध घेण्याचे अनेक वर्षांपासून अथक प्रयत्न चालविले होते. त्यांच्या त्या प्रयत्नांना यशाची फळे मिळण्याची चिन्हे दिसत नव्हती. त्याबद्दल कुठेही आशेचे किरण दिसत नव्हते. मंगळावर जीवसृष्टीच्या काही अस्पष्ट खुणा आढळल्या होत्या परंतु विस्तृतपणे शोध घेतल्यावर त्या खुणा म्हणजे मृगजळ होते असे निष्पन्न झाले होते. मंगळावर पृथ्वीप्रमाणे वातावरणाचे कवच नसल्याने सूर्याच्या तीव्र उष्णतेने आणि वैश्विक किरणांच्या माऱ्याने तेथे जीवसृष्टी निर्माण होण्याची शक्यता संपूर्णपणे नष्ट केलेली होती.

पृथ्वीवर जीवन निर्माण होऊन ते टिकण्यामागे पृथ्वीचे शक्तिशाली चुंबकीय क्षेत्र होते. त्या भू-चुंबकीय क्षेत्राच्या आवरणामुळे पृथ्वीचे सूर्याच्या तीव्र उष्णतेपासून व सौर वादळांपासून संरक्षण होत होते. पृथ्वीव्यतिरिक्त आपल्या सूर्यमालेतील कुठल्याही ग्रहावर जीवसृष्टी नाही हे कटू सत्य सर्वप्रथम भारतीय अंतराळ शास्त्रज्ञांनी मान्य केले होते. त्यामुळे त्यांनी आपल्या सौर मालेतील मंगळ आणि इतर ग्रहांवर जीवसृष्टीच्या शोधात वेळ आणि प्रयत्न वाया घालविले नाहीत. त्या ऐवजी त्यांनी असा एक गुप्त प्रोजेक्ट हाती घेतला होता ज्याद्वारे आपल्या सूर्यमालेबाहेरच्या दुसऱ्या दूरवर असलेल्या ताऱ्याच्या ग्रहमालेत जीवसृष्टीचा शोध गेण्याचा प्रयत्न करण्यात येणार होता. सौरभ त्या प्रोजेक्टचा इन्चार्ज होता. त्या प्रोजेक्टचे सांकेतिक नाव , ‘ ब्रदरहूड नेक्स्ट डोर’ असे ठेवण्यात आले होते. सौरभ हा इन्फॉर्मेशन टेक्नोलॉजीचा इंजिनियर होता व त्याने दिल्लीच्या आय.आय.एम. मधून एम.बी.ए. केलेले होते.

सौरभ त्याचे दिवसभराचे थकविणारे काम आटोपून घरी निघाला होता. त्याने आणि त्याच्या पत्नीने, शिरीनने डिनर डेटचा प्लान केला होता. शिरीन ने त्या दृष्टीने आधीच अर्ध्या दिवसाची रजा घेतलेली होती आणि ती त्याची घरी वाट पहात होती. घरी परतताना त्याच्या आणि शिरीनच्या प्रेमाच्या सुखद आठवणींचा तो रोमांचक प्रवास सौरभच्या डोळ्यासमोर तरळू लागला.......

दिल्लीत एम.बी.ए. करीत असताना त्याने त्याची प्रेयसी शिरीन आणि त्यांच्या मित्रांच्या ग्रुप बरोबर एका साहसी मोहिमेत दहशतवाद्यांनी भारताविरुद्ध केलेल्या एका मोठ्या कारस्थानाचा खात्मा केला होता.

जर सौरभ, शिरीन आणि त्यांच्या मित्रांनी योग्यवेळी साहस दाखविले नसते तर त्या संघटनेच्या कारस्थानामुळे भारताची अर्थव्यवस्था पाषाणयुगात फेकल्या गेली असती.

****

एम.बी.ए. च्या पहिल्या वर्षाच्या उन्हाळ्यात सुटीची मौज घेण्यासाठी नैनितालला गेलेल्या त्या सहा जणांच्या ग्रुपला अचानक उभ्या राहिलेल्या दहशतवाद्यांच्या कारस्थानाचा सामना करावा लागला होता. त्यावेळी आलेल्या संकटानंतर   कुणाचाही सुटी एन्जॉय करण्याचा मूड शिल्लक राहिला नव्हता. नैनितालची   सहल अर्धवट सोडून सर्वजण आपापल्या गावी परतले होते. सौरभ आणि शिरीन पुण्याला परतले होते . पुण्यात आल्याच्या दुसऱ्याच दिवशी त्या दोघांनीही आपले धैर्य एकवटून त्यांच्या आई आणि वडिलांना आपल्या प्रेमप्रकरणा विषयी सांगितले. सौरभ आणि शिरीनच्या घरी त्या गोष्टीची कुणकुण आधीच लागलेली होती आणि त्या दोन्ही फॅमीलीज् त्या गोड बातमीने आनंदल्या. लगेचच दोघांच्याही आई वडिलांनी सौरभ आणि शिरीनच्या एंगेजमेंटचा कार्यक्रम मोठ्या उत्साहात साजराही केला.

"सौरभ मला किती आनंद झालाय म्हणून सांगू ! आपल्या एंगेजमेंटमुळे आपल्याला आधीसारखं चोरून भेटावं लागणार नाही." शिरिनचा आनंद तिच्या चेहेऱ्यावर ओसंडून वाहत होता. त्यांच्या साखरपुड्याच्या दुसऱ्याच दिवशी ते भेटत होते. सौरभ जरासा गंभीर होता. तो स्वतःच्या विचारात मग्न होता.

“सौरभ, काय झालं? आपल्या एंगेजमेंट मुळे तुला आनंद झाला नाही कां ?” शिरीनचा आनंद क्षणात ओसरला. तिने काळजीयुक्त स्वरात विचारले.

“नाही डियर, तसं कसं असेल? आपल्या आयुष्यातल्या एवढ्या महत्वाच्या आणि आपल्याला हव्या असलेल्या क्षणी मी आनंदी का नसेन? मी जरा दुसऱ्या विचारांमध्ये गुंतलो होतो. ते जाऊ दे .तू काय सांगत होतीस?” सौरभने त्याच्या नेहमीच्या उल्हासी स्वरात विचारणा केली.

“सौरभ, आपल्या आयुष्यात केवळ एका वर्षात किती गोष्टी बदलल्यात ! गेल्या वर्षी यावेळी आपण एकमेकांना ओळखत देखील नव्हतो, आणि आत्ता आपण एकमेकांशी असे जुळलो आहोत की, एकमेकांपासून दूर होण्याचा विचारही अंगावर शहारे आणतो.” शिरीन भावविवश झाली होती.

“पण तरीही तू कुठल्या विचारात गुंतला होतास ते मला ऐकायचंय. तू कशाची चिंता करत होतास?” तिने विचारले. सौरभ मात्र त्याच्या मनातील घालमेल व्यक्त करण्यास अनुत्सुक होता.त्याला वाटत होते की तिच्या आनंदावर विरजण पडावयास नको.त्यामुळे त्याने विषयास बगल देत, मिश्किलपणे विचारले,

“शिरीन मला खरं खरं सांग, आपली भेट होण्याआधी तुला कॉलेजमध्ये कोणीच कसं आवडलं नाही?”

“हे आता काय आणखी नवीन?तू विषय बदलतो आहेस.हे बरोबर नाही. तू मला तुझ्या मनातलं सांगणार आहेस की नाही? जाऊ दे मी जातेच कशी.” शिरीन फुरंगुटून बोलली. ती खरोखरच जाण्यास निघाली.

“ ओके. जर तू एवढा आग्रह करत असशील तर सांगतो, पण माझी गोष्ट नेहमी सारखी हसण्यावारी नेऊ नकोस.” सौरभ गंभीर मुद्रेने म्हणाला.

“मला काल रात्री झोपेत पुन्हा तेच विचित्र स्वप्न दिसलं. मी एका विलक्षण गूढ ठिकाणी होतो. ती जागा एखाद्या परग्रहावरील वाटत होती.मी माझ्या पूर्वायुष्यात कधीही तशा जागी गेल्याचे मला स्मरत नाही. तिथे दिसणाऱ्या आकाशातील सूर्य आकाराने मोठा होता व जास्त तेजस्वी देखील होता. पण आश्चर्य असं की त्याचा प्रकाश डोळ्यांना दिपविणारा मात्र नव्हता. डोळ्यांना सुखद वाटणारी निळसर प्रकाश किरणे त्या सूर्यातून निघत होती. ती प्रकाशकिरणे माझ्या त्वचेला हळुवारपणे स्पर्श करून कुरवाळत आहेत असा मला भास होत होता. खरेतर ती भर दुपारची वेळ होती, पण आपल्याकडे दुपारी सूर्यप्रकाश जसा असह्य वाटतो तसा तिथे वाटत नव्हता. त्याउलट मला त्या सुखद निळसर तेजामुळे आतून

ऊर्जा मिळत असावी. वातावरणात उष्मा नव्हता आणि गारवाही नव्हता. मी फक्त असेच म्हणू शकेन की ते वातावरण अतिशय आल्हाददायक होतं. मी रस्त्यावरून चालत नव्हतो तर मी एका विचित्र आणि पूर्वी कधीही नं पाहिलेल्या लांबोळक्या आकाराच्या वाहनातून हवेत अलगद तरंगत चालल़ो होतो. त्या वाहनाला वर छत नव्हते. एक मधुर मोहक सुगंध हवेत दरवळत होता.त्या सुगंधामुळे देखील माझ्या शरीराला आतून ऊर्जा मिळत होती.मला आयुष्यातील कुठलीही चिंता किंवा काळजी जाणवत नव्हती.नं शिक्षणाची काळजी नं कामाची चिंता. अगदी आपल्याला जशी आपल्या भविष्याबद्दल थोडीफार काळजी नेहमीच वाटते, तसं कुठलंही दडपण माझ्या मनावर नव्हतं. मी मानसिक समाधानाच्या उच्च शिखरावर होतो. ज्या रस्त्याने मी चाललो होतो तो रस्ता आपल्या डांबरी किंवा सिमेंटच्या रस्त्यापेक्षा पूर्णपणे वेगळा होता.तो कुठल्यातरी मुलायम पदार्थापासून बनवलेला होता आणि जसं क्रीम एकदम मुलायम आणि रेशमी असतं तसा तो रस्ता मऊ मुलायम होता. काही अंतरावरून मी ज्याप्रकारच्या वाहनातून जात होतो तसेच एक दुसरे वाहन आले. त्याचेही छत उघडेच होते. ते वाहन देखील हवेत अधांतरी अलगदपणे तरंगत जात होते.त्या वाहनाला विमानासारखे दोन पंख होते पण ते पंख हलत नव्हते. एक पांढ़्या शुभ्र कुरळ्या केसांचा माणूस ते वाहन चालवीत होता. त्या माणसाची दाढी देखील पांढरी शुभ्र आणि कुरळ्या केसांचीच होती. त्याचा चेहेरा मला एखाद्या ग्रीक देवतेसारखा वाटला. त्याचा वेष वेगळाच होता. तशा प्रकारचे कपडे मी या आधी कोणालाही परिधान केलेले बघितलेले नाही.

कल्पना कर त्या वाहनाच्या राजेशाही प्रवासी कक्षात कोण बसलेले असेल? ती एक दैवी सौंदर्याची मूर्तिमंत कलाकृती होती. तिने अतिशय सुंदर असा राजेशाही पेहेराव परिधान केलेला होता. तिचा चेहेरा हसतमुख होता आणि ती तुझीच प्रतिकृती होती.मला हे जाणवत होते की ती तूच आहेस पण मला हे समजत नव्हते की तू माझ्याकडे अशी अनोळखीपणे कां बघते आहेस?

काही वेळाने एक निराळेच दृश्य दिसण्यास सुरुवात झाली. मी एका अत्याधुनिक इमारतीत उभा होतो. ती एक अतिप्रचंड इमारत होती. त्या इमारतीच्या भिंतींचा भाग हा पारदर्शक काचांचा होता. त्या इमारतीचा बाहेरील भाग हा चमकदार चंदेरी आणि निळसर रंगाचे सुरेख संयोजन होते. ती एक दोनशेपेक्षा अधिक मजले असलेली गगनचुंबी इमारत होती. त्या इमारतीचे शिखर मात्र जमिनीच्या पृष्ठभागावरून दिसत नव्हते. ते

आकाशातील पांढऱ्या शुभ्र ढगांमध्ये लुप्त झालेले होते. दुसऱ्या क्षणी मी एक प्रचंड मोठ्या दालनाच्या कोपऱ्यात उभा असल्याचे मला जाणवले. त्या दालनात एक सभा सुरु होती. त्या सभेचे ते ठिकाण त्या इमारतीच्या शेवटच्या मजल्यावर होते.तेथे उपस्थित असलेल्या लोकांची आसनव्यवस्था वेगळीच होती. ती आसनं, किंवा खुर्च्या म्हणा हवंतर, हवेत तरंगत असल्यासारख्या दिसत होत्या.त्या दालनाचे फ्लोरिंग ढगात मिसळून गेल्याने वेगळे दिसत नव्हते.त्या राजसी सभेस काही मोजकेच नामवंत लोक हजर होते.त्या सर्वांचीच उंची साधारणपणे आठ-साडेआठ फूटअसावी.ते चांगलेच धष्टपुष्ट शरीरयष्टीचे होते.त्यांनी चंदेरी आणि गडद निळया रंगाचा वेष परिधान केला होता. त्यांच्या कानावर एका विचित्र प्रकारचे हेडफोन्स सारखे इन्स्ट्रुमेन्ट लागलेले होते. त्यांची बसण्याची व्यवस्था ही एका लंब गोलाकार टेबलाभोवती केलेली होती. त्या टेबलाचा पुढील भाग हा घोड्याच्या नालीच्या मोकळया आकारासारखा मोकळा होता.प्रत्येकाच्या पुढ्यात टेबलावर एखाद्या अत्याधुनिक लॅपटॉपसारखे इन्स्ट्रुमेन्ट होते.त्या सर्व व्यक्ती कुठल्यातरी गहन विषयावर गंभीरपणे चर्चा करीत होत्या.त्यांचे काय सुरु आहे हे मला कळत नव्हते.मी त्यांच्या टेबलाच्या मोकळया भागामध्ये उभा होतो.त्या सभेचे अध्यक्षपद भूषविणाऱ्या शांत आणि दयाळू चेहऱ्याच्या तेजस्वी पुरुषाचे माझ्याकडे केंव्हा लक्ष जाते याची मी प्रतीक्षा करीत होतो. तेथील लोक माझ्याकडे विचित्रपणे बघत होते आणि एकमेकांशी बोलत होते. त्यांचे बोलणे मला कळत नव्हते. मधेच त्यांचे बोलणे थांबलेले पाहून मी संधी घेतली आणि त्यांच्या चर्चेत व्यत्यय आणित एक विस्मयकारक प्रश्न विचारला,
" मी कुठून आलो आहे................?" आणि त्याचं क्षणी माझे स्वप्न भंगले व मी जागा झालो. हे मला निर्माण करणाऱ्या जगन्नियंत्या मला कधी भेटशील? तुला भेटण्यास माझा जीव व्याकूळ झाला आहे." सौरभ अतिशय भावविवश झाला होता व शिरीनकडे अपेक्षेने पाहत होता.
" ओह सौरभ डियर, तुझ्या मनात आपली ताटातूट होण्याची भीती आहे काय?" शिरीन ने त्यास प्रेमळ स्वरात विचारले.
" नाही गं मला तसलं काही वाटत नाही.तुला आठवतं कां , तू ज्यावेळी माझ्या प्रेमाचा स्वीकार केला होतास तेंव्हाही मी तुला माझ्या स्वप्नाविषयी सांगितले होते. मला आठवतं की ते एकाच प्रकारचे स्वप्न मी पुणे सोडून मुंबईला शिकण्यास गेलो तेंव्हापासून मला वारंवार दिसतं. एवढंच कशाला, आपण जेंव्हा एकमेकांना भेटलोही नव्हतो तेंव्हा देखील तू मला स्वप्नात दिसत होतीस.प्रत्येकवेळी तोच विचित्र प्रश्न, *मी कुठून आलो*

आहे.......? आणि स्वप्न भंगते. ज्यावेळी मी तुला सर्वप्रथम माझ्या या स्वप्नाबद्दल सांगितले होते, त्यावेळी तू ते हसण्यावारी नेले होतेस.पण मला या गोष्टीची खात्री आहे की माझे ते स्वप्न आणि आपले आयुष्य यांचा काहीतरी गूढ संबंध आहे." सौरभ विचारमग्न झाला होता.

" ठीक आहे राजा, तुला स्वप्नात दिसणाऱ्या व्यक्तींचे चेहरे आठवतात का? प्रत्येकवेळी तुला त्याच व्यक्ती दिसतात का?" शिरीनने सौरभच्या खांद्यावर प्रेमाने हात ठेवीत विचारले.

"होय. मला हे नक्कीच आठवतं की त्यांच्या त्या सभेला संबोधन करणारी दयाळू आणि प्रेमळ चेहरा असणारा व्यक्ती तीच असते. ज्यावेळी तो माझ्या प्रश्नाचे उत्तर देण्यासाठी माझ्याकडे पाहतो त्यावेळी माझे मन समाधानाने ओसंडून निघते." सौरभला त्यावेळीही तसेच वाटत होते.

"मला खात्री वाटते की ती जागा एखाद्या परग्रहावरील असावी." तो स्वतःशीच पुटपुटला.

"काहीही असो सौरभ, मी तुझ्याबरोबर आहे. आपण दोघंमिळून त्या जागेचा नक्की शोध घेऊ." शिरीनने त्याला दिलासा दिला.

शिरीन आणि सौरभ एकमेकांना रोजच भेटत. ती दोघंही असामान्य हुषार आणि तल्लख बुद्धिमत्तेची होती. इतर सामान्य प्रेमियुगुलांप्रमाणे निव्वळ मौजमजा करून वेळ घालविणे त्यांच्या कल्पनेपलीकडे होते. त्या दोघांनी अशा एका असामान्य सॉफ्टवेयरची रचना करावयाचे ठरविले की जे लांबच्या ग्रहावरून, अगदी दुसऱ्या आकाशगंगेतून येणारे संदेश उलगडू शकेल.त्या सॉफ्टवेयरच्या रचनेवर त्यांनी काम करण्यास सुरुवात देखील केली.

सौरभ शिरीन आणि त्यांच्या कंपूने एम.बी.ए. चे दुसरे वर्ष संपूर्ण उत्साहात सुरु केले. त्यांचे ते वर्ष कोणत्याही अप्रिय घटनांशिवाय व्यवस्थितपणे पार पडले.त्यांच्या एम.बी.ए.च्या अभ्यासाव्यतिरिक्त सौरभ आणि शिरीनने ठरविलेले सॉफ्टवेयर देखील तयार केले. ते असे एकमेवाद्वितीय सॉफ्टवेयर होते, ज्यामुळे अंतराळातील दूरस्थित आणि अतिप्रगत अशा संस्कृतीशी संपर्क साधणे शक्य होणार होते.सौरभ व शिरीनने त्यांचे सॉफ्टवेयर पंतप्रधानांना दाखविले. त्यांनी अंतराळ विज्ञानात दूर अंतराळातील तारकासमूह, ग्रहमाला आणि त्यामध्ये असणाऱ्या जीवसृष्टीच्या शक्यतेबद्दल संशोधन करण्याचा त्यांचा मानस पंतप्रधानांना बोलून दाखविला. पंतप्रधानांना त्यांचा आत्मविश्वास , दृढ निश्चय आणि त्यांची मनीषा ऐकून अतिशय समाधान वाटले. अंतराळ विज्ञानातील प्रगत विषयामध्ये असणारी त्या दोघांची रुची त्यांना प्रभावित करून गेली.

सौरभ आणि शिरीन या दोघांनीही त्यांच्या देशभक्तीची चुणूक नैनिताल मध्ये जीवावर उदार होऊन दाखवली होतीच. पंतप्रधानांना त्या दोघांविषयी अतिशय आत्मीयता होती. विज्ञान आणि तंत्रज्ञान मंत्रालयाचे मंत्रीदेखील तिथे हजर होतेच. त्यांनी सौरभ आणि शिरीनला इस्रो मध्ये वरिष्ठ वैज्ञानिकाची जागा देऊ केली. सौरभला त्याच्या बुद्धिमत्ता व कार्यक्षमतेच्या बळावर इस्रोमध्ये *ब्रदरहूड नेक्स्ट डोर* या प्रोजेक्टचा इन्चार्ज करण्यात आले. आणि शिरीनला त्याची सहायक म्हणून नेमणूक देण्यात आली. *ब्रदरहूड नेक्स्ट डोर* हा एक अतिशय महत्वाकांक्षी आणि गुप्तस्वरूपाचा प्रोजेक्ट होता.

आपल्या आयुष्यातील सगळ्यात आवडता जॉब मिळाल्याने सौरभ आणि शिरीन दोघेही अतिशय आनंदी होते. *त्यांच्या कामाच्या आवश्यकतेनुसार त्या दोघांनाही बेंगळूरू येथे त्वरित हजर होणे गरजेचे होते.*

त्या प्रसंगाचे महत्व जाणून त्या दोघांच्या घरच्यांनी त्यांची ब्रह्मगाठ बांधण्याचे ठरविले आणि त्यांचे मोठ्या समारंभाने लग्न संपन्न झाले. बेंगळूरूमध्ये त्या दोघांचे पहिले पाऊल त्यांच्या स्वप्नवत आयुष्याच्या दिशेने पडले.

****

प्रकरण २

इस्रोने त्यांचा चांद्रयान प्रकल्प अतिशय मोजक्या खर्चात यशस्वी करून दाखविला होता. त्या प्रकल्पाने चंद्राविषयी बरीच महत्वाची माहिती मूळ स्वरूपात भारतीय अंतराळ शास्त्रज्ञांच्या हाती लागली होती. चंद्रावरील *शांत सागर* हे ठिकाण आणखी संशोधनाच्या दृष्टीने महत्वाचे ठरेल असे इस्रोच्या शास्त्रज्ञांना वाटत होते.

आणखी दोन वर्षांच्या कालावधीत इस्रोच्या शास्त्रज्ञांनी अथक प्रयत्न करून चांद्रयान -२ हा अतिशय महत्वाकांक्षी प्रकल्प ही यशस्वीपणे राबवून यशाचे नवे शिखर भारतीय अंतराळ संशोधनात पादाक्रांत केले. त्या मोहिमेत चंद्रावर एक प्रायोगिक तत्वावरील सिग्नल अँन्टेना डिश बसविण्यात इस्रोने यश मिळविले होते. ते सिग्नल ट्रान्स्पाँडर इस्रो बेंगळूरू येथे स्थित असलेल्या सिग्नल रिसिव्हरशी जोडलेले होते.

भारतीय उपग्रह जगभरातील विविध माहिती अविरतपणे पुरवीत होते. त्याचबरोबर चंद्रावर बसविण्यात आलेल्या सिग्नल ट्रान्स्पाँडरने पाठविलेले सिग्नल्स देखील यशस्वीपणे मिळवीत होते. चंद्रावरील ट्रान्स्पाँडर हे त्याच्या प्रायोगिक अवस्थेत जरी असले तरी अंतराळातील निरनिराळ्या प्रोब्जने प्रक्षेपित केलेले सिग्नल्स ते यशस्वीपणे पृथ्वीवर पाठवीत होते.

चंद्रावरील सिग्नल ट्रान्स्पाँडरच्या यशामुळे प्रोत्साहित होऊन इस्रोने त्यांचा स्वप्नवत महत्वाकांक्षी प्रकल्प योजण्यास सुरुवात केली.इस्रोने त्या प्रकल्पाबाबत कमालीची गुप्तता पाळली होती.त्याबद्दल जगातील कोणालाही माहित नव्हते.त्यांच्या त्या प्रकल्पामध्ये अंतराळातील अज्ञात असलेल्या ग्रहमालेतील प्रगत जीवसृष्टीस संदेश पाठविण्याचे त्यांचे उद्दिष्ट होते. त्या दृष्टीने इस्रोच्या वैज्ञानिकांनी एक अतिप्रगत अशी दूर संदेश वहन प्रणाली विकसित केली होती. ती प्रणाली असीमित अंतरापर्यंत सिग्नल्स पाठविण्यात सक्षम होती.त्याचप्रमाणे अतिदूर अंतरावरून प्राप्त झालेले कमजोर व अस्पष्ट सिग्नल्स देखील त्यातील अद्वितीय सॉफ्टवेयरच्या मदतीने योग्य फोड करून वाचण्याची सोय होती.तिच्या विश्लेषण क्षमतेमुळे दुर्गम भाषेतील संदेश देखील समजण्यास मदत होणार होती. त्या प्रणालीतील सॉफ्टवेयरमुळे ती प्रणाली अद्वितीय ठरली होती.

सौरभ आणि शिरीन ने तयार केलेले सॉफ्टवेयर हे इस्रोच्या महत्वाकांक्षी प्रोजेक्टला अत्यंत पूरक ठरले होते. त्यांच्या या यशातील मोठ्या वाट्यामुळे त्या प्रोजेक्ट ची संपूर्ण जबाबदारी त्यांच्यावर सोपविण्यात आलेली होती. अंतराळातील दूर संदेश वहनासाठी तयार केलेल्या अतिप्रगत प्रणालीचा वापर हा इस्रोने केवळ दूरवरील अज्ञातांच्या शोधाकरिता राखीव ठेवलेला होता.ती प्रणाली आता वापराच्या दृष्टीने तयार होती.त्यामध्ये एक अतिविशाल अर्धगोलाकार आकाराचा डिश अँन्टेना होता. त्याचा व्यास ४३२ मीटर इतका होता.त्या संपूर्ण प्रणालीचे डिझाईन अशा रितीने केले होते की त्याचे निरनिराळे पार्टस् दूरसंचार सिग्नल द्वारे जोडता येऊ शकत होते. त्या प्रणालीसाठी अतिशय दणकट आणि उष्णतारोधक अशा LI-900 Silica या विशेष अधातुचा वापर करण्यात आला होता. LI-900 Silica हा अधातू स्पेस शटलच्या बाहेरील उष्णतारोधक आवरणासाठी वापरण्यात येत होता.त्याची क्षमता हजारो डिग्री सेल्शियसचे तापमान सहन करून आतील भागाचे उष्णतेपासून संरक्षण करण्याची होती. चंद्रावरील दिवसाचे तापमान १२५ अंशापर्यंत वाढत होते तर रात्रीचे तापमान उणे १२० अंशापर्यंत खाली जात होते. या विषम तापमानाचा सामना करून सिग्नल यंत्रणेस पूर्ण कार्यक्षमतेनुसार कार्यरत ठेवण्यासाठी सिग्नल अँन्टेनाचा पृष्ठभाग हा टायटॅनियम या धातूपासून तयार करण्यात आला होता. त्याच्या डिझाईननुसार ती डिश अशा प्रकारच्या आधारांवर उभारण्यात येऊ शकत होती की तिची संपूर्ण ३६० अंशांतून फिरून स्वयंचलितपणे सिग्नल्सच्या शोधात सभोवतालीचे निरीक्षण करण्याची क्षमता होती.त्या प्रणालीकरिता वापरण्यात येणारे सॉफ्टवेयर सर्वप्रकारचे सिग्नल्स डिकोड करुन त्यांचा अर्थ लावण्यास सक्षम होते. ती प्रणाली दोन भागात कार्यरत होती. एक भाग चंद्रावर उभारण्यात आलेला अँन्टेना असणार होता तर दुसरा भाग हा इस्रोमधील अर्थ स्टेशनशी संलग्नित असणार होता.

इस्रोने चंद्रयानाच्या पुढील मोहिमेत सिग्नल ट्रान्स्पाँडर डिश आणि सिग्नल रिसिव्हिंग सिस्टीम सुद्धा भागामध्ये चंद्रावर नेली आणि तिथे रेडियो सिग्नलद्वारे त्या प्रणालीची पृथ्वीवरून उभारणी करण्यात आली होती.त्या प्रणालीच्या उभारणीकरिता चंद्रावरील विशेष भागाची निवड करण्यात आली होती. हा विशेष भाग म्हणजे चंद्राचा नेहमी पृथ्वीकडे असणारा भाग आणि पृथ्वीकडे पाठ करून असणारा भाग या दोघांच्या अगदी उंबरठ्यावर ही प्रणाली उभारण्यात आली होती.त्या प्रणालीस चार मोठ्या

पंखांसारखे सोलर पॅनल्स होते ज्यांपासून त्या प्रणालीस विद्युत ऊर्जा मिळणार होती. ते सोलर पॅनल्स इस्रोच्या शास्त्रज्ञांनी पृथ्वीवरून सिग्नल द्वारे कार्यान्वित केले आणि त्यांची महत्वाकांक्षी योजना कार्यरत झाली.

****

सौरभ त्याच्या *ब्रदरहूड नेक्स्ट डोर* या प्रोजेक्टच्या कार्यान्वित होण्याने अतिशय आनंदला. त्याला या गोष्टीची पक्की खात्री होती की दूरवर अंतराळातील दुसऱ्या ताऱ्याच्या ग्रहमालेत प्रगत संस्कृती अस्तित्वात आहेच.त्याला याही गोष्टीची कल्पना होती की आपल्या सूर्यमालेतील कुठल्याही ग्रहावर जीवसृष्टी असण्याची शक्यता अतिशय धूसर होती.

त्याने आणि शिरीनने मायान संस्कृतीचा अभ्यास केला होता. मायान संस्कृतीत अशा अनेक गूढ गोष्टी घडून गेल्या होत्या ज्यांची उत्तरे सापडत नव्हती. मायान लोकांनी ३००० वर्षांपूर्वी पृथ्वीचे सौर वर्ष हे ३६५ दिवसांचे असते याचा शोध लावला होता. त्यांना लीप ईयरची संकल्पनाही मान्य होती.त्यांनी सौर कॅलेंडर देखील केलेलं होतं. इतकंच नव्हे तर त्यांनी सूर्य, ताऱ्यांच्या भविष्यातील स्थितीचा ही अंदाज अचूकपणे वर्तविला होता. अशी ही संस्कृती गूढरीत्या का लोप पावली या प्रश्नाची उत्तरे अनेक शोधकर्त्यांनी शोधण्याचा प्रयत्न केला होता तसाच तो सौरभ आणि शिरीन ने देखील केला होता. त्यातून त्या गूढ संस्कृतीच्या लोप पावण्या मागील रहस्य उकलण्यास मदत झाली नाही. त्यांना योग्य उत्तरे मिळत नव्हती.

त्याचप्रमाणे पुरातन पिरॅमिडसचा इतिहास अभ्यासतांना देखील त्यांना अनेक अशा गोष्टी कळल्या ज्या अनाकलनीय होत्या. द ग्रेट पिरॅमिड ऑफ गीझा हे एक असे मानवनिर्मित शिल्प होते, जे जगातील मानवनिर्मित शिल्पांमध्ये सर्वात उंच असे शिल्प म्हणून ३८०० वर्षापेक्षा अधिक काळ अभिमानाने मिरवीत होते. त्या शिल्पाच्या बाबतीत तर अशा अनेक गोष्टींचे सौरभला कोडे पडले होते जे सुटता सुटत नव्हते. एवढे अवजड शिल्प, ज्याच्या बांधणीसाठी वापरण्यात आलेल्या दगडांचे वजन ३,१२,००,००० (तीन कोटी बारा लाख) टन इतके अजस्त्र होते, असे शिल्प केवळ १०-२० वर्षात बांधण्यात आलेले होते. त्या पिरॅमिडची उंची ४९० फूटहोती व त्या उंचीला १०० कोटी या संख्येने गुणल्यास जी संख्या येते त्या संख्येतील फुटांचे मैलात रुपांतर केल्यास पृथ्वी आणि सूर्य

यामधील अंतर म्हणजेच ९कोटी ३० लक्ष मैल एवढे येते. हा केवळ योगायोग नव्हता. त्या पिरॅमिडमधील राणीच्या कक्षाची दिशा ही आकाशातील व्याध तारा दर्शविते. सौरभच नव्हे तर अनेक इतिहासकार आणि इजीप्तोलॉजीवर संशोधन करणाऱ्या विद्वानांना या प्रश्नांची उत्तरे मिळालेली नव्हती.

सौरभच्या अंतर्मनात एक गोष्ट कायम ठसलेली होती आणि ती म्हणजे या सगळ्या अतर्क्य गोष्टींमागे असलेल्या अद्भुत शक्तीचा शोध.

त्याला बालपणापासून उत्कृष्ट साहित्य वाचनाची आवड होती. त्यावेळी रामायण किंवा महाभारत वाचतांना त्याला नेहमीच त्यामधील योद्धयांकडे असलेल्या अस्त्र आणि शस्त्रांचे आकर्षण वाटायचे. त्याला रामायणातील आणि महाभारतातील युद्धांच्या कथा अधिक रोमहर्षक वाटत. राम, लक्ष्मण, रावण, आणि इंद्रजित यांनी किती दिव्य अस्त्रे देवांकडून प्राप्त केलेली होती! त्याचप्रमाणे द्रोणाचार्य, भीष्म, अर्जुन, अश्वत्थामा आणि कर्ण यांच्या जवळ देखील दिव्यस्त्रांचे भांडार होते. त्याला या गोष्टींचे नेहमीच आश्चर्य वाटायचे की त्यावेळी प्रगत झालेली ती संस्कृती आणि त्यानंतरची संस्कृती यांमधील दुवा कुठे नष्ट झाला असेल? जर अणूबॉम्ब सारखी विनाशक ब्रह्मास्त्र आणि पुष्पक विमानासारखे शक्तिशाली वाहन त्याकाळी होते तर मग अणूंच्या विघटनाचा शोध लागण्यास विसावे शतक का उजाडावे लागले? विमानाचा शोध विसाव्या शतकात का लागला? त्याकाळचे अत्यंत प्रतिभाशाली आणि प्रगत मानव(?) आणि आजच्या युगातील मानव यांच्या मधील दुवा कुठे नष्ट झाला? त्याचा देवावर गाढ विश्वास होता.पण त्याला नेहमीच हा प्रश्न पडे की प्राचीन ॠषी त्यांच्या साधनेतून, तपश्चर्येतून देवांशी कसा संपर्क साधू शकत? आणि देवदेखील त्यांच्यावर प्रसन्न होऊन पृथ्वीवर अवतरीत असत ?..... असे एक न् अनेक प्रश्न सौरभ आणि शिरीन या दोघांनाही भेंडावित असत.

सौरभ आणि शिरीन यांची विचार करण्याची, आणि एखादे कोडे सोडविण्याची पद्धत जगावेगळी होती. ते नेहमी वेगळयाच प्रकारे विचार करीत.

अनेक प्रगत देशांच्या वैज्ञानिकांनी अज्ञात संस्कृतीशी रेडियो संदेशाद्वारे संपर्क साधण्याचे बरेच प्रयत्न केले होते आणि ते सर्व फोल ठरले होते. बऱ्याचशा अंतराळ वैज्ञानिकांनी मानव जातीचे निरनिराळे चित्र, फोटोज, अगदी काहींनी तर ताम्रपटावर रेखाटलेली कलाकृतीदेखील अवकाश संशोधन करणाऱ्या मानवरहित यानावर चितारून अवकाशात पाठविली

होती पण कुठल्याही गोष्टीला अज्ञात आणि प्रगत अशा संस्कृतीकडून कोणताच प्रतिसाद मिळालेला नव्हता.बहुधा सगळेच संदेश अवकाशात रेडियो लहरींच्या स्वरूपात पाठविण्यात आले होते. सगळ्यांना असे अपेक्षित होते की दूरवर अंतराळातील एखाद्या ग्रहमालेत ते संदेश पोहचतील आणि तेथील संस्कृतीचे लोक मानवाची भाषा समजून त्याला प्रत्त्युतर देतील.एकदा तर दूरवरून अगम्य प्रकारचे रेडियो सिग्नल्स काही वैज्ञानिकांना प्राप्त झाले होते. त्यावेळी त्यांचा आनंद ओसंडून वाहत होता पण नंतर असे लक्षात आले होते की ते सिग्नल्स अतिशय वेगाने फिरणाऱ्या पल्सार ताऱ्यांचे इलेक्ट्रोमॅग्नेटीक उत्सर्जन होते.

अज्ञातांच्या शोधाच्या दिशेने अजूनही कोणतीच ठोस प्रगती झालेली नव्हती.सौरभ आणि शिरीन दोघेही विचार करीत होते की, सिग्नलची स्पीड हा दूरवरील अतिप्रगत संस्कृतीशी संपर्क साधण्याच्या प्रक्रियेतील सर्वात मोठा अडसर होता. कुठलेही रेडीयो सिग्नल हे प्रकाशाच्या गतीनेच प्रवास करणार.त्यापेक्षा अधिक गतीची गवसणी अजूनतरी कोणत्याही अंतराळ शास्त्रज्ञास घालता आलेली नव्हती.

संदेश वहनाच्या गतीतील वाढी बद्दल असे काहीतरी असेलच की ज्यामुळे ती गती प्रकाशाच्या गतीपेक्षा अधिक होऊ शकेल.ती दोघं वेगळ्या दिशेने विचार करीत होती.

“ स्पेस, अंतराळ हे एका महाप्रचंड आकारच्या फायबर सारखे आहे. त्या फायबरची डेन्सिटी म्हणजेच घनता जर कमी करता आली तर सिग्नलची स्पीड प्रकाशाच्या स्पीडपेक्षा वाढविता येऊ शकते. स्पेस टाईम जर वाकविता आला, तरीही हे शक्य होऊ शकते. वार्पिंग टेक्नोलॉजीने स्पेस्क्राफ्टच्या पुढ्यातील स्पेस फायबर कॉम्प्रेस करीत त्याच्या मागील भागाकडील स्पेस फायबर एक्स्पांड केला तर प्रकाशाच्या गतीच्या किमान दहापट अधिक गती प्राप्त करिता येऊ शकते. तसेच सिग्नलच्या बाबतीत देखील असं काहीतरी गुपित असेल की जे आपल्या हाती लागले तर आपण अतिप्रगत संस्कृतीशी नक्कीच संपर्क साधू शकू.” सौरभ शिरीनला निरनिराळ्या शक्यता समजावीत होता. त्याचा स्पेस टेक्नोलॉजीचा बराच अभ्यास होता.

“अतिदूर अंतराळातील जर कुठे जीवसृष्टी असेल आणि ती पुरेशी प्रगत असली तरी ती आपल्यापासून शेकडो प्रकाशवर्षे दूरवर असलेल्या ताऱ्यांच्या सभोवती असणाऱ्या ग्रहांवर असेल. अशा संस्कृतीस आपण संदेश पाठविला तरी तो प्रकाशाच्या गतीने जाईल, आणि त्यांच्या पर्यंत पोहचण्यास त्या संदेशाला शेकडो वर्षं लागतील. तसेच त्यांनी जर त्या

संदेशास प्रतिसाद दिला तरी तो आपणापर्यंत पोचण्यास आणखी काही वर्ष. अशारितीने संदेशांची देवाणघेवाण होणे अतिशय कठिण आहे. त्यामुळेच जर आपल्याला दुसऱ्या ग्रहमालेतील प्रगत लोकांशी संपर्क करायचाच असेल तर प्रकाशाच्या गतीपेक्षा अधिक वेगाने सिग्नल प्रक्षेपित करणारे संयंत्र तयार करावे लागेल." सौरभ स्वतःच्या विचारात हरवला होता.

सौरभ आणि शिरीनने त्यांच्या अबुधाबीच्या प्रवासात तेथील फेरारी वर्ल्डला भेट दिली होती. त्यावेळी त्यांनी तेथील *फॉर्मुला रोसा* या जगातील सर्वात गतिमान म्हणून मान्यता मिळविलेल्या रोलर कोस्टरची सवारी केली होती. *फॉर्मुला रोसा* ही अशी रोलर कोस्टर होती जी ताशी २४० किलोमीटर्सचा वेग फक्त ५ सेकंदांच्या अविश्वसनीय कालावधीत गाठू शकत होती.त्या कोस्टरचा वेग स्थिर स्थितीतून ताशी १०० किलोमीटर्स हा फक्त २ सेकंदात गाठल्या जात असे तर पुढे २४० किलोमीटर्सचा वेग उर्वरित ३ सेकंदात !! जगातल्या कुठल्याही अत्युत्तम स्पोर्ट्स कारलाही हे शक्य झालेले नव्हते. साधारणतः रेसर कारमध्ये एकच प्रवासी म्हणजे तोही त्या कारचा चालक असतो. पण *फॉर्मुला रोसा* मात्र एकावेळी सोळा प्रवासी घेऊन तो अतर्क्य वेग गाठू शकत होती.

'जर एवढी वजनदार कोस्टर ट्रेन एवढा अतर्क्य वेग इतक्या कमी वेळात गाठू शकते तर सिग्नलची स्पीड प्रकाशाच्या गतीपेक्षा अधिक वाढविणे अशक्य असू नये.' रोलर कोस्टरने सौरभ आणि शिरीनच्या मनातील विचारांची चक्र अधिक वेगाने फिरविण्यास सुरुवात केली.

****

प्रकरण ३

दिल्लीतील अतिशय प्रसन्न सकाळ, कर्नल रजत त्याच्या साऊथ ब्लॉक स्थित ऑफिसमध्ये नुकताच आलेला होता. तो नित्यनियमाप्रमाणे त्याचे मेल्स चेक करीत होता. एका मेलवरील क्लासिफाईड टॅग पाहून त्याने त्याचा पासवर्ड एन्टर केला. ते अतिरेक्यांच्या हालचालीबाबत चे गोपनीय पत्र होते. त्यातील मजकूर वाचून त्याने समाधानाने हुंकार दिला.ज्या अतिरेक्यांच्या टोळीवर त्यानं लक्ष केंद्रित केलेलं होतं त्याबद्दलची ती माहिती होती.त्याने त्वरित आपल्या सहाय्यकाला बोलविले आणि त्यास काही महत्वाच्या सूचना दिल्या.

कर्नल रजत एक अत्यंत हुषार, तल्लख बुद्धी असलेला तरुण ऑफिसर होता. तो भारतीय सेनेच्या *मिलिटरी इंटेलिजन्स* विभागात कार्यरत होता.तो तीक्ष्ण बुद्धिमत्तेचा दिलेर अधिकारी असल्याने त्याला कॅप्टनच्या हुद्द्यावरून थेट कर्नलच्या पदावर पदोन्नती देण्यात आली होती.आर्मीमध्ये सर्वसाधारणपणे अशी थेट पदोन्नती कुणालाही दिली जात नसे. पण रजत देखील सर्वसाधारण या वर्गवारीत मोडणारा नव्हता.त्याने अतिरेक्यांची अनेक कारस्थाने धुळीस मिळविली होती. अनेक मोठाले बॉम्बस्फोट घडविण्याचे अतिरेक्यांचे इरादे त्याने जीवावर उदार होऊन चक्काचूर केले होते.त्याही पुढे जाऊन नैनितालमध्ये अतिरेक्यांनी रचलेले भारतीय इतिहासातील सर्वात मोठे डिजिटल षडयंत्र त्याने अतिशय शौर्याने उध्वस्त केले होते. नैनीतालमध्ये त्याची लाडकी बहिण शिरीन, तिचा मित्र सौरभ आणि त्यांच्या कंपूच्या मदतीने त्याने आंतर्राष्ट्रीय अतिरेकी संघटनेच्या म्होरक्याचा खात्मा केला होता.त्याने दाखविलेल्या शौर्य आणि संघटनशील नियोजनाबद्दल त्याचा *शौर्य चक्र* पुरस्कार देऊन राष्ट्रपतींच्या हस्ते गौरव देखील करण्यात आला होता.त्याने दाखविलेल्या असामान्य धैर्यामुळे त्याला थेट कर्नलच्या पदावर पदोन्नती देऊन त्याचे पोस्टिंग एम आय एस च्या दिल्ली मुख्यालयात करण्यात आले होते. रजत हा एक देखणा गोरापान उंच आणि मजबूत शरीरयष्टीचा तरुण होता. तो कुठल्याही समस्येवर त्याच्या हटके शैलीत विचार करून उपाय शोधण्यात प्रसिद्ध होता.

जन.सत्यपाल शर्मा हे शूरवीर अधिकारी एम.आय.एस.च्या संचालकपदी कार्यरत होते.त्यांच्या सेवाकाळातील ठळक भाग म्हणजे ते अतिशय धाडसी अधिकारी म्हणून प्रसिद्ध होते. त्यांच्या कारकिर्दीत त्यांनी

१९७१च्या बांग्ला देश युद्धात मोठ्या साहसीपणे पाकिस्तानी सैन्यास धूळ चारली होती. त्यांच्या असीम शौर्याबद्दल त्यांना परमवीर चक्र देऊन सन्मानित करण्यात आले होते. अमृतसरच्या सुवर्ण मंदिरातील ऑपरेशन ब्लू स्टारच्या वेळीदेखील त्यांनी अतिरेक्यांच्या गुप्त हालचालींची बित्तंबातमी काढून लष्कराच्या कारवाईत अतिशय महत्वाची भूमिका बजाविली होती.त्यांच्या या हेरगिरीतील कौशल्यामुळे त्यांना एम.आय. एस. या गुप्तचर यंत्रणेचे संचालकपद देण्यात आले होते. जन.सत्यपाल शर्मा हे एक मजबूत बांध्याचे पंचावन्न वर्षांचे तडफदार आणि तरुणांनाही लाजवेल असे साहसी व्यक्तिमत्व होते. त्यांच्या केश सांभारातून बऱ्याच केसांनी श्वेतवर्ण धारण केला होता. करारी पिळदार करड्या मिशा त्यांच्या दृढ निश्चयी व्यक्तित्वात भर घालत.त्यांची धारदार नजर कोणत्याही व्यक्तीच्या अंतरंगातील गुपिते जाणण्यास समर्थ होती.जन. शर्मा घाईघाईने त्यांच्या केबिनमध्ये शिरले आणि त्यांनी इंटरकॉमवर कर्नल रजतशी संपर्क साधला.

"कर्नल, माझ्या कक्षात या. जरा महत्वाचे काम आहे."

"यस सर. आलोच." रजतने तत्परतेने उत्तर दिले आणि तो तडक त्यांच्या केबिनकडे निघाला. त्याने दारावर हळुवारपणे नॉक केले आणि तो आत शिरला.एम.आय.एस.मधील प्रत्येक अधिकारी आनंदी व तणावरहित होता कारण की अतिरेक्यांच्या कारवायांना यथोचित लगाम घातल्यानंतर त्यांच्यावरील सिमेसंबंधित सुरक्षेचा ताण बराच कमी झालेला होता. एम.आय.एस.वर एक नवीन जबाबदारी सोपविण्यात आलेली होती. त्यांचे लक्ष आता अंतराळ संबंधी हेरगिरीच्या कामावर केंद्रित करण्यात आलेले होते. भारतीय अंतराळ संशोधन संस्थेने;इस्रोने निरनिराळ्या मोहिमांमध्ये यश संपादन करून नेत्रदीपक कामगिरी केली होती. भारताच्या त्या यशामुळे रशिया, अमेरिका आणि फ्रांस सारख्या अंतराळविज्ञानात अग्रेसर असलेल्या देशांच्या प्रमुखांच्या भुवया आश्चर्याने उंचावल्या होत्या. भारतीय शास्त्रज्ञांच्या यशामुळे शत्रूराष्ट्रांना देखील पोटशूळ सतावित होता.ते भारतात अशांतता माजविण्याची संधी शोधत होते.

****

सौरभ आणि शिरीन त्यांच्या नेहमीच्या शिरस्त्याप्रमाणे इस्रोकडे निघाले होते. ते त्यांच्या नियोजित वेळेत होते.जशी सौरभने आउटर रिंग रोडवर

गाडी वळविली तशी वाहतुकीची गर्दी एकदम रोडावली. शिरीन तिच्या दिवसभरातील कामांच्या नियोजनच्या विचारांमध्ये गर्क होती. सौरभने त्याचे लक्ष रस्त्यावर केंद्रित केले होते.

" शिरीन, तुला नाही वाटत की सिग्नलची वेगमर्यादा वाढविण्याकरिता काहीतरी उपाय असेल?" सौरभने एक क्षणभर तिच्याकडे दृष्टीक्षेप टाकीत विचारले.

"का नाही? मलाही खात्री वाटते की सिग्नलची स्पीड प्रकाशाच्या स्पीडपेक्षा जास्त वाढविण्यासाठी काहीतरी उपाय असेलच. अरे टेलीपथी हे एक साधे उदाहरण आहेच की. फक्त काय होतंय की आपल्याला त्या उपायापर्यंत पोहचण्याचा धागा गवसत नाही आहे." तिने सौरभशी सहमती दर्शविली.

सौरभला इस्त्रोच्या स्पेस रिसर्च विभागाच्या इमारतीत तिसऱ्या मजल्यावर एक सुसज्ज आणि स्वतंत्र केबिन देण्यात आली होती.त्याला व शिरीनला स्पेस रिसर्च लॅबमध्ये हवे तेंव्हा प्रवेश करण्याची मुभा होती.त्या दोघांनाही इस्त्रोच्या सुपर कॉम्प्युटरला ॲक्सेस करण्यासाठी स्पेशल कॉम्प्युटर टर्मिनल देण्यात आले होते. त्या कॉम्प्युटरच्या माध्यमाने चंद्रावर उभारण्यात आलेल्या ट्रान्सपॉंडरकडून येणारे सर्व सिग्नल्स त्यांना रोज अभ्यासता येत.

एक नं एक दिवस आपण दूरवर अंतराळातील अज्ञात संस्कृतीतील व्यक्तींशी संपर्क साधू शकूच याची त्यांना खात्री होती. चंद्रावर उभारण्यात आलेले ट्रान्सपॉंडर दूरवर अंतराळात अतिशक्तिशाली सिग्नल्स प्रक्षेपित करण्यास सक्षम होते. सिग्नल्स चंद्रावरून प्रक्षेपित करण्याची सोय असल्यामुळे त्या सिग्नल्सना वातावरणाचा अडसर नव्हता आणि त्यामुळे त्या सिग्नल्सची शक्ती दूरपर्यंत कायम राहणे अपेक्षित होते. त्या ट्रान्सपॉंडरशी सौरभ आणि शिरीन ने तयार केलेले सॉफ्टवेयर संलग्नित असल्याने दूरवरून येणारे कमी शक्तीचे सिग्नल देखील पूर्ण क्षमतेने ग्रहण करण्याची त्याची क्षमता होती.त्या ट्रान्सपॉंडरचे डिझाईन अशा रीतीने सुसज्ज केले होते की वेळ पडल्यास अगदी टेलिफोन सारखे कार्य देखील पार पाडण्याची त्याची क्षमता होती.

सौरभ आणि शिरीन वेगवेगळया फ्रिक्वेन्सीज आणि बँडविड्थ वर मानवजातीबद्दलचे संदेश पाठविण्याचे प्रयोग करीत होते. त्या संदेशांमध्ये मानवाची सद्य परिस्थितील वैज्ञानिक प्रगती, आणि इतर प्रगतीचाही उल्लेख होता.परंतु त्यांना आजवर कोणताही प्रतिसाद मिळाला नव्हता. जर एखादी प्रगत जीवसृष्टी अस्तित्वात असलीच तरीही तीस इस्त्रोतून येणारे संदेश एकतर मिळत तरी नव्हते किंवा उलगडत तरी नव्हते.सगळेच

संदेश हे विद्युत चुंबकीय लहरींच्या स्वरूपात प्रकाशाच्या साधारण गतीनेच पाठविण्यात आले होते. नवीन असे काहीही घडले नव्हते. जगातील अनेक विद्वान शास्त्रज्ञ देखील त्यांच्या संदेशाचे सिग्नल्स निरंतर प्रक्षेपित करीत होतेच. परंतु अज्ञात अशा प्रगत संस्कृतीकडून कोणासही प्रतिसाद मिळालेला नव्हता.ते संदेश त्यांच्यापर्यंत पोहचत नव्हते, की त्यांना त्यास प्रतिसाद देण्याची ईच्छाच नव्हती? हा एक महत्वाचा प्रश्न होता.

सौरभ त्याच्या निरनिराळ्या शोधकार्यात व्यस्त होता. त्याने पक्का ध्यास घेतला होता की काहीही करून सिग्नलच्या स्पीडवर तोडगा शोधून काढायचाच.अशाच निरनिराळ्या साईटस शोधता शोधता त्याला एक नवीन इन्स्ट्रुमेन्टचा शोध लागला. त्याचे नाव सिन्क्रोट्रॉन असे होते. ते एक असे उपकरण होते जे चक्राकार आकाराचे म्हणजेच स्पायरल आकाराचे होते. त्याचा वापर विद्युतभारीत कणांची (इलेक्ट्रिकली चार्ज्ड पार्टिकल्स) ची गती प्रकाशाच्या गतीपेक्षा अधिक करण्यासाठी केल्या जाऊ शकत होता. त्यामध्ये विद्युत चुम्बकांचा वापर करून इलेक्ट्रॉन व प्रोटॉन ची गती प्रकाशाच्या गतीपेक्षा कितीतरी पटीने वाढविणे शक्य होते.

"शिरीन, हे बघितलस का? हे खूपच इंटरेस्टिंग आहे. हे उपकरण आपल्याला आपली दिशा दाखवू शकेल." सौरभ ते उपकरण बघून बराच उत्तेजित झाला होता. शिरीन तिच्या विचारात गुरफटली होती. सौरभच्या बोलण्याकडे तिचे लक्ष नव्हते.तिने त्याच्याकडे प्रश्नार्थक मुद्रेने पाहत विचारले,

"अं , काय म्हणत होतास तू? तुला काय सापडले आहे?"

सौरभच्या लक्षात आले की शिरीन कसल्यातरी विचारांनी विचलित झाली आहे.तो तिच्या जवळ गेला आणि तिचा हात हातात घेऊन त्याने तिला विचारले,

"शिरीन, काय झालं ? कसल्या विचारात गुंतली आहेस? काही प्रॉब्लेम असल्यास मला सांग."

"नाही रे,काही विशेष नाही. मी दुसऱ्याच विचारात होते. ते जाऊ दे .तू काय दाखवत होतास?" शिरीनने स्वतःला सावरत विचारले.

"डियर, हे बघ. या उपकरणा पासून आपल्याला आपल्या सिग्नलची स्पीड प्रकाशाच्या स्पीडपेक्षा अधिक वाढविण्यास मदत होईल असे मला वाटते.अर्थात आपल्याला त्यावर बरेच काम करावे लागेल, पण तरीही मला असे वाटते की आपल्याला आशेचा किरण दिसला." सौरभने तिला

सिन्क्रोट्रॉनचे कार्य समजवून सांगितले. आणि त्याचा वापर करून ते त्यांच्या सिग्नलची स्पीड कशी वाढवू शकतात याबद्दल कल्पना दिली.

भारताच्या लोकसभेतील सत्ताबदलामुळे अवघ्या जगाच्या भुवया उंचाविल्या होत्या. विद्यमान पंतप्रधान हे अत्यंत पुरोगामी विचारसरणीचे होते. त्यांना भारताची विस्कटलेली आर्थिक घडी निट बसविण्यासाठी भरपूर प्रयत्न करावे लागणार याची जाणीव होती. त्यांच्या मनात निरनिराळ्या नवनवीन संकल्पना होत्या. अशातच झालेल्या युनोच्या मिटिंगमुळे ते व्यथित झाले होते. भारतावरील 'विकसनशील देश' हा शिक्का त्यांना पुसून काढायचा होता.त्यांना तथाकथित विकसित राष्ट्रांच्या भारताविषयीच्या हीन भावनेचा वीट आला होता. परिस्थिती संपूर्णपणे बदलण्याचा त्यांचा निर्धार होता. भारतास युनोचे स्थायी सदस्यत्व मिळवून देण्यासाठी त्यांच्या जीवाची घालमेल होत होती.

भारतीय अंतराळ शास्त्रज्ञ विस्मयचकित करणारी प्रगती करीत होते.इस्रोमधील तरुण अंतराळ शास्त्रज्ञ त्यांच्या नवनवीन कल्पनांनी नवीन गगन भरारी घेण्यास सज्ज होत होते.त्यांचा तो दृढ आत्मविश्वास पाहून पंतप्रधान अतिशय समाधानी होते.तरुण शास्त्रज्ञांच्या हटके विचारसरणीचे त्यांना कौतुक होते.

इस्रोच्या अतिशय कमी खर्चातील चंद्र आणि मंगळ मोहिमांचे यश बघून जगातील अनेक देशाच्या अपेक्षा उंचाविल्या होत्या बऱ्याच देशांना अंतराळात संशोधन करावयाचे होते पण अपुऱ्या आर्थिक तरतुदींमुळे ते शक्य होत नव्हते. इस्रोचे यश बघून त्यांनी भारताकडे त्यांचे उपग्रह अवकाशात सोडण्याची मागणी नोंदविण्यास सुरुवात केली होती. त्यामुळे इस्रो आता बऱ्याच देशांना मदत करण्याच्या योजनांमध्ये व्यस्त होते. या निमित्त्याने भारताच्या आर्थिक सुबत्तेत भर पडण्यास आणि परदेशी चलन मिळविण्यास चांगलीच मदत होणार होती.

इस्रोचे शास्त्रज्ञ पूर्णपणे नवीन शोधाच्या मागावर होते.

****

प्रकरण ४

सौरभने सिन्क्रोट्रॉनचा वापर करून रेडीयो फ्रिक्वेन्सी सिग्नलची गती वाढविण्याकरिता आराखडा तयार करण्यास सुरुवात केली. त्याला या गोष्टीची खात्री होती की सिन्क्रोट्रॉनमध्ये योग्य पद्धतीने बदल केल्यास प्रकाशाच्या गतीपेक्षा अधिक गतीने सिग्नल प्रक्षेपित करणे शक्य होऊ शकेल. सिन्क्रोट्रॉनमध्ये चार्ज्ड पार्टिकल्सची गती वाढविता येऊ शकत होती. सौरभ आणि शिरीनने सिन्क्रोट्रॉनच्या आराखड्यात योग्य ते बदल करून हव्या त्या फ्रिक्वेन्सीजचे ईलेक्ट्रोमॅग्नेटीक सिग्नल्स पाठविण्याच्या दृष्टीने त्यांच्या प्रोटोटाईपच्या उभारणीचे आराखडे तयार केले.त्यांनी निरनिराळया सिग्नल फ्रिक्वेन्सीजचा अभ्यास केल्यावर त्यांच्या असे लक्षात आले की १४८६ गिगाहर्टझ फ्रिक्वेंसीचे सिग्नल हे बऱ्याच दूर अंतरापर्यंत अंतराळामध्ये प्रवास करू शकेल.

त्यांनी त्यांच्या प्रोजेक्टचा एक सर्वसमावेशक रिपोर्ट आणि स्पेसमध्ये गतिशील सिग्नल प्रक्षेपित करण्याची शक्यता दर्शविणारे प्रेझेन्टेशन तयार केले. ते प्रेझेन्टेशन त्यांना दिल्लीला जाऊन विज्ञान आणि तंत्रज्ञान विभागाच्या मंत्र्यांना दाखवायचे होते.

सौरभ आणि शिरीन नेहमीच त्यांच्या कॉलेज मधील मित्रांच्या संपर्कात असत. आकांक्ष आणि अनन्याला जेंव्हा हे समजले की सौरभ आणि शिरीन दिल्लीस येताहेत तेंव्हा त्या दोघांच्याही आनंदास पारावर उरला नाही.

"आकांक्ष, आपण सौरभ आणि शिरीन करिता एका मस्त पार्टीचे आयोजन करू." अनन्या तिच्या मैत्रिणीस भेटण्याच्या कल्पनेने उत्साहित झाली होती. तिचे देखील त्यांचे एम.बी.ए. पूर्ण झाल्यावर आकांक्षशी लग्न झालेले होते. ते दोघंही आकांक्षच्या वडिलांच्या कंपनीत, आर्यभट्टमध्ये संचालकपदावर काम करीत होते.

" खरंच अनन्या, आपण खूप मजा करू. बऱ्याच दिवसांनी ते दोघं इथे येताहेत." आकांक्ष उत्तेजित होत उत्तरला.

शिरीनचा मोठा भाऊ कर्नल रजत आणि त्याची पत्नी राजश्री, सौरभ आणि शिरीनच्या आगमनाच्या बातमीने आनंदी होते. ते दोघं त्यांना घेण्यास दिल्लीच्या इंदिरा गांधी आंतर्राष्ट्रीय एयरपोर्टवर गेले.रजतला सौरभ आणि शिरीनच्या इस्रोमधील कामगिरीबद्दल खूप अभिमान वाटत होता.त्याने शिरीन आणि सौरभचं स्वागत केलं.

दुसऱ्या दिवशी सौरभ आणि शिरीनने त्यांचे सिग्नोट्रॉन या त्यांच्या सिन्क्रोट्रॉनच्या सुधारित आवृत्तीबद्दलचा विस्तृत अहवाल मंत्र्यांना सादर केला आणि इस्रोमध्ये त्याच्या उभारणीची परवानगी मिळविली. त्यानंतर ती दोघं सरळ अनन्या आणि आकांक्षला भेटण्यास आकांक्षच्या घरी, अग्रवाल मँन्शनला गेले. जवळजवळ दोन वर्षांनी ते सर्व भेटत असल्याने सगळेच खूप आनंदात होते.

सौरभ,शिरीन, अनन्या आणि आकांक्ष ताजमहालच्या परिसरामध्ये त्यांच्या कॉलेजच्या काळातील प्रेमाच्या क्षणांचा आनंद पुन्हा लुटत होते.

“शिरीन, मला या क्षणी आपल्या आयुष्यातील तो सगळयात रोमांचकारी क्षण आठवतो आहे, ज्यावेळी मी तुला प्रपोज केलं होतं.”सौरभ शिरीनच्या डोळयात बघत प्रेमाने बोलला.

“मी तुझी गंमत बघत होते. त्या क्षणी तू कित्ती अस्वस्थ झाला होतास!” शिरीन पुन्हा तेंव्हाच्याच मिश्किलपणे उत्तरली.

ताजमहालची सहल एन्जॉय केल्यावर ते दिल्लीस परतले.

रात्रीच्या जेवणाचा आनंद घेतल्यावर रजत, सौरभ आणि शिरीन बाल्कनीत पाळण्यावर आरामात गप्पा मारीत बसले होते. राजश्री किचनची आवराआवर करीत होती. शिरीनच्या चेहऱ्यावरील भाव बघून रजतला जाणवले की काही तरी बिनसलं आहे.त्याने तिला सरळच विचारणा केली,

“ बहिणाबाई काय बिनसलं आहे? मी बघतो आहे. तू माझ्यापासून काहीतरी लपविण्याचा प्रयत्न करते आहेस.”

“ कुठे काय? लपविण्या सारखे काहीही नाही.” शिरीन रजतच्या नजरेला नजर नं देता बोलली.

“हे बघ शिरीन, तुला हे वेगळं सांगायला नको की मी हेरखात्यातला माणूस आहे. जरी तू मला तुझ्या काळजीचं कारण सांगितलं नाहीस तरी मी ते माझ्या सोर्सेस कडून शोधून काढू शकतो.पण मला ते तुझ्याकडूनच ऐकायचं आहे.” रजत बोलता बोलता सौरभकडे अर्थपूर्ण नजरेने पाहत म्हणाला.

“अरे रजत, हे बघ रे बाबा मी तुझ्या लाडक्या बहिणीला अजिबात त्रास देत नाही हं. मी तिला नेहमीच बरोबरीने आणि सन्मानाने वागवितो. मला तिच्यातील गुणांची पूर्ण कदर आहे.” सौरभने स्मित हास्य करीत वातावरणातील ताण कमी करण्याचा प्रयत्न केला.

“तिला खुष ठेवण्याच्या तुझ्या खुबी मला बरोबर माहित आहेत.पण मला तरीही असं वाटतं आहे की काहीतरी असं आहे की ज्यामुळे शिरीन गुमसुम आहे.” रजत काही शिरीनचा पिच्छा सोडण्यास तयार नव्हता.

" ठीक आहे. तू एवढाच जर आग्रह धरतो आहेस तर सांगते, ऐक...." शिरीनने त्यांच्या सिग्नलची गती वाढविण्यामागील मागील अडचणी सांगितल्या, आणि त्यामुळे त्यांची कशी पिछेहाट होते आहे त्याबद्दल काळजी व्यक्त केली. रजतने तिचे म्हणणे गंभीरतेने ऐकून घेतले. तशाच गंभीर चेहऱ्याने त्याने विचारले,

"मी काही मदत करू शकतो का? म्हणत असशील तर माझ्या काही गुप्तहेरांना तुमच्या सिग्नलची स्पीड वाढविण्यासाठी तिकडे पाठवू का?" असे बोलता बोलता त्याच्या हास्याच्या फवाऱ्याने वातावरणातील तणाव पूर्णपणे नष्ट केला. सौरभ आणि शिरीन त्याच्या बोलण्यातील विनोद नं कळल्याने त्याच्याकडे प्रश्नार्थक नजरेने बघत होते.

"रजत,तुला असं वाटतं कां की इस्रो मधले आपले तरुण शास्त्रज्ञ अकार्यक्षम आहेत? तुझी मिलिटरी तिला काय मदत करू शकणार? अरे मी आहे नं तिचा सहाय्यक." सौरभनेही रजतच्या विनोदाची पुष्टी करत स्मितहास्य केले.शिरीनने दोघांकडेही राग आल्याचा आव आणित बघितले आणि तिने उठण्याचे नाटक केले.

"मी जातेच कशी." शिरीन उठत म्हणाली.

"ए वेडाबाई, तुम्हाला नक्कीच काहीतरी मार्ग सापडेल. अशी निराश होऊ नकोस. ध्येयाने एवढे झपाटलेले शास्त्रज्ञ मी पूर्वी बघितलेच नव्हते. पण ते जाऊ दे. आत्ता तू तुझ्या भावाबरोबर दिल्लीत आहेस तेंव्हा काळज्या बाजूला ठेव आणि विकेंड आनंदाने एन्जॉय कर."रजत तिला प्रेमाने थोपटत म्हणाला.

त्या सगळयांनी विकेंड मस्त एन्जॉय केला आणि सौरभ-शिरीन सोमवारी बेंगळूरूला परतले.

****

सौरभ आणि शिरीनला त्यांच्या सिग्नोट्रॉन उभारणीच्या कार्याला मंजुरी मिळाल्याने आता ते उभारणे आणि सत्यात उतरविणे ही त्यांची जबाबदारी होती.

सिग्नोट्रॉन एक इलेक्ट्रॉनिक उपकरण होते. त्याचा आकार चक्राकार नळीचा होता. त्या नळीची लांबी ५० मीटर होती आणि तिचा व्यास २५ सेंटीमीटर होता. चक्राकार आकारात असल्याने ते उपकरण त्यांच्या अंतराळ संशोधनाच्या प्रयोग शाळेत उभारण्यात त्यांना काही अडचण

आली नाही. तेथील काही अनावश्यक यंत्र सामुग्री दुसरीकडे हलवून, अंतराळ संशोधन विभागाने त्यांना सहकार्य केले. सौरभ आणि शिरीन सोबत काही तरुण सहाय्यक वैज्ञानिक ही कामाला लागले होते.

सहा महिन्यांच्या अथक आणि रात्रंदिवस कामानंतर सौरभच्या आराखड्यानुसार सिग्नोट्रॉन तयार झाला.आता देर होती ती त्याच्या यशस्वितेच्या चाचणीची. सौरभ , शिरीन आणि त्यांची तरुण शास्त्रज्ञांची चमू सिग्नोट्रॉनच्या चाचणीसाठी आणि त्याच्या रिझल्ट्साठी उत्साहाने तयारीस लागली. अचूक चाचणी करिता त्यांनी मंगळाच्या दिशेने रेडीयो सिग्नल पाठविण्याचे ठरविले. इस्रोच्या मंगळ मोहिमे अंतर्गत अंतराळ शास्त्रज्ञांनी मंगळावर एक सिग्नल ट्रान्सपाँडर प्रायोगिक तत्वावर उभारला होता.त्या ट्रान्सपाँडरकडे इस्रोमधून सिग्नल पोहचण्यास ८२५ सेकंदांचा कालावधी लागत होता. अर्थातच ते सिग्नल प्रकाशाच्या गतीने प्रवास करीत होते. मंगळावरून सिग्नल परत इस्रोमध्ये येण्यास ८५० सेकंदांचा अवधी लागत होता. जास्तीचे २५ सेकंद्स लागण्यामागील कारण असे होते की पृथ्वीवरून पाठविलेले रेडीयो फ्रिक्वेन्सीचे सिग्नल मंगळावर पोहचे पर्यंत त्याची तीव्रता कमी होत असे आणि ती पुन्हा वाढविण्याकरिता २५ सेकंद लागत असत.

सिग्नोट्रॉनमध्ये असंख्य सिग्नल कॉम्प्रेसर्स आणि रिफ्लेक्टर्स बसविण्यात आले होते.त्यामधून जात असतांना पूर्वनियोजित उच्च फ्रिक्वेन्सीच्या रेडीयो सिग्नलला , उच्च दाबाच्या विद्युत चुंबकीय क्षेत्रातून जावे लागत होते.परंतु उच्च दाबाच्या विद्युत चुंबकीय क्षेत्रातून जात असतांना त्या सिग्नलची प्रतवारी बिघडू नये याचीदेखील काळजी त्यामध्ये अनेक प्रकारचे फिल्टर्स लावून घेण्यात आलेली होती.त्यामुळे त्या सिग्नलची क्वालिटी नं बिघडता त्याची तीव्रता अनेक पटींनी वाढत होती. सततच्या दबाव आणि परावर्तन (compression and reflection)या तंत्रामुळे सिग्नलची स्पीड वाढविण्यास मदत होत होती.

अगदी सोप्या भाषेत समजावयाचे झाल्यास, एखाद्या परिपूर्ण ईलास्टिक चेंडूवर अतीव दबाव देऊन नंतर त्यास प्रकाशाच्या वेगाने चक्राकार नळीत डागल्यास काय होईल? तो चेंडू त्याचा मूळ आकार धारण करतांना प्रचंड प्रमाणात ऊर्जा उत्सर्जित करेल आणि थोड्या थोड्या अंतरावर लावलेल्या असंख्य रिफ्लेक्टर्समुळे त्याच्या गतीत अपरिमित अशी वाढ होईल. सौरभ ने त्याच्या अतर्क्य विचारशक्तीचा वापर करताना शिरीनशी चर्चा करून

सिग्नोट्रॉनची आखणी केली होती. त्यामुळे त्या दोघांनाही उच्च प्रकारच्या सिग्नलच्या गतीची अपेक्षा होती.
“सौरभ, तुला काय वाटतं,आपल्या सिग्नोट्रॉनमुळे सिग्नलच्या गतीमध्ये किती प्रमाणात वाढ होईल?” चाचणीच्या आदल्या सायंकाळी शिरीनने उत्तेजित स्वरात विचारले.
“शिरीन,हे बघ मंगळापर्यंत सर्वसाधारण रेडीयो फ्रिक्वेन्सीचे सिग्नल पोहचण्यास ८२५ सेकंद्स लागतात आणि जवळजवळ तेवढेच तिथून परत येण्यास.माझ्या अपेक्षेप्रमाणे ४०० सेकंदात जरी आपले सिग्नल पोहचले तरी आपला प्रोजेक्ट यशस्वी झाला असे म्हणण्यास हरकत नाही. असे जर झाले तर पुढे आपण त्यामध्ये योग्यप्रकारे बदल करून सिग्नलची गती आणखी वाढविता येते का ते बघूच.” सौरभ स्वप्नवत नजरेने बोलला.त्याला त्यांनी केलेल्या प्रयत्नांच्या यशाची पूर्ण खात्री होती.
चाचणीची वेळ ही पहाटेची ठरली होती कारण की त्यावेळी मंगळ त्याच्या लालसर तेजाने क्षितिजावर प्रकाशमान झाला होता.
सर्व तयारी झालेली होती. सिग्नल प्रक्षेपित करण्याचे स्वीच दाबण्यापूर्वी सौरभने देवाची प्रार्थना करत डोळे मिटले. आणि कोण आश्चर्य,त्याच्या डोळ्यापुढे तीच शांत आणि मृदूहास्य वदनाची व्यक्ती उभी राहिली ज्या व्यक्तीस तो स्वप्नात प्रश्न विचारत असे, ‘मी कोठून आलो आहे?’ त्याने झटकन डोळे उघडले आणि सिग्नल प्रक्षेपणाचे स्वीच दाबले.ज्या क्षणी त्याने ते स्वीच दाबले त्याचं क्षणी कॉम्प्युटरच्या स्क्रीनवर एक टायमर सुरु झाले. तो कॉम्प्युटर मंगळाच्या ट्रान्सपॉंडर सोबत जोडलेला होता. त्यामुळे सिग्नलला मंगळावर पोहचण्यास लागणारा अवधी आणि तिथून इस्रोच्या रिसिव्हरपर्यंत परत येण्याचा अवधी दोन्ही कळणार होते.ते सिग्नल मंगळावरील ट्रान्सपॉंडर वरून त्याच्या मूळ स्वरूपात परत येणे अपेक्षित होते.

****

प्रकरण ५

टेस्ट सिग्नल मंगळावरील ट्रान्सपाँडर पर्यंत पोहचून तिथून स्वयंचलितपणे पृथ्वीवरील इस्रोच्या बेंगळूरूस्थित रिसिव्हिंग स्टेशनला पोचणार होते. कॉम्प्युटरमधील प्रोग्रॅमप्रमाणे सिग्नल नेमके किती वेळात मंगळावर पोहचले त्या क्षणाची नोंद आणि पृथ्वीवर परतल्या क्षणाची नोंद देखील सौरभ आणि त्याच्या टीमला कळणार होती.

सौरभ, शिरीन आणि इतर तरुण शास्त्रज्ञांचे डोळे कॉम्प्युटरच्या स्क्रीन वर पापणी ही नं लवता स्थिर झाले होते.एक दीर्घ आवाजाने त्यांचे लक्ष वेधले.त्यासोबतच कॉम्प्युटर स्क्रीनवर एक आकडा उमटला. ८२५ ! सौरभ त्या आकड्याकडे पाहून पूर्णपणे निराश झाला. सिग्नलची गती वाढविण्याचा त्यांचा प्रयोग फसला होता.पुन्हा एक नोटिफिकेशनचा आवाज आला आणि स्क्रीनवर दुसऱ्यांदा ८२५ हा आकडा उमटला.त्यावरून असे दिसत होते की मंगळावरून पृथ्वीवर सिग्नल येण्यासही तेवढाच अवधी लागला होता.

“शिरीन माझा विश्वासच बसत नाही की आपला हा प्रयोग,एवढ्या अथक प्रयत्नानंतरही कसा फसला?” सौरभ खचलेल्या स्वरात उद्गारला.तेवढ्यात आणखी एक नोटिफिकेशनचा आवाज आला आणि कॉम्प्युटरवर अनपेक्षित संदेश उमटला, “ अभिनंदन !!” सगळेच कॉम्प्युटरकडे आश्चर्याने पाहू लागले.

‘कॉम्प्युटर बिघडला की काय?’ शिरीनला शंका आली. ती तडक जागेवरून उठली आणि तिने कॉम्प्युटरचे सेटिंग्ज चेक करण्यास सुरुवात केली.काही क्षणातच ती समोर जे दिसतंय त्यावर विश्वास नं बसल्याने आनंदाने किंचाळली.

“सौरभ, आपण एक अविश्वसनीय आश्चर्य घडवलंय.” तिने सौरभला आवेगात मिठी मारली. सौरभ तिच्याकडे नाराजीने आणि आश्चर्याने पाहत बोलला,

“हे काय आहे शिरीन? आपण असं काय केलंय?” सगळ्या ज्युनिअर्ससमोर शिरीनने अशी मिठी मारलेली त्याला अजिबातच रुचली नव्हती.

“ सौरभ, अरे तुला हे दिसत नाही आहे का? ओ माय गॉड !!” उत्तेजित झाल्याने शिरीनच्या तोंडून शब्द फुटत नव्हते.

“सौरभ डियर, आपल्या कॉम्प्युटरला काहीही झालेलं नाही. टायमरने आपले सिग्नल मंगळापर्यंत पोहचण्याचा आणि ते परत पृथ्वीवर येणाचा जो अवधी दर्शविला तो बरोबरच आहे पण तो आहे मिलीसेकंदांमध्ये !! सर्वसाधारणपणे जे काही सिग्नल्स या आधी इस्त्रोतून मंगळावर पाठविण्यात आले होते आणि मंगळावरून पृथ्वीवर , इस्त्रोत आले होते त्यांचं टायमिंग हे सेकंदामध्ये होतं. आणि आपण पाठवलेल्या सिग्नलचं टायमिंग हे मिलीसेकंदात आहे. आकडा जरी सारखाच असला तरी आपण प्रकाशाच्या वेगाच्या तंतोतंत एकहजार पट वेगाने आपले सिग्नल प्रक्षेपित करण्यात यशस्वी झालो आहोत. मला आत्ता आठवलं,सिग्नलची गती आपल्याला अगदी तंतोतंत कळावी या उद्देशाने आपणच तर टायमरचे सेटिंग सेकंदाऐवजी मिलीसेकंदात केले होते.” शिरीनचे बोलणे ऐकून सौरभ थक्क झाला.

“ओ माय गॉड !! माझा तर विश्वासच बसत नाही आहे. तुझी पूर्ण खात्री आहे की टायमरचं सेटिंग मिलीसेकंदात आहे?” त्याने शिरीनला साशंकतेने विचारले.

“तू स्वतःच येऊन खात्री कर.” शिरीन कॉम्प्युटर पुढील खुर्चीवरून उठत म्हणाली. तिने सौरभला कॉम्प्युटरचे सेटिंग्ज चेक करण्यास बोलाविले. सौरभने स्वतः ते सर्व सेटिंग्ज शिरीनच्या म्हणण्यानुसार आहेत याची खात्री केली.

त्याने पुन्हा मंगळाकडे सिग्नल प्रक्षेपित केले आणि ते मंगळावर पोहचण्याचा कालावधी होता ८२५ मिलीसेकंद. मंगळावरून ते सिग्नल तेवढ्याच वेळात म्हणजेच ८२५ मिलीसेकंदात परत देखील आले. ते अचंभित करणारे सत्य पाहून त्याची पूर्ण खात्री पटली की सिग्नोट्रॉनने त्यांच्या अपेक्षेपेक्षा कितीतरी जास्त यश त्यांच्या पदरात टाकले होते. सौरभला आनंदाने शब्द फुटत नव्हते. एखाद्या लहान मुलाने एखादे महाकठीण कोडे सोडविल्यावर त्याची जशी प्रतिक्रिया असेल तशीच सौरभची प्रतिक्रिया उमटली. दोन्ही हात उंचावून त्याने आनंदाने आरोळी ठोकली, ‘येss!’ त्याच्या सर्व सहकार्यांचे त्याने आणि शिरीनने अभिनंदन केले. त्यांच्या प्रयत्नांना कल्पनेपेक्षाही उत्तम फळ आले होते.

सौरभने त्याचे वरिष्ठ , मूर्ती यांच्याशी त्वरित संपर्क साधला आणि त्यांची परवानगी घेऊन शिरीन आणि सौरभ त्यांच्या केबिनमध्ये त्यांना भेटण्यास गेले.त्यांनी मूर्तींना सिग्नोट्रॉनच्या चाचणीचा सगळा वृत्तांत विस्तृतपणे कथन केला. मूर्ती देखील प्रकाशाच्या वेगापेक्षा एक हजारपट अधिक वेगाने

सिग्नल पाठविण्याच्या त्यांच्या यशाने आनंदित झाले. त्यांनी सौरभ आणि शिरीनचे त्यांच्या पहिल्याच प्रयत्नाला मिळालेल्या भरघोस यशाबद्दल कौतुक केले. ते असेही म्हणाले की त्याहीपेक्षा अधिक स्पीड मिळू शकते का ते बघा आणि या यशाबद्दल कोठेही वाच्यता करू नका.

****

“त्यांनी आंतर-नक्षत्रमंडळात संदेश प्रक्षेपित करण्याची क्षमता प्राप्त केली आहे. आता ते कधीही विष्णूलोकाशी संपर्क साधू शकतील.” वार्ता विभागाच्या प्रमुखाने आपला अहवाल सदर केला. त्याठिकाणी विष्णूलोकाच्या प्रमुखांची संबंधित विभाग प्रमुखांसोबत नित्याची बैठक सुरु होती. त्या बैठकीस अवकाश विभाग प्रमुख, सागर विभाग प्रमुख, वातावरण विभाग प्रमुख, आणि ऊर्जा विभागाचे प्रमुख हजर होते. नजीकच्या भविष्यात निलम ग्रहावर किती आत्मे जन्मास घालवायचे आहेत याचे नियोजन करण्यासंबंधी सूचना देण्याकरिता विष्णूलोकाचे प्रमुख विष्णू यांनी ती बैठक बोलाविली होती. विष्णूलोक हा व्याध ताऱ्याच्या ग्रहमालेत असलेल्या सहा ग्रहांमध्ये सर्वात मोठा ग्रह होता. त्याचे आकारमान पृथ्वीच्या तिप्पट होते.

व्याध हा अत्यंत तेजस्वी तारा मृग नक्षत्र मंडळातील सर्वात मोठा तारा होता. तो पृथ्वीपासून ८.६ प्रकाशवर्षे दूर होता.

व्याधाच्या भोवती भ्रमण करणारे सहा ग्रह एकमेकांपासून निश्चित अशा अंतरावर होते. त्या सहा ग्रहांची नावे होती,स्वर्गलोक,ऐश्वर्यलोक, तेजस्वलोक, ज्ञानलोक, हिमलोक आणि विष्णुलोक. विष्णूलोकाचे प्रमुख विष्णू होते.

तेजस्वलोकाचा राज्यकारभार ब्रम्हा बघत. तेजस्वलोक हा नावाप्रमाणेच अतिशय तेजस्वी असा ग्रह होता जिथे ब्रम्हांच्या तेजापासून नवीन आत्म्यांचे निर्माण कार्य चालत असे.त्या अर्थाने ब्रम्हा हे सर्व ब्रम्हान्डातील जीवांचे परम पिता होते. तेजस्वलोकात वास्तव्य करणारे लोक हे केवळ शुद्धतम स्वरूपात होते.त्यांना कुठल्याही नात्यांची बंधने नव्हती.ते एकमेकांचा आदर करीत आणि एकमेकांवर निरामय प्रेम करीत.तिथे द्वेष आणि तिरस्कारास थारा नव्हता.ते आत्म्यांवर जन्म घेण्यापूर्वी लावण्यात येणाऱ्या आवरणाचे, कोषांचे निर्माण करण्यात व्यस्त असत.तिथल्या लोकसंख्येतील बहुतांश लोक हे ब्रम्हर्षी, महर्षी आणि तेजस्वी ॠषी

होते.त्यांच्याकडे संपूर्ण ब्रम्हान्डात मुक्त संचार करण्याची अभूतपूर्व शक्ती होती.ब्रम्हांच्या आदेशानुसार ते ज्या ग्रहांवर जीवसृष्टी आहे त्या ग्रहांवर जाऊन तेथील जीवांचे जीवनमान उंचाविण्याचे सत्कार्य करीत.

शिव हे हिमलोकाचे सर्वेसर्वा प्रशासक होते. हिमलोक हा ग्रह नावाप्रमाणेच पूर्णपणे बर्फाच्छादित होता.तेथील रहिवासी हे व्याधाच्या इतर ग्रहांवरील रहिवाशांप्रमाणे आधुनिक राहणीचे नव्हते. त्यांच्याजवळील शक्ती इतर ग्रहांवरील लोकांपेक्षा निराळया आणि अद्वितीय होत्या. त्यांना शिवाने सर्व प्रकारच्या दैत्यांचा सामना करून त्यांचा पराभव करण्याचे शास्त्र अवगत करून दिलेले होते.त्यांचे जीवनमान वेगळे होते.बहुतांश लोक वनात आणि पर्वतांवर छोट्या छोट्या गटात वास्तव्य करून राहत. त्यांच्याकडेही ब्रम्हांडात कोठेही भ्रमण करण्याची दिव्यशक्ती होती. शिव त्यांना पृथ्वीवरील मानवांना वैराग्य आणि शुद्ध आचरणाचे महत्व याची शिकवण देण्याकरिता पाठवीत असे. साधी राहणी हे हिमलोकातील रविवाश्यांचे वैशिष्ठ्य होते. ते ऐश्वर्य, किर्ती आणि संपत्ती या गोष्टींपासून त्यांच्या प्रमुखांप्रमाणेच अलिप्त होते.
हिमलोकांचा प्रमुख, शिव हा अतीव शांत आणि सहनशील स्वभावाचा होता. तो फारच साधा भोळा होता. तो मनातील विचार दडवीत नसे. त्याला असमानता किंवा अप्रामाणिकपणा अजिबात खपत नसे. तो न्याय तत्वाचा निर्माता होता. तो चातुर्वेदांचाही निर्माता होता.निसर्गनियम त्यानेच मानवाच्या कल्याणसाठी बनविले होते. त्याच्याजवळ ब्रम्हान्डातील सर्वात जहाल अशी विनाशकारी शक्ती होती.तो त्या विनाशकारी शक्तीचा वापर फारच क्वचित करीत असे. परंतु कुठल्याही जीवसृष्टी धारक ग्रहावरील परिस्थिती जर नियंत्रणाबाहेर जात असल्याचे त्याच्या ध्यानात आले तर तेथील विनाशापासून त्याला कोणीही आवरू शकत नसे.तो लय तत्वाचा स्वामी होता.परंतु स्वभावाने अतिशय सरळ आणि निष्कपट असल्याने बरेचदा दैत्य त्याचा गैरफायदा देखील घेत.

व्याधाच्या तिसऱ्या ग्रहावर, ज्ञानलोकावर सर्व जीवसृष्टीकरिता निरनिराळया उपयुक्त आणि नाविन्यपूर्ण कल्पनांचे निर्माण होत असे. शिवाचा कनिष्ठ पुत्र गणेश हा ज्ञानलोकाचा अधिकृत सर्वेसर्वा होता.तो असामान्य तल्लख बुद्धिमत्तेचा होता. तो सर्व जीवांना बुद्धी देणारा होता. ज्ञानलोकातील रहिवासी हे गणेशाच्या देखरेखीखाली निरनिराळया कलांनी संपन्न झाले होते. इतर ग्रहांवरील लोकांच्या मानाने ते असामान्य बुद्धिमत्तेने सुसंपन्न होते. गणेशाच्या सूचनांनुसार ते कायम स्वरूपी विविध प्रजातींच्या. जीवांच्या ज्ञानमय कोशात निरनिराळया कल्पनांचे रोपण

करण्यात व्यस्त असत. देवी शारदा ही गणेशाची सहकारी अध्यक्ष होती. ती गणेशाच्या बरोबरीने मानवजातीच्या बुद्धीच्या विकासात महत्वाचे कार्य पार पाडीत असे.तिचे कृत्रिम बुद्धिमत्तेवर कार्य सुरु होते.

देवेंद्र हा स्वर्गलोकाचा अधिपती होता.तो एक शक्तिशाली ग्रह प्रमुख होता. तो त्याच्या असामान्य शक्ती आणि बुद्धिमत्तेने स्वर्गलोकाचा कारभार यशस्वीपणे सांभाळीत होता.स्वर्गलोक हा व्याध ताऱ्याच्या ग्रहमालेतील असा एकमेव ग्रह होता ज्याच्या भोवती सहा छोटे चंद्र भ्रमण करीत. त्या चंद्रांवर देखील स्वर्गलोकाचेच आधिपत्य होते. तेथे देखील लोकवस्ती प्रस्थापित होती. त्यांच्या त्या समूहास सप्तस्वर्ग म्हणूनही ओळखले जात असे. स्वर्ग हा व्याध ताऱ्याच्या ग्रहमालेतील सर्वात आकर्षक, सुसंपन्न आणि आरामदायी ग्रह होता. तिथे कुठल्याही सुखसोयीची वानवा नव्हती.तिथल्या वातावरणात आनंद ओसंडून वाहत असे.स्वर्गात राहणारे रहिवासी नेहमी तिथेच राहण्यास इच्छुक असत. त्यांच्या सत्कर्मानुसार त्यांना तिथे राहण्याची परवानगी होती. जर एखादी व्यक्ती त्याच्या सत्कर्मापासून जरादेखील ढळली तर त्याची त्या व्यक्तीस जबर शिक्षा भोगावी लागत असे. त्यानुसार त्या व्यक्तीस पृथ्वीवर अनेक जन्म घेऊन ती शिक्षा पूर्ण करावी लागत असे. स्वर्ग हा सगळ्या सुखसोई, करमणुकीच्या साधनांनी परिपूर्ण होता. प्रत्येक सुखकारी गोष्ट तिथे ओसंडून वाहत असे. देवेंद्र त्या सगळ्या गोष्टींचं परिपूर्ण नियोजन करण्यात तरबेज असा प्रशासक होता.अप्रामाणिक वर्तन आणि नियमांचे उल्लंघन हा तेथील भयंकर दंडनीय अपराध समजल्या जात असे. त्या अपराधाकरिता गुन्हेगारास स्वर्ग ग्रहावरून हाकलून लावण्यात येत असे आणि त्यास दैत्यांच्या दैत्यलोक नावाच्या ग्रहावरील अंधाऱ्या जंगलात शिक्षा भोगण्याकरिता शब्दशः फेकण्यात येत असे.

व्याध ताऱ्याच्या ग्रहांपैकी सर्वात शुद्ध संपन्नता ही आदिलक्ष्मी प्रशासित ऐश्वर्यलोक या ग्रहावर स्थायीरित्या नांदत असे. अत्यंत सुंदर, चिरतरुण आणि प्रसन्नवदना आदिलक्ष्मी ही ऐश्वर्यलोक या ग्रहाची कुशल प्रशासक तर होतीच शिवाय ती अतिशक्तिशाली अशा विष्णूंची पत्नीही होती. ऐश्वर्यलोक या ग्रहावर वैभव आणि सुसंपन्नता नांदत होती. त्या ग्रहातून इतर सर्व ग्रहांना संपत्ती आणि आनंद प्रदान करण्यात येत असे. तिथे अमर्याद आणि अक्षय संपन्नता होती. सर्व लोक चिरंतन समाधानी होते. ते सर्वोत्तम गुणांनी समृद्ध होते. सर्वच लोक अतिशय दयाळू, सत्शील प्रवृत्तीचे आणि एकमेकांवर प्रेम करणारे होते. त्यांच्या त्यागी वृत्तीची उदाहरणे साऱ्या ब्रम्हांडात सर्वश्रुत होती.

विष्णू हे ब्रम्हाने निर्माण केलेल्या संपूर्ण जगताचे पालनकर्ता होते. ते सर्व लोकांच्या कल्याणाकडे जातीने लक्ष देत. निलम ग्रहावरील तसेच इतर जीव सृष्टी असलेल्या ग्रहावरील लोकांची सुरक्षा,त्याचं हित, अहित आणि आयुष्यातील संपन्नता याकडे लक्ष देणे हे त्यांचे नित्याचे कार्य होते. ते त्यात तत्पर होते. विष्णूलोकाचे प्रमुख विष्णू हे सर्व ग्रहांच्या राज्यकर्त्यांमध्ये चाणाक्ष होते.

विष्णूलोक ! नंदनवन, या नावावरूनच ग्रहाबद्दल कल्पना यावी. त्या ग्रहाच्या गाभ्यातच संपूर्ण शुद्धता होती. तेथील वातावरण नैसर्गिक समृद्धीने सुसंपन्न होते.निसर्गामध्ये परिपूर्ण समानता होती. तेथील हवेत उष्मा नव्हता तर अति गारवा देखील नव्हता.हवामान कधीही विषम नव्हते. समशितोष्ण हवामानामुळे वातावरणात एक वेगळयाच प्रकारची प्रसन्नता जाणवत होती. ज्यावेळी तेथे पावसाच्या रिमझिम सरी झरत, त्यावेळी त्या सरी थेंबा थेंबाने आसमंतास प्रेमाने, हळुवारपणे कुरवाळीत आहेत असे भासे. कुठल्याही प्रकारचा धसमुसळेपणा वातावरणातील कोणत्याही गोष्टीत नव्हता. पावसाने तेथील नैसर्गिक सरोवर, जलाशय निळसर अशा चमकदार शुद्धतम आणि अमृतमय द्रवाने भरून जात.त्या द्रवावरून परावर्तीत होणारे व्याध सूर्याचे निळसर किरण सभोवतालीचे आसमंत निळसर तेजाने उजळून टाकीत.वृक्ष आणि वेलींना त्या निळसर प्रकाशाने एक अद्भुत सोनेरी चमक मिळत असे.

त्या सगळया ग्रहांना ऊर्जा देणारा सूर्य, व्याध, आपल्या निळसर आल्हाददायक प्रकाशाने सभोवतालचा आसमंत पुनरुज्जिवित करून ताजा तवाना राखण्यास त्याची ऊर्जा सढळ हस्ते प्रदान करीत असे. व्याध सूर्याचा अलौकिक निळसर प्रकाश समान उष्ण आणि शीतल होता.

तो विष्णूलोकाच्या उत्तर क्षितिजावर उगवित असे आणि अतिशय मंद गतीने दक्षिण क्षितिजाकडे आपली वाटचाल करीत असे. विष्णूलोकग्रहाचा एक दिवस पृथ्वीच्या ७३० दिवसांएवढा होता. हे कसे होत होते? विष्णूलोक हा स्वतःच्या आसाभोवती (ॲक्सीस)एकदा फिरण्यास ७३० सौर दिवसांइतका वेळ घेत असे. (पृथ्वी स्वतःच्या आसाभोवती फिरण्यास २४तास घेते म्हणून दिवस २४ तासांचा असतो.).

विष्णूलोकातील वर्ष हे ४०० दिवसांचे होते. विष्णूलोक व्याधास एक प्रदक्षिणा घालण्यास स्वतःच्या ४०० दिवसांचा कालावधी घेत असे. त्याचा व्याधास प्रदक्षिणा घालण्याचा मार्ग हा परिपूर्ण चक्राकार होता.

विष्णूलोकातील पुरुष सर्वसाधारणपणे साडे आठ फूट उंची आणि मजबूत शरीरयष्टीचे होते.ते प्रेमळ, दयाळू , क्षमाशील आणि समाधानी वृत्तीचे होते. ते नेहमी शांत चित्ताने विचार करीत.ते मनमोहक आणि डौलदार व्यक्तिमत्वाचे होते. त्यांची विचारशैली मानवांपेक्षा निराळी होती. ते प्रथम दुसऱ्यांच्या हिताचा विचार करीत.प्रत्येक व्यक्तीस सारखा मान देणे, त्याच्यावर निरामय प्रेम करणे हे त्यांच्या जीवनाचे तत्व होते. प्रत्येक स्त्री आणि पुरुष यांचे आयुर्मान निश्चित होते. प्रत्येकास विष्णूलोकाच्या साठ वर्षांचे आयुष्य देण्यात आलेले होते. पृथ्वीवरील वर्षांमध्ये त्यांचे आयुर्मान मोजले तर ते ४८००० वर्ष एवढे अतिप्रचंड होते.(विष्णूलोकाचा एक दिवस पृथ्वीच्या ७३० दिवसा एवढा होता. म्हणजेच विष्णूलोकाचा एक दिवस पृथ्वीच्या दोन वर्षा इतका. त्यांचे एक वर्ष चारशे दिवसांचे होते म्हणजेच पृथ्वीच्या आठशे वर्षा एवढे. आणि आयुर्मान साठ वर्ष म्हणून पृथ्वीच्या ४८००० वर्षा इतके!!) आयुष्य पूर्ण झाल्यावर प्रत्येक जिवास त्याच्या मूळ ठिकाणी अर्थात तेजस्वी ग्रहास परतण्याचे बंधन होते. प्रत्येक ग्रहावरील लोकसंख्या ही कायम नियंत्रणात असे.त्यावर सर्व शक्तिशाली त्रिमुर्तींचे नियंत्रण होते. त्यामुळे लोकसंख्या ठराविक मर्यादेपेक्षा कधीही वाढू शकत नव्हती.अतिहुशार आणि साधारण लोकांचे एक प्रमाण ठरलेले होते. विष्णूलोकातील स्त्रिया अप्रतिम सौंदर्याचा आविष्कार होत्या.त्या क्षमाशील आणि प्रेमळ स्वभावाच्या असून दृढनिश्चयी होत्या. त्यांना आपले निर्णय घेण्याचा पूर्ण अधिकार होता. त्यांचे हितावह सल्ले पुरुष नेहमी मानत.

विष्णूलोकातील संस्कृती, विज्ञान आणि तंत्रज्ञानात अतिप्रगत होती.ते प्रगतीच्या उच्च शिखरावर पोहचले होते. निलम ग्रहाच्या, पृथ्वीच्या विज्ञान आणि तंत्रज्ञानाच्या प्रगतीच्या मानाने ते अनेक युगं पुढे होते. तेथील लोकांच्या वर्तनातील आणि स्वभावातील परिपक्वता तिच्या शिखरावर होती.त्यांना ब्रम्हांडातील कुठल्याही ग्रहावर आक्रमण करून तो ताब्यात घेण्याची लालसा नव्हती. सभोवतालच्या ग्रहमालेतील जीवसृष्टीस मदत करण्यास ते नेहमी अग्रेसर असत.

त्यांच्या मदतीचा हात मानवजातीच्या कल्याणाकरिता करिता नेहमीच तत्पर असे. पुरातन काळात त्यांनी मनुष्य कल्याणासाठी बरीच मदत केलेली होती. त्यांनी आपले आधुनिक तंत्रज्ञान पृथ्वीवरील श्रेष्ठ योग्यतेच्या लोकांना दिले देखील होते. ते तंत्रज्ञान ऋषीमुनींनी संस्कृत भाषेत वेद, उपनिषदे आणि महाकाव्यांच्या स्वरूपात जतन केले होते.दुर्दैवाने त्यातील

महत्वाचे दुवे कालौघात नष्ट झाल्याने त्या ज्ञानाच्या अमोल ठेव्यास मानव मुकला होता.

सद्य काळात विष्णूलोकातील अतिप्रगत आणि बुद्धिमान संस्कृतीतील लोक अल्फा सेंटॉरी ताऱ्याच्या ग्रहमालेतील प्रॉक्सिमा या ग्रहावरील जीवांच्या उत्क्रांतीत व्यस्त होते. प्रॉक्सिमावरील जीव हे विकासाच्या अगदीच पहिल्या पायरीवर होते. विष्णूलोक वासियांकडून ज्ञान आणि तंत्रज्ञानाची मदत मिळाल्याने त्यांच्या विकासाची गती वाढली होती.

विष्णूलोकातील जीवन हे जवजवळ अमर्त्य होते. तेथे कुठल्याही प्रकारचे आजार नव्हते. शारीरिक यातना, मानसिक विवंचना या पृथ्वीवासीयांच्या नित्याच्या समस्या त्यांना माहितही नव्हत्या. व्याध सूर्यापासून त्यांना जी जीवनदायी ऊर्जा मिळत असे त्यामुळे त्यांना कुठल्याही प्रकारचा थकवा येत नसे. व्याधाच्या निळसर किरण शलाकांमध्ये अशी चमत्कारिक ऊर्जा होती की ज्यामुळे प्रत्येक सजीव नेहमीच उल्हासित राहत असे.तेथील विहंग अतिशय मोहक आणि सुंदर होते. गरुड हा तेथील पक्षांचा राजा होता. शुभ्रधवल राजहंस,कोकीळ,नीलकंठ,अतिविशाल पिसाऱ्याचे मयूर हे तेथील वैभव होते. हे सगळे पक्षी पृथ्वीवरील त्यांच्या प्रजातीपेक्षा अधिक सुंदर होते. विष्णूलोकात कुठलेही हिंस्त्र पशू नव्हते. तेथील मृगांची काया ही सुवर्णासारखी चमकदार होती. कपाळावर एक शिंग असलेला पांढरा शुभ्र युनिकॉर्न हा तेथील राजसी प्राणी होता.तो निखालस शुद्धता आणि डौलदारपणा याचं प्रतिक होता.त्याच्या शिंगाच्या स्पर्शाने कुठल्याही प्राण्यास झालेली जखम बरी करण्याची दैवी शक्ती त्याच्याजवळ होती.

विष्णूलोकातील फुले अत्यंत मोहक आणि सुंदर होती. ती आपल्या मंद सुगंधाने आसमंत दरवळून टाकीत.त्या मोहक सुगंधाने समस्त सजीवांना नवीन ऊर्जा मिळत असे.

तेथील फळझाडे अत्यंत मधुर आणि रुचकर फळे देत. कोणीही झाडांची फळे तोडत नसे तर ज्या कोणास फळाची आवश्यकता असेल त्याने झाडाजवळ जाऊन त्याला फळ मागितल्यास ती झाडे त्यास फळे प्रदान करीत.

विष्णूलोकातील संदेशवहन प्रणाली ही अगदीच निराळी आणि अति प्रगत होती. लोक एकमेकांशी संपर्क साधण्यासाठी सर्वसाधारणपणे टेलीपथीचा वापर करीत. आंतर नक्षत्रीय संदेश पाठविण्यासाठी त्यांनी निल किरण शलाकांचा वापर असलेली संदेश वहन प्रणाली विकसित केलेली होती.वैश्विक किरणांचा सुरक्षित वापर करण्याचे तंत्र देखील विष्णूलोक वासियांनी विकसित केलेलं असल्यामुळे एका नक्षत्र मंडळातील ग्रहावरून

दुसऱ्या नक्षत्र मंडळातील ग्रहावर क्षणार्धात संदेश पाठवून संपर्क करणे त्यांना सहज शक्य होते.वैश्विक किरणांची गती ही सामान्य प्रकाशाच्या गतीपेक्षा अधिक वेगवान असल्याने हे शक्य होत होते. विष्णूलोकातील रस्तेदेखील मेघांच्या मऊमुलायम तत्वापासून बनविण्यात आलेले होते.तेथील दळणवळणाचे मुख्य साधन लंबगोलाकार आकाराचे स्वयंचलित वाहन होते.त्या वाहनामध्ये एकवेळी दोनपेक्षा जास्त प्रवासी प्रवास करीत नसत. ती वाहने व्याध सूर्याची ऊर्जा वापरून एका स्थळावरून दुसऱ्या स्थळाकडे जाऊ शकत. रस्ते हे केवळ वाहनांना दिशा दर्शविण्याकरीता होते. ती लंब गोलाकार वाहने हवेतूनच उडत.त्या वाहनांना चालकाची गरज नव्हती. ती सर्व वाहने महाकाय क्षमतेच्या कॉम्पुटर्सने नियंत्रित केलेली होती. ज्या ठिकाणावर जाण्याचे असेल त्या ठिकाणाची माहिती वाहनाच्या नियंत्रण पटलावर भरल्यावर ते वाहन योग्य त्या मार्गाने त्या ठिकाणावर प्रवाशास घेऊन जात असे. कॉम्प्युटरने नियंत्रित केल्यामुळे वाहनांच्या अपघातांची शक्यता पूर्णपणे नष्ट करण्यात आलेली होती.

व्याध सूर्याच्या सर्वच ग्रहांवरील विज्ञान आणि तंत्रज्ञानातील प्रगती पृथ्वीवरील प्रगतीच्या तुलनेत कल्पनातीत होती.व्याधवासियांनी विचारांच्या गतीने प्रवास करणारी आंतर-तारा मंडलीय अंतराळ वाहने विकसित केलेली होती.ती सर्व स्टारशिप्स वैश्विक उर्जेवर कार्य करीत असल्यामुळे त्यांना अतिशय दूरच्या अंतरावरील ग्रहांचा प्रवास करणे देखील सहज शक्य होते.त्या स्टारशिप्समध्ये वार्पिंग टेक्नॉलॉजी विकसित केलेली होती. अंतराळयानाच्या समोरील अंतराळात वर्म होल (बोगदा) तयार करून अंतराळातील अंतर कमी करण्याचे तंत्रज्ञान त्यांनी विकसित केले होते. त्यामुळे ती स्टारशिप्स प्रकाशाच्या गतीपेक्षा हजारो पट अधिक गतीने प्रवास करू शकत.

स्टारशिप्सच्या उड्डाण स्थळावरून एकावेळी हवी तेवढी अंतराळयाने अवकाशात पाठविता येत असत. आंतर तारामंडळाचा प्रवास करण्यासाठी वापरण्यात येणारे स्टारशिप्स अष्टकोनी आकाराचे होते तर एका ग्रहावरून दुसऱ्या ग्रहावर प्रवास करण्यासाठी वापण्यात येणारे स्पेसशिप हे दोन अर्धगोलांमध्ये मोठी तबकडी बसविल्यावर जो आकार तयार होईल त्या आकारांचे होते.त्या ग्रहमालेतील असाधारण शक्तिशाली माणसे ब्रम्हांडात त्यांच्या इच्छेनुसार हव्या त्या गतीने कुठेही प्रवास करू शकत. दूरवर अंतराळात स्थित असलेल्या जीवसृष्टीतील बुद्धीजीवी लोकांशी संपर्क साधण्यासाठी वापरात असलेली त्यांची इंटरस्टेलर कम्युनिकेशन सिस्टीम

अद्वितीय होती.त्या सिस्टीमद्वारे ते अगदी कमी शक्तीचे व अस्पष्ट सिग्नल्स देखील ग्रहण करू शकत तसेच त्याचा अर्थ ही जाणून घेऊ शकत.

विष्णू आणि शिव अनेकदा निलम ग्रहावर आले होते. त्यांनी मानवांची अजस्त्र पिरॅमिड्सच्या उभारणीत भरपूर मदत ही केली होती. पिरॅमिड्सची उभारणी वास्तविक त्यांनी स्वतःच्या सोयीकरीताच केलेली होती.बरेचदा लांबदूर अंतराळातून प्रवास करून आल्यावर अंतराळयानात काही नं काही तरी दुरुस्त्या कराव्या लागत. अशावेळी लागणारी सामुग्री मोकळया अवस्थेत ठेवणे धोक्याचे असे कारण त्या सामुग्रीमध्ये काही किरणोत्सर्गी धातूदेखील असत आणि मानव त्याच्या विकासाच्या अगदीच प्राथमिक अवस्थेत असल्याने त्याला त्यांचा धोका समजण्यापलीकडे होता. अशावेळी ती सगळी सामुग्री ठराविक नेमलेल्या आणि अवकाशातूनही सहज शोधता येईल अशा जागी ठेवण्याच्या उद्देशाने त्यांनी पिरॅमिड्स सारखी भरभक्कम, किरणोत्सर्ग अवरोधक शिल्पे उभारली.ही शिल्प उभारतांना त्याची नेमकी जागा आकाशातून ठरवून निश्चित करण्यात आली होती. किरणोत्सर्गाचा अवरोध करण्याकरिता आणि ती शिल्प अनंत काळापर्यंत टिकून राहण्याच्या दृष्टीने त्यांनी नियोजित जागेपासून बऱ्याच अंतरावर असलेल्या प्रदेशातून ठराविक प्रकारचा वालुकामय पाषाण आणविला होता.त्याकरिता त्यांनी आधुनिक यंत्र सामुग्री देखिल तयार केली होती. त्या वालुकामय पाषाणाचे नियमित आकाराचे मोठाले आणि एकमेकांशी संयोग साधणारे गुळगुळीत ठोकळे कापण्याकरिता अत्याधुनिक लेझर्सचा वापर करण्यात आला होता. परिपूर्ण भूमितीय पण अजस्त्र आकारातील पिरॅमिड्स उभारण्याकरिता आवश्यक असणारे वास्तुशास्त्राचे सखोल ज्ञान त्याकाळी त्यांनी मानवास दिले नव्हते.त्या पिरॅमिड्सचा वापर नंतर व्याध सूर्याच्या ग्रहमालेतील अतिप्रगत संस्कृतीशी संपर्क ठेवण्यासाठी ही करण्यात येत होता.त्याकरिता बरोबर व्याधाच्या दिशेशी कोन साधूनच त्या शिल्पांची रचना करण्यात आलेली होती. अशी अनेक शिल्प व्याधवासियांनी पृथ्वीवर उभारली होती.

त्यांनी त्यांच्या पृथ्वीच्या अनेक भेटीमध्ये मानवास बरेच महत्वाचे ज्ञान दिले होते. पिरॅमिड्सचा वापर विष्णूंनी मोठ्या प्रमाणात ऊर्जा साठविण्याकरिता देखील केला होता. त्या ऊर्जेची गरज भविष्यात भासेल याची त्यांना कल्पना होती. हिमलोक आणि विष्णूलोकाच्या रहिवाश्यांना निलम ग्रहाच्या वातावरणाची सवय होती.त्यांनी तेथे बराच काळ वास्तव्य केलेलं होतं.

****

तेजस्वलोकात निरनिराळया जिवसृष्टी असलेल्या ग्रहांवर जन्म घेण्यासाठी आत्म्यांच्या निर्मितीचे कार्य चालत होते. निलम ग्रहावर तसेच जीवसृष्टी असलेल्या इतर ग्रहांवर जन्म घेणारे आत्मे तेजस्व लोकामधूनच येत असत. निलम ग्रहाची निर्मितीची प्रक्रिया पूर्ण झाल्यावर तेथील सृष्टी आणि निलम या दोघीही मातृत्वासाठी आसुसल्या होत्या.त्यांना जीवनास जन्म देऊन त्याची जोपासना करण्याची ओढ लागली होती. त्यांच्याजवळ देण्यासाठी भरपूर गोष्टींचे भांडार होते. प्रत्येक गोष्ट हेळसांड नं करता निट काळजीपूर्वक वापरावी अशी त्यांची अपेक्षा होती.

तेजस्वलोक,हिमलोक आणि विष्णूलोक येथील शासनकर्त्यांना निलम ग्रहावर मनुष्य जीवन कसे रुजवावे हा प्रश्न पडला होता. ब्रम्हा, शिव आणि विष्णू यांनी चर्चा करून असे ठरविले की त्यांच्या अतुलनीय शक्तीपासून एक एक दाम्पत्य निर्माण करायचे आणि त्या तीन दाम्पत्यांना निलम ग्रहावर पाठवायचे.त्यांनी तीन पवित्र दाम्पत्य निर्माण केली. त्यांना विष्णुलोकातील माणसांची शरीरयष्टी,बुद्धिमत्ता आणि शक्ती प्रदान करण्यात आली, आणि मग त्यांना जीवनाच्या आरंभाकरिता निलम ग्रहावर धाडण्यात आले. नजीकच्या काळात प्रत्येक दाम्पत्याने सात मुले आणि सात मुलींना जन्म दिला अशा तऱ्हेने त्या तीन पवित्र दाम्पत्यांनी एकूण बेचाळीस अपत्यांना जन्म देऊन निलम अर्थात पृथ्वीवर मानवजातीस प्रारंभ केला.

ब्रम्हा प्रत्येक दिवशी किती आत्मे निर्माण करावे यावर नियंत्रण ठेवीत असत. पृथ्वीवरील लोकसंख्या नियंत्रणात असावी हा त्यामागचा त्यांचा दृष्टीकोन होता.त्यांनी असे गृहीत धरले होते की चाळीस टक्के आत्मे त्यांचे पृथ्वीवरील कार्य संपल्यावर स्वगृही म्हणजेच तेजस्व लोकात आणि विष्णूलोकात परत येतील.

केवळ पृथ्वीवरच नव्हे तर जीवसृष्टी असलेल्या इतर ग्रहांवर देखील जन्म घेण्याकरिता आत्म्यांची निवड करण्याचे अधिकार ब्रम्हांकडे होते. आत्म्यांनी कोणत्या योनीत जन्म घ्यावा हे ठरविण्याचेही अधिकार त्यांनी स्वतःकडेच राखून ठेवलेले होते.त्यामध्ये कोणीही बदल करू शकत नसे.ज्या आत्म्यांना पृथ्वीवर मनुष्य योनीत जन्म घेण्यासाठी निवडले असेल त्या आत्म्यांना निरनिराळया कोषांचे संरक्षक आवरण देण्यात येत असे.ती आवरणे मूळ आत्मस्वरुपावर निरनिराळया कोषांच्या स्वरूपात चढविण्यात येत. सर्वप्रथम आत्म्यावर आनंदमय कोषाचे आवरण

तेजस्वलोकात देण्यात येत होते कारण की आत्म्याचा स्थायीभाव विशुध्द आनंद आहे. त्यानंतरचे आवरण म्हणजे विज्ञानमय कोष हे आवरण देण्याकरिता त्या आत्म्यास गणेशांच्या आधिपत्याखाली असलेल्या ज्ञानलोकात पाठविण्यात येत असे. हा कोष बुद्धिमत्ता आणि द्रव्याने भरलेला असे.विज्ञानमय कोष हा मानवाच्या चेतनेशी संबंधित होता.त्यानंतर त्या आत्म्यावर मनोमय कोष देण्यात येत असे. मनोमय कोषात जनुकीय नकाशा त्या आत्म्यास दिल्या जात असे. त्यानुसार पृथ्वीवर पोचल्यावर जे शरीर तो आत्मा धारण करणार असेल त्याचा मूळ आराखडाच मनोमय कोषात असे.त्या कोषात आत्मा स्त्री किंवा पुरुष देह धारण करणार आहे ते दर्शविले जात असे. त्याच कोषात पती आणि पत्नीची जोडी देखील ठरविली जात असे.मनोमय कोष हा मानवाच्या अनंत मनाचा विस्तार आहे.

आत्म्यास पुरेसे जडत्व येण्याकरिता स्वर्गलोकातून त्यास रुपेरी रज्जूचे बंधन लावण्यात येत असे. त्याच रुपेरी रज्जूने स्थूल देह(अन्नमय कोष)आणि सूक्ष्म देह एकमेकांना जोडलेले असत. अन्नमय कोष अर्थात मानवी शरीराचा सूक्ष्म अंश हा शिवाच्या हिम लोकातून दिला जात असे. प्राणमय कोष अर्थात शरीराचा सर्वात महत्वाचा भाग हा व्याध ताऱ्याच्या तेजापासून तयार केलेला असे. प्राणमय कोष हा मनोमय कोष आणि अन्नमय कोष या दोन आवरणांना एकत्र घट्ट धरून ठेवण्याचे काम करीत असे.

प्रत्येक आत्म्यास जन्म घेतांना या गोष्टीची स्पष्टपणे जाणीव करून दिली जात असे की, प्रत्येक कोष हा ज्या निर्मल स्वरूपात दिलेला आहे त्याच निर्मल स्वरूपात आयुष्य संपल्यावर परत करावयाचा आहे. त्याशिवाय त्या आत्म्यास विष्णूलोकात पुनःप्रवेश मिळणार नाही. आणि पुनःप्रवेश नं मिळाल्यास पृथ्वीवर अनेक जन्म आणि मृत्युच्या चक्रात फिरत राहावे लागेल.

निलम ग्रहाच्या अर्थात पृथ्वीच्या जीवसृष्टीचे पालन करण्याचे आणि त्यांच्या कल्याणाची काळजी वाहण्याचे कार्य विष्णूंकडे होते.मानवांची बुद्धिमत्ता प्राचीन काळी सिमित असल्याने त्यांना विपरीत परिस्थितीत निर्णय घेण्याची क्षमता प्रदान करण्यात आलेली नव्हती.निर्णय क्षमता सिमित असल्याने एखाद्या माणसाने एखादा असामान्य प्रकारचा निर्णय घेण्याचे ठरविल्यास त्याला वयोवृद्ध आणि अनुभवी लोक तसे करण्यापासून परावृत्त करीत. अशा वेळी ते त्याची समजूत काढीत की असे निर्णय घेण्याची फक्त देवांनाच परवानगी आहे. मनुष्य आणि देव यांच्या

मध्ये एक अदृश्य सीमा रेखा आहे ती ओलांडता कामा नये. एखाद्याने तसे करण्याचा प्रयत्न केल्यास त्यावर देवांचा निश्चित कोप होतो.

मनोमय कोषात सर्व गोष्टींचे नियंत्रण करण्याची योजना केलेली होती. काही गोष्टींवर सृष्टीचे नियंत्रण होते. त्यामुळे एखाद्या अतिकठीण प्रसंगात मानव योग्य निर्णय घेण्यास असमर्थ ठरत असे आणि अशा परिस्थितीस शरण जात असे. ती गोष्ट विष्णूंना खटकत होती.त्यांच्या मते मनुष्य विचाराने परिपूर्ण असणे गरजेचे होते.त्यांनी विचार केला की मानवास सर्व प्रकारची विचारशक्ती प्रदान करून त्यास प्रतिभाशाली करावयास हवे. त्याप्रमाणे त्यांनी गणेशाच्या सहाय्याने मानवाच्या बुद्धिमत्तेचा विकास केला आणि इतर जिवांच्या तुलनेत मानव बुद्धिमान ठरला. सर्व पाळीव प्राण्याची आणि श्वापदांची प्रजनन प्रणाली निसर्ग नियंत्रित होती त्यामुळे वाघ किंवा सिंह यांची संख्या मर्यादेपेक्षा वाढू शकत नव्हती. परंतु जगन्नियंत्याच्या म्हणजेच विष्णूंच्या इच्छेनुसार मानवाची प्रजनन प्रणाली निसर्ग नियंत्रणापासून अलग केलेली होती त्यामुळे मानव जात भरमसाट संखेने वाढत होती.मानवाचे आयुष्यमान विष्णूंच्या नियंत्रणात होते. शिव त्याची विनाशक शक्ती निसर्गचक्राचे संतुलन राखण्याकरिता अधून मधून वापरीत असे.

मानवप्राणी त्याच्या उत्क्रांतीच्या सुरुवातीच्या अवस्थेत असतांना त्याला पृथ्वी मातेविषयी आणि सृष्टीमातेविषयी भरपूर आदर आणि प्रेम होते, या दोन्ही मातांकडून त्यास भरपूर प्रमाणात देणग्या मिळत असल्याने तो त्यांना देवता मानून त्यांची पूजा करीत असे.त्या काळात मानवजात पाप आणि पुण्याच्या संकल्पना मनापासून जोपासित होती. आयुष्यातील उत्तम गोष्टी आणि नीच गोष्टी यामध्ये अंतर राखणे हे त्याकाळी महत्वाचे मानले जात असे. पापभिरू प्रवृत्तीमुळे मानव पाप करण्यास धजावीत नसे. त्यास चांगल्या आणि वाईट गोष्टींची चाड होती. निसर्गाविरुद्ध कोणतेही कार्य करणे हे देखील वाईटच असते हे त्याला त्याकाळी चांगलेच समजत होते.

विष्णूलोक, ज्ञानलोक, आणि ऐश्वर्यलोकातील प्रशासक, नियंत्रक त्याकाळी मानवावरील प्रेम आणि ममत्वापोटी अनेकदा पृथ्वीस भेट देत. तेंव्हा मानव आचार, विचाराने प्रामाणिक आणि शुद्ध वर्तनाचा होता. व्याधवासीयांना मानवाचे कौतुक वाटत असे. पृथ्वीवरील बदलत्या परिस्थितीनुसार होणारा मानवाचा बौद्धिक विकास ते मोठ्या प्रेमाने बघत. ज्ञानलोकाचा अधिपती गणेश मानवाच्या मनोमय कोषात नवनवीन कल्पनांचे रोपण करीत असे.त्यामुळे मानवजातीचा विकास होऊन मानव

वंश सुखी झाला होता. संकटाच्या परिस्थितीवर मात करून त्यातून मानवास मार्ग दाखविण्याचे कार्य गणेश मोठ्या हिरीरीने करीत असे.

विष्णू आणि आदिलक्ष्मी देखील मानवास संपत्ती आणि समृद्धी प्रदान करून त्याचे आयुष्य सुखी,समाधानी करण्यासाठी झटत होते. मातीतून सोने निर्माण करण्यासारख्या भन्नाट कल्पना गणेशाने मानवांच्या मनोमय कोषात रुजविल्या होत्या.थोडया श्रमात अधिक धान्य पिकविण्याची कलादेखील गणेशाने मानवास उपलब्ध करून दिली. पृथ्वीमाता देखील तिच्याजवळ असलेले सर्व वैभव मनुष्यावर उधळण्यासाठी तयार होतीच. ऐश्वर्य संपन्नतेने आनंदी आणि समाधानी होऊन मनुष्य विष्णू, आदिलक्ष्मी, शिव आणि गणेशाची आराधना आणि पूजा करू लागला.तो त्यांचा आदर करीत असे आणि त्यांच्या कोपास भीत ही असे.

मानवाच्या उत्क्रांती सोबतच मानवाच्या मेंदूचा आणि बुद्धिमत्तेचा विकास होण्यास सुरुवात झाली होती. मनोमय कोषात नवनवीन शोध लावण्याची क्षमता निर्माण करण्यात आली. विष्णूंनी मानवास निरनिराळया वैज्ञानिक गोष्टींचे ज्ञान देण्यास गणेशास सांगितल्यामुळे मानवी जीवन सुख सोयींनी सुसंपन्न होण्यास सुरुवात झाली होती. निरनिराळया दुर्धर आजारांवर औषधांचा शोध लागल्याने मानवाचा मृत्युदर कमी होण्यास मदत झाली होती.मानवाचा सर्वंकष विकास आणि उत्कर्ष झाल्यामुळे मानवाच्या मानसिक कार्यक्षमतेत झपाट्याने वाढ होत होती. मानवाच्या वैचारिक शक्तीस चालना मिळाल्याने विकासाचा वेग आणखी वाढला. यंत्रांच्या शोधांमुळे कमी कष्टातही उत्पादनक्षमता वाढली. त्यामुळे मानवास विचार करण्यास भरपूर मोकळा वेळ उपलब्ध होऊ लागला. मोकळा वेळ अधिक ऐषआरामात घालविण्याकरिता निरनिराळी मनोरंजनाची साधने वापरण्यास मानवाने सुरुवात केली. त्यांची परिमिती मद्यपान, द्युतक्रिडा, जुगार, आणि नृत्य गायन याकडे कल वळण्यात झाली.कालांतराने त्या गोष्टींचा मानवावरील अंमल वाढला आणि मनोरंजनाच्या साधनांचे रुपांतर व्यसनात होऊ लागले. व्यसनाधीनता वाढल्याने जवळील धन पुरेनासे झाले आणि हळू हळू मानवाने दुष्कर्मांचा आधार घेण्यास सुरुवात केली.दुष्कृत्यांमुळे मानवातील दानवी प्रवृत्तींना चालना मिळू लागली. मानवाचे वर्तन त्याच्या शुद्ध आचरणापासून ढळून अप्रामाणिकपणाकडे झुकू लागले.

पुरुषांचा स्त्रियांशी वागणुकीचा कल शुद्ध प्रवृत्तीपासून अशुद्ध प्रवृत्तीकडे झुकला आणि समाजात बेबंदशाही वाढली. स्त्री विषयी असलेली आदर भावना कमी होऊन स्त्रीकडे मालकी हक्काने पाहण्याची मानवी प्रवृत्ती

वाढल्याने स्त्रियांच्या मालकीकरिता मनुष्यांमध्ये युद्ध होऊ लागले. अधिक संपत्तीच्या हव्यासापोटी दुसऱ्याच्या संपत्तीवर दरोडे घालण्याची घातक प्रवृत्ती बळावली.मानवाची शुद्ध आणि समाधानी वृत्ती पशूमध्ये केंव्हा परावर्तीत झाली हा वादाचा मुद्दा ठरू शकेल.परंतु या सगळ्या दुष्प्रवृत्तींमुळे मानवी मनांवर दैत्यांचा पगडा मात्र बसू लागला होता. त्यानंतर दीन आणि दुबळ्यांचे शोषण करणे देखील मानवास पापकर्म वाटेनासे झाले.

या सगळ्या बदलांमध्ये देखील सत्प्रवृत्तीचे लोक नव्हते असे नाही. शुद्ध आचरणाचे आणि सत्शील वर्तनाचे लोक समाजाचे संतुलन सांभाळण्याची भूमिका बजावीत होते.सत्प्रवृत्तीच्या लोकांची संख्या विपुल प्रमाणात असल्याने सामाजिक स्वास्थ्य टिकून होते. परंतू कालौघात सत्शील लोकांवर दुष्ट वृत्तीच्या लोकांचा अंमल वाढला आणि परिस्थितीचा तोल देखील गोंधळाकडे कलू लागला.

****

प्रकरण ६

व्याध वासियांनी मानवास दिलेल्या सुख सोयींचा लाभ घेण्यासाठी दैत्यलोकातून दैत्य पृथ्वीवर येण्यास सुरुवात झाली. विष्णू त्यांच्या अमर्याद शक्तींचा वापर करुन अनेकदा दैत्यांना पृथ्वीवरून पिटाळून लावीत. त्याकाळी मानव नेहमीच विष्णू आणि शिव यांच्या संपर्कात होता.अत्याधिक दुर्धर आणि अन्यायाच्या परिस्थितीत मानव विष्णूंची प्रार्थना करून त्यांना आळवीत असे, आणि त्याच्या दुःखाचे निर्दालन करण्यासाठी विष्णू देखील धावून येत.पण जसजसा दानवी शक्तींचा प्रभाव वाढला,तसतसा मानव देखील विष्णूंच्या चिंतनापासून दूर होत गेला.मनुष्याच्या स्वभावातील पवित्रतेची जागा दानवी वृत्तीने घेतली आणि साहजिकच मानवाचा विष्णूंशी असलेला संपर्क क्षीण होत गेला.हे सर्व बदल घडण्यास बराच कालावधी लोटावा लागला होता.सत्ययुगाचे त्रेतायुगात परिवर्तन झाले आणि हळूहळू मानवी वृत्ती बदलत गेल्या.

दैत्यांनी मानवावर संपूर्ण कब्जा मिळविण्यासाठी निरनिराळ्या क्लृप्त्या वापरण्यास सुरुवात केली. त्यांनी मानवांच्या मनोमय कोषात त्यांच्या पाशवी आणि लालसी प्रवृत्तींचे रोपण केले. त्यामुळे मानव अधिकाधिक ऐहिक सुखाच्या आणि नश्वर आनंदाच्या भोगविलासी प्रवृत्तींकडे वळत गेला. दैत्यांनी त्यांच्या कुटीलतेने मानवांचे विभाजन सबळ आणि दुर्बल मनोवृत्तीच्या गटांमध्ये केले. दुर्बल मनोवृत्तीच्या लोकांना त्यांच्या अध्यात्मिक प्रवृत्तीपासून भरकटविणे सहज सोपे होते.त्यामुळे दैत्य शक्तींनी त्यांच्यावर कब्जा करून अशा लोकांना क्षणभंगूर सुखाकडे वळविण्यात थोड्याच अवधीत यश संपादन केले. त्यांनी अशा मानवांच्या मनात पापी वृत्तींचे रोपण केले आणि त्यांचा ओढा भ्रष्टाचाराकडे वाढविला. समाजात एकदा भ्रष्टाचाराने मूळ धरल्यावर त्याची वाढ एखाद्या वेगाने फोफावणाऱ्या विषवृक्षासारखी झाली.

त्रेतायुगामध्ये इतरत्र सर्व चांगल्या गोष्टी असतांना देखील भ्रष्चाराची मुळे खोलवर रुजण्यास सुरुवात झालेली होती.त्याचे समूळ निर्दालन करणे विष्णूंनाही कठीण गेले. मात्र सत्शील मनुष्यांच्या अंतर्मनातील सत्य, प्रामाणिकपणा,आणि सामाजिक भान या चांगल्या गोष्टींचा नाश करणे दैत्यांना शक्य नव्हते. ते आपल्या आध्यात्मिक ध्येयापासून अढळच राहिले आणि त्यांनी स्वतःस आपल्या अंतिम लक्ष्यापासून ढळू दिले नाही.

तरीही दुर्बल मनाच्या लोकांना सगळ्या दुर्गुणांचे बळी बनवून त्यांच्या मार्फत दानवांनी आपले हातपाय समाजात पसरविण्यास सुरुवात केलेली होती. हे बदल घडण्यास बराच कालावधी लागला.

सत्ययुग कालांतराने त्रेतायुगात परावर्तीत झाले. त्या युगात चार व्यक्तींमध्ये एक व्यक्ती दुष्प्रवृत्तीचा असे. हजारो वर्षानंतर त्रेतायुगाचे परिवर्तन द्वापार युगात झाले. द्वापारयुगात भ्रष्ट आणि दुष्प्रवृत्तीचे प्रमाण वाढून प्रत्येक दहा माणसांमागे पाच सत्शील आणि सत्यप्रिय होती तर पाच असत्य आणि अप्रामाणिक. द्वापार युगात मानवी मूल्यांचा ऱ्हास झपाट्याने होण्यास सुरुवात झालेली होती. त्यानंतर म्हणजेच महाभारत युद्धानंतर सुरु झालेल्या कलीयुगामध्ये तर सर्वच नीच आणि भ्रष्ट प्रवृत्तींनी कळस गाठला. प्रत्येक शेकड्यामागे फक्त पंचवीस व्यक्ती या सत्प्रवृत्तीच्या उरल्या आणि इतरांना दानवी वृत्तीने ग्रासले.

मानव आपापसात देखील प्रामाणिकपणे वागत नसे. फक्त वरकरणी सत्याचा आव आणून आतून कारस्थाने करण्याची कला मानवाने पूर्णपणे आत्मसात केली. या गोष्टींमुळे समाजाची विभागणी होऊन सत्शील आणि सत्य प्रवृत्ती बाजूला फेकल्या गेल्या. बेगडी प्रवृत्तीच्या समाजाने आपला फणा चांगलाच पसरविला. सामाजिक पुढारी, राष्ट्राचे पुढारी देखील त्यास अपवाद उरले नाहीत.

पृथ्वी एक अशांत आणि वेदनामय ग्रह झाला.प्रत्येक गोष्टींची हाव, लालसा,अधिकाधिक संपत्तीचा संचय करणे हे थोरपणाचे लक्षण समजले जाऊ लागले.

विष्णूंनी पुरातन काळी, म्हणजेच द्वापारयुगाच्या अंताच्या वेळी मानवास वचन दिले होते की सत्शील वृत्तीच्या लोकांचा उद्धार कण्यासाठी, धर्माचे रक्षण करण्यास आणि दुष्ट प्रवृत्तीचा तसेच अधर्माचा नाश करण्यास मी पुन्हा पृथ्वीवर येईन. गोंधळाचे आणि भ्रष्टाचाराचे थैमान त्यांच्या शिखरावर पोचले होते. विष्णूंना पृथ्वीवर येण्याची वेळ खरेतर आलेली होती परंतु, मानव त्याच्या भोगविलासात इतका मग्न झालेला होता की, त्याने चांगल्या गोष्टींचे स्मरण देखील करणे बंद केले होते.मानव वैकुंठाकडे पुनः प्रयाण करण्याचे आपल्या आयुष्याचे अंतिम ध्येय पूर्णपणे विसरून गेला होता. पृथ्वीवरील झगमगाट आणि भौतिक तसेच ऐहिक सुख हेच अंतिम सत्य आहे असे त्याने केंव्हाच ठरवून टाकले होते. पृथ्वीवर मानवदेहात जन्म घेतांना आत्म्यांना जे कोष देण्यात आले होते ते कधीचेच मलीन आणि अस्वच्छ झाले होते, त्यामुळे त्या आत्म्यांचा परतीचा मार्ग कधीचाच बंद झाला होता. जन्म मृत्युच्या दुष्टचक्रात सापडूनही मानवास

कशाचीही तमा उरलेली नव्हती. भौतिक सुखाच्या लालसेने पृथ्वीवर जन्म घेऊन पुनः पुन्हा त्याचं चक्रात अडकण्यास अनेक आत्मे आतुर झाले होते. सद्‌गुणाचा संपूर्ण ऱ्हास झाल्याने कोणासही पापकर्मांची भीती वाटेनाशी झाली होती. मानव त्याच्या निर्मात्याशी, जगन्नियंत्याशी संवादास मुकला होता.

मृत्युदर घटल्याने पृथ्वीवरील मानवाची लोकसंख्या कधी नव्हे त्या उच्चशिखरावर पोचली होती. त्याने निसर्ग नियमांची पायमल्ली करून पृथ्वीवरील मौलिक गोष्टींचा वापर बेपर्वाईने आणि बेमुर्वतपणे करणे सुरु ठेवले होते.निसर्गाचे संतुलन कधीचेच बिघडले होते. नैसर्गिक स्त्रोत झपाट्याने संपत चालले होते. विष्णूंच्या लाडक्या निलम ग्रहावरील परिस्थिती नियंत्रणाबाहेर गेली होती.

****

त्यांच्या आवडत्या पृथ्वीवरील बिघडलेल्या परिस्थितीमुळे विष्णू अतिशय वैफल्यग्रस्त झाले होते. नैराश्यापोटी पृथ्वीवासियांशी त्यांनी बऱ्याच काळापासून संपर्क ठेवणे बंद केले होते. तेथील परिस्थितीमुळे ते त्यांच्या निर्मितीवर, मानवावर अतिशय नाराज झाले होते. मानव त्यांच्या शिकवणुकीनुसार अजिबात वागत नव्हता. त्याचा बेमुर्वतखोरपणा दिवसेंदिवस नियंत्रणाबाहेर वाढत चालला होता. त्यांनी आखून दिलेले जीवनावश्यक नियम मानवाने केंव्हाच गुंडाळून ठेवले होते. जीवनमूल्यांचा मानवास विसर पडला होता.

मानवांच्या दुराग्रही वागणुकीने शिव देखील त्यांच्यावर रागावला होता. त्याच्याजवळ सर्वनाशी शक्ती होत्या. तो कोणाचेही नियमबाह्य वर्तन सहन करू शकत नसे.जरी त्याच्याकडे सर्वनाश करण्याची शक्ती असली तरी तो टोकाची भूमिका घेत नसे.अगदी जेंव्हा परिस्थिती नियंत्रणाबाहेर जाते आहे असे दिसल्यावरच तो त्याची भूमिका बजावीत असे.तो शांत आणि संतुलित स्वभावाचा होता. स्पष्टवक्तेपणा हा त्याच्या सरळ स्वभावाचा आरसा होता. एखादी गोष्ट त्याला रुचली नाही तर तो त्या गोष्टीस स्पष्ट नकार देत असे. लोकसंख्येच्या नियंत्रणाकरिता त्याने एकदा पृथ्वीवर हिमयुग आणले होते.परंतु कालांतराने मानवजातीची लोकसंख्या पुन्हा एखाद्या व्हायरस सारखी भूमितीय प्रणालीने वाढली होती.

त्रिमूर्ती हे दयाळू आणि सहनशील होते.मानवाच्या कल्याणाकरिता त्यांनी बरीच कामे केली होती.मानवास त्याच्या बेफिकीर वृत्तीपासून परावृत्त करण्यासाठी त्यांनी त्याला वारंवार निरनिराळ्या संकेतांद्वारे सूचना देण्याचा प्रयत्न केला होता. त्सुनामी, अति लोकसंख्येच्या प्रदेशात भूकंप, आणि रोगांच्या साथी घडवून त्यांनी मानवास सावध करण्याचा प्रयत्न केला होता परंतु मानव अतिशय स्वार्थी आणि आत्मकेंद्रित झाला होता. त्याच्या वर्तनावर कुठल्याही गोष्टींचा परिणाम होत नव्हता. तो निसर्गापासून पूर्णपणे दुरावला होता. त्याला निसर्गाच्या कोपाचे इशारे कळत नव्हते. त्यास प्रलयंकारी घटनांपासून होणाऱ्या विनाशाची काळजी नव्हती.
निसर्ग आपले स्वरूप बदलत होता. त्याने मानवाच्या विरोधात वागण्यास सुरुवात केलेली होती. शुध्द पाणी आणि शुद्ध हवा या नैसर्गिकरित्या उपलब्ध असणाऱ्या मुलभूत गोष्टी देखील सहजी मिळत नव्हत्या.एवढे होऊन देखील मनुष्य स्वतःला बदलण्यास तयार नव्हता. त्याची अशी ठाम समजूत होती की त्याने सगळ्या गोष्टींवर विजय मिळवला आहे.

विष्णू, शिवा आणि ब्रम्हा यांनी एक आपत्कालीन मिटिंग घेण्याचे ठरविले. परिस्थिती अशा वेगाने बदलत होती की शिव, विष्णू आणि ब्रम्हादेखील हैराण झाले होते. त्यांनी तात्काळ भेटून त्यावर उपाय शोधण्याचे ठरविले आणि त्यामुळे विष्णूलोकात त्यांची मिटिंग भरली होती.
“आपण पृथ्वीवरील मनुष्यलोकाशी संपर्क तोडला आहे .त्या गोष्टीमागे अनेक कारणे होती. परंतु सद्य परिस्थिती पाहू जाता मला असे वाटते की आपण मानवांशी संपर्क ठेवण्याचा विचार करावा.” विष्णू काळजीयुक्त स्वरात बोलले.त्यांनी अनेक वर्षांपूर्वी निलमग्रहाशी असलेल्या संपर्काचे सगळे दुवे तोडून टाकले होते. पृथ्वीवरील कालगणनेनुसार काही हजार वर्षांपासून मानवाचा विष्णू , शिव आणि ब्रम्हा यांच्याशी असलेला संपर्क खंडित झाला होता.
“मी तुमच्याशी सहमत आहे. आपण त्यांच्याशी संपर्क सुरु करण्याबाबत पुनर्विचार करणे गरजेचे आहे.निलम ग्रहावरील मानवांना पुन्हा आपल्या नैतिकतेच्या शिकवणूकीची नितांत आवश्यकता आहे.” ब्रम्हा देखील काळजीत होते.पृथ्वीवर पाठविण्याच्या आत्म्यांच्या संख्येत अविश्वसनीय वाढ झालेली होती.त्यामुळे अशी परिस्थिती निर्माण झाली होती की,

मानवदेहात जन्म घेण्याकरिता तयार होत असणारे आत्मे कमी पडत होते व ब्रम्हांना इतर प्राण्यांसाठी राखीव असलेले आत्मे मानव देहात जन्म घेण्यासाठी पाठवावे लागत होते. आणि त्यामुळे पृथ्वीवर बराच अनाचार माजला होता.

शिव त्यांचे विचार शांतपणे ऐकत होता.त्याच्या मनात वेगळीच योजना आकार घेत होती.

“मला जरा वेगळे सुचवायचे आहे.आपण स्वतः होऊन त्यांच्याशी संपर्क पुनर्स्थापित करण्याऐवजी आपण त्यांनाच आपल्याशी संपर्क करण्यास सक्षम केले तर? निलम वरील बरेच बुद्धिमंत आपल्याशी किंवा प्रगत संस्कृतीशी संपर्क करण्याचा प्रयत्न करत आहेतच. परंतु असा संपर्क साधण्यात त्यांना अजून यश मिळालेले नाही. आपणच जर त्यांना याबाबतीत काही मदत केली तर?” शिवाने त्याचे विचार मांडले.

“अरे वा हा तर अति उत्तम विचार आहे.” विष्णू आणि ब्रम्हा एकस्वरात उद्गारले.ते दोघेही शिवाच्या विचारांशी सहमत होते.

“त्यांना अजून काही वेळ प्रयत्न करू देत.मगच आपण त्यांना योग्य मार्ग दाखवू.” गणेशाने सुचविले. ज्ञानलोकाचा प्रशासक गणेश देखील मिटिंग मध्ये हजर होता. त्यालादेखील त्याचे कार्य करण्याची उत्सुकता होतीच.त्यांचे ऐकून विष्णू बोलले,

“मला सद्य स्थितीत पृथ्वीवर असा कोणीही योग्य व्यक्ती दिसत नाही, जो हे कार्य प्रसिद्धी आणि लोकप्रियतेच्या लालसेशिवाय निष्काम भावनेने करेल. प्रत्येक क्षेत्रात काहीतरी नवीन आणि अलौकिक करण्याची आकांक्षा असणारी जी काही माणसे आहेत त्यांचा ते करण्यामागे जागतिक प्रसिद्धी, पारितोषिकं आणि भरपूर धन मिळावे असाच उद्देश आहे. मानवाच्या कल्याणाकरिता निष्काम भावनेने कर्म करणारी महान माणसे आता अजिबातच उरलेली नाहीत. आपण एखाद्यास नवीन कल्पना सुचवून आपल्याशी संपर्क साधण्यात मदत केली तरी तो आपले स्वतःचेच उखळ पांढरे करून घेईल. आज पृथ्वीतलावर प्रसिद्धी पराङ्मुख विद्वान व्यक्ती ज्या काही आहेत, त्यांना असे कार्य करण्यात रस नाही. ते हिमालयात तपश्चर्या तरी करीत आहेत किंवा योगसाधनेत आयुष्य व्यतीत करीत आहेत. त्यांना विज्ञानाशी काहीही घेणे देणे नाही.मला असे वाटते की, आपण एखादे शुद्ध आचरणाचे, प्रसिद्धी पराङ्मुख असे दाम्पत्य या कार्यासाठी पृथ्वीवर नियुक्त करावे कां? केवळ तेच हे कार्य शुद्ध हेतूने करू शकतील.” विष्णू जरा वेगळया दिशेने विचार करीत होते.

“काहीच हरकत नाही.” इतरांनी त्यांच्या विचारास त्वरित संमती दर्शविली.
“मला असे वाटते,अशा परिस्थितीत आपण विष्णुलोकातीलच एखादे सुयोग्य युगुल या कार्याकरिता नियुक्त केलेले योग्य ठरेल.” ब्रम्हांजवळ विष्णूंच्या प्रश्नाचे परिपूर्ण उत्तर होते.
“जर आपण हा प्रस्ताव विष्णुलोकातील जनतेसमोर मांडला तर अनेकजण निलमवर जाण्यास आनंदाने तयार होतील.निलमवरील मोहमयी वातावरणाने अनेकांना भुरळ घातली आहे. तेथे जाण्यास बरेच लोक उत्सुक आहेत. त्यामुळे आपण दिलेले कार्य मोहापासून अलिप्त राहून करणाऱ्या अशा परिपूर्ण युगुलाची निवड करतांना आपल्याला बराच विचार करावा लागेल.” विष्णू विचार मग्न होत उत्तरले.परंतु त्यांच्या समस्येचे उत्तरही त्यांच्याकडेच होते. ते पुढे म्हणाले,
“अरे हो,असे एक प्रेमी युगुल माझ्या नजरेत आहे. ते एकमेकांकरीताच जन्मले आहेत.ती दोघेही कर्तव्यपरायण आहेत.दिलेले कोणतेही कार्य उत्तमरीत्या पार पाडणे हा त्यातील तरुणाचा स्वभावधर्म आहे. आपण त्यांना सप्तजन्माच्या पवित्र विवाह बंधनात बांधू आणि मग त्यांची नियुक्ती निलमवर कार्य करण्याकरिता करू.” विष्णू प्रसन्नपणे हास्य करीत बोलले.

सौरभ एक अतिशय सोज्वळ, कर्तव्यनिष्ठ आणि बुद्धिवान तरुण होता. तो विष्णूंच्या कार्यकारी चमूतील एक तडफदार सदस्य होता. त्याच्या मोहक आणि निष्पाप व्यक्तिमत्वामुळे तो विष्णूंना प्रिय होता.असामान्य बुद्धिमत्तेचे वरदान लाभलेला सौरभ इतरांपेक्षा वेगळया पद्धतीने विचार करण्यासाठी प्रसिद्ध होता.तो त्याच्या प्रमुखांनी दिलेले, अर्थात विष्णूंचे, कोणतेही कार्य करण्यासाठी नेहमीच तत्पर असे.
शिरीन एक अप्रतिम लावण्यवती परी होती.ती आदिलक्ष्मींच्या निकटतम मैत्रिणीची मुलगी होती. निरागस स्वभाव आणि सौंदर्यासोबतच तिला अद्वितीय बुद्धिमत्ता देखील देवी शारदेच्या कृपेने लाभली होती. ती तिच्या वर्तुळातील असामान्य हुशार आणि सोज्वळ मुलगी होती.सौरभने तिला तिच्या इलीप्टॉनमधून जातांना बरेचदा पाहिले होते. तिचा प्रासाद त्याच्या नित्याच्या मार्गावरच असल्याने त्यांची नेहमीच नजरानजर होत असे.तो तिच्या सौंदर्यावर मोहित झाला होता. अनेकदा त्याला तिच्याशी बोलण्याची इच्छा होत असे. ती देखील जाताजाता त्याच्याकडे चोरून पाहत असे. तिला देखील सौरभ आवडत होता.
सौरभ विष्णूंच्या आवडत्या व्यक्तींमध्ये होता.विष्णूंनी त्याला मानवाच्या कल्याणाकरिता एक महत्वाचे कार्य सोपविण्याचे ठरविले.

विष्णूंनी त्यांच्या मिटिंगचा वृत्तांत आदिलक्ष्मीस सांगितला.सौरभ आणि शिरीनला महत्वाच्या कार्याकरिता पृथ्वीवर पाठविण्याचा त्यांचा विचार ही त्यांनी आदिलक्ष्मीस बोलून दाखविला. आदिलक्ष्मीस देखील शिरीन प्रिय होती. विष्णूंनी ठरविलेल्या सौरभ आणि शिरीनच्या विवाहाबद्दल ऐकून आदिलक्ष्मी प्रसन्न झाली.

विष्णूंनी त्यांच्या विचारावर त्वरित अंमल बजावणी करण्याचे ठरवून सौरभ आणि शिरीनला त्यांच्या वैयक्तिक मिटिंग कक्षात बोलविले.

विष्णूंशी असलेल्या वैयक्तिक मिटिंगबद्दल सौरभ उत्साही होता. नेहमी त्याची त्यांच्याशी इतरांसमेवत भेट होत असे. वैयक्तिक भेटीची संधी त्याला क्वचितच मिळत असे.जेंव्हा तो त्यांच्या कक्षात गेला तेंव्हा शिरीनला तेथे पाहून तो जरा चरकलाच.

'ही माझी तक्रार करण्यास तर येथे आलेली नसेल नं?' त्याच्या मनात विचार चमकून गेला.परंतु त्याने तो विचार झटकून टाकला आणि हास्यमुखाने विष्णूंना अभिवादन केले. विष्णूंनी दोघांचेही योग्य स्वागत केले. त्यांनी सरळ मुख्य विषयाला हात घातला.

" सौरभ आणि शिरीन, मला तुम्ही दोघंही प्रिय आहात. मला या गोष्टीची पूर्ण कल्पना आहे की तुम्ही दोघं एकमेकांना आवडता.तुमच्या आई आणि वडिलांशी चर्चा करून आम्ही असा निर्णय घेतला आहे की तुम्हा दोघांना पवित्र विवाह बंधनात बद्ध करायचे.शिरीन तुला या प्रस्तावाबद्दल काही आक्षेप आहे का?" विष्णूंनी सौरभ आणि शिरीनच्या मनातलाच प्रस्ताव त्यांच्या पुढे मांडला होता.त्या दोघांचा त्यांच्या कानांवर विश्वासच बसत नव्हता.

" नाही श्रीविष्णू." शिरीन लाजत आणि खाली पाहत उत्तरली. तिला त्यांचा तो प्रस्ताव ऐकून अतिशय आनंद झाला होता. सौरभशी विवाहाच्या कल्पनेने शिरीन अंतर्बाह्य मोहरली.

शिरीनचा विवाहास होकार ऐकून सौरभचा आनंद ओसंडून वाहत होता. त्या दोघांनाही आश्चर्य वाटत होते की हे असे कसे अचानक शक्य झाले? सौरभने त्याची इच्छा पूर्ण केल्याबद्दल मनातून विष्णूंचे खूप आभार मानले.

सौरभ आणि शिरीनचा विवाह भव्य समारंभात संपन्न झाला. ते दोघेही आनंदाच्या अत्युच्च शिखरावर विराजमान झाले होते. ते दोघेही आनंद सागरात यथेच्छ डुंबत होते. पाहता पाहता त्यांचे एक वर्ष कसे निघून गेले हे त्यांना कळलेही नाही.

विष्णूंनी त्यांना शाही मेजवानी करिता त्यांच्या प्रासादात आमंत्रण दिले. सौरभ आणि शिरीन त्यांचे सन्माननीय प्रमुख विष्णू आणि त्यांची सुविद्य पत्नी आदिलक्ष्मी यांच्यासोबत भोजनाचा आस्वाद घेत होते. भोजन सुरु असतांना विष्णूंनी त्यांच्यासमोर एक प्रस्ताव ठेवला.

"माझ्या प्रिय मुलांनो, माझ्या मनात तुम्हाला एका अत्यंत महत्वाच्या कार्याकरिता काही कालावधीसाठी निलम ग्रहावर पाठविण्याचे चालले आहे."

सौरभ आणि शिरीनने निलमग्रहाबद्दल भरपूर एकले होते.तेथील झगमगाट, ऐश्वर्य, निरनिराळ्या मनोरंजक गोष्टी आणि तिथले मोहविणारे वातावरण या सगळ्या गोष्टी किती फसव्या आहेत ते त्यांना पक्के माहित होते त्यामुळे ते दोघंही निलमग्रहावर जाण्याचा प्रस्ताव ऐकून गांगरले.त्यांची कधीही तिथे जाण्याची इच्छा नव्हती.

"श्रीहरी, मला एक शंका आहे. परवानगी असल्यास विचारू कां?" सौरभने चाचरत विचारले.

"होय बाळ जरूर विचार.मनात कुठल्याही शंका ठेऊ नकोस." विष्णूंनी त्याला प्रेमाने संमती दिली.

"मी असे ऐकले आहे की एकदा निलम ग्रहावर गेल्यावर तेथील जादुई वातावरणाच्या मोहजालातून सुटून परत येथे येणे महाकठीण असते.आम्हाला निलम ग्रहाच्या मोहमय वातावरणात अडकून राहायचे नाही. आम्हा दोघांचीही तुमच्या नेतृत्वाखाली विष्णूलोकातील कार्य करण्याची इच्छा आहे. आमच्या हातून काही अपराध घडला आहे कां की ज्यामुळे नाराज होऊन आमची रवानगी निलमवर करण्याचे तुम्ही ठरविले आहे?" सौरभने धैर्य एकवटून त्याच्या मनातील भीती विष्णूंना बोलून दाखविली.

" मी तुझ्या मनातील भीती समजू शकतो. तू जे म्हणालास ते खोटे नाही. निलमवरील मोहमयी वातावरणातून सुटका करून घेणे अत्यंत अवघड आहे.एकदा तुम्ही तेथील मोहमयी,भौतिक सुखाच्या जाळयात अडकलात की त्यामधून सुटका करून घेणे नक्कीच कठीण असते पण अशक्य नसते. परंतु मी तुम्हा दोघांना असे कार्य सोपविणार आहे की, ज्यातून तुम्हाला येथे परतण्याचा मार्ग आपोआपच दिसेल. आणि सगळयात महत्वाचे म्हणजे तुमच्या संकटात तुम्हाला मार्गदर्शन करण्यास मी नेहमीच तुमच्या सन्नीद्ध असेन. तुमचा येथे परतण्याचा मार्ग सुकर करण्यास देखील मी तुम्हाला मदत करेनच." विष्णूंनी सौरभला त्यांच्या विलक्षण मोहक हास्याने आश्वस्त केले.

“तुम्ही म्हणत आहात, तर मग ठीकच आहे. येथे परतण्या करीता आम्हाला नक्कीच तुमचे मार्गदर्शन लाभेल. तुमचं मार्गदर्शन असल्यावर आम्हाला तुम्ही सोपविलेलं कार्य करणे अवघड वाटणार नाही.” सौरभचा आत्मविश्वास विष्णूंच्या आश्वासनाने परतला होता.

“ उत्तम. तर मग निलमकडे प्रयाण करण्याच्या तयारीस लागा.मी जे सांगतो आहे ते नीट लक्षात ठेवा. तो एक वेगळ्या संस्कृतीकडे नेणारा प्रवास असेल. विष्णूलोकातील जीवनाचे नियम निलम ग्रहावर लागू असणार नाहीत.येथे तुम्ही एक सरळ आणि समस्यारहित आयुष्य जगत आहात परंतु पृथ्वीवर तसे नसेल. तिथे तुम्हाला अनेक निरनिराळ्या प्रकारचे लोक भेटतील. इथल्या प्रमाणे प्रत्येकजण शुद्ध आणि सात्विक असणार नाही. तुम्हाला प्रत्येकाशी वेगवेगळ्या मानकाप्रमाणे वागावे लागेल. एकच गोष्ट तुम्ही नेहमी ध्यानात असू द्या. ती म्हणजे कोणत्याही, अगदी विपरीत परिस्थितीत सुद्धा, तुम्ही सत्याची कास सोडायची नाही. सत्य आणि न्याय्य गोष्टीच तेथे टिकून राहू शकतात.तुम्हाला भेटणाऱ्या प्रत्येक व्यक्तिगत त्याची तुमच्याबद्दलची भावना वेगवेगळी असू शकेल. प्रत्येकाचे तुमच्याशी संपर्क ठेवतांना वेगवेगळे उद्दिष्ट असेल. त्या सगळ्या गोष्टींचा तुम्हाला अनुभव येईल.त्याशिवाय तुम्हाला इथल्यापेक्षा वेगळ्या वातावरणाचा सामना करावा लागेल. माझे हे सगळे बोलणे ऐकून घाबरून जाऊ नका. तुम्हाला या सगळ्या गोष्टी सहजतेने हाताळता याव्यात यासाठी मी योग्य ती व्यवस्था केलेली आहेच. तुम्हाला सामान्य मानवांपेक्षा अधिक शक्ती मी प्रदान करेन जेणेकरून निरनिराळ्या संकटांवर मात करून मी तुम्हाला दिलेल्या उद्दिष्टाकडे तुम्ही यशस्वीपणे वाटचाल करू शकाल.परंतु एक गोष्ट तुमच्या मनात खोलवर कोरून ठेवा आणि ती म्हणजे, अतिशय अवघड परिस्थिती असली तरच मी तुमच्या मदतीला येईन.सर्वसाधारण परिस्थितीतील संकटे तुमची तुम्हाला हाताळण्याची आंतरिक शक्ती मी तुम्हाला प्रदान करणार आहेच.एवढं सगळं असलं तरी माझे तुमच्याकडे आणि तुम्ही करीत असलेल्या कार्यांकडे कायम लक्ष असेल त्यामुळे कोणत्याही गोष्टींची चिंता तुम्ही बाळगू नये. तुम्हाला मानव शरीरात विष्णूलोकातील कुठल्याही गोष्टींचे स्मरण होणार नाही.तुम्ही दोघं एकमेकांना अगदी नव्याने भेटाल. तुम्ही एकमेकांना अनोळखी असाल. पण त्यानंतर तुम्ही दोघे मिळून मी तुम्हाला सोपविलेल्या तुमच्या लक्ष्याकडे वाटचाल कराल. ज्ञानलोकांचा नियंत्रक गणेश नेहमीच तुमच्या संम्पर्कात असेल. जरी तो तुम्हाला स्थूल देहाने

आजुबाजूस दिसणार नाही तरीदेखील तो तुमच्या अडचणींच्या वेळी तुम्हाला मार्गदर्शन करीत राहील. तो तुमच्या मनोमय कोषात निरनिराळ्या कल्पनांचे रोपण करीत राहील.त्यायोगे तुम्हाला तुमच्यावर येणाऱ्या संकटांवर मात करता येईल." विष्णूंनी सौरभ आणि शिरीनला पृथ्वीवरील आयुष्याची कल्पना दिली.

"श्रीविष्णू, मला एक क्षुल्लक शंका आहे. मी ती विचारली तर चालेल?" शिरीनने प्रश्नार्थक मुद्रेने विचारले.

"अगदी नक्कीच बाळा. तुझ्या मनात जी शंका असेल ती विचार."विष्णू तिच्याकडे पित्याच्या स्नेहपूर्ण नजरेने पाहत बोलले.

"तुम्ही जसं सांगितले की, आम्हाला विष्णूलोकातील काहीही आठवणार नाही. तर मग मी आणि सौरभ एकमेकांना कसे भेटणार आणि कसे ओळखणार? आमची भेट झाल्यावरही आम्ही एकमेकांना ओळखणार नाही तर मग पुन्हा आम्ही एकत्र कसे येणार?"शिरीनच्या स्वरात अनामिक भीती होती.तिला सौरभची आणि तिची ताटातूट होण्याची चिंता सतावित होती.विष्णूंना तिच्या मनातील काळजी जाणवली.त्यांनी उत्तर देण्याआधी आदिलक्ष्मी तिची पाठ प्रेमाने थोपटत उत्तरली,

" शिरीन बाळा, अजिबात घाबरू नकोस.त्या गोष्टीची काळजी घेण्याचं काम आमचं आहे. आम्ही ते योग्य पद्धतीने हाताळू.तुम्ही दोघं योग्यवेळ येताच एकमेकांना भेटाल आणि आत्ता जे प्रेम तुमच्या मनात फुलतंय नं ते तसंच तुमच्या दोघांच्याही मनात एकाचवेळी पुन्हा उमलेल. तुला जरी असं वाटतंय की तू आणि सौरभ एकमेकांना कसे ओळखाल, पण प्रथम भेटीतच तुम्हा दोघांच्याही मनात अशी भावना उत्पन्न होईल की तुमची जन्मोजन्मीची ओळख आहे.आणि त्यानंतर तुमच्या मनातील प्रेम तुम्हाला पुन्हा एकत्र आणेल." मृदुहास्य करीत आदिलक्ष्मीने शिरीनचे समाधान केले.

विष्णूंच्या प्रासादातून निघतांना सौरभ आणि शिरीनची मनस्थिती विचित्र झाली होती. त्यांना पृथ्वीवरील वातावरण एकदम वेगळे असेल याची कल्पना आली होती.परंतु विष्णू आणि आदिलक्ष्मीने त्यांच्या मनातील सगळ्या शंकांचे समाधान केल्यामुळे त्यांच्या मनातील धास्ती दूर झाली होती.पृथ्वीवर जाऊन नेमके कोणते कार्य करावयाचे आहे याची त्यांना कल्पना देण्यात आलेली होती. त्यांना वेळेनुसार सगळ्या गोष्टी उमजत जाणार होत्या. एखादे कार्य करतांना आपण जसे त्याचे संपूर्ण नियोजन करतो तसे त्यांना करता येणार नव्हते कारण की विष्णूलोकात जरी त्यांना

त्यांच्या पृथ्वीवरील कार्याची कल्पना देण्यात आलेली असली तरी तिथे गेल्यावर त्यांना त्यातले काहीच स्मरणार नव्हते.

काही दिवसांनतर त्यांच्या पृथ्वीकडे प्रयाण करण्याचा क्षण उगवला.तो एक वैशिष्ठपूर्ण प्रसंग होता. विष्णूलोकातील स्त्री-पुरुष सदेह पृथ्वीवर जाण्यास निघाले होते. त्यांच्या त्या प्रवासाची विशिष्ठ व्यवस्था करण्यात आलेली होती.विविध प्रकारच्या अंतराळयानांच्या उड्डाणाची सोय असलेले स्पेसशिप स्टेशन हे एका भव्य सपाटीवर वसविलेले होते. निरनिराळया गन्तव्यांसाठी(destination)करिता वेगवेगळया प्रकारचे स्टारशिप्स,स्पेस शिप्स होते. जेंव्हा पॅराडाईजचे राज्यकर्ते एखाद्या सौरमालेतून दुसऱ्या दूर अंतरावरील सौरमालेत प्रवास करीत तेंव्हा ते अष्टकोनी आकारांचे स्टारशिप्स वापरत.ज्यावेळी व्याधाच्याच एका ग्रहावरून दुसऱ्या ग्रहावर प्रवास करायचा असेल तेंव्हा गोल तबकडी च्या आकाराचे स्पेस शटल्स वापरण्यात येत.

साधारणतः फक्त अतिशक्तिशाली विष्णू, शिव, ब्रम्हा, देवेंद्र, आणि काही मोजके लोक आंतरग्रहमालांचा प्रवास करण्यास पात्र होते.त्याकरिता विशिष्ट शक्तीची आवश्यकता होती.

शिरीन आणि सौरभला पृथ्वीवर अष्टकोनी स्टारशिपने पाठविणे शक्य नव्हते. ते त्यांच्या सद्यस्थितीतील देहासह प्रवास करणार नव्हते. त्यांना तेथील देहांमध्ये जन्म घेऊन नेमून दिलेले कार्य करायचे होते. पृथ्वीवरील मानवांना लागू असणाऱ्या वातावरणातील परिस्थिती त्यांना लागू असणार होती.त्यामुळे त्या दोघांना पृथ्वीवर जन्म घ्यावयाचा होता.त्यानंतरच त्यांना त्यांचे कार्य करता येणार होते.

त्यांना एका मोठ्या कॅप्सूल च्या आकाराच्या धातूच्या यानात प्रवेश देण्यात आला. ते यान सरळ अवस्थेत उभे होते.त्याचा अंतर्भाग मंद निळसर प्रकाशाने न्हाऊन निघाला होता.सौरभ आणि शिरीन ने यानात प्रवेश केल्यावर त्या यानाचा लंबाकृती दरवाजा बंद झाला आणि आतील प्रकाश हळुवारपणे मंद होत गेला.त्या स्टारशिपने उड्डाण केले आणि काही क्षणातच त्याने प्रचंड वेग धारण केला.जसे ते अंतराळातील वर्म होल (बोगद्यात)प्रवेश करते झाले तसा त्या यानाचा वेग अपरिमित झाला.त्या वेगामुळे सौरभ आणि शिरीन मूर्छित अवस्थेत गेले.काही क्षणांनंतर त्यांचा सूक्ष्मदेहाने पृथ्वीकडे प्रवास सुरु झाला.

****

प्रकरण ७

सौरभ आणि शिरीनचा निलम ग्रहावरील, अर्थात पृथ्वीवरील पहिलाच जन्म होता.ज्यावेळी विष्णूंनी त्यांना विशिष्ट कार्याकरिता पृथ्वीवर पाठविण्याचे ठरविले त्यावेळीच त्यांनी त्यांना उच्च बुद्धिमत्ता आणि पृथ्वीवरील घातक प्रवृत्तींचा सामना करण्याची मानसिक शक्ती देखील प्रदान केली होती. त्यांना पृथ्वीवर पाठविण्यामागे विष्णूंचे विशेष प्रयोजन होते.

त्या दोघांचा जन्म दोन उच्च धार्मिक आणि अध्यात्मिक संस्कार लाभलेल्या कुटुंबात झाला.दोघेही बालपणापासूनच अत्यंत बुद्धिमान आणि सोज्वळ स्वभावाचे होते.

सौरभने त्याचे इंजिनियरिंगचे शिक्षण आय. आय. टी. तून पूर्ण केल्यानंतर पोस्टग्रॅजुएशन करण्यासाठी आय.आय.एम.दिल्लीत प्रवेश मिळविला होता. शिरीनशी त्याची भेट दिल्ली आय.आय.एम.मधेच झाली.तिनेही तिचे आय.टी. ग्रॅजुएशन पूर्ण केल्यावर एम.बी.ए. करण्यासाठी तिथे प्रवेश घेतला होता.प्रथम भेटीतच त्या दोघांच्याही मनात एकमेकांविषयी प्रेम भावनेचा उगम झाला होता. आदिलक्ष्मीने त्यांना सांगितल्या प्रमाणे लवकरच त्यांचे प्रेम फुलले आणि त्यानंतर त्या दोघांनी मिळून निरनिराळया सॉफ्टवेयर प्रोजेक्ट्सवर काम करणे सुरु केले.सौरभ आणि शिरीन दिल्लीत असतांना त्यांच्या मित्रांच्या ग्रुप सोबत सुटी एन्जॉय करण्यासाठी नैनितालला गेले होते. तेथे अनावधानाने त्यांची गाठ कुख्यात आंतर्राष्ट्रीय अतिरेक्यांच्या टोळीशी पडली. त्यांचा यशस्वीपणे सामना करून त्यांनी अतिरेक्यांचे एक भयंकर षडयंत्र उध्वस्त करण्यात मिलिटरी इंटेलिजन्सची सक्रीय मदत केली होती. त्या दोघांचे एम.बी.ए. यशस्वीरीत्या पूर्ण करता करता त्या दोघांनी अंतराळ विज्ञानात केलेल्या सशक्त योगदानामुळे त्यांना इस्त्रो मध्ये वरिष्ठ वैज्ञानिक पदावर नियुक्ती देण्यात आली होती.

त्यांचे मोठ्या थाटामाटाने लग्न झाले आणि त्यानंतर ते दोघंही बेंगळूरू येथे इस्त्रोमध्ये एका गोपनीय प्रोजेक्टवर कार्य करू लागले. त्या प्रोजेक्टमध्ये त्यांचे ध्येय अंतराळात दूरवर स्थित असण्याची शक्यता असलेल्या अतिप्रगत संस्कृतीशी संपर्क प्रस्थापित करणे हे होते. त्यांच्या प्रोजेक्टचे सांकेतिक नाव 'ब्रदरहूड नेक्स्ट डोर' असे होते.

सिग्नलची गती प्रकाशाच्या गतीपेक्षा एक हजार पट वेगाने वाढविण्यात यश मिळाल्याने सौरभ आणि शिरीन दोघेही खूपच आनंदात होते.त्यांच्या

प्रोजेक्ट मधला एका मोठा टप्पा त्यांनी पार केला होता. आता दूरवर लांब अंतराळात प्रायोगिक सिग्नल पाठविण्याचीच काय ती देर होती. त्यानंतर त्यांना अतिदूरवर अस्तित्वात असलेल्या प्रगत संस्कृतीशी संपर्क साधणे शक्य होणार होते.

****

हवामान विभागासाठी अवकाशात सोडण्यात आलेले उपग्रह निरनिराळ्या शहरातील दिवस आणि रात्रींचे तापमान, सूर्योदय आणि सूर्यास्ताच्या वेळा,हवामानातील बदलांचे आडाखे,मॉन्सूनचा प्रवास इत्यादी आणि त्याशिवाय अनेक बाबींची माहिती अचूकपणे देण्याकरिता योजलेले होते.त्या उपग्रहांनी संकलित केलेली आणि पृथ्वीवर पाठविलेली माहिती तिच्या अचूकतेसंबंधात वारंवार तपासली जात असे. त्याकरिता त्या उपग्रहांनी आधी पाठविलेल्या माहितीशी ताज्या माहितीची तुलना करून त्या माहितीच्या अचूकते मध्ये काही फरक असल्यास त्याची नोंद घेतली जात असे. एखाद्या विशिष्ट दिवसाच्या सूर्योदयाच्या आणि सूर्यास्ताच्या वेळा त्याच्या मागील वर्षांच्या वेळांशी सर्वसाधारणपणे तंतोतंत जुळत असत.पृथ्वीच्या सूर्याभोवती प्रदक्षिणा मार्गाच्या लंब गोलाकार आकारामुळे आणि पृथ्वीच्या स्वतःच्या आसाशी असलेल्या २३.५° अंशांच्या कोनामुळे पृथ्वीवर ऋतु तयार होण्याच्या क्रियेस हातभार लागत असे.तसेच पृथ्वीच्या स्वतःभोवती फिरण्यामुळे दिवस आणि रात्र होत. १०४०किलोमीटर मीटर प्रती तास या पृथ्वीच्या स्वतःच्या आसाभोवती फिरण्याच्या गतीमुळे पृथ्वीवरील एक दिवस तेवीस तास,छप्पन मिनिटे आणि चार सेकंदांचा होत असे.

वैज्ञानिकदृष्ट्या प्रगत असलेल्या प्रत्येक देशाचे हवामान दर्शविणारे उपग्रह पृथ्वीभोवती भूस्थिर कक्षेत फिरून त्या त्या देशांना हवी ती माहिती पुरवीत. असे उपग्रह त्यांच्या प्रक्षेपणाच्या वेळेपासून चोवीस तासांच्या आतच भूस्थिर कक्षेत स्थिराविले जात. उपग्रहांची पृथ्वीभोवती फिरण्याची गती ही पृथ्वीच्या स्वतःभोवती फिरण्याच्या गतीशी तंतोतंत जुळविली जात असे. त्यामुळे उपग्रह आणि पृथ्वी यांच्या दरम्यान सापेक्ष गतीचा फरक उरत नसे. दळणवळणाच्या उपग्रहांच्या बाबतीतही हेच तत्व लागू होते त्यामुळेच जमिनीवरील रिसिव्हिंग स्टेशन्स मधील अँन्टेना कायम उपग्रहांच्या दिशेने असू शकत. उपग्रहांची भूस्थिर स्थिती एकदा

यशस्वीरीत्या निश्चित केली की मग थोड्याफार फरकांचे नियोजन हे उपग्रहासोबत असलेले रॉकेटस रिमोट कंट्रोल ने पृथ्वीवरूनच फायर करून केले जात असे. उपग्रहांच्या भूस्थिर कक्षेस बाधा आणणाऱ्या अनेक गोष्टी आहेत.सूर्याचे गुरुत्वाकर्षण, चंद्राचे गुरुत्वाकर्षण, सौर वादळे आणि वैश्विक किरणांचा किरणोत्सर्ग इत्यादी गोष्टींमुळे उपग्रहांची पृथ्वीभोवती प्रदक्षिणेची गती बाधित होत असते.त्यामुळे उपग्रह त्यांच्या भूस्थिर कक्षेपासून ढळू शकतात. या सगळया विपरीत बाबींवर मात करण्यासाठी उपग्रहांच्या स्वयंचलित प्रणाली कार्यक्षम असतातच परंतु काही वेळा पृथ्वीवरून देखील शास्त्रज्ञांना रिमोट कंट्रोलने ते सगळे व्यवस्थित ठेवावे लागते.

भारतीय हवामान विभागाचे उपग्रह त्यांच्या नियमित कार्यास अनुसरून हवामानाचा अंदाज , नजीकच्या भविष्यात येऊ घातलेल्या चक्रीवादळाची शक्यता, निरनिराळ्या महानगरांचे कमाल आणि किमान तापमान, सूर्यास्ताच्या तसेच सूर्योदयाच्या वेळा इत्यादी सर्वच माहिती अचूकपणे आणि अविरतपणे पाठवीत होते.

दळणवळणाचे उपग्रह देखील त्यांच्या नियमित संदेश वहनाच्या कार्यात, तसेच आंतर्राष्ट्रीय माहितीच्या दळणवळणात व्यस्त होते.उपग्रहांच्या उपलब्धीमुळे आंतर्राष्ट्रीय फोनकॉल्स देखील सर्व सामन्यांच्या आवाक्यामध्ये आले होते.

“सौरभ,आपल्या सिग्नलची गती प्रकाशाच्या गतीपेक्षा हजार पटीने वाढविण्यात आपल्याला जे यश मिळाले आहे, त्यावर माझा अजूनही विश्वासच बसत नाही. माझ्या डोक्यात असा विचार आला की, जर आपण हेच तंत्र इंटरनेटसाठी वापरलं तर डेटा ट्रान्स्फरची स्पीड किती प्रचंड प्रमाणात वाढेल !” शिरीन त्यांच्या नव्या यशाचा वापर इंटरनेट साठी करण्याचा विचार करीत होती.

“नाही डियर. मी तुझ्याशी या बाबतीत सहमत नाही. कारण की आपण एका सिक्रेट प्रोजेक्टवर काम करीत आहोत आणि त्यामध्ये या गोष्टी करणे आपल्यासाठी अयोग्य आहे. आपण मिळवलेलं यश अजून आपल्याला जगजाहीर करायचं नाही आहे.” सौरभ पूर्ण विचारांती म्हणाला.

“खरंच तुझं म्हणणं अगदी बरोबर आहे.मी जरा अति उत्साहातच बोलले.” शिरीन वरमली.सौरभ आणि शिरीन सिग्नल सेन्डिंग रिसिव्हिंग प्रोजेक्टवर काम करीत असल्याने त्यांना इस्रोतील सर्व उपग्रहांच्या सिग्नल सिस्टीममध्ये वावरण्यास मुभा होती.

अशाच एका सकाळी सौरभला त्याच्या ऑफिसमधून त्याच्या सहाय्यकाचा फोन आला.
“सौरभ, एक विचित्र गोष्ट घडली आहे.आपल्या स्टेशन चा जी-सॅट 16या उपग्रहाशी असलेला संपर्क तुटलाआहे. तसंच इतर हवामान दर्शविणाऱ्या उपग्रहांच्या बाबतीतसुद्धा झालं आहे. काहीच कळेनासं झालंय.”
“ठीक आहे. मी थोड्याच वेळात ऑफिसला पोहचतो आहेच.पण तोपर्यंत तू हवामानशास्त्र विभागाशी संपर्क करून त्यांच्या संबंधित शास्त्रज्ञाच्या कानावर ही बातमी घालावी. तसंच दळणवळण विभागास ही या गोष्टीची कल्पना देऊन ठेव. मी पोहचल्यावर आपण काय ते बघूच.” सौरभने त्यास सूचना दिल्या.
सौरभला आश्चर्य वाटलं की जी-सॅट 16ची स्थिती बदलली होती आणि तो त्याच्या भूस्थिर कक्षेपासून पुढे निघून गेला होता. तीच परिस्थिती मेट-10 या हवामान उपग्रहाची देखील होती. संबंधित विभागांच्या शास्त्रज्ञांना त्या गोष्टीची माहिती होती आणि ते उपग्रहांची स्थिती पूर्ववत करण्याच्या कामी लागले होते. जी-सॅट 16ची पोझिशन बदलल्याने बराच गोंधळ उडाला होता.कारण तो उपग्रह निव्वळ संदेश वहनाच्या कामाशीच संलग्नित नव्हता तर त्यावर इतरही बऱ्याच जबाबदाऱ्या होत्या.मुख्य महत्वाची जबाबदारी म्हणजे सगळया विमानांची, जहाजांची आणि रस्त्यावरील वाहनांच्या दिशादर्शक प्रणाली(नेव्हिगेशन सिस्टीम) त्या उपग्रहाच्या कार्याशी निगडीत होत्या. शास्त्रज्ञांच्या अथक प्रयत्नांमुळे अगदी थोड्याच कालावधीत त्यांनी दोन्ही उपग्रहांच्या कक्षा पुन्हा भूस्थिर करण्यात यश मिळवले आणि त्यामुळे कुठलीही कटू घटना घडण्यापासून वाचली.
इस्रोच्या श्रीहरीकोटा स्टेशन मधील लोक उपग्रहांच्या अचानक कक्षा बदलण्याने आश्चर्यचकित झाले होते. अशा प्रकारचा कक्षाबदल पूर्वी कधीही घडला नव्हता आणि तो अपेक्षित देखील नव्हता.तेथील सर्वच शास्त्रज्ञ उपग्रहांच्या प्रणालीच्या चाचण्यांमध्ये गुंतले होते. उपग्रहांच्या प्रणालीमध्ये कोणताही बिघाड त्यांना सापडत नव्हता.
थोड्याच वेळात जगभरातील अनेक ठिकाणावरून अचंबित करणाऱ्या बातम्या आल्या.जगभरातील सर्वच देशांच्या उपग्रहांच्या भूस्थिर कक्षेत बदल घडला होता.सर्वच शात्रज्ञ गोंधळले होते. सगळ्या उपग्रहांची गती वाढल्याने ते त्यांच्या भूस्थिर कक्षेपासून ढळले होते.
इस्रोतील एका तरुण भारतीय शास्त्रज्ञाने त्या घटनेमागील शक्यतेबद्दल एक तर्क मांडला होता.

“असे तर घडले नसेल की पृथ्वीचीच गती कमी झाली?”सौरभने पृथ्वीची गती कमी झाली असल्याची शक्यता दर्शविली होती. नासा आणि इतर ख्यातनाम अंतराळ संशोधन संस्थामधील शास्त्रज्ञांनी सौरभचा तर्क हास्यास्पद ठरविला होता. पण सौरभ देखील सहजी हार मानणाऱ्यांपैकी नव्हता.त्याने ताबडतोब निरनिराळा डेटा तपासला आणि उपग्रहांनी पाठविलेल्या मागील काही वर्षांच्या माहितीची एकमेकांशी तुलना करून पाहिली. त्याने घेतलेल्या अथक प्रयत्नावरून त्याने हे सिद्ध केले की पृथ्वीची गती कमी झालेली होती. त्याने फक्त गेल्या वर्षीच्या तुलनेत यावर्षीच्या काही ठराविक दिवसांच्या आणि ठराविक ठिकाणांच्या सूर्योदय आणि सूर्यास्ताच्या वेळा तपासल्या आणि त्याला धक्काच बसला. दोन्ही वेळांमध्ये फरक पडला होता.सुर्योदयाची वेळ पंधरा मिनिटांनी पुढे सरकली होती तर सूर्यास्ताची वेळ तीस मिनिटांनी पुढे सरकली होती. दिवसमान चक्क पंधरा मिनिटाने वाढले होते.हा एक विचित्र प्रकार होता. पण तसे घडले होते. वास्तविक एखाद्या ठराविक ठिकाणाची सूर्यास्ताच्या आणि सूर्योदयाच्या वेळेची त्याच ठिकाणच्या पण मागील वर्षांशी तुलना केल्यास त्यामध्ये एका मिनिटापेक्षा कमी फरक असतो.आणि त्यामागील कारण म्हणजे सौर वर्ष हे ३६५ दिवसांचे नसून ते ३६५.२५ दिवसांचे असते.

जगातील ख्यातनाम संशोधन संस्थांच्या शास्त्रज्ञांनी देखील त्यांच्या जवळ उपलब्ध असलेली माहिती तपासून पाहिल्यावर त्यांना सौरभचा तर्क मान्य करावाच लागला. भारतीय शास्त्रज्ञाने एखाद्या शक्यतेचा वर्तवलेला तर्क जगातील इतर मान्यवरांनी मान्य करणे ही इस्रोसाठी आणि भारतीय शास्त्रज्ञांसाठी मोठीच अभिमानाची बाब होती.भारतीय अंतराळ संशोधनाच्या इतिहासात एक नवे पान सौरभने सुवर्णाक्षरात लिहिले होते. जगभरातील सर्वच विद्वानांनी सौरभच्या बुद्धिमत्तेची दाद दिली. सौरभने मांडलेल्या तर्काच्या आधारावर जगातील सर्व शास्त्रज्ञांच्या संघाने एकमताने आपापल्या देशांच्या वेळा पुनःप्रमाणित करून बदलविल्या. सर्व उपग्रहाच्या गतीमध्ये पृथ्वीच्या बदललेल्या गतीनुसार बदल करण्यात येऊन ते पुन्हा भूस्थिर कक्षेत स्थिर करण्यात आले. पुढील काही महिन्यात त्या गोष्टीत काही बदल घडला नाही आणि सर्वांनी सुटकेचा सुस्कारा टाकला.

पृथ्वीची गती मंदाविण्याच्या घटनेमुळे भूगर्भ शास्त्रज्ञ आणि भूवैज्ञानिक शास्त्रज्ञ गांगरले होते. ही घटना म्हणजे भविष्यकाळातील येणाऱ्या धोक्याची नांदी आहे असे त्यांना वाटत होते. त्यामुळे त्यांनी त्या घटनेच्या

मुळापर्यंत जाऊन असे कां घडले असावे याचा शोध घेणे सुरु केले. प्रत्येकाचे वेगवेगळे मत होते. काहींनी इतिहासपूर्व काळातील दाखले देऊन पृथ्वीची गती तिच्या मुळच्या अधिक गतीनंतरच आजच्या गतीवर येऊन पोहचली आहे असे मत मांडले. काहींचे असेही म्हणणे होते की अब्जावधी वर्षांपूर्वी पृथ्वीवरील दिवस आणि रात्र केवळ सहा तासांचीच होती इतक्या प्रचंड गतीने पृथ्वी स्वतःभोवती फिरत होती आणि तिची गती कालांतराने कमी होत होत आजच्या स्थितीस पोचली होती. अनेकांच्या अनेक तर्कानंतरही नेमके कारण कोणीही अचूकपणे मांडले नव्हते.

सौरभने देखील पृथ्वीच्या गतीसंबंधीची माहिती संकलित केलेली होती. पृथ्वीचे चुंबकीय क्षेत्र आणि स्वतःच्या आसाभोवती फिरण्याची क्रिया याबद्दल अनेक निरनिराळी मते होती. त्याबद्दल विचार करता करता सौरभ त्यामध्ये गुंतत चालला होता. त्यामुळे त्याचे चित्त त्याच्या मुख्य प्रोजेक्ट पासून भरकटते आहे हे शिरीनने त्याच्या लक्षात आणून दिले. त्यामुळे सौरभ पृथ्वीची गती कमी होण्यामागील कारणांच्या शोधातून बाहेर पडला आणि त्यांच्या मुख्य प्रोजेक्टवर, ब्रदरहूड नेक्स्ट डोरकडे त्याने लक्ष केंद्रित केले. त्या दोघांनी आपल्या सूर्यमालेपलीकडील अनंत अंतराळात चाचणी संदेश पाठविण्याचे ठरविले.

'सौरभ, अज्ञातांच्या शोधात, अतिप्रगत संस्कृतीस पाठविण्याच्या आपल्या पहिल्या संदेशाबद्दल तू काय विचार केला आहेस?" शिरीन चाचणी संदेश तयार करण्याचे आणि तो लवकरात लवकर पाठविण्याचे नियोजन करीत होती.

"शिरीन मला असं वाटतं की आपण आपल्या संदेशात त्यांना आपल्या पृथ्वीविषयी माहिती पाठवावी. जसे की सौर मालेतील पृथ्वीचे स्थान, सर्व प्राण्यात बुद्धिमान असलेल्या मानवप्राण्याच्या युगुलांची छाया चित्रं, त्यांची माहिती इत्यादी...." सौरभच्या मनात चाचणी संदेशाचा आराखडा तयार होता. त्या दोघांनी एक सर्व समावेशक माहिती असलेला संदेश तयार केला. त्यामध्ये त्यांनी पृथ्वीची छायाचित्रं, सौरमालेतील इतर ग्रहांची स्थिती, आणि एका मानवी युगुलाचे छायाचित्र इत्यादींचा समावेश केला. तो एक दृक्श्राव्य स्वरूपातील संदेश होता. त्या संदेशात असे नमूद केले होते,

" आम्ही अंतराळातील बुद्धिवादी आणि प्रगत संस्कृतीच्या शोधार्थ पृथ्वी ग्रहावरून हा संदेश पाठवीत आहोत. पृथ्वी हा ग्रह आमच्या सौरमालेत सूर्यापासून तिसऱ्या क्रमांकावर स्थित आहे. या सूर्यमालेत नऊ ग्रह असून त्यापैकी फक्त पृथ्वीभोवती वातावरणाचे संरक्षक कवच आहे. पृथ्वी या

एकमेव ग्रहावर जीवन असून या ग्रहाचा दोन तृतीयांश पृष्ठभाग पाणी आणि बर्फाने व्यापला आहे.सूर्यमालेतील इतर ग्रहांवर अजूनही जीवनाचा शोध लागलेला नाही. पृथ्वीवरील जीवांमध्ये मनुष्य हा सर्वात बुद्धिमान प्राणी आहे. या संदेशाद्वारे आम्ही मैत्री आणि शांतता यासाठी आमचा हात पुढे करीत आहोत."

"शिरीन, मी हा संदेश इंग्रजीत तयार केला आहे, पण मला असं वाटतं की तो आणखी एखाद्या भाषेत असावा. संस्कृत भाषेत संदेश पाठविण्याने आपला उद्देश सफल होईल असे मला वाटते. त्याव्यतिरिक्त एका शांत आणि आत्मतल्लीन स्वरातील ॐकाराचा देखील आपण या संदेशात समावेश करावा." सौरभ त्याच्या मनातील विचार मांडीत होता. संदेशाचा मजकूर ठरविण्याची त्यांना पूर्ण मुभा होती.

चाचणी संदेश तयार केल्यावर सौरभ आणि शिरीनने त्या संदेशाची पुन्हा छाननी केली आणि त्यामध्ये काही उणीवा नाहीत याची खात्री केल्यावर त्यांनी तो संदेश प्रक्षेपणाकरीता त्यांच्या कॉम्प्युटर मध्ये अपलोड केला.त्यांचा कॉम्प्युटर सिग्नोट्रॉनशी जोडलेला असल्याने ' संदेश प्रक्षेपित करा.' अशी कमांड दिल्यावर संदेश प्रक्षेपित होणार होता.सौरभने कॉम्प्युटरची *की* दाबण्यापूर्वी देवाची प्रार्थना करण्याकरिता हात जोडून डोळे मिटले. त्याच्या अंतर्चक्षूसमोर तोच शांत आणि स्मितहास्य करणारा पवित्र चेहरा उभा राहिला. यावेळी त्यांच्या डोळयामध्ये एक वेगळीच कौतुकाची आणि समाधानाची झाक दिसत होती.सौरभने संदेश प्रक्षेपणाचे स्वीच दाबले आणि क्षणार्धात प्रकाशापेक्षा हजारपट गतीने त्यांचा संदेश चंद्रावरील ट्रान्सपाँडर कडे डागल्या गेला.दुसऱ्याच क्षणी तो संदेश तेथून पुढे अनंत अंतराळात अज्ञात परंतु अतिप्रगत असलेल्या संस्कृतीच्या दिशेने वाटचालीस लागला. सिग्नोट्रॉन त्यांच्या अपेक्षेप्रमाणेच कार्य करीत होता. त्यामुळे आता शिरीन आणि सौरभकडे पुढे काय घडते याची वाट पाहण्याशिवाय दुसरा पर्याय नव्हता. ते दोघेही त्यांच्या संदेशास प्रतिसाद मिळेल याबद्दल निःशंक होते. त्यांना ही देखील खात्री होती की दूरवर अंतराळात दुसऱ्या एखाद्या तारका मंडळात असामान्य बुद्धिवान आणि अतिप्रगत संस्कृती अस्तित्वात असेलच जी त्यांच्या संदेशास प्रतिसाद देईल.

इस्रोमधील सिग्नल रिसिव्हर सिस्टीममध्ये अशी एक सोय करण्यात आलेली होती की ज्यामुळे एखादा संदेश जर त्या सिस्टिमला प्राप्त झालाच तर त्याचे इंडीकेशन तडक त्यांच्या कॉम्प्युटरवर मिळेल. एवढेच नाही तर त्याचे नोटिफिकेशन सौरभच्या लॅपटॉपवर आणि त्यांनी राखून

ठेवलेल्या सेल फोनवर देखील दर्शविले जाईल. त्यांनी तो संदेश सकाळच्या वेळेस प्रक्षेपित केला होता. त्यांना या गोष्टीची संपूर्ण खात्री होती की, त्यांचा संदेश त्याच्या अति वेगवान गतीने सूर्यमाला ओलांडून लांबवर असलेल्या दुसऱ्या नक्षत्र मंडळातील ग्रहाकडे झेपावला देखील असेल.

"सौरभ, तुला काय वाटतं? आपल्या संदेशाला प्रतिसाद मिळेल?" शिरीन त्यांना अंतराळातील अज्ञातांकडून प्रतिसाद मिले की नाही याबद्दल साशंक होती. अनेक लोकांनी अनेक वर्षांपासून दूरवरील अतिप्रगत आणि असामान्य बुद्धिमान संस्कृतीस संपर्क साधण्याचे प्रयत्न केले होते पण एकासही यश मिळालेले नव्हते.त्यामुळे तिला वाटणारी हुरहूर साहजिक होती.

"शिरीन डियर, हे बघ आपण संदेशाचे सिग्नल प्रकाशाच्या गतीपेक्षा एक हजार पट अधिक वेगाने पाठविले आहे म्हणून आपण काहीतरी आशा ठेऊ शकतो की आपल्याला प्रतिसाद मिळेल. पण त्याबाबतीत सखोल विचार केला तर तुला समजेल की हे केंव्हा होईल?" सौरभने तिला शांतपणे समजाविण्यास सुरुवात केली.

" हे बघ, एक प्रकाशवर्ष अंतर म्हणजे काय हे त्याकरिता समजण्यास हवे. एखादी वस्तू किंवा एखादे सिग्नल ज्यावेळी प्रकाशाच्या गतीने प्रवास करते त्यावेळी त्या वस्तूने किंवा त्या सिग्नलने एका वर्षात म्हणजेच ८७६०तासात कापलेले अंतर म्हणजे एक प्रकाशवर्ष.आपण हे अंतर किलोमीटर्स मध्ये मांडू शकत नाही कारण की प्रकाशाची गती १,०७,९२,५२८४९किलोमीटर प्रतितास एवढी प्रचंड आहे. आता आपल्या सिग्नलचा विचार करू जाता आपण असे म्हणू शकतो की आपण जे सिग्नल पाठविले आहे ते प्रकाशाच्या गतीपेक्षा हजारपट अधिक गतीने प्रवास करते आहे म्हणजेच एक प्रकाशवर्ष अन्तर कापण्यास आपल्या सिग्नलला ८.७६तास लागतील. पण आपल्या सूर्यमालेपासून सगळयात जवळ असलेला तारा म्हणजेच अल्फा सेन्टॉरी हा पृथ्वीपासून ४.२प्रकाशवर्ष दूर आहे.त्यामुळे आपले सिग्नल अल्फा सेन्टॉरी पर्यंत पोचण्यास जवळ जवळ ३६तास लागतील. त्यामुळे तू अंदाज बांधू शकते की समजा अल्फा सेन्टॉरीच्या एखाद्या ग्रहावर बुद्धिमान जीवसृष्टी असेल तर त्यांना आपले सिग्नल ३६ तासांनी मिळेल. ते जर आपला संदेश उलगडू शकले, आणि समजू शकले की तो संदेश कुठून आला आहे तर ते आपणास प्रतिसाद देऊ शकतील.तरीही सगळया समविषम परिस्थितींचा विचार करता आपण त्यांच्यातर्फे प्रतिसादाची अपेक्षा ७२ ते ९० तासात ठेऊ शकतो. हा विचार खरे पाहता फारच आशादायी आहे.शिवाय त्यांच्याकडे आपल्या

सिग्नलच्याच गतीने संदेश पाठविण्याची यंत्रणा असावयास हवी. जर त्यांचाकडे आपल्यापेक्षाही अधिक गतीने संदेश पाठविण्याची यंत्रणा असेल तर कदाचित आपण त्याआधीही त्यांचा प्रतिसाद मिळण्याची आशा करू शकतो. त्यामुळेच आपल्याला वाट पाहण्याशिवाय काहीच पर्याय नाही."

त्यांच्या अपेक्षेचा ७२तासांचा कालावधी निघून गेला, परंतु त्यांना कुठलाही प्रतिसाद मिळाला नाही. सौरभ शिरीन, आणि त्यांची टीम एखाद्या अतिबुद्धिमान संस्कृतीकडून त्यांच्या संदेशास प्रतिसाद मिळेल याची अतिशय आतुरतेने वाट पाहत होते.एक महिना उलटून गेला परंतु काहीही घडले नाही.

"सौरभ, मला अतिशय निराशा आलीय. मला आपल्या या प्रोजेक्टकडून बऱ्याच अपेक्षा होत्या.पण आपल्याला त्यामधून अजून काहीही मिळालं नाही."शिरीन उदास स्वराने बोलली.

"शिरीन,असा धीर सोडू नकोस.प्रत्येक नवीन शोध किंवा नवीन गोष्टी अशाच सहज घडत नाहीत. प्रयत्नाची पराकाष्ठा करावी लागते तेंव्हाच यशापर्यंत पोहचता येते." सौरभ तिला मृदू स्वरात समजावीत म्हणाला.

सौरभ आणि शिरीनने त्यांच्या संदेश प्रक्षेपण यंत्रणेच्या सगळया बारीक सारीक बाबी तपासल्या. त्यांना त्यामध्ये कुठेही काहीच चुकीचे आढळले नाही. प्रत्येक प्रणाली व्यवस्थितरीत्या कार्यरत होती. त्यांच्या अपेक्षेप्रमाणे अतिप्रगत संस्कृतीकडून कुठलाही प्रतिसाद त्यांना मिळाला नव्हता.

****

"श्रीविष्णू, निलम ग्रहावरून आपल्यास संदेश प्राप्त झाला आहे. संदेश इंग्रजीत आणि संस्कृत मध्ये आहे. त्याचबरोबर त्या संदेशामध्ये ॐकाराची स्पंदनं देखील आहेत .संदेशाबाबतीत माझ्यासाठी काय सूचना आहेत?" संदेश आणि इतर दळवळणप्रमुख मरुतने विष्णूंना समाचार दिला आणि विचारणा केली. सौरभ आणि शिरीनने प्रक्षेपित केलेला संदेश काही दिवसांच्या अवधीनंतर विष्णूलोकात पोहचला होता.संदेश अतिशय स्पष्ट आणि सुस्थितीत होता.त्यामध्ये कुठेच काहीही दोष नव्हता.विष्णूंना सौरभ आणि शिरीनने संदेश प्रक्षेपणात प्राप्त केलेल्या यशाबद्दल त्यांचे कौतुक वाटले, पण त्यांना एवढ्या लवकर प्रतिसाद देण्याची विष्णूंची इच्छा नव्हती.त्यामुळे त्यांनी मरुतला काहीही नं करता निलम वरून आणखी काही संदेश आल्यास कळविण्याच्या सूचना दिल्या.विष्णूलोकातील संदेश

दळवळण पृथ्वीच्या तुलनेत अतिजलद होते.त्यांनी विचारांच्या गतीने संदेश वहनाचे तंत्र विकसित केले होते त्याकरिता त्यांनी अतिजलद प्रक्षेपण तंत्रासोबत किरणशलाका तंत्राचा वापर केलेला होता.त्यांच्या संदेश प्रक्षेपण आणि वहनाचा वेग पृथ्वीवरील सौरभ आणि शिरीन ने नुकत्याच विकसित केलेल्या नूतन प्रणालीच्या तुलनेत अतुलनीय होता.विष्णूंना सौरभ आणि शिरीनच्या संयमाची परीक्षा घ्यायची होती. त्या दोघांमध्ये त्यांनी दिलेले कार्य पूर्ण करण्यासाठी आवश्यक असलेली परिपक्वता आलेली आहे की नाही, हे त्यांना बघायचे होते.

पृथ्वीवरील वेगाने वाढणारी लोकसंख्या हे विष्णूंच्या चिंतेचे मुख्य कारण होते.मानवांचे लोकसंख्या नियोजनाकडे पूर्ण दुर्लक्ष्य झाले होते.ते पृथ्वीचे नैसर्गिक स्त्रोत ज्या वेगाने आणि अविचारीपणे संपवीत सुटले होते, त्यावरून हे स्पष्ट दिसत होते की सर्व स्त्रोत संपण्यास फारच कमी कालावधी उरला होता.भूगर्भातून लोह, मँगनिझ, तांबे, सुवर्ण आणि रौप्य इत्यादि मौल्यवान धातू मानव अविचाराने काढत सुटला होता. त्याला त्याधातूंचा पृथ्वीच्या चुंबकीय क्षेत्राशी संबंध आहे याचेही भान उरले नव्हते.विष्णूंना त्याच गोष्टीची चिंता होती की पृथ्वीचे चुंबकीय क्षेत्र जर बाधित झाले तर मानववंशाचा अंत होऊ शकणार होता.त्याकरिता सौरभ आणि शिरीन ने पुढाकार घेऊन पृथ्वीचा विनाश टाळण्याच्या हालचाली कराव्यात असे त्यांच्या मनात होते. त्यांना हे देखील पक्के ठाऊक होते की ही गोष्ट त्या दोघांकरिता अजिबात सोपी नव्हती. विष्णूंना या गोष्टीची कल्पना होती की अशा अनेक गोष्टी आणि परिस्थिती उद्भवू शकतात ज्यामुळे त्या दोघांना त्यांच्या ध्येयापर्यंत पोचणे अवघड जाईल.

त्याकरिता त्यांनी दुसरी योजना अमलात आणण्याचे ठरविले.

****

प्रकरण ८

शुक्रवारची संध्याकाळ होती. सौरभ आणि शिरीन त्यांचे इस्रोतले काम संपवून एयरपोर्ट कडे निघाले होते.बऱ्याच दिवसात त्यांची रजतशी भेट झालेली नसल्याने त्यांनी दोघांनी दिल्लीस जाण्याचे ठरविले होते. संध्याकाळची फ्लाईट पकडण्याच्या दृष्टीने त्यांनी त्यादिवशी वेळेआधीच ऑफिस सोडले होते. सौरभचे लक्ष गाडी चालविण्याकडे होते. धुवाधार पाऊस सुरु होता. शिरीन खिडकीच्या काचेतून बाहेरील पावसाचा आनंद घेत होती.बरीच प्रतीक्षा केल्यावर हवामान तज्ञांच्या अंदाजानुसार मॉन्सून बरसत होता.त्यामुळे शिरीन पावसाळी वातावरणाचा आनंद लुटण्यात मग्न होती.

"सौरभ, नासातील शास्त्रज्ञांनी अंतराळातील दूरवर स्थित असलेल्या अतिप्रगत संस्कृतीशी संपर्क साधण्याच्या दृष्टीने हालचाली केल्या असतील. त्यांचा ताजा अहवाल काय आहे, याबद्दल काही माहिती मिळते काय ते आपण बघावयास हवे."

"काही हरकत नाही.माझा एक जुना मित्र नासामध्ये आहे. त्याला आपण सकाळीच कॉल करून त्या बाबतीत काही नवीन बातमी आहे काय ते विचारू."-सौरभ

"उद्या नको.उद्या आपण रजत आणि राजश्री सोबत व्यस्त असू. विकेंडला मला पुन्हा कामात गुंतायचं नाही आहे."-शिरीन.

"ओके तू म्हणतेस तेही बरोबर आहे. पण अगदी सकाळी त्याला कॉल केला तर तो देखील आपल्याशी बोलण्यास मोकळा असेल." सौरभने सुचविले.

ते एयरपोर्टला पोचले आणि संध्याकाळची फ्लाईट पकडून दिल्लीस गेले. रजत आणि राजश्री त्या दोघांच्या स्वागताकरिता नवी दिल्लीच्या इंदिरा गांधी आंतर्राष्ट्रीय विमानतळावर आले होते. सौरभ आणि शिरीनला विमानतळाच्या अरायव्हल गेट मधून बाहेर निघताना पाहून राजश्री आणि रजतने आनंदाने हात हलवून त्यांचे लक्ष वेधले.आपल्या लाडक्या भावास पाहून शिरीन धावतच त्याच्या कडे गेली आणि तिने आनंदाने त्याला मिठी मारली.

" दादा,तुझं एम.आय.एस.काय म्हणतंय? कुठल्या नवीन कामात गुंतला आहेस?" शिरीनने उत्साही स्वरात विचारले.

" शिरीन, अगं नवीन कामच आहे नं. मी तुम्हा दोघांना येत्या तीन दिवसांसाठी नजरकैद करण्याकरिता आलो आहे. ते बघ तुमचं पकड

वॉरंट." त्याने राजश्रीकडे कटाक्ष टाकीत डोळे मिचकाविले.ते दोघं ज्यावेळी हसून बोलत होते त्याचं वेळी सौरभ त्यांच्या बॅग्ज घेऊन तिथे पोचला. त्याच्या कानावर फक्त पकड वॉरंट हा शब्द पडला.त्याने हसून विचारले,

"रजत,राजश्री कसे आहात? आणि कोणाला पकडण्यासाठी वॉरंट आणलंय?"

"ते एक टॉप सिक्रेट आहे इथे सर्व लोकांसमोर मी ते सांगू शकत नाही." रजत ने शिरीन आणि राजश्री कडे कटाक्ष टाकीत ओठावर तर्जनी ठेवली. ते सगळे हास्य विनोद करीत रजतच्या घरी पोचले.शिरीनला तिचा लाडका भाऊ आणि वाहिनी भेटल्यामुळे ती फारच आनंदात होती. ती एखाद्या चिमणी सारखी चिवचिवत होती.उत्साहपूर्ण वातावरणात त्यांनी जेवण घेतले.

" सौरभ, तुमचं *ब्रदरहूड नेक्स्ट डोर* कसं चाललंय? अंतराळातील एखाद्या असामान्य बुद्धिमत्ता असलेल्या एलियन ने माझ्या हुश्शार बहिणीशी संपर्क वगैरे केला की नाही अजून?" रजतने हसत हसत विचारले. रजत मस्करीच्या मूडमध्ये होता.

"अरे दादा, आम्ही इथे तुझ्या किंवा आमच्या ऑफिसच्या गोष्टींवर चर्चा करायला आलो नाही आहे.त्यामुळे वर्तमानातील आनंदाचे क्षण एन्जॉय कर नं. बरं, अनन्या आणि आकांक्ष कसे आहेत? त्यांना भेटण्याची माझी खूप इच्छा होती पण यावेळी आमच्या धावत्या भेटीमध्ये काही ते शक्य होणार नाही असं दिसतंय." शिरीन ने त्यांच्या बोलण्याचा रोख बदलण्याचा प्रयत्न केला.पण सौरभ आणि रजत दोघेही मस्करीच्या मूड मध्ये होते. रजतच्या प्रश्नावर सौरभ हसत बोलला,

"अरे दुर्दैवाने अजून तरी कोणीही संपर्क केलेला नाही आहे.मला असं वाटायला लागलंय की शिरीनच्या अगाध बुद्धीमत्तेमुळे हुशार एलियन्स देखील संपर्क करण्यास कचरत असावेत.मला तर आता काळजी वाटत्येय की असंच जर सुरु राहिलं तर आमचा प्रोजेक्ट अर्ध्यातच गुंडाळण्याची वेळ नं येवो."

"सौरभ, रजत, तुम्ही माझी अशीच चेष्टा करणार असलात तर मी इथून जातेच कशी.मला तशीही झोप आली आहेच." शिरीन उठण्याचा आव आणत फुरंगटून म्हणाली.राजश्रीने तिचा हात धरला आणि तिला उठण्यापासून रोखले.

"सौरभ, रजत, आता पुरे हं. तिच्या संयमाची परीक्षा पाहू नका.मी तुम्हाला बजावत्येय." राजश्री हस्तक्षेप करीत बोलली. त्यांनी सर्वांनी त्यांचे जेवण हसत खेळत हलक्या फुलक्या वातावरणात एन्जॉय केले.

शिरीन आणि राजश्री किचन आवरीत होत्या आणि सौरभ व रजत बाल्कनीत गप्पा मारीत बसले होते.सौरभने त्याला त्यांनी साध्य केलेल्या सिग्नलची गती वाढविण्याच्या यशाबद्दल सविस्तर सांगितले.त्यांनी अज्ञातांच्या शोधात अनंत अंतराळात पाठविलेल्या संदेशाविषयी देखील सौरभने रजतला माहिती दिली. ती बाब किती गोपनीय आहे याचीदेखील त्याने त्याला कल्पना दिली.

"रजत, आम्ही सगळेच त्यांच्याकडून काहीतरी प्रतिसाद येईल याची आतुरतेने वाट पाहत आहोत."सौरभने आकाशाकडे अंगुलीनिर्देश करीत सांगितले.

"मला पक्की खात्री आहे की आमचे सिग्नल आपली सूर्यमाला ओलांडून अनोळखी जगात कधीचेच पोहचले असेल." सौरभ पुढे बोलला.

"सौरभ, हे बघ तुम्ही जे केलंय ते एक वेगळेच आणि असामान्य साहस आहे. मी त्याचा उल्लेख साहस असा केला कारण की तुम्ही प्रकाशाच्या गतीपेक्षा इतक्या अधिक गतीने सिग्नल पाठविण्यात जे यश संपादन केले आहे ते यापूर्वी किंवा अजूनही आपल्या जगात कोणालाही शक्य झालेले नाही. सिग्नलची गती एवढी वाढविल्यामुळेच तुम्हाला अज्ञात पण अत्याधुनिक संस्कृतीकडून प्रतिसादाची अपेक्षा आहे. परंतु हे ही लक्षात घे की जर तुम्ही प्रक्षेपित केलेल्या संदेशाचे सिग्नल एखाद्या अतिप्रगत पण विस्तारवादी संस्कृतीच्या बुद्धिवान जीवांना पोहचले असेल तर तुम्ही कदाचित एखाद्या मोठ्या संकटास आमंत्रण दिले आहे. जर अशा अतिहुशार आणि अतिप्रगत लोकांची सगळे ब्रम्हांड काबीज करण्याची मनीषा असेल तर काय होईल? बरे ते जाऊ दे.मला पक्की खात्री वाटते की तुम्हाला प्रतिसाद नक्कीच मिळेल. आपण सगळे चांगलेच घडेल अशीच आशा करूयात. फक्त थोडा धीर धरा. एवढ्या मोठ्या आणि अघटीत गोष्टीकरिता संयमाने वाट तर पहावीच लागेल नं?" रजत प्रेमळ स्वरात सौरभला समजावीत म्हणाला.सौरभ त्याचे बोलणे शांतपणे ऐकत होता. त्याला असे वाटले की रजत खरेच किती मुद्देसूद आणि सत्य सांगत होता.त्याला त्याच्या परिपक्वतेचे कौतुक वाटले. सौरभ तसाही आठवड्याच्या सततच्या कामाने थकला होता. आणि रजतशी मनमोकळ्या गप्पा केल्यावर त्याला हलके वाटत होते. मनावरील ताण उतरल्यामुळे त्याला लगेचच झोप यायला लागली.

"मला तुझे म्हणणे पटते आहे, पण आपण त्यावर उद्याच बोलू .मला खूपच झोप येतेय." सौरभ जांभई देत बोलला.

“ अरे, खरंच बोलण्याच्या नादात लक्षातच नाही आलं, बराच उशीर झाला आहे. तू जाऊन झोप. चल, गुड नाईट.” रजतने त्याला बेडरुमच्या दारापर्यंत सोडले आणि त्याचा निरोप घेतला.

****

सौरभ गाढ झोपेत होता परंतु त्याच्या अंतर्मनात त्यांनी अज्ञात संस्कृतीच्या दिशेने पाठविलेल्या संदेशाचे विचार एखाद्या प्रचंड मोठ्या भोवऱ्यासारखे गिरकी घेत होते. त्याचं अंतर्मन आणि बुद्धी त्याच्या जड शरीरापासून अलग झाले आणि त्यांनी त्याच्या विचारांच्या गाभ्यात प्रवेश केला.तिथे जाऊन ते त्यांच्या अस्तित्वामागील सत्याचा शोध घेऊ लागले. ज्यावेळी एखादा व्यक्ती त्याच्या भावनांच्या सागरात गोते खात असतो त्यावेळी त्याचे अंतर्मन आणि बुद्धी त्याच्या विचारांच्या लाटांवर स्वार होऊन समस्यांचे समाधान शोधण्यात मग्न असतात.हे सगळे आपल्या नकळत घडत असते.त्यामुळेच आपल्यास बरेचदा असे आढळून येते की आपल्यास पडलेल्या अगम्य आणि गूढ प्रश्नांची उत्तरे आपल्या स्वप्नात येऊन आपणास सत्याचा मार्ग दाखवितात.
रात्रीचे तीन वाजले होते आणि सौरभ गाढ निद्रेत असतांना त्याच्या डोळयापुढे त्यास नेहमी दिसणारे गूढ स्वप्न तरळू लागले.......

तो एका अत्यंत आधुनिक इमारतीसमोर उभा होता. त्या इमारतीचा बाह्य पृष्ठभाग चंदेरी आणि मोरपंखी रंगांचा अतिशय सुंदर मिलाफ होता. इमारतीचा बहुतांश भाग चंदेरी चमकदार काचेसारख्या तावदानानी व्यापलेला होता. ती तावदाने सर्वसाधारण काचेची वाटत नव्हती. सकाळच्या उन्हाची मनमोहक चमक त्यावरून परावर्तीत होत होती.ती दोनशेहून अधिक मजल्यांची गगनचुंबी इमारत असावी असा त्याच्या मनात विचार आला.त्या इमारतीचा शेंडा, किंवा सगळयात वरचा भाग ढगात लुप्त झाल्याने तो ज्याठिकाणी उभा होता तिथून दिसत नव्हता.त्याने एका भव्य काचेच्या सरकत्या प्रवेशद्वारातून इमारतीत प्रवेश केला. दुसऱ्याच क्षणी तो एका एलिव्हेटरच्या आत होता.ते एलिव्हेटर पारदर्शक काचेच्या एका भव्य कॅप्सूलप्रमाणे होते.त्याने कुठल्याही मजल्याचे बटन दाबले नाही तरीही ते एलिव्हेटर तो आत शिरल्यावर लगेच सुरु झाले आणि अतिशय वेगाने जाऊन काही सेकंदातच थांबले. क्षणातच त्याचे स्वयंचलित दार उघडले. सौरभ बाहेर पडून पाहतो तर

काय तो सगळयात वरच्या मजल्यावर होता. तेथे एका भव्य दालनामध्ये एक सभा भरलेली होती.ते त्याला स्वप्नात दिसणारे नेहमीचेच दृष्य होते.

त्या सभेतील लोकांचे काय सुरु आहे ते सौरभला नीट कळत नव्हते. तो त्या दालनामध्ये त्यांच्या मिटिंगच्या टेबलासमोर उभा राहून त्यांच्यातील अध्यक्षस्थानी बसलेल्या तेजस्वी आणि शांत मुद्रेच्या व्यक्तीचे त्याच्याकडे केंव्हा लक्ष जाते याची वाट पाहत होता.

त्या तेजस्वी व्यक्तीने मिटिंगमधील एका सदस्यास तो जे काही सांगत होता,ते विस्ताराने सादर करण्याची सूचना केली. ज्या व्यक्तीस अध्यक्षांनी सूचना केली होती, तो व्यक्ती टेबलच्या मोकळया भागाकडे गेला आणि त्याने टेबलवरील काही स्विचेस त्याच्या लांबसडक निमुळत्या बोटांनी हलकेच दाबली.अचानक एक मोठा अंतर्वक्र आकाराचा कॉम्प्युटर सारखा स्क्रीन टेबलच्या मोकळया भागात दिसू लागला.टेबलवरील दुसरे एक स्वीच त्याने दाबताच त्या स्क्रीनवर एक थ्री डायमेंशनल व्हिडियो सुरु झाला.त्याबरोबर आजूबाजूचा प्रकाश हळूहळू मंदावला. त्यामुळे त्या स्क्रीनवरील व्हिडियो पाहणाऱ्यांना असे वाटत होते की ते सर्व त्यामधील दृष्ये अवकाशातून पाहत आहेत.

सौरभ ती दृष्ये पाहून थक्क झाला.ते पृथ्वीचेच चित्रण होते. पृथ्वी तिच्या आसाभोवती मंद गतीने फिरत होती. त्याचबरोबर ती लंब गोलाकार मार्गाने सूर्याभोवती प्रदक्षिणा घालताना दिसत होती.एकाएकी कॅमेरा झूम केल्याप्रमाणे पृथ्वी अधिक मोठी आणि स्पष्ट दिसू लागली.वातावरणातील ढगांचा हलकासा थर पृथ्वीभोवती दिसत होता. अचानक दृश्य आणखी झूम केल्या गेले आणि आता एका मोठ्या शहरातील माणसांची गर्दी रस्त्यावर दिसू लागली.सौरभने ते शहर लगेच ओळखले कारण लोकांच्या गर्दीच्या पार्श्व भूमीवर एक मोठा पूल दिसत होता. ते कोलकाता शहरातील दृष्य होते. सर्वच लोक घाईगर्दीने भर भर चालतांना दिसत होते. सकाळची वेळ असल्याने सगळयांनाच आपापल्या ऑफिसेस मध्ये जाण्याची घाई दिसत होती. अचानक एक मोठे विमान दृश्यात दिसू लागले. त्याच्या शेपटाकडील भागातून दाट काळा धूर निघत होता. ते विमान जबरदस्त वेगाने आकाशातून जमिनीकडे सूर मारल्यासारखे गर्दीमध्ये शिरले. सगळीकडे गोंधळाचे आणि भयंकर दहशतीचे वातावरण तयार झाले होते. तेवढ्यात त्या विमानाचा मोठा स्फोट होऊन त्याचे शेपूट वेगळे झाले आणि त्याच्या पंखांचे तुकडे होऊन इतस्तः भयानक वेगाने उडत होते.काय होतंय ते कोणासही कळत नव्हते. विमानाच्या

अवशेषापासून वाचण्यासाठी गांगरलेले लोक वेडेवाकडे वाट मिळेल त्या दिशेला धावत होते.

ते दृष्य विरून दुसरे दृष्य स्क्रीनवर अवतरले.पृथ्वीची गती अधिकच मंदावलेली जाणवत होती. सूर्यप्रकाश अतिशय दाहक आणि नेत्रदिपक वाटत होता.दृष्याचा फोकस सूर्याकडे सरकला. सूर्याच्या जळत्या पृष्ठभागातून प्रचंड मोठ्या राक्षसी ज्वाला बाहेर पडून पृथ्वीच्या दिशेने झेपावत होत्या.

पुन्हा दृष्य पृथ्वीकडे वळले. एका दाट जंगलाला वणव्याने घेरले होते. चहुबाजूनी पसरत चाललेल्या वणव्याने जंगली श्वापदे भेदरून वाट फुटेल तिकडे पळत सुटली होती.त्यातील बरेच प्राणी आगीच्या भक्ष्यस्थानी पडतांना दिसत होते.ते दृश्य आफ्रिकेच्या जंगलातील असावे. सौरभच्या मनात विचार आला.

पुढल्या क्षणी दृष्याचा फोकस न्यूयॉर्क शहरावर केंद्रित झाला. स्वातंत्र्यदेवतेचा पुतळा स्पष्ट दिसत होता.तो मॅनहटन भागातील एक भर गर्दीचा रस्ता होता.सर्व लोक त्यांच्या नित्याच्या घाईने कामावर जाण्याकरिता निघालेले दिसत होते. ती वसंतातील रम्य सकाळची वेळ होती.अचानक सूर्याची दाहकता वाढल्याने जमावातील लोक आश्चर्याने सूर्याकडे बघू लागले. आधीचा आल्हाददायक वाटणारा सूर्य आता आग ओकीत होता.त्याची उष्णता असह्य झाली होती.गर्दीतील एक वयस्क स्त्री अचानक वेदनेने किंचाळली.तिची त्वचा सूर्यप्रकाशाच्या दाहकतेने भाजून त्यावर मोठाले फोड येण्यास सुरुवात झाली होती.गर्दीतील स्त्रिया आणि पुरुष वेदनांनी किंचाळत वाट मिळेल त्या दिशेने सावलीच्या शोधात वेडे वाकडे धावत सुटले. वाहतुकीच्या रस्त्यावर गोंधळाचे वातावरण झाले. गर्दीतील वाहनांच्या चालकांना रस्त्यावरून आडव्या पळणाऱ्या लोकांना वाचविण्यासाठी ब्रेकचा वापर करावा लागला.असे अचानक ब्रेक लागल्याने मागील वाहने पुढील वाहनांवर धडकली आणि गोंधळ आणखीच वाढला.अनेक वाहने एकमेकांवर आदळली.त्यामध्ये भरीस भर म्हणून एका वाहनाने पेट घेतला आणि आगीने आपले रौद्र तांडव सुरु केले.रम्य सकाळचे एका भयानक स्वप्नात रुपांतर होऊन परिस्थिती नियंत्रणाबाहेर गेली.

पुढील दृष्य अंटार्क्टीका वरील असल्याचे सौरभने ओळखले.बर्फाचे मोठाले कडे सूर्याच्या प्रलयंकारी उष्णतेने वितळून एकमेकांपासून मोकळे होत ढासळत होते. प्रचंड मोठ्या आकारमानाचा बर्फ कडा समुद्रात कोसळयाने

तीस ते चाळीस फूटउंचीच्या जीवघेण्या लाटा उसळण्यास सुरुवात झालेली होती.
ते सगळे पाहून सौरभ जागच्या जागीच भीतीने थिजला.ती अतिशय प्रलयंकारी परिस्थिती होती. एका हॉलीवूड पटातील प्रलयाच्या दृष्यांचे त्याला स्मरण झाले.
“अरे देवा!” तो भीतीने स्वतःशीच पुटपुटला. तो ताबडतोब पुढे सरकला आणि त्या सभेचे अध्यक्षपद भूषविणाऱ्या तेजस्वी पण शांत मुद्रेच्या व्यक्तीस हाताने खुणावू लागला. परंतु त्याने सौरभकडे दुर्लक्ष करीत व्हिडियो दाखविणाऱ्या व्यक्तीस विचारणा केली.
“देवेंद्र, तू दाखविलेले पृथ्वीवरील परिस्थितीचे चित्रण फारच विदारक आहे. मला एक सांग, तो प्रलयकारी दिवस येण्यास अजून किती अवधी उरला आहे?”
“श्री विष्णू, पृथ्वीची अतिशय वेगाने त्यादिशेने वाटचाल सुरु आहे. ती महाप्रलयाची स्थिती अगदी थोड्याच अवधीत उद्भवू शकेल. फक्त काही सौर मासांचा अवधी पृथ्वीवासीयांच्या हातात उरला आहे. यामागील प्रमुख कारण म्हणजे पृथ्वीवरील वाढत चाललेली दैत्यप्रवृत्तींची भयावह लोकसंख्या.पृथ्वीवरील मानव आणि दैत्यप्रवृत्तींचे लोक तिचे अमर्याद शोषण करीत आहेत.निसर्गातील सर्व स्त्रोतांचे ते लोक एखाद्या भस्मासुरासारखे भक्षण करीत सुटले आहेत. पृथ्वीवरील खनिजे आणि नैसर्गिक तेलांचा साठा ते इतक्या वेगाने खणून काढीत आहेत की, त्यामुळे पृथ्वी आतून पोकळ होत चालली आहे याचेही त्यांना भान उरलेले नाही.त्यांच्या या कृतीमुळे पृथ्वीची अपरिमित आणि कधीही भरून नं निघणारी हानी होते आहे याकडे त्यांचे संपूर्ण दुर्लक्ष्य झालेले आहे. त्यांची हीच कृती मानवजातीच्या समूळ विनाशास कारणीभूत होणार आहे याची त्यांना जराही जाणीव उरलेली नाही.” देवेंद्राच्या स्वरात विषाद होता.
“देवेंद्र, या सगळ्यावर आपल्याला काहीतरी उपाय शोधावा लागेल. तेथील काही खंडांतील लोकसंख्येचे आपल्याला नियोजन करावे लागेल.त्यादृष्टीने काही योजना करता येते का ते बघा.”
“ठीक आहे श्रीविष्णू. मी त्यादिशेने त्वरित हालचाली करतो.” देवेंद्र उत्तरला.
“ तेच योग्य ठरेल. मी देखील आम्हा त्रिमूर्तींपैकी इतर दोघांशी याबाबतीत सखोल चर्चा करतो. त्यानंतरच आपल्याला काही ठोस उपाययोजना ठरविता येईल.त्रिमुर्तींच्या एकमतानंतर काही निर्णय घेता येईल. असो, तू निलम ग्रहाचे एक स्पष्ट आणि परखड असे भविष्य चित्रण सादर केलेस. तू

केलेले सादरीकरण सर्वसमावेशक आणि अतिशय उत्तम होते.त्यामधून निलम ग्रहावर किती विदारक परिस्थिती येऊ शकते याची संपूर्ण कल्पना आली. याठिकाणी आपली सभा संपन्न झाल्याचे मी जाहीर करतो.यानंतर आपली पुढील सभा आमच्या भेटीनंतरच होईल." विष्णूंनी सभा समाप्तीची घोषणा केली. ते आपल्या आसनावरून उभे राहिले आणि इतर सर्वांनी उभे राहून त्यांना अभिवादन करीत त्यांचा निरोप घेत सभागृह सोडले. सौरभने विचार केला की त्यांच्याशी संवाद साधण्याची हीच योग्य संधी आहे. तो त्यांच्या दिशेने पुढे झाला. आणि अजिबात वेळ नं घालविता त्याने त्यांना विचारणा केली.

"हे कोणते ठिकाण आहे? मी याठिकाणी कसा काय आलो?आपण कोण आहात? आणि पृथ्वीवर कोणते अरिष्ट येणार आहे?"

"शांत हो बाळ. तू एकाचवेळी अनेक प्रश्न विचारीत आहेस.मला हे माहित आहे की तू या सगळ्या गोष्टींमुळे गोंधळून गेला आहेस.आम्ही निलम ग्रहाच्या म्हणजेच तुमच्या पृथ्वीच्या भविष्याबद्दल चर्चा करीत होतो. तू येथे सूक्ष्म देहाने आला आहेस. या ठिकाणाचा , या ग्रहाचा मी प्रमुख आहे. मला विष्णू या नावाने ओळखतात.मी साऱ्या ब्रम्हांडाचा पालक असून मी मानव जातीच्या कल्याणासाठी कार्य करीत असतो. हं आणखी ऐक, आम्ही तुमच्या पृथ्वीस जिव्हाळयाने निलम असे संबोधतो. हे आमचे नेहमीचे सभेचे स्थळ आहे. तू देखील मुळचा इथलाच आहेस म्हणूनच तू सूक्ष्म देहाने येथे येऊ शकलास. माझे बोलणे ऐकून तुझा गोंधळ होणे स्वाभाविक आहे. पण गोंधळू नकोस. पृथ्वीची जी दशा तू मघाशी त्या भविष्य दृष्टांतात बघितलीस ती परिस्थिती अतिशय वेगाने पृथ्वीच्या दिशेने येत आहे. स्वतःच्या शक्तीने बेफिकीर व अतिशय बेमुर्वत झालेल्या मानवांना संवेदनशीलतेचा विसर पडल्याने ती परिस्थिती उद्भवणार आहे. वेळ अतिशय थोडा आहे. वेळेत जर योग्य पावले उचलली गेलीत तरच ते अरिष्ट टाळणे शक्य होईल, अन्यथा मानवजातीचा सर्वनाश अटळ आहे. तुलाच त्या दृष्टीने योग्य प्रयत्न करावे लागणार आहेत. तूच त्या अरीष्टापासून पृथ्वीचे संरक्षण करू शकशील........" विष्णू गंभीरपणे उत्तरले. सौरभचा त्याच्या कानांवर विश्वासच बसत नव्हता.त्याला असे वाटत होते की त्याच्यासारखा एक सर्वसामान्य शास्त्रज्ञ पृथ्वीवरील परिस्थिती कशी काय बदलू शकणार होता?त्याच्याकडे कुठलेही राजकीय बळ नव्हते की त्याचा सद्य परिस्थितीवर एवढा प्रभावही नव्हता. असे असतांना तो एवढे मोठे कार्य कसे काय करू शकणार होता? त्याने चाचरत्या शब्दात विष्णूंना विचारले,

“आदरणीय श्रीविष्णू, आपणास हे नक्कीच ज्ञात आहे की मी कोण आहे. अशा परिस्थितीत पृथ्वीचे भविष्य बदलविणे मला कसे काय शक्य होईल?”
विष्णूंनी त्यांच्या नेहमीच्या मनमोहक स्मितहास्य मुद्रेने त्याच्याकडे बघितले आणि त्याला धीर देत त्याच्या पाठीवर थोपटत उत्तरले,
“हे बघ बाळ, तुमच्या देशाचे सध्याचे पंतप्रधान हे देशाच्या इतिहासातील सर्वात प्रभावशाली आणि प्रतिभाशाली व्यक्ती आहेत.तेच परिस्थितीनुसार सर्व गोष्टी योग्य दिशेने वळवू शकतात. आम्हीच त्यांना आर्यावर्ताची, तुमच्या भारताची परिस्थिती सुधारण्याकरिता पाठविलेले आहे.तुला एवढेच करावयाचे आहे की तू त्यांची त्वरित भेट घे. त्यांना तू प्रकाशाच्या गतीपेक्षा अधिक गतीने संदेश पाठविण्यात तुला मिळालेल्या यशासंबंधी सांग. मग बाकी सगळ्या गोष्टी योग्य दिशेने परिस्थितीनुसार वाटचाल करू लागतील. दूर वरील अंतराळातील अज्ञात व अतिप्रगत संस्कृतीशी संपर्क साधण्याची तुझी दुर्दम्य जिद्द पाहून मला आनंद वाटतो आहे.हीच जिद्द कायम ठेव. तुला यश नक्कीच मिळेल.”
“आदरणीय श्रीविष्णू,मी पाठविलेल्या संदेशास अतिप्रगत संस्कृतीतील लोकांकडून प्रतिसाद केंव्हा मिळेल या विचारांनी मी व्याकूळ झालो आहे.आपण हे सांगू शकाल कां की आम्ही पाठविलेले संदेशाचे सिग्नल कोणातरी असामान्य बुद्धिवान संस्कृतीस मिळाले आहे?” एखादा लहान मुलगा त्याच्या वडिलांना ज्या निरागसतेने विचारतो त्या भावनेने सौरभने विष्णूंना विचारणा केली. विष्णूंनी त्याच्याकडे बघत मोहक हास्य केले. सौरभ त्यांना पुढे काही विचारण्या आधी आणि पुढे काय होते आहे हे समजण्याआधी त्याच्या नजरेसमोरील दृश्य बदलले आणि एखादी अज्ञात शक्ती त्याला तेथून ओढत नेत आहे असे त्याला जाणवले आणि तो अचानक खडबडून जागा झाला.त्याने सहजच भिंतीवरील घड्याळाकडे बघितले,पहाटेचे पाच वाजले होते. तो हळूच बिछान्यातून उठला. शिरीन शांतपणे झोपली होती. तिला डिस्टर्ब नं करता तो वॉशरूम कडे गेला.

****

सौरभला रविवारची ती सकाळ अतिशय मनमोहक वाटली. रात्रभर पाऊस पडून गेला होता. सकाळच्या कोवळया सूर्यकिरणांनी ओलसर वातावरणात प्रसन्नता आणली होती. सृष्टी पावसाने न्हावून निघाल्याने

ताजीतवानी भासत होती. मातीचा हवा हवासा वाटणारा मंद सुगंध वातावरण धुंद करीत होता. सौरभने बेडरूमच्या बाल्कनीमध्ये उभे राहून हातपाय ताणून आळस झटकला, व आजुबाजूस नजर फिरविली.सकाळच्या प्रसन्न वातावरणात त्याने पहाटेचे स्वप्न आठविण्याचा प्रयत्न केला. त्याला त्याच्या स्वप्नातील एकूण एक दृष्य आठवत होते. शिरीन जागी झाली आहे कां ते पाहण्याकरिता तो बेडरूममध्ये गेला. शिरीनची बिछान्यात चुळबूळ सुरु होती.

“गुड मॉर्निंग डियर.”त्याने शिरीनच्या गुलाबी गालांवरून प्रेमाने हात फिरवीत तिला जागे करण्याचा प्रयत्न केला.शिरीन अलौकिक सौंदर्याचा नमुना होती.तिने झोपेतच कुरकुरत उत्तर दिले,

“सौरभ, प्लीज मला झोपू दे नं. तू तरी कशाला इतक्या सकाळी उठलास? आज रविवार आहे, अन् अजून नीट उजाडलं देखील नाही.” तिने अंगाभोवती पांघरून घट्ट गुंडाळले.

“अगं शिरीन, मला काही सांगायचं आहे. जाऊ दे. नंतर चहाच्या वेळेस सांगेन. मी बाहेर फिरायला जातो आहे.” सौरभ त्याचा नित्याचा फेरफटका मारण्यासाठी बाहेर निघाला. रजत देखील आधीच जागा झाला होता. सौरभला बेडरूम मधून बाहेर निघतांना पाहून त्याने सौरभला अभिवादन केले,

“गुड मॉर्निंग सौरभ, रात्री नीट झोप लागली की नाही?”

“गुड मॉर्निंग. अरे मस्त झोप झालीय. काय छान वातावरण आहे. मी फिरायला जातोय. तू येतोस कां?” सौरभ एकदम टवटवीत आणि प्रफुल्लीत दिसत होता.त्याने प्रसन्नपणे हसत उत्तर दिले.

रजत ज्या भागात राहत होता तो एक अतिशय सुंदर आणि शांत परिसर होता.ती एक ऑफिसर्सची वसाहत होती. वातावरण इतके आल्हाददायक होते की कोणीही अशा वातावरणात फिरण्यास नकार देऊ शकला नसता.

“सौरभ मला तुझ्या हुशारीचं फारच कौतुक वाटतंय. फक्त तूच योग्य अंदाज बांधलास की पृथ्वीची गती मंदावली असेल. तुझ्या डोक्यात हे कसे आले की पृथ्वीची गती कमी होऊ शकते?” रजतने उत्तेजित होत विचारले. ते दोघं सकाळच्या आल्हाददायक वातावरणात शांत आणि वर्दळ विरहित रस्त्यावर चालण्याचा आनंद घेत होते.रस्त्याच्या दोहो बाजूंनी गुलमोहोरची झाडे असल्याने रस्त्यावर गुलमोहोरच्या लाल भडक फुलांच्या पाकळयांचा सडा पडलेला होता.जणू काही लाल रंगांच्या पायघड्याच निसर्गाने त्यांच्या स्वागतासाठी पसरविल्या होत्या.

“मी पृथ्वीची गती आणि भूचुम्बकत्व यांचा बराच अभ्यास केला आहे. मी एका जर्मन अभ्यासकाचा शोध निबंध वाचला होता. त्यामध्ये त्याने एकदिवस पृथ्वी पुन्हा तिची मूळ गती प्राप्त करेल असे मत मांडले होते. कदाचित तुला माहिती नसेल म्हणून सांगतो की पृथ्वीच्या अगदी मूळच्या परिस्थितीत, काही अब्ज वर्षांपूर्वी, पृथ्वीची गती इतकी जास्त होती की त्यावेळी दिवस सहा तासांचा आणि रात्र सहा तासांची असे.कालांतराने अनेक स्थित्यांतरे घडली आणि पृथ्वीची गती ही आजच्या गतीपर्यंत येऊन पोहचली. मला त्या अभ्यासकाची कल्पना पटली नाही.परंतु मी त्याच्या अगदी विरुद्ध शक्यतेच्या दिशेने विचार केला. *असे शक्य होईल कां की पृथ्वीची गती मंदावेल?* मी पृथ्वीच्या गतीशी संबंधित बाबींचा अभ्यास करण्यास सुरुवात केली.माझ्या असे निदर्शनास आले की पृथ्वी तिच्या आसाभोवती फिरते आहे म्हणूनच आपण जिवंत आहोत.जर पृथ्वी तिच्या गतीपासून एका ठराविक मर्यादेपेक्षा अधिक कमी गतीने फिरू लागली तर पृथ्वीवरील जीवन धोक्यात येईल. पृथ्वीचे तिच्या आसाभोवती फिरणे हेच भूचुम्बकत्वाचे मुलभूत कारण आहे. तिच्या गतीतील सातत्यानेच भूचुम्बकत्व अबाधित राहण्यास मदत होते.या सिद्धांतास *डायनॅमो थियरी* असे म्हणतात. पृथ्वीच्या गाभ्यात असलेल्या द्रवरूपातील लोह आणि निकेल धातूंच्या इलेक्ट्रॉन्सच्या प्रवाहित होण्यामुळे पृथ्वीच्या गाभ्यात प्रचंड प्रमाणात विद्युत प्रवाहाची (करंटची) निर्मिती होत असते. पृथ्वीच्या सतत स्वतःच्या आसाभोवती फिरण्याने त्या द्रवरूपी लोह आणि निकेल धातूंमध्ये चुंबकत्व तयार होते. चुंबकीय क्षेत्र आणि विद्युत प्रवाह यांच्या संयोगाने पृथ्वीची गती कायम राहण्यास मदत होते. द्रवरूपातील लोह आणि निकेल सतत फिरत्या स्थितीत असल्याने त्यामध्ये चुंबकीय क्षेत्र निर्माण होऊन ते सतत अबाध्य स्थितीत राहण्यास मदत होते. असे हे चक्र एकमेकांच्या कार्यास पूरक ठरते.” सौरभने कथन केलेले भूचुम्बकत्व आणि पृथ्वीची गती याचे विवेचन रजतच्या समजण्यापलीकडले असल्याने ते त्याच्या डोक्यावरून जात होते. त्यामुळे त्याने सौरभला एकही प्रतिप्रश्न केला नाही.

“अशा रितीने पृथ्वीची गती ही तिचे चुंबकत्व कायम राखण्यासाठी अतिशय महत्वाची भूमिका बजावीत असते. भूचुम्बकत्व देखील त्याबदल्यात अतिशय महत्वाचे कार्य करीत असतेच.त्याच्यामुळे पृथ्वीभोवती संरक्षक कवच तयार होऊन ते कायम अबाधित राहते. त्या संरक्षक कवचास आपण मॅग्नेटोस्फियर असे संबोधतो. मॅग्नेटोस्फियरमुळे पृथ्वीवरील संपूर्ण जिवनाचे वैश्विक किरणांच्या घातक आणि संहारक

माऱ्यापासून रक्षण होते. त्याचप्रमाणे हे मॅग्नेटोस्फियर सूर्याच्या विद्युतभारित कणांपासून (इलेक्ट्रिकली चार्ज्ड पार्टिकल्स) आपल्या पृथ्वीवरील जीवसृष्टीचे रक्षण करते. जर का हे मॅग्नेटोस्फियर अस्तित्वात नसते तर अंतराळातील वैश्विक किरणे आणि सौर कणांनी पृथ्वीवरील वातावरणात सरळ प्रवेश केला असता आणि पृथ्वीवरील जीवसृष्टीचा समूळ नाश झाला असता." सौरभ उत्साहाने रजतला पृथ्वीविषयीच्या क्लिष्ट गोष्टी समजावीत होता. अखेर रजतने त्याला चहाची आठवण देऊन थांबविले. ते दोघं घराकडे परतत असतांना सौरभच्या मोबाईल फोनवर एका महत्वाच्या नोटिफिकेशनचा आवाज आला. सौरभने त्वरित ई मेल बघितला व त्याच्या लक्षात आले की तो एक खरोखरच अतिशय महत्वाचा मेल होता. सौरभ आणि शिरीनला दुसऱ्याच दिवशी म्हणजे सोमवारी सकाळी दहाला भारताच्या पंतप्रधानांच्या कार्यालयात एका महत्वाच्या मिटिंगला हजर रहावयाचे होते.सौरभ तो संदेश वाचून आश्चर्याने थक्क झाला.त्याला त्याच्या पहाटेच्या स्वप्नातील विष्णूंचे शब्द आठवले, *तुला ताबडतोब पंतप्रधानांची भेट घ्यावयास हवी.* सौरभच्या मुद्रेवरील गंभीर भाव पाहून रजतने विचारले,

"सौरभ, काही गंभीर गोष्ट आहे कां?"

सौरभने यांत्रिकतेने उत्तर दिले, "आम्हाला उद्यादेखील दिल्लीतच थांबावे लागणार आहे. आम्हा दोघांची पंतप्रधानांसोबत एक महत्वाची मिटिंग आहे." सौरभ आपल्याच विचारात मग्न होता.

"अरे मग ही तर अतिशय आनंदाची बातमी आहे. आम्हा दोघांना आणखी एक दिवस तुमची बहुमुल्य सोबत लाभेल." रजत आनंदाने उद्गारला.

****

प्रकरण ९

ब्रम्हा, शिव आणि विष्णू निलम वरील भरमसाट लोकसंख्या वाढीच्या समस्येवर चर्चा करीत होते. मानवांच्या विनाशाची चिंता त्यांना अस्वस्थ करीत होती.

मानव त्यांच्यावर नजीकच्या भविष्यात येऊ घातलेल्या प्रलयकारी परिस्थितीच्या बाबतीत संपूर्णपणे अनभिज्ञ होते. त्या महाप्रलयात त्यांचा समूळ नाश होणार असल्याचे त्यांच्या कानी कपाळीही नव्हते.मानवाचे लक्ष अंतराळातील तंत्रज्ञानाच्या विकासावर केंद्रित झाले होते. पृथ्वीवरील अनेक नैसर्गिक आणि मौल्यवान गोष्टींच्या ऱ्हासाकडे त्याचे दुर्लक्ष झालेले होते.त्याने निसर्गाच्या संतुलनाविषयी विचार करणे केंव्हाच सोडून दिले होते.

विष्णू त्यांच्या पारंपारिक सोनेरी चमकत्या रेशमी वेषात होते.संपूर्ण ब्रम्हान्डाच्या पालकत्वाची जबाबदारी त्यांच्या शिरावर होती. विष्णू हे ऐश्वर्य, सुख आणि संपन्नतेचे प्रतिक होते. ते नेहमीच प्रफुल्लीत आणि प्रसन्नचित्त असत. अतिशय खराब आणि अनियंत्रित परिस्थिती देखील यशस्वीपणे हाताळण्याची त्यांची ख्याती होती.ते कुठल्याही निर्णयाच्या दूरगामी परिणामांचा विचार करीत. मानव आणि इतर जिवांच्या कल्याणास प्राथमिकता देणे हाच त्यांच्या प्रत्येक मोठ्या निर्णयामागील हेतू असे.

ब्रम्हा त्यांच्या आवडत्या शुभ्रधवल निर्मळ पोषाखात होते.वयाने आणि विचारांनी परिपक्व असलेले ब्रम्हा त्यांच्या हिमधवल केशसंभारामुळे अधिकच प्रेमळ दिसत.ते त्यांच्या प्रत्येक कृत्याच्या बाबतीत नेहमीच संतुलित असत.कुठल्याही समस्येवर उत्तर शोधताना ते त्यांच्या पर्यायाचा पुनर्विचार करूनच तो सर्वांपुढे मांडीत.

शिव त्या तिघांमध्ये सगळयात वेगळे व्यक्तिमत्व होते.त्यांचा स्वभाव विष्णू आणि ब्रम्हांपेक्षा वेगळा होता. ते अतिशय शांत आणि गंभीर स्वभावाचे होते. परंतु परिस्थिती सर्वांच्या नियंत्रणाबाहेर जात आहे असे त्यांच्या निदर्शनास आले तर मात्र ते त्यांच्या संतापास लगाम घालू शकत नसत. अशा परिस्थितीत त्यांच्या रागावर नियंत्रण घालणे हे कोणास जमत नसे. त्यांना कुठल्याही भौतिक गोष्टींचे आकर्षण नव्हते. अतिशय विरक्त पद्धतीचे राहणीमान असणारे शिव सगळयाच भोगविलासापासून अलिप्त असत.

त्रिमूर्तींच्या त्यादिवशीच्या भेटीचे मूळ कारणच त्यांना पटले नव्हते.त्यादिवशी ते अतिशय उद्विग्न मनस्थितीत होते. निलमवरील मानवाच्या बेमुर्वतखोरपणामुळे त्यांचा राग अनावर झाला होता.
देवेंद्रने सादर केलेले पृथ्वीच्या विनाशाचे भविष्यचित्रण पाहून विष्णूंना काळजी वाटत होती. पृथ्वीवर येऊ घातलेल्या विनाशकारी परिस्थिती बाबत चर्चा करण्यासाठीच त्यांनी त्रिमूर्तींची सभा बोलाविली होती.विष्णूंनी सरळ विषयास हात घालीत निवेदन केले.
"तुम्हास पृथ्वीवरील गंभीर परिस्थितीची माहिती आहेच.मला असे वाटते की आता त्यावर उपाय करण्याची वेळ आलेली आहे.जरी मानव अतिशय बेजबाबदारपणे वर्तन करीत असला तरी आपणही नुसते शांत राहून बघ्याची भूमिका नाही घेऊ शकत. आपण तसे केल्यास ते दैत्यशक्तींच्या पथ्यावर पडेल. त्या स्थितीत ते मानवाचा विनाश झाल्यावर लगेचच पृथ्वीवर ताबा मिळवतील.आपण मानवजातीचा विनाश टाळण्याकरिता काहीतरी ठोस उपाय योजना ठरविण्यास हवी.आपण असे जर केले नाही तर आपली लाडकी निर्मिती नाश पावेल आणि मनोरम निलमचे नरकात रुपांतर होण्यास वेळ लागणार नाही.
आपल्यासमोर दोन महत्वाचे विषय चर्चेसाठी आहेत. पहिला आणि प्राथमिक प्राधान्याचा विषय म्हणजे, पृथ्वीवर ही परिस्थिती उद्भविण्यासाठी जबाबदार असलेली तेथे झालेली दैत्य संख्येची अचाट वाढ. दैत्यांच्या भरमसाठ संख्यावाढीमुळेच सर्व नैसर्गिक स्त्रोतांचा ऱ्हास होतो आहे. त्यांनी निसर्गाचे संतुलन बिघडविले आहे.त्यामुळेच पृथ्वीच्या सर्वसाधारण प्रणालींमध्ये बदल होण्यास सुरुवात झालेली आहे. दुसरा महत्वाचा विषय म्हणजे मानवाच्या दारात उभे ठाकलेले त्यांच्या सर्वनाशाचे संकट. या दोन्ही गंभीर समस्यांवर उपाय करण्यासंबंधी तुम्हा दोघांचे काय मत आहे?" विष्णूंनी पृथ्वीवरील संपूर्ण परिस्थिती त्यांच्यासमोर मांडली. ब्रम्हा आणि शिव त्यांचे कथन शांतपणे चित्त एकवटून ऐकत होते. मानवाच्या बेजबाबदार वर्तनाने शिव बेचैन झाला होता. विष्णूंच्या कथनानंतर त्यांच्या मिटींगमध्ये एक विचित्र शांतता पसरली.
"माझ्या मनात एक प्रस्ताव आहे." शिवाने शांततेचा भंग करीत म्हंटले. विष्णूंनी त्याच्याकडे चमकून बघितले. शिव एखाद्या अवघड आणि गंभीर विषयामध्ये चर्चा नं करता असा एकदम निष्कर्षावर पोहचणाऱ्यांपैकी नव्हता.त्याच्या मुद्रेवरील भाव दर्शवित होते की त्याचा रागरंग ठीक नव्हता. विष्णूंनी विचार केला की, जर शिवाने मांडलेल्या प्रस्तावास

ब्रम्हांनी स्विकृती दर्शविली तर त्यांना देखील तो प्रस्ताव नाईलाजाने स्विकारावाच लागेल. त्यांनी ती परिस्थिती चाणाक्षपणे हाताळण्याचे ठरविले.
"आपण कोणत्याही निष्कर्षावर पोहचण्यापूर्वी मी तुम्हाला एकूण परिस्थितीबाबत अद्यावत माहिती द्यावी म्हणतो. आपल्या मागील भेटीतील चर्चेत ठरविल्यानुसार मी विष्णूलोकातून एक युगुल पृथ्वीवरील परिस्थिती नियंत्रणात आणण्यात मदत करण्याकरिता तेथे पाठविले आहे. तेथे त्यांनी नेमून दिलेल्या कार्याच्या दिशेने वाटचाल देखील सुरु केलेली आहे. मला असे वाटते की त्यांना त्यांच्या ध्येयपूर्तीच्या दिशेने जाणे सुलभ होईल या दृष्टीने आपण काही मदत करावयास हवी." विष्णूंनी चतुरतेने चर्चेचा रोख सौरभ आणि शिरीन यांच्या कडे वळवला.
" अरे वा ! त्यांनी त्यांच्या कार्यात आजमितीस काय प्रगती केली आहे?" ब्रम्हांनी उत्साही स्वरात विचारणा केली.
"त्यांनी आपल्या संदेश प्रणालीपर्यंत पोहचण्यात यश संपादन केले आहे. अर्थात आपली या विषयावर काहीच चर्चा झालेली नसल्याने मी त्यांना अजून कुठलाही प्रतिसाद दिलेला नाही.मला तुम्हा दोघांच्या संमतीशिवाय तसा निर्णय घेणे अयोग्य वाटले." विष्णूंनी चाणाक्षपणे परिस्थिती हाताळून स्वतःच्या बाजूने वळविण्यात यश मिळविले. विष्णूंचे बोलणे ऐकून शिव बराच निवळला.पण तरीही त्याने त्याचा प्रस्ताव मांडलाच. अर्थात त्यात पूर्वीइतका जोर नव्हता.
"माझा असा प्रस्ताव आहे की जर आपण निलमवरील लोकसंख्या घटविण्यासाठी एखादा अगदी लहान म्हणजे ८ रिश्टर मापनाएवढा भूकंप चीनसारख्या अति लोकसंख्या असलेल्या देशांतर्गत घडविला,एखादा छोटा मोठा महापूर बांगलादेश मध्ये आणला, तसेच काही मध्यम लोकसंख्येच्या देशांतर्गत युद्ध घडवून आणले, तर लोकसंख्या बऱ्याच प्रमाणात नियंत्रणात येईल." त्याची विनाशक शक्ती वापरण्याची ईच्छा त्याला अस्वस्थ करीत होती.बऱ्याच काळापासून त्याने त्याची विनाशक शक्ती वापरली नव्हती.
ब्रम्हाने त्याच्याकडे विचारपूर्वक बघितले. 'शिव एका दृष्टीने बरोबरच सुचवीत होता. जास्त वेळ नं घालविता लोकसंख्या नियंत्रणात आणण्याचा याहून चांगला प्रस्ताव दुसरा काय असणार होता?'
विष्णूंनी क्षणार्धात ब्रम्हांच्या मनातील विचार अंत:चक्षूने जाणला. ब्रम्हा काहीही बोलण्यापूर्वी, विष्णूंनी आपली बाजू रेटली.
"शिवाचा प्रस्ताव विचार करण्यासारखा आहे, पण त्यामुळे परिस्थिती आपल्या नियंत्रणाबाहेर जाण्यास वेळ लागणार नाही. तुम्हाला तर

माहिती आहेच की शक्तीने उन्मत्त झालेला मानव एखाद्या महायुद्धास तोंड फुटण्याची आतुरतेने वाटच पाहत आहे. जर आपणच युद्ध घडवून आणले तर त्या युद्धाचे अणुयुद्धात परिवर्तन होण्यास काहीच वेळ लागणार नाही. अशाच परिस्थितीची दैत्यलोक देखील आतुरतेने वाट पाहत आहेत. ते तर त्यांच्या पथ्यावरच पडेल." युद्धातून उद्भवणाऱ्या परिस्थितीचे गांभीर्य विष्णूंनी त्यांच्या निदर्शनास आणले.

"होय तुमचे म्हणणे अगदी बरोबर आहे. अशामुळे परिस्थिती आणखीच बिघडेल. अगदी अशातलीच तर घटना आहे नं, आर्यावर्ताच्या उत्तर हिमालयातील भागात, शिवाने जे थोडेफार रौद्र रूप धारण केल्याने हाहाक्कार उडाला होता तो आपल्या अंदाजापेक्षा जास्त भयंकर सिद्ध झाला होता. मानव त्याच्या अति आत्मविश्वासामुळे अशा संकटाचा सामना करण्यास कधीच तयार नसतो. परंतु त्यावेळी सर्वच मानव तीर्थयात्रेवर असल्याने त्यांचे पापक्षालन झालेले होते. मला माझ्या नियमांना बाजूस सारून नाईलाजाने त्या सर्व पामर आत्म्यांना माझ्या तेजस्व लोकांमध्ये स्थान द्यावे लागले होते. अजूनही मला ती वाढलेली आत्म्यांची संख्या निस्तरता आलेली नाही." ब्रम्हांनी शिवाच्या प्रस्तावास विरोध दर्शविला.

"मग निलमच्या अशा अवस्थेत आपण हातावर हात देऊन स्वस्थ बसून राहणार कां? परिस्थितीत सुधारणा करण्यासाठी आपणास काहीतरी करावेच लागेल नं?" शिवाने नाराजीने विष्णू आणि ब्रम्हांकडे पाहत विचारणा केली.

"आपल्या आजच्या चर्चेमध्ये आपल्याला दोन महत्वाच्या समस्यांवर तोडगा काढणे जरुरीचे आहे. एक म्हणजे अतिशय बेदरकारपणे वाढत चाललेली लोकसंख्या आणि दुसरी म्हणजे मानवाने अतिवेगाने चालविलेले नैसर्गिक स्त्रोतांचे शोषण. दोन्ही गोष्टींमुळे मानवाची सर्वनाशाच्या दिशेने वाटचाल सुरु आहे आणि त्यास या गोष्टीची जरादेखील जाणीव नाही आहे.

पहिल्या समस्येच्या निर्दालनासाठी आपल्याजवळ योग्य उपाययोजना आहे. पृथ्वीवर वाढलेल्या मानवाच्या वेशातील दैत्यांचा नाश करण्यासाठी आपल्याजवळील मायक्रोऑर्गानिझम आधारित यंत्राचा वापर करणे आवश्यक आहे. मी स्वतः पृथ्वीवर जाऊन कोणकोणत्या ठिकाणांवर आपणास ते तंत्र वापरावे लागेल याचा आढावा घेतो आणि त्यानंतरच आपण ते वापरू.

दुसऱ्या समस्येवर उपाययोजना करण्याकरीता आपणास बुद्धीलोकाच्या प्रशासकाची, गणेशाची मदत घ्यावी लागेल. आपण ज्या कार्यतत्पर

युगुलास पृथ्वीवर पाठविलेले आहे त्यांनी आपल्याशी संपर्क साधण्याच्या दिशेने योग्य वाटचाल केलेली आहे. परंतु त्यांना काहीवेळेस अतिरिक्त मदतीची गरज भासू शकेल.अशावेळेस जर त्यांनी आपल्याशी संपर्क साधला आणि आपल्या मदतीची अपेक्षा केली तर आपण पुरातन काळात ज्या रीतीने मानवाची मदत केली होती तशीच आता देखील करावी लागेल. तुम्हा दोघांना माझ्या प्रस्तावाबद्दल काय वाटते?" विष्णूंनी शिव आणि ब्रम्हांकडे त्यांच्या स्विकृतीच्या अपेक्षेने पाहत विचारले.

"मला तरी दोन्ही प्रस्ताव व्यवस्थित आणि स्विकारण्या योग्य वाटतात.तुला काय वाटते शिव?" ब्रम्हांना विष्णूंचे प्रस्ताव मान्य होते.त्यांना शिवाचीही मान्यता हवी होती. शिव अजूनही विनाशाच्या विचारात मग्न होता.तो अतिशय सरळ स्वभावाचा स्पष्टोक्ता होता.त्याच्या निर्मल आणि निष्कपटी स्वभावामुळे त्यास कुठलीही गोष्ट पटविणे सहज शक्य होत असे.त्यास देखील विष्णूंच्या प्रस्तावात कोणतीही खोट आढळली नाही.त्यामुळे त्याने देखील त्या प्रस्तावास सहमती दर्शविली. विष्णूंना त्यांच्या बैठकीत सर्वच गोष्टींना स्विकृती मिळवून घ्यायची होती. त्रिमूर्ती नेहमीच ब्रम्हान्डातील जीवसृष्टीच्या कल्याणाच्या कार्यात व्यस्त असत. त्यामुळे त्यांना एकत्रितपणे बसून चर्चा करण्यास क्वचितच वेळ मिळत असे. विष्णूंना ह्या सगळ्या गोष्टींची पूर्ण कल्पना असल्याने पुढील कार्य त्यांच्या एकत्रित चर्चेसाठी खोळंबून राहू नये याची ते दक्षता घेत होते.त्यांनी त्वरित गणेशास ते सामान्यत: वापरीत असलेल्या टेलीपथीच्या माध्यमातून संपर्क केला आणि त्यास त्यांच्या बैठकीस हजर राहण्याचे निमंत्रण दिले. वेळेचे गांभीर्य जाणून गणेश त्याच्या अंगीभूत शक्तीने त्यांच्या सभेत प्रकट झाला.

गणेश हा बुद्धी तत्वाचा स्वामी होता. बुद्धीलोकाचा शासनकर्ता असणारा गणेश त्याच्या सहाय्यकांद्वारे पृथ्वीवरील मानवांच्या मनोमय कोषात नवनवीन कल्पना रुजविण्याचे कार्य अविरतपणे करीत असे. त्याचबरोबर इतर ग्रहांवरील जीवसृष्टीतील बुद्धिवान जीवांना देखील तो सहाय्य करीत असे. तो त्याच्या तेजोमय स्वरूपात तेथे हजर झाला. त्याने त्याचे आवडते रेशमी वस्त्र परिधान केले होते. तो असामान्य बुद्धिवान आणि प्रसन्नचित्त व्यक्ती होता.शिवाचा कनिष्ट पुत्र गणेश अतिशय संतुलित आणि परिपक्व विचारांनी समृद्ध होता. त्रिमूर्तींना कोणत्याही कार्यात मदत करण्यास तो नेहमीच तत्पर असे. ब्रम्हांनी गणेशास पृथ्वीवरील समस्येबाबत अवगत करीत त्यांच्या चर्चेचा सविस्तर वृत्तांत कथन केला.त्याचप्रमाणे विष्णूंनी

दिलेल्या सर्वमान्य प्रस्तावाबद्दल व त्याच्या तर्फे विष्णूंना अपेक्षित असलेल्या मदतीबद्दल ही त्यास सांगितले.

“श्रीहरी, आपणास माझ्याकडून कोणती मदत हवी आहे? मी तुमच्या कार्यास तडीस नेण्यास उत्सुक आहे.” गणेश प्रसन्नपणे स्मितहास्य करीत उद्गारला.

“गणेश, आम्हा त्रिमूर्तींतर्फे आजच्या या बैठकीत मी तुझे स्वागत करतो. कुठलीही पूर्वसूचना नं देता देखील तू इतक्या तत्परतेने हजर झालास हे अतिशय स्पृहणीय आहे. ब्रम्हांनी तुला सगळ्या चर्चेची आणि पृथ्वीवर येऊ घातलेल्या आपत्तीची कल्पना दिलेली आहेच. तुला हे देखील ज्ञात आहे की आपण विष्णूलोकांतून एक युगुल पृथ्वीवरील परिस्थिती नियंत्रणात आणण्याच्या हेतूने तेथे पाठविलेले आहे. त्यांना आपल्या मदतीची गरज नक्कीच भासणार आहे.त्यांना तेथील परिस्थिती हाताळण्याकरिता उत्तमोत्तम आणि नाविन्यपूर्ण कल्पनांची आवश्यकता भासेल. मला असे वाटते की अशा वेळी तू त्यांच्या मनोमय कोषात योग्य त्या ज्ञानाचे रोपण करून त्यांना त्यांचे कार्य निर्विघ्नपणे करता यावे या करीता मदत करावीस. मी त्यांच्या कायम संपर्कात असणार आहेच परंतु तू देखील या कार्यात सामील झाल्यास ज्यावेळेस काही नवीन गोष्टी त्यांच्या बुद्धीत रुजवाव्यात असे जाणवेल त्यावेळी आपणास तसे लगेचच करता येऊ शकेल.” विष्णूंनी गणेशास त्यांच्या नियोजनाची स्पष्ट कल्पना दिली. गणेशाने मान डोलावत त्यांच्या विचारांना संमती दर्शविली.

“ही बैठक संपविण्याआधी एक शेवटच्या मुद्यावर मला चर्चा करावीशी वाटते. मी या बैठकीच्या प्रारंभीच तुम्हाला विदित केले होते की आपणास निलमवासियांकडून संदेशाचा सिग्नल प्राप्त झाला आहे. जर तुम्ही त्यांच्या संदेशास योग्य संदेशाने प्रत्युत्तर देण्यास संमती दर्शविली तर मी तुमचा आभारी असेन. त्याचप्रमाणे जर गरज भासली तर पुढेही संदेशांची देवाण घेवाण करण्यासही तुम्हा दोघांच्या अनुमतीची गरज लागेलच.” विष्णू सौरभ आणि शिरीनच्या संदेशास ब्रम्हा आणि शिवाच्या अनुमतीने प्रतिसाद देण्यासाठी आतुर झाले होते.

“त्यात विचारण्यासारखे काय आहे? आपल्या गेल्या वेळेच्या बैठकी दरम्यान आपण याविषयावर एकमताने अनुमती दिलेली आहेच. आपले असेच तर ठरले होते की आपण पृथ्वीवासीयांना आपल्याशी संपर्क करण्यास मदत करू आणि नंतर संदेशांची देवाण घेवाण सुरु ठेवू.” शिवाने तत्परतेने होकार देत मागील बैठकीच्या ठरावाची आठवण करून दिली. त्रिमूर्तींच्या मागल्या बैठकीत त्यानेच तसा प्रस्ताव मांडला होता. ब्रम्हांनी

सुद्धा मान डोलावीत त्यांची सहमती दर्शविली. पुन्हा वेळ पडल्यास भेटण्याचे ठरवीत विष्णूंनी त्यांनी बैठक संपल्याची घोषणा केली. विष्णूंना ज्या ज्या बाबींवर त्रिमूर्तींचे शिक्का मोर्तब हवे होते ते त्यांनी समाधानपूर्वक मिळविले होते.
'आता पृथ्वीवरील संदेशास योग्य ते प्रत्युत्तर देणे सुलभ झाले.' विष्णूंनी समाधानाचा सुस्कारा टाकला.

****

"शिरीन,तुझ्यासाठी एक आनंदाची बातमी आहे.आपण उद्यादेखील इथेच राहणार आहोत." सौरभने शिरीनला उल्हासित स्वरात सांगितले. रजत आणि सौरभ नुकतेच सकाळच्या प्रसन्न वातावरणात फिरून घरी आले होते.शिरीन आणि राजश्री सकाळच्या चहासाठी डायनिंग टेबलवर मांडणी करीत होत्या.
" हे कसं काय? आपण तर आपल्या परतीच्या फ्लाईटची तिकिटे आधीच काढलेली आहेत. आपण संध्याकाळी निघणार आहोत आणि तू हे काय सांगतो आहेस? तू सुटी काढली आहेस की काय?" शिरीनने तिच्या धनुष्याकृती भुवया उंचावत विचारले.
" नाही शिरीन, ताजी घडामोड म्हणजे, आपण ऑफिशियली इथे राहणार आहोत.उद्या सकाळी दहा वाजता आपल्या दोघांची पंतप्रधानांबरोबर एक महत्वाची मिटिंग आहे.
"अरे व्वा! हे तर खूपच छान आहे."शिरीन पंतप्रधानां बरोबरच्या मिटींगची बातमी ऐकून उल्हासित झाली होती. राजश्रीस देखील त्यांच्या दिल्लीतील वाढलेल्या मुक्कामाने आनंद झाला होता. आनंदी वातावरणात निरनिराळया विषयांवर गप्पा गोष्टी करीत त्यांनी सकाळचा चहा संपविला.त्यानंतर ते त्यांच्या रूमकडे निघाले. सौरभ त्याचे पहाटेचे स्वप्न शिरीनला सांगण्यासाठी अधीर झाला होता.
"शिरीन, मला तर सकाळी आलेला मिटींगचा मेल पाहून आश्चर्याचा धक्काच बसला.बंगळुरूहून निघतांना आपल्याला त्या गोष्टीची काहीच कल्पनासुद्धा नव्हती. आजच पहाटे मला एक विचित्र स्वप्न दिसले....." सौरभ तिला पहाटेच्या स्वप्नाबद्दल सांगण्यास उत्सुक होता, पण शिरीनने त्यास थांबविले. तिला असे वाटत होते की सौरभ त्याच विचारात गुंतून राहील.

“सौरभ, प्लीज तुझ्या स्वप्नाबद्दल आत्ता नको सांगूस नं. मला तुझं स्वप्न ऐकण्यात स्वारस्य नाही, असे नाही. आपल्याला पहिले उद्याच्या मिटींगची तयारी करायची आहे नं? हवं तर स्वप्नाबद्दल आपण नंतर चर्चा करू.” तिला असे वाटत होते की त्याला नेहमीचेच स्वप्न दिसले असेल आणि तो त्याच विचारात भरकटत राहील.

“ठीक आहे. तू म्हणतेस तर तसंच, पण ते नेहमीचं स्वप्न नव्हतं. आणि सगळ्यात महत्वाचं म्हणजे त्या स्वप्नातच मला आपल्या उद्याच्या पंतप्रधानांबरोबरच्या मिटींगची अंत:प्रेरणा मिळाली.सकाळी जाग आल्यावर माझ्या मनात विचारही आला की स्वप्नात जरी पंतप्रधानांना भेटण्याचे सुचविले होते तरी सत्यात त्यांची भेट कशी काय शक्य होईल? आणि सकाळीच मला पंतप्रधानाच्या कार्यालयाकडून तो मेल मिळाला.” सौरभ तिचा स्वप्नाबद्दलचा गैरसमज दूर करीत होता.

“तुला स्वप्नातच उद्याच्या मिटिंग ची अंत:प्रेरणा मिळाली? हे कसं शक्य आहे? तुला नेमकं काय दिसलं स्वप्नात? ते तुला नेहमी दिसणारे स्वप्न नव्हते कां?” शिरीन सौरभचे बोलणे ऐकून आश्चर्यचकीत झाली होती.

“ प्रिये, मी तुला तेच तर सांगण्याचा प्रयत्न करतो आहे.मला पहाटे अगदी वेगळेच स्वप्न दिसले.स्वप्नाच्या शेवटी मी मला नेहमी दिसणाऱ्या त्या शांत आणि तेजस्वी वदनाच्या व्यक्तीशी संवाद साधण्यात यशस्वी देखील झालो. त्यांनीच मला आपल्या पंतप्रधानांची भेट घेण्यास सुचविले..........” सौरभने तिला त्याचे स्वप्न विस्ताराने कथन केले. त्याने पाहिलेल्या थ्री डायमेंशनल व्हिडियो बद्दल देखील सौरभने तिला क्षणा नं क्षणाची माहिती दिली. पृथ्वीवरील निरनिराळया स्थळांवर घडलेल्या घटनादेखील त्याने खडा नं खडा माहिती सहित विदित केल्या.

“सौरभ मला तू पाहिलेल्या त्या व्हीडियोबद्दल पुन्हा विस्ताराने सांग बरं .” शिरीन आता सावध झाली होती.तिला या गोष्टीचे आश्चर्य वाटत होते की सौरभला भविष्यात घडणाऱ्या घटनांची पूर्व सूचना स्वप्नात कशी काय मिळत होती?

“ त्या व्हिडियोचा अर्थ काय आहे? ती दृश्ये नक्की काय दर्शवितात? पृथ्वीवर अशी महाप्रलयंकारी आपत्ती कशी काय येऊ शकते? सगळ्यात महत्वाचे म्हणजे या सगळ्या गोष्टींचा आणि पंतप्रधानांशी भेटीचा काय संबंध असावा?” शिरीन ने गंभीर स्वरात विचारले. तिला असे वाटत होते की त्या स्वप्नात काहीतरी गूढ अर्थ लपला होता जो सहजी दिसत नव्हता. त्याचे स्वप्न ऐकून तिची मती गूंग झाली होती.सौरभने तिला पुन्हा

वेगवेगळ्या ठिकाणांवर घडत असलेल्या त्या विचित्र घटनांबद्दल विस्ताराने सांगितले.त्याला देखील त्याच्या नेमक्या अर्थाबद्दल खुलासा करता येऊ शकत नव्हता. पण एवढे मात्र नक्की होते की जगभरातील वेगवेळया ठिकाणांवर कुठल्यातरी अकल्पित गोष्टीचा एकाचवेळी हल्ला झाला होता.

“मलादेखील असे कसे घडू शकेल याचा उलगडा होत नाही आहे. पण त्या शांत आणि तेजस्वी पुरुषाचे नाव विष्णू होते.त्यांनीच मला तसे सांगितले. त्यांच्या तेजस्वी वदनावरील भाव इतक्या ममत्वाचे होते की माझ्या मनात मी त्यांचाच एक लहान मुलगा असल्याची भावना उत्पन्न झाली. त्यांच्या प्रसन्न मुद्रेवर देखील मी त्यांचाच बालक असल्याचेच भाव स्पष्टपणे दिसून येत होते.

त्यांनी असे सांगितले की मी स्वप्नात वारंवार त्याच स्थळास भेट देऊ शकतो कारण की ते माझे मूळ स्थान आहे. त्यांनी मला पंतप्रधानांना ताबडतोब भेटण्याबद्दल आग्रहाची सूचना केली. पृथ्वीवर येणाऱ्या संकटाच्या परिस्थितीवर मात करण्यासाठी मी पंतप्रधानांची मदत घ्यावी असेही त्यांनी सुचविले. ते पृथ्वीस प्रेमयुक्त जिव्हाळयाने निलम असे संबोधतात. मला मोठ्ठा प्रश्न पडला आहे की, पृथ्वीवर येणाऱ्या आपत्तीपासून आपण पृथ्वीचे कसे काय संरक्षण करणार आहोत?” सौरभ त्याला भेडसावणाऱ्या विचारांनी पुरता गोंधळला होता.

****

प्रकरण १०

“आज सकाळचे काय कार्यक्रम आहेत?” पंतप्रधानांनी त्यांच्या वैयक्तिक फोनवरून सचिवांना विचारणा केली. सकाळचे आठ वाजले होते आणि ते त्यांच्या नवी दिल्लीस्थित ७ – लोक कल्याण मार्गावरील पंचवटी या निवास स्थानातून कार्यालयाकडे जाण्यास सिद्ध होत होते. त्यांचे कार्यालय देखील त्याच परिसरात होते. बऱ्याचश्या राजकीय आणि कार्यालयीन बैठका ते त्यांच्या कार्यालयात घेणे पसंत करीत.

भारताचे पंतप्रधान एक अतिशय कार्यप्रवण आणि दृढनिश्चयी व्यक्ती होते. त्यांचे देशप्रेम सर्वश्रूत होते. देश आणि देशवासीयांचे कल्याण हेच त्यांच्या आयुष्याचे ध्येय होते. देशाच्या विकास दरात वेगाने वाढ करण्याच्या उद्देश्याने ते निरनिराळ्या महत्वाकांक्षी योजना राबवीत. भारतास स्वातंत्र्य मिळाल्यानंतर जन्मलेले पंतप्रधान सर्वार्थाने देशप्रेमाने झपाटलेले होते. भारताच्या पूर्वीच्या पंतप्रधांनांप्रमाणे त्यांना कुठलाही राजकीय वारसा त्यांच्या घराण्याकडून लाभलेला नव्हता.साधी राहणी आणि शांत स्वभाव हे त्यांच्या व्यक्तिमत्वाचे महत्वाचे पैलू होते. एकदा एखादी गोष्ट करण्याचे त्यांनी ठरविले की मग ती करेपर्यंत त्यांना चैन पडत नसे. जगातील सर्वच प्रमुख लहान मोठ्या राष्ट्रांमध्ये त्यांच्या एवढे लोकप्रिय व्यक्तिमत्व नव्हते. ते दिवसातील अठरा तास कार्यात व्यस्त असत. इतरांपेक्षा हटके विचार करणे हे त्यांचे वैशिष्ठ्य होते. श्वेतधवल केस आणि श्वेत दाढी हे त्यांच्या परिपक्वतेचे द्योतक होते. भारतास जगाचे नेतृत्व करण्यासाठी सिद्ध करणे के त्यांचे स्वप्न होते. भारताची अर्थ व्यवस्था सुधारण्याकरिता त्यांनी अनेक पावले उचलली होती. त्यांचे राजकीय विरोधक त्यांच्या कार्यावर टीका करण्यासारखे काहीही उरले नसल्याने बावचळून गेले होते.पंतप्रधान विरोधकांच्या क्षुल्लक टीकेस प्रत्युत्तर देण्यात आपली ऊर्जा खर्च करीत नसत. ते कडक शिस्तीचे भोक्ते असल्याने त्यांच्या सोबत काम करतांना आळशी अधिकाऱ्यांची तारांबळ उडत असे. कार्यक्षम अधिकारीच त्यांच्याबरोबर टिकून काम करू शकत. आधीच्या राज्यकर्त्यांनी जे अवघड निर्णय घेण्याची हिम्मत दाखविली नव्हती असे निर्णय घेऊन त्यांनी अवघ्या जगातील नेत्यांना तोंडात बोटे घालण्यास भाग पाडले होते.

भारताच्या तरुण शास्त्रज्ञांच्या असामान्य कार्यक्षमतेविषयी त्यांना गर्व होता. अंतराळविज्ञानातील भारतीय शास्त्रज्ञांच्या प्रगतीचा ते नेहमीच गर्वाने उल्लेख करीत. भारतातील अंतराळ संशोधन आणि विकास त्यांच्या सुवर्ण युगात होते. सौरभ आणि शिरीन या इस्रोतील तरुण शास्त्रज्ञ द्वयीच्या असामान्य कार्यक्षमतेविषयी त्यांना ज्ञात होते. जिनिव्हा कॉन्फरन्सला जाऊन आल्यापासून ते अस्वस्थ होते. भारताची विशाल लोकसंख्या हे त्यांच्या चिंतेचे मुख्य कारण होते. कोणतेही कुटुंब नियोजनाचे तंत्र भारताच्या लोकसंख्या वाढीसमोर यशस्वी होत नव्हते. त्यावर काहीतरी वेगळा विचार करावयास हवा असे त्यांना वाटत होते.
" महोदय, दहा वाजता इस्रोच्या शास्त्रज्ञांबरोबर आपली एक महत्वाची बैठक आहे. त्यानंतर केंद्रीय मंत्रिमंडळाची एक बैठक साडे अकरा वाजता आहे. त्यासाठी अधिक वेळ राखीव ठेवलेली असल्याने नंतर सायंकाळीच आपले इतर कार्यक्रम आहेत." सचिवाने अदबीने उत्तर दिले.
"ठीक आहे मी थोड्याच अवधीत ऑफिसमध्ये पोहचतो." पंतप्रधानांनी उत्तर देत फोन ठेवला.

****

सौरभने त्यांच्या पंतप्रधानांबरोबर होणाऱ्या मिटिंगमध्ये कुठल्या विषयावर चर्चा होणार आहे ते मेलमधून निट समजवून घेतले होते. ती मिटिंग त्यांच्या गुप्त प्रोजेक्ट, *ब्रदरहूड नेक्स्ट डोर* ची सद्य स्थिती जाणण्याकरिता योजलेली होती.
"सौरभ, मला खात्री आहे की तू आपल्या प्रोजेक्टच्या अद्ययावत प्रगतीबाबतचे प्रेझेन्टेशन तयार केले असणारच. तुला काय वाटते? आणखी एखादा मुद्दा चर्चेत येऊ शकतो कां?" शिरीन ने विचारले.
"शिरीन, तू अजिबात काळजी करू नकोस. मी आपल्या प्रोजेक्टच्या अद्ययावत प्रगतीचे यथोचित माहिती देणारे प्रेझेन्टेशन करतांना ग्राफिक्सचा वापर केलेला आहे. त्यातही अगदी नवीनतम तंत्रज्ञान वापरले आहे. त्यामुळे आपले म्हणणे पंतप्रधानांसमोर व्यवस्थितपणे मांडता येईल. त्यांना आपण साध्य केलेल्या सगळ्या गोष्टींचा सविस्तर गोषवारा सादर करू. सिंम्रोट्रॉनचा वापर करून आपण मिळविलेली प्रकाशाच्या गतीपेक्षा दसपट अधिक सिग्नलची गती, त्याची आपण मंगळाच्या ट्रान्सपाँडरवर घेतलेली चांचणी, आणि सगळयात महत्वाचे म्हणजे आपण

अज्ञातांच्या दिशेने पाठविलेला संदेश. या सगळया बाबी मी आपल्या अहवालात नमूद केल्या आहेत."

सौरभ आणि शिरीन त्यापूर्वीही पंतप्रधानांना भेटले होते. नैनितालच्या प्रकरणात त्यांनी दाखविलेल्या शौर्याबद्दल पंतप्रधानांच्या हस्ते त्यांचा सत्कार देखील झाला होता. त्यांना जेंव्हा राष्ट्रपतींच्या हस्ते तरुण शास्त्रज्ञांचा पुरस्कार देण्यात आला होता, त्यावेळीही पंतप्रधानांनी त्यांचे कौतुक केले होते.

सौरभ आणि शिरीन, पंतप्रधानांच्या कार्यालायात ठीक पावणे दहास पोहचले. तेथे असणाऱ्या हसतमुख स्वागतिकेने त्यांचे स्वागत केले आणि त्यांना पंतप्रधानांच्या कक्षात सोडले.

" या, तुमचे स्वागत आहे." पंतप्रधानानी त्यांचे स्वागत केले.

"धन्यवाद सर. आपण कसे आहात?" सौरभ आणि शिरीनने एकस्वरात विचारणा केली. त्या मिटींगमध्ये त्या तिघांशिवाय आणखी कोणीही नव्हते. पंतप्रधांनानी सरळ विषयावर येत चर्चा करण्यास सुरुवात केली.

"तुमचे प्रोजेक्ट कसे सुरु आहे? आतापर्यंत काही विशेष प्रोग्रेस?" त्यांनी स्मितहास्य मुद्रेने विचारले.

"सर, आम्ही एक प्रेझेन्टेशन तयार केले आहे. तुमची परवानगी असल्यास दाखवू कां?" सौरभने त्यांच्या परवानगीच्या अपेक्षेने पाहत विचारले.

"होय. नक्कीच." त्यांनी स्विकृती दिली.

सौरभने तत्परतेने त्यांनी तयार केलेले सविस्तर प्रेझेन्टेशन त्यांना सादर केले. त्यामध्ये त्याने सगळया गोष्टींचा समावेश केला होता. त्याचबरोबर त्याने पृथ्वीची गती मंद झाल्याचा कयास मांडल्याचे देखील पंतप्रधानांना सांगितले.

"उत्तम. हे खरोखर अभिनंदनीय आहे. पण मला एक सांग, तुम्हाला दूर अंतराळातील एखाद्या अतिप्रगत संस्कृतीतर्फे काही प्रतिसाद प्राप्त झाला आहे कां?" सौरभ आणि शिरीन ने प्रकाशाच्या गतीच्या दहापट वेगाने सिग्नल पाठविण्यात यश मिळविले आहे हे पंतप्रधानांना माहिती असल्याचे दिसत होते. सौरभला वाटले की, कदाचित इस्रोच्या अध्यक्षांनी त्यांना तसे कळविले असेल.

" असो, मला हे माहित आहे की तुम्हाला अतिप्रगत संस्कृतीतर्फे अजून तरी काही प्रतिसाद मिळालेला नाही. पण मला पूर्ण खात्री आहे की नजीकच्या भविष्यात त्यांच्याकडून तुम्हाला प्रतिसाद नक्की मिळेलच.

सिग्नलच्या गतीबाबत अख्ख्या जगात सर्वांच्या आधी तू जे यश संपादन केले आहेस त्याबद्दल तुझे मन:पूर्वक अभिनंदन." पंतप्रधानांनी सौरभशी हस्तांदोलन करीत त्याचे अभिनंदन केले.ते पुढे बोलले,

"मला पूर्ण खात्री वाटते की तुमच्या कल्पनेतील अतिप्रगत संस्कृतीच्या लोकांशी तुमचा संपर्क नक्कीच होईल.

पृथ्वीच्या गतीबद्दल तू जो सिद्धांत मांडलास त्याबद्दल देखील तुझे अभिनंदन." पंतप्रधानांना सौरभ आणि शिरीनच्या प्रगतीबद्दल समाधान वाटत होते. सौरभ आणि शिरीन सारख्या तरुण शास्त्रज्ञांची अतीप्रगत संस्कृतीशी संपर्क साधण्याची दुर्दम्य इच्छाशक्ती बघून पंतप्रधान सुखावले.

"तुम्ही संपादन केलेले यश तुम्हास अंतिम ध्येयापर्यंत नक्कीच घेऊन जाईल." पंतप्रधानांनी सौरभ आणि शिरीनला यशाबद्दल आश्वस्त केले.

"सौरभ, शिरीन, पृथ्वीवरील वाढती लोकसंख्या, आणि पृथ्वीची गती मंदावून मानवजातीचा होऊ शकणारा सर्वनाश या शक्यतांमध्ये तुम्हाला काही दुवा आढळतो कां?" त्यांनी मिटिंगमधील सर्वात महत्वाचा प्रश्न केला.सौरभ त्यांचा तो प्रश्न ऐकून आश्चर्यचकित झाला. त्याने पहाटेच्या स्वप्नात विष्णूंच्या मिटींगमध्ये एका सदस्याने दाखविलेले भविष्य चित्रण पाहिलेले होते. त्यामध्ये पृथ्वीवरील लोकसंख्या वाढ आणि मानवजातीचा विनाश यांची सांगड घालणारी शक्यता दर्शविली होती.

"सर, लोकसंख्यावाढीच्या आकडेवारीवरून निव्वळ त्या कारणाने नजीकच्या भविष्यात मानवाचा सर्वनाश होण्याची शक्यता नगण्य वाटते. एखादी अतर्क्य घटनाच जर घडली तर कदाचित तसे होऊ शकेल. सद्य परिस्थितीत पृथ्वीची गती आणखी मंदावण्याने मानव जातीचा अंत होण्याची शक्यता देखील अगदीच नगण्य वाटते." सौरभच्या उत्तरात आत्मविश्वास होता.

"जर अशी महाभयंकर प्रलयंकारी परिस्थिती उद्भवलीच तर इतर वैज्ञानिकांबरोबर मानवजातीचा विनाश टाळण्याच्या कार्यात तुम्ही दोघांनी अग्रेसर असावे असे माझे मत आहे. तुम्हा दोघांमध्ये तशी परिस्थिती नियंत्रणात आणण्याची उच्च बुद्धिमत्ता आहे. तुम्ही पृथ्वीची गती आणि भूचुंबकत्व या विषयावर सखोल संशोधन सुरु ठेवावे व त्यामधून काही नवीन माहिती मिळाल्यास तसे मला कळवावे." पंतप्रधानांनी सौरभ आणि शिरीनला सुचविले.

"पण सर..." सौरभचा स्वर चिंताक्रांत होता.

“ मला तुझी चिंता कळते. परंतु अजिबात काळजी करू नकोस. येणाऱ्या नजीकच्या काळात सर्व परिस्थितीत मी तुमच्या बरोबर असेन.” पंतप्रधानांनी प्रेमळ स्वरात त्यांना धीर दिला.

****

पंतप्रधानांसोबतची मिटिंग झाल्यावर सायंकाळच्या फ्लाईटने सौरभ आणि शिरीन बंगळूरूला परतले. त्यांनी पंतप्रधानांना सर्वच गोष्टींची सविस्तर माहिती दिली होती. अज्ञातांच्या दिशेने पाठविलेल्या संदेशाचा मतितार्थ ऐकून त्यांचे समाधान झाले. त्यांनी सौरभ आणि शिरीनच्या खांद्यावर पृथ्वीची गती आणि भूचुम्बकत्व यांचा सखोल अभ्यास करण्याची नवीन जबाबदारी टाकली होती.

त्यांच्या ब्रदरहूड नेक्स्ट डोर या प्रोजेक्टचे भवितव्य आशेच्या एका कमजोर धाग्यावर अधांतरी हेलकावत होते. अतिप्रगत संस्कृती खरोखरंच अस्तित्वात असेल कां? आणि असलीच तर त्यांच्याकडून संदेशास काही प्रतिसाद येईल कां? सगळेच अनिश्चित भासत होते.

“शिरीन, आता आपण दोघांनी आपल्याला सोपविलेल्या नवीन जबाबदारीबद्दल विचार करावयास हवा. पृथ्वीवरील वरील जीवसृष्टी आणि भूचुम्बकत्वाचे महत्व यासंबंधी बरीच माहिती मी आधीच संकलित केलेली आहे.

मला परवाच जे स्वप्न दिसले होते त्यात जे प्रेझेन्टेशन मी पाहिले त्यामध्ये मानवाने नैसर्गिक संपत्तीचा जो नाश चालविलेला आहे त्याचा सरळ संबंध पृथ्वीच्या विनाशाशी जोडलेला होता. विष्णूंनी त्यावर असे भाष्य केले होते की बेमुर्वतखोर मानवास त्याच्यावर येऊ घातलेल्या सर्वनाशी आपत्तीची जरादेखील जाणीव नाही. यावरून असे जाणवते की पंतप्रधानांना देखील पृथ्वीवर येणाऱ्या संकटाची अंत:प्रेरणेने चाहूल लागली असावी. जरी या दोन अतिशय वेगवेगळ्या गोष्टी असल्यात तरी त्यामध्ये काहीतरी महत्वाचा धागा असला पाहिजे. त्याचा आपणास शोध घ्यावा लागेल.” सौरभ विचारमग्न होत म्हणाला.

“ सौरभ मलादेखील तुझ्या स्वप्नातील निरनिराळ्या भयंकर घटनांचा विचार केल्यावर असे वाटते की जे महाभयंकर संकट पृथ्वीवर आल्याचे तुला दिसले होते, ते निरनिराळ्या खंडांमध्ये एकाच वेळी धडकले होते. यावरून असे दिसून येते की, जी कोणती विचित्र घटना घडण्याची शक्यता

आहे ती सगळ्या ठिकाणी एकाचवेळी घडू शकते. या गोष्टीवर गंभीरतेने विचार करणे गरजेचे आहे. मला एका गोष्टीचे कोडे वाटते आहे की अनेक निरनिराळ्या गोष्टींचा एकमेकांशी काय संबंध असावा? हे एक असे कोडे आहे ज्यातील अनेक भाग गहाळ आहेत व आपल्या नजरेस दिसत नाहीत. आपल्याला ते कोडे कसेही करून सोडवावेच लागेल आणि ते सुद्धा अगदी मोजक्या वेळात." शिरीन देखील विचारमग्न झाली होती.

"शिरीन, मला असं वाटतं की आपण अज्ञातांना पुन्हा संदेश पाठवावा." सौरभ संभ्रमित झाला होता.

"मलादेखील तसेच वाटते आहे. हवं तर आपण त्यामध्ये आणखी काही गोष्टींची भर घालू. आपल्याला निदान हे तरी कळावयास हवं की आपले संदेश कोणाला मिळालेत की नाही?" शिरीनने सौरभच्या विचारांशी सहमती दर्शविली. सौरभ आणि शिरीनने पुन्हा एक संदेश तयार केला त्यामध्ये त्यांनी हे देखील नमूद केले की जर एखाद्या अतिप्रगत संस्कृतीस हा संदेश मिळाला असेल तर त्यांनी कृपया तसे कळवावे. त्यांना या गोष्टीची कल्पना नव्हती की त्यांनी पाठविलेले संदेश विष्णूलोकातील संदेश प्रणालीत पोचले होते परंतु विष्णूंच्या मान्यतेच्या अभावी त्यांना कोणताही प्रतिसाद मिळाला नव्हता.

सौरभने भूचुम्बकत्वावर परिणाम करणाऱ्या विविध बाबींचा अभ्यास करण्यास सुरुवात केली. त्याला हे कळले की पृथ्वीची गती आणि चुम्बकत्वाची तीव्रता याचं नातं आहे.

"शिरीन, मला हे जरा विचित्रच वाटतं की पंतप्रधानांनी आपल्याला पृथ्वीची गती आणि लोकसंख्यावाढ यांचा काय संबंध असू शकतो यावर कां संशोधन करण्यास सांगितलं असावं ? असो, मला असंही वाटतं की जोपर्यंत आपल्या संदेशास काही प्रत्त्युत्तर मिळत नाही तोपर्यंत आपण लोकसंख्या वाढीचा पृथ्वीची गती कमी होण्यात काही सहभाग आहे काय यावर संशोधन करावंच. " सौरभ विचारांच्या जाळयात गुरफटत चालला होता. ते दोघंही त्यांना पुढे काय करावे हे सुचत नसल्याने गोंधळून गेले होते. एकतर त्यांनी पाठविलेल्या संदेशापासून त्यांना भरपूर अपेक्षा होत्या. तो संदेश पाठवितांना त्यांना असे वाटले होते की लवकरच त्याचा प्रतिसाद मिळेल. पण तसे काहीच घडले नव्हते आणि भरीस भर म्हणजे पंतप्रधानांनी त्यांचा प्रोजेक्ट बाजूला सारून त्यांच्यावर वेगळेच कार्य सोपविले होते.

****

देवेंद्र, अल्फा सेंटॉरी-१ च्या हरीतग्रहावर मानवजातीतील काहींना स्थलांतरित करण्याची शक्यता पडताळण्याची जबाबदारी तुम्हाला देण्यात आली होती. त्याच्या प्रगतीचा अहवाल तुम्ही अजून दिलेला नाही. गेल्या मिटिंग नंतर ठराविक कालावधीत तुमच्याकडून तो अहवाल अपेक्षित होता." विष्णूंना देवेन्द्रकडून त्यांच्या अहवालाची अपेक्षा होती परंतु देवेंद्र दुसऱ्याच कार्यात व्यस्त होता.

"होय श्रीविष्णू मी मानवजातीच्या काही लोकांना सेंटॉरी-१च्या हरीतग्रहावर स्थलांतरित करण्याची शक्यता पडताळली आहे, पण मध्यंतरीच्या काळात मी जरा दुसऱ्याच अनपेक्षित समस्येत गुंतलो होतो. त्यामुळे मी तो अहवाल सादर करू शकलो नाही." देवेंद्र विष्णूंची नजर टाळीत उत्तरला. देवेंद्र काहीतरी लपविण्याचा प्रयत्न करीत आहे हे विष्णूंच्या ध्यानात आले. विष्णू असामान्य बुद्धिवान होते. कुठलीही गोष्ट त्यांच्यापासून लपून राहत नसे. त्यांच्या पुढ्यातील व्यक्तीच्या मनातील विचार देखील ते त्यांच्या चाणाक्ष नजरेने ताडून घेत.

"देवेंद्र, असं काय आहे की जे तू माझ्यापासून लपविण्याचा प्रयत्न करतो आहेस? माझ्या अंदाजाप्रमाणे दैत्यांनी तुझ्या सार्वभौमत्वास आव्हान दिले होते. तू त्यांना कसे पिटाळून लावलेस ते मला ऐकायचे आहे." विष्णूंनी विचारले.

"श्रीविष्णू, सर्व दैत्य आता दैत्यलोकात एकवटले आहेत. दैत्य त्यांच्या पूर्वीच्या पराभवाचा वचपा काढण्यासाठी स्वर्गलोकावर चाल करून आले होते. ते त्यांचे नित्याचेच आक्रमण होते. तुम्ही त्यांना निलम वरून हाकलून लावले आणि त्यानंतर ते दैत्यलोकात स्थिरावले. तुम्ही आणि शिवांनी त्यांच्याकडे असलेले सर्व शस्त्र नष्ट केले होते. त्यामुळे ते बराच काळ गप्प होते. परंतु ते स्वस्थ बसणाऱ्यांपैकी नाहीत. त्यांचे प्रमुख अणुशास्त्रज्ञ पुन्हा नेटाने कामाला लागले आणि त्यांनी अनेक नवीन शस्त्रास्त्रे विकसित केली. त्यामुळे यावेळी जेंव्हा त्यांनी स्वर्ग लोकावर आक्रमण केले तेंव्हा ते परतावून लावणे तेवढे सहज नव्हते. आम्ही बराच काळ त्यांच्याशी युद्ध करण्यात गुंतलो होतो. त्यातून आम्ही तरलो आणि आम्ही त्यांना अगदी पळता भुई थोडी केली. परंतु ते सगळे आमच्यासाठी सोपे नव्हते." देवेंद्राने दैत्यांशी झालेल्या युद्धाचा वृत्तांत विष्णूंना सांगितला.

"असे झाले तर. बऱ्याच कालावधीनंतर त्यांनी पुन्हा त्यांची शक्ती एकवटून तुमच्यावर आक्रमण करण्याची हिम्मत दाखवली. यापुढे आपणास सतर्क

रहावयास हवे. त्यांच्या हालचालींवर बारीक नजर ठेवणे गरजेचे आहे. त्यांचा प्रमुख रावण सुद्धा युद्ध करण्यासाठी आला होता कां?" विष्णूंना स्वर्ग लोकावर झालेल्या दैत्यांच्या हल्ल्याची पूर्ण कल्पना आली होती.

"नाही. रावणाने प्रत्यक्षपणे युद्धात भाग घेतला नव्हता पण त्याने युद्धाचे नियोजन मात्र केले होते. स्वर्गावर एखाद्या चक्रीवादळाप्रमाणे अचानक हल्ला करण्याचा त्याचा विचार होता.पण आम्ही ज्या निकराने त्यांचा हल्ला परतावून लावला त्याने त्यांचे बरेच खच्चीकरण झाले. आजकाल दैत्यांनी त्यांचे लक्ष्य निलमवर केंद्रित केले आहे. ते आता नवीन तंत्र वापरीत आहेत. त्यांच्याजवळील मनावर ताबा मिळविण्याच्या शक्तींचा वापर करून ते कमकुवत मनाच्या मानवांच्या मनोमय कोशावरच ताबा मिळवीत आहेत. तिथे वास्तव्य करून ते मानवांच्या इच्छाशक्तीवर पगडा बसवीत आहेत.आपण त्यांना दैत्यलोकात पिटाळून लावले होते पण बरचसे दैत्य आपल्या माऱ्यापासून स्वतःस वाचवून पृथ्वीवर स्थलांतरित झाले आहेत." देवेंद्राच्या स्वरात काळजी जाणवत होती.

दैत्यलोक हा एक मोठा ग्रह होता जो अल्फा सेंटॉरी -१ या ताऱ्याभोवती भ्रमण करीत असे.

दैत्यलोक त्याच्या नावाप्रमाणेच भयंकर होते. तेथे सर्वदूर अंधःक्कार पसरला होता. अल्फा सेंटॉरी -१पासून त्याचे अंतर बरेच जास्त असल्याने तेथे नेहमीच प्रकाशाची कमतरता होती.घनदाट निबिड अरण्ये हे दैत्यलोकाचे वैशिष्ठ्य होते. तेथील वातावरणात एक वेगळीच गूढ, भयाण शांतता होती. अंधःकाराचे साम्राज्य असल्याने तेथे सगळे हिंस्त्र पशू वास्तव्य करून होते. अंधाऱ्या अरण्यात प्रचंड आकाराच्या वटवाघुळांचे राज्य होते. ती वटवाघुळे रात्रीच्या अंधारात त्यांच्या तावडीत सापडणाऱ्या जनावरांचा फडशा पाडण्यात तरबेज होती.

दैत्यलोकाच्या विविध प्रदेशावर कंस, जरासंध, कालयवन,दुर्योधन, दुःशासन आणि इंद्रजित यांचे आधिपत्य होते. रावण हा सगळ्या प्रदेशांचा मुख्य प्रशासक होता. सगळ्या प्रदेशांचे प्रशासक रावणास दबकून वागत. दैत्यलोक ग्रहावर सर्व प्रकारची नकारात्मक ऊर्जा वास करीत होती. दैत्यांची शक्तीच मुळात नकारात्मक ऊर्जेत असल्याने ते सर्व नकारात्मक विचारसरणीचे होते.

दैत्यांचा मुख्य संशोधक शास्त्रज्ञ शुक्र प्रकाशविहीन अरण्यात राहून नवनवीन शस्त्रांचा विकास करण्यात मग्न असे. त्याने विकसित केलेल्या विध्वंसक शस्त्रांची चाचणी रावण त्याच्या समक्ष करावीत असे. शुक्र अतिशय तल्लख बुद्धीचा शास्त्रज्ञ होता परंतु दैत्यलोकाशी त्याची निष्ठा

असल्याने त्याच्या बुद्धीचा वापर नकारात्मक कार्यासाठीच होत असे. त्याने आणि त्याच्या सहकारी शास्त्रज्ञांनी विविध स्तरांवर वैज्ञानिक परंतु चमत्कारिक वाटणाऱ्या शस्त्रांचे निर्माण केले होते. त्यांचे वैज्ञानिक सामर्थ्य मानवांच्या सामर्थ्यापेक्षा अनेक युगे पुढे होते. त्यांनी आंतर तारामंडळात प्रकाशाच्या कितीतरी अधिक गतीने प्रवास करण्याचे तंत्रज्ञान विकसित केलेले होते. परंतु परमोच्च गतीने प्रवास करण्याचे व्याधलोकातील तंत्रज्ञान त्यांना गवसले नव्हते. व्याधलोकातील एका रूपातून दुसऱ्या रूपात परावर्तीत होण्याचे तंत्रज्ञान मात्र त्यांनी छळ कपटाने हस्तगत केले होते. काही वेळा दैत्यलोकातील योद्धये विष्णूलोकातील आणि स्वर्गलोकातील योद्ध्यांवर वरचढ सिद्ध होत असत. अशावेळी युद्धात त्यांची सरशी देखील होत असे. दैत्यांकडे क्षणार्धात एका ठिकाणावरून अदृश्य होऊन दुसऱ्या ठिकाणी दृष्य स्वरूपात प्रकट होण्याचे तंत्र होते. त्याकरिता त्यांनी प्रकाश किरणे वाकविण्याचे तंत्र अवगत केले होते. एखाद्या वस्तूवरून प्रकाश परावर्तीत झालाच नाही तर ती वस्तू दृष्टीआड होते म्हणजेच अदृश्य रुपात परावर्तीत होते असे ते तंत्रज्ञान होते. या तंत्राचा वापर दैत्य नेहमी युद्धाच्या वेळी करून शत्रूस जेरीस आणत.

दैत्यलोकातील सर्वच रहिवाशी अतिशय क्रूर आणि दुष्ट प्रवृत्तीचे होते. असहाय्य लोकांना त्रास देण्यात त्यांना असुरी आनंद मिळत असे. त्यांच्यावर बालपणापासूनच सर्व वाईट गोष्टींचे संस्कार करण्यात येत असत.भोगविलास, दुष्ट विचार आणि अमर्याद लालसा हे त्यांचे मूळ स्वभावधर्म होते. कुठलेही सद्‌गुण त्यांच्याकडे जाण्यास धजावत नसत. दैत्यलोकांतील शुक्रांनी शत्रूच्या विचारशक्तीवर ताबा मिळविण्याचे तंत्र अवगत केले होते. असे तंत्र अस्तित्वात असू शकते याची निलम वरील मानवास कल्पना देखील नव्हती. एकदा का शत्रूच्या विचारशक्तीवर ताबा मिळविला की मग त्याचा वापर आपल्या फायद्यासाठी करून त्याला कसे गुलामासारखे वापरायचे ते दैत्यांना चांगलेच ठाऊक होते. कपटी प्रवृत्तीचे दैत्य बरेचदा युद्धात अजेय ठरत. त्यांचे युद्ध तंत्र मानवांसाठी अनाकलनीय होते.

वर्तमान युगात असुरी प्रवृत्तींनी मानवाच्या मनोमय कोशावर कब्जा मिळवला होता. त्यांनी मानवांवर अशा अत्याधुनिक तंत्रज्ञानाचा वापर करण्यास सुरुवात केली होती की मानव सहजपणे त्यांच्या विचारांना बळी पडत आणि त्यांच्या जाळयात सापडत. दैत्यांच्या दुष्ट प्रवृत्तीने मानवास स्वार्थी आणि अतिशय लोभी बनविले होते. पृथ्वीवरील भौतिक सुखाकडे मानवांचा ओढा वळविण्यास दैत्यांचा मोठाच सहभाग होता. संपूर्ण

मानवजातीवर क्षणभंगुर सुखाचा पगडा बसवून त्यांच्यावर अधिराज्य करण्याचा दैत्यांचे मनोरथ होते.

पृथ्वीवरील मनमोहक आणि शांत वातावरण नष्ट करून मानवावर आपल्या दुष्टप्रवृत्तीचा प्रभाव वाढविण्यासाठी दैत्य नेहमीच प्रयत्नशील असत.त्यांना पृथ्वीवरून मानवांचे समूळ उच्चाटन करून पृथ्वीचा संपूर्ण ताबा मिळवायचा होता. त्यासाठी मानवावर संपूर्ण कब्जा मिळवून त्यांच्या समूळ नाशाकरिता दैत्यांनी एक नवीनच तंत्र वापरण्यास सुरुवात केली होती. ते मानवांचे रूप धारण करून त्यांच्यात मिसळले. त्यांच्याकरिता कुठल्याही वाईट गोष्टी वर्ज्य नव्हत्या. ते जात पात धर्म यांचे भांडवल करून मानवांमध्ये भेदभावाचे वातावरण निर्माण करण्यात थोड्याच अवधीत यशस्वी झाले. सर्वसाधारण मनुष्यांना त्यांचे रूप कळू शकत नव्हते. बऱ्याचश्या सुविचारी लोकांना प्रश्न पडला की ही माणसे अशी कां वागताहेत? दैत्यांनी मानवांचे रूप जरी धारण केलेले असले तरी त्यांचे वर्तन मात्र त्यांच्या मूळस्वरूपास धरूनच होते. ते त्यांच्याच धर्माच्या लोकांचा वध करण्यास मागेपुढे पाहत नसत. निरपराध लोकांचा बळी घेण्याकरिता त्यांना कुठलेही कारण लागत नव्हते. अशा मानवरूपी दैत्यांची लोकसंख्या सुरुवातीस थोडी होती परंतु नंतर ती भयानक वेगाने वाढत गेली आणि असे लोक जगभर पसरले. सामान्य लोक त्यांना अतिरेकी, दहशतवादी या विशेषणाने ओळखू लागले. सर्वसामान्य जन त्यांना भीत असत आणि त्यांच्या कारवायांपासून दूर राहत.

विष्णूंचे या सगळ्या घडामोडींवर बारीक लक्ष्य होते. त्यांना अशी अपेक्षा होती की काही सुविचारी आणि उच्च वर्तनाच्या लोकांनी अशा लोकांना विरोध करून परिस्थिती नियंत्रणात आणावी. पृथ्वीवर पुन्हा शांतता प्रस्थापित करण्याच्या उद्देशाने त्यांनी काही सत्शील आत्मे पृथ्वीवर पाठविले देखील होते. त्यांना हे ठाऊक होते की त्या सगळ्या प्रक्रियेस पृथ्वीच्या कालमानाने बराच मोठा कालावधी लागणार होता.त्यांनी पृथ्वीवरील मानवांना आंतरतारामंडळात प्रवास करण्याचे अतिप्रगत तंत्रज्ञान प्रदान करण्याचे ठरविले होते.त्यादृष्टीने त्यांनी देवेन्द्रास अल्फा सेण्टॉरी ताऱ्याच्या प्रॉक्झिमा बी अर्थात हरीतग्रहावर मानवांना स्थलांतरित करण्याची शक्यता पडताळण्यास सांगितले होते.

विष्णूंना मानवांबद्दल अतीव प्रेम आणि जिव्हाळा होता. ते मानवांना सर्वार्थाने स्वतंत्र होण्याकरिता प्रोत्साहित करीत. त्यांना असे वाटत असे की संकटांच्या परिस्थितीत मानवाने देवांवर अवलंबून राहू नये.

“श्रीविष्णू, मला असे सुचवायचे आहे की मानवांना हरीतग्रहावर स्थलांतरित करण्यापूर्वी आपणास तेथे त्यांच्या संरक्षणाचा विचार करावयास हवा कारण की तेथे देखील दैत्यलोकातील दैत्य मानवांना त्रास देण्यास कमी करणार नाहीत. आपण असे देखील करू शकतो की दैत्य ज्या ठिकाणी पोचू शकणार नाहीत असा ग्रह शोधून त्यावर मानवांना स्थलांतरित करावे.” देवेंद्र निरनिराळे विचार मांडीत होता.

“ देवेंद्र, तुझा विचार जरी योग्य असला तरी मला तसे वाटत नाही. मला मानवांना संपूर्ण सक्षम करावयाचे आहे. त्यांना केवळ शरीराने सुदृढ करून चालणार नाही तर मला त्यांना मनाने देखील कणखर करावयाचे आहे. मानवांना असुरी शक्तीपासून स्वतःचे संरक्षण करणे जमावयास हवे. जेंव्हा मानव शरीराने आणि मनाने कणखर होईल, तेंव्हाच त्याला बाहेरून संरक्षण देण्याची आवश्यकता राहणार नाही. दैत्यप्रवृत्ती मानवांच्या मनोमय कोशावर अधिराज्य करीत आहेत त्यामुळे मानवांच्या सत्शील वृत्तीत बदल घडून ते अधिकाधिक लोभी,स्वार्थी, आणि भ्रष्टाचारी होत आहेत. भौतिक संपत्तीची त्यांची हाव परमोच्च बिंदूवर पोचल्याने त्यांचे अंतरंग मलीन आणि संवेदनाहीन झालेले आहे.मला त्यांना या सगळ्या दुर्गुणांपासून मुक्त करावयाचे आहे. मला हे ही ज्ञात आहे की माझ्या अपेक्षांवर खरे उतरणारे अनेक सुशील आत्मे पृथ्वीवर आहेत, परंतु दुर्गुणी आणि दुराचारी लोकांच्या तुलनेत असे लोक कमी आहेत.अशा सत्शील आणि शुद्ध आचरणाच्या मानवांना आपण साधारणपणे पन्नास सौर वर्षा नंतर एखाद्या समृद्ध आणि शांत वातावरण असलेल्या ग्रहावर स्थलांतरित करू. माझ्या नियोजनानुसार इतका कालावधी लागेलच.” विष्णूंनी शांतपणे देवेन्द्रास त्यांचे विचार सांगितले. ज्यावेळी विष्णू देवेन्द्राशी बोलत होते त्यावेळी विष्णूलोकाच्या आंतरतारामंडळ संदेश प्रणालीचा प्रमुख मरुत तेथे आला.

“श्रीहरी एक महत्वाची बातमी आहे. निलमवरून आणखी एक संदेश प्राप्त झाला आहे. संदेश पाठविणारे व्यक्ती आपल्या प्रतिसादासाठी बरेच व्याकूळ झालेले दिसतात. संदेशात त्यांनी अशी विनंती केली आहे की जर हे संदेश कोणासही मिळत असतील तर त्यांनी कृपया तसे कळवावे. यासंबंधी माझ्यासाठी काय सूचना आहेत?” मरुतने विष्णूंकडे अपेक्षेने पाहत विचारले.

“मला असे वाटते की, त्यांना प्रतिसाद देण्याची वेळ आली आहे. एक ॐकाराचा संदेश तयार कर. त्यामध्ये अशा ॐकार ध्वनीचा वापर कर जो ध्वनी ब्रम्हान्डाच्या उत्पत्तीच्यावेळी निर्माण झाला होता. त्याची एकवीस

आवर्तने त्या संदेशास्वरुपात त्यांना पाठव. त्यांना आपल्या व त्यांनी पाठविलेल्या ॐकाराच्या अनुनादातील फरक लगेच जाणवेल." विष्णूंनी मरुतला सूचित केले. मरुत त्यांच्या सूचना घेऊन तेथून निघून गेला. त्यानंतर विष्णू आणि देवेन्द्राची चर्चा पुढे सरकली. विष्णू पृथ्वीवरील भरमसाट वाढणाऱ्या मानवांच्या लोकसंख्येस कसा आळा घालता येईल यावर विचार करीत होते. मानवांना दैत्यांच्या अदृश्य हल्ल्यापासून बचाव करण्यासाठी मानसिक दृष्टया प्रबळ करणे गरजेचे होते. त्यांनी गणेशास टेलीपथीद्वारे संपर्क केला. गणेश त्वरित टेलीपोर्टेशनच्या माध्यमातून त्यांच्या मिटींगमध्ये अवतीर्ण झाला.

"गणेश, आपण मागील बैठकीच्यावेळी ठरविल्यानुसार तुझ्या मदतीची निकड आता भासते आहे. सौरभ आणि शिरीनच्या मनातील गोंधळाच्या वादळाचे निवारण करून त्यांच्या मनोमय कोषात नवीन कल्पनांचे रोपण तू करावेस असे मला वाटत आहे. अशा कल्पना त्यांच्या मेंदूमध्ये रुजव ज्यांच्या आधारे त्या दोघांना पृथ्वीवर येणाऱ्या आपत्तीचा सामना करण्याचे बळ मिळेल. त्या दोघांनी पुढील काळात उद्भवणाऱ्या परिस्थितीला तोंड देण्यास अग्रेसर असावे अशी माझी इच्छा आहे." विष्णूंनी त्यांचे मनमोहक स्मित हास्य करीत गणेशास विनंती केली.

"मी तुमच्या इच्छितानुसार लगेचच पृथ्वीकडे प्रयाण करतो. मला हे स्पष्ट जाणवते आहे की सौरभ आणि शिरीन दोघेही त्यांच्या मनातील गोंधळामुळे त्यांच्या कार्यापासून विचलित झाले आहेत. त्यांना त्या गोंधळातून लवकर सोडविणे अत्यंत गरजेचे आहे." गणेशाने विष्णुंची रजा घेत पृथ्वीकडे प्रयाण केले.

गणेश हा अत्यंत बुद्धिमान आणि शक्तिमान होता. त्याच्या व्यक्तिमत्वाचा आवाका सर्वसामान्यांच्या बुद्धीपलीकडे होता. त्रिमूर्तींना अनेक गहन समस्यांमध्ये त्याने वेळोवेळी मदत केली होती.जरी तो वयाने तरुण असला तरीदेखील ब्रम्हा आणि विष्णू त्याला तसे वागवीत नसत.ते त्याच्या असामान्य बुद्धिमत्तेचा नेहमी आदर करीत.गणेश सर्व कला आणि विद्यांचे आगर होता. त्याला अधिभौतिक तसेच विज्ञान विषयांचे संपूर्ण सखोल ज्ञान होते. कुठल्याही विषयात त्याच्याएवढे सखोल ज्ञान कोणाजवळ नव्हते. कुठल्याही वैज्ञानिक किंवा आध्यात्मिक विषयातील वादविवादात त्याला पराभूत करणे कोणालाही शक्य नव्हते. मानवांच्या कुठल्याही समस्येवर त्याच्याकडे उपाय योजना तयार असत. विष्णूंप्रमाणेच त्याला देखील मानवाविषयी अतिशय प्रेम आणि आपुलकी होती.गणेशास शुद्ध वर्तनाचे मानव सगळयात प्रिय होते. अशा व्यक्तींना तो नेहमी नवनवीन

कल्पना बहाल करीत असे. त्याला सौरभ आणि शिरीनच्या पृथ्वीवरील जन्माचे उद्दिष्ठ माहित होते. त्याला त्या दोघांविषयी विशेष आपुलकी होती.

सौरभ आणि शिरीनने त्यांच्या विचारशक्तीचा संपूर्ण क्षमतेने वापर करणे आवश्यक आहे हे त्यास ठाऊक होते. सद्य स्थितीत ती दोघे मानसिक गोंधळाच्या परिस्थितीत अडकून बसली होती. त्यांच्या मनात तात्काळ नवीन कल्पनांचे बीज रोवणे गरजेचे आहे हे गणेशाने ताडले.

तो पृथ्वीच्या वातावरणात प्रवेश करण्याचा तयारीत होता. त्याने निलमकडे एक दृष्टीक्षेप टाकला. तिचे निलमनोहर रुपडे त्याला नेहमीच आवडत असे. पृथ्वीवर त्याचा फार जीव होता. यावेळी तो बऱ्याच कालावधीनंतर पृथ्वीस भेट देत होता. गेल्या वेळेच्या तुलनेत यावेळी पृथ्वीच्या भ्रमण कक्षेत काहीतरी बदल झाल्याचे त्याला जाणवले. काहीतरी विचित्र घडले आहे असा विचार त्याच्या मनात आला.

कोवळ्या सूर्यकिरणांनी आर्यावर्ताच्या क्षितिजावर त्यांची सोनेरी झालर पसरविण्यास नुकतीच सुरुवात केली होती. व्याधवासी पृथ्वीवरील भरतखंडास आर्यावर्त असे संबोधित. गणेशाच्या मनात सौरभ आणि शिरीन करिता निरनिराळ्या योजना घोळत होत्या.

****

प्रकरण ११

विष्णूलोकातून पृथ्वीवर येण्यास गणेशास काही क्षण पुरेसे होते. तो सूक्ष्मदेहाने पृथ्वीवर येत होता. त्याच्या कार्याकरिता त्याला स्थूलदेहाची आवश्यकता नव्हती. सौरभ आणि शिरीनच्या मनोमय कोषात नवीन कल्पना रुजवून त्या कार्यान्वित करणे हेच त्याचे प्रमुख कार्य होते. सौरभ आणि शिरीन अनामिक भीतीच्या जंजाळात गुरफटले होते त्यामुळे त्यांना त्यांच्या ध्येयपूर्तीचा मार्ग दिसेनासा झाला होता. सुलभ वाटेवरून चालत असता अचानक पुढील वाट धुक्यात हरवून दिसेनासी व्हावी असे त्या दोघांच्या बाबतीत झाले होते.

सौरभ आणि शिरीन अफाट लोकसंख्यावाढ आणि मानवजातीचा सर्वनाश होण्याची शक्यता यामधील दुवा शोधण्यात व्यस्त झाले होते.त्यांना या दोन विषम गोष्टीमध्ये समन्वय साधणारी कडी कुठेही दिसत नव्हती. केवळ अति लोकसंख्या वाढीमुळे मानवाचा सर्वनाश होणे कसे शक्य होते? पृथ्वीच्या आकारमानाने मानव संख्या कितीही जरी वाढली तरी ती क्षुल्लकच होती. मानव नैसर्गिक खनिजांचे साठे वेगाने खणून काढून ते बेदरकारपणे संपविण्यात मग्न होता. पृथ्वीच्या अंतरंगातील मौल्यवान धातू, सोने, रौप्य, लोह, तांबे खणून काढून त्यांचे रुपांतर विविध प्रकारच्या रचनांमध्ये करून मानवाने पृथ्वीस आतून पोकळ करणे सुरु ठेवले होते. परंतु तरीही त्या सगळ्या बाबींचा मानवाचा समूळ नाश होण्याशी संबंध दिसत नव्हता. ते एक असे कोडे होते ज्याचे उत्तर सौरभ आणि शिरीनच्या दृष्टीक्षेपात नव्हते. ती दोघेही अज्ञात आणि अतिप्रगत संस्कृतीच्या प्रतिसादाची आतुरतेने वाट पाहत होती. त्यांच्या अंतर्मनास खात्री होती की अशी अतिप्रगत संस्कृती नक्की अस्तित्वात आहे.

गणेशाजवळ सौरभ आणि शिरीनच्या शंकांचे उत्तर उपलब्ध होते. तो त्यांच्या मनातील कोडे एका क्षणात सोडवू शकला असता. परंतु विष्णूंनी त्याला तसे करण्याची परवानगी दिलेली नव्हती. विष्णूंना मानवांच्या बुद्धीच्या अफाट क्षमतेची कल्पना होती. मानवाने त्याच्या बुद्धीस ताण दिला तर तो कुठलीही असाध्य गोष्ट साध्य करू शकतो हे त्यांना माहित होते. त्यामुळे त्यांनी गणेशास सौरभ आणि शिरीनच्या मनास पडलेल्या कोड्याचे सरळ उत्तर सुचविण्यास मनाई केली होती. त्यांनी गणेशास सौरभ आणि शिरीनला त्यांच्या समस्यांवर मार्ग सुचतील असे संकेत

देण्याची परवानगी दिलेली होती. गणेशास पृथ्वीवरील जीवसृष्टीविषयी प्रेम आणि जिव्हाळा होता. काही वेळा त्याला तेथील मानवांच्या वर्तनाचे आश्चर्य वाटत असे. काही मानव त्यांना वाटेल तशा वावड्या उठवून इतरांचे लक्ष्य वेधण्यात पारंगत होते. अनेक वैज्ञानिक शोधानंतर देखील मानवांची अंधश्रद्धा कां नष्ट होत नाही याचे त्याला आश्चर्य वाटत असे.
शुद्ध आणि सात्विक आचरणाचे मानव त्याच्या कौतुकास पात्र होते.
मानवाचा विकास व्हावा असा उद्देश ठेऊन जी माणसे नवीन तंत्रज्ञान विकसित करण्याचे कार्य करीत त्यांना गणेश सर्वतोपरी सहाय्य करीत असे. त्याच्या पृथ्वीवरील कार्याविषयी त्याला पूर्ण कल्पना होती. दैत्यलोकातील दैत्यांनी पृथ्वीवर कपटाने अनेक घडामोडी सुरु केल्या होत्या. त्या सर्व गोष्टी त्याच्या कार्यक्षेत्राच्या बाहेर होत्या. ते विष्णूंचे क्षेत्र होते. त्याक्षेत्रात कार्य करण्याकरिता त्याला विष्णूंच्या संमतीची गरज होती. सौरभ आणि शिरीनच्या मनात चाललेल्या गोंधळातून त्यांना बाहेर काढण्याच्या कार्यास त्याने प्राथमिकता देण्याचे ठरविले आणि त्यांच्या बुद्धीमध्ये नवीन कल्पनांचे रोपण करून त्यांच्या बुद्धीस चालना मिळेल असे कार्य करण्यास त्याने प्रारंभ केला.

****

"सौरभ, मानवजातीचा समूळ नाश आणि बेसुमार लोकसंख्या या दोन गोष्टींमध्ये काही दुवा सापडतो कां? माझं तर डोकं कामच करेनासं झालंय." शिरीन विचार करून थकली होती.
"माझंही तसंच झालंय.ते एक कोडंच आहे. मला असं वाटतं की सध्या जी दहशतवादी प्रवृत्ती वाढतेय तीच मानवजातीच्या नाशास कारणीभूत ठरू शकते.आपण रोजच आपल्या सभोवती घडणाऱ्या घटनांमधून बघतोय की लोकांची विनाशी प्रवृत्ती बऱ्याच मोठ्या प्रमाणात सतत वाढत चाललीय.एखादा समाज किंवा समूह काही धर्मवेड्या लोकांच्या तालावर वागत नसेल तर त्यांची निर्घृणपणे कत्तल करण्यास हे लोक मागेपुढे पाहत नाहीत. साऱ्या जगात अविचारी प्रवृत्ती वाढत चालली आहे. एक दिवस असाही येऊ शकतो की हे अतिरेकी विचार सरणीचे लोक सगळ्या जगातील लोकांना ओलीस धरू शकतात.अशा अतिरेकी मनोवृत्तीच्या लोकांच्या हातात जर अण्वस्त्रे लागली तर अनियंत्रित अणुयुद्धाचा धोका सहजच संभवतो. अशा परिस्थितीत मानवाचा नाश होण्याची शक्यता

नाकारता येऊ शकत नाही."सौरभ चिंताग्रस्त झाला होता. तो विचारांच्या अंधाऱ्या बोगद्याच्या टोकास जाऊन पोहचला होता. तेथून पुढे त्याला कुठलाही मार्ग दिसत नव्हता. दहशतवाद संपूर्ण जगात एखाद्या भयंकर रोगाच्या साथी प्रमाणे पसरत चालला होता.अतिरेक्यांसमोर कुठलेही निश्चित उद्दिष्ट नव्हते. बऱ्याच अतिरेकी समूहाकडे अण्वस्त्रे होती. जगभरातील बरीच नेतेमंडळी दहशतवादावर कायमचा उपाय शोधण्यात मग्न होती.सगळ्या जगानेच दहशतवादाविरुद्ध एकजुटीने लढणे आवश्यक होते. अतिरेक्यांची मनोवृत्ती बदलणे हाच त्यावरील एकमात्र उपाय होता. पण हा एक सर्वसामान्य विचार झाला असे सौरभला वाटत होते. सौरभ आणि शिरीन विचार करून शिणून गेले. मध्यरात्र उलटून गेली होती आणि त्यांना पृथ्वीवर येणाऱ्या अतर्क्य संकटावर उपाय सुचत नव्हता. कोणत्या प्रकारचे संकट उद्भवणार होते तेही त्यांना माहित नव्हते, त्यामुळे त्यावर उपाय कसा शोधायचा हा प्रश्नच होता. बाहेर धुवाधार पाऊस पडत होता.
"सौरभ, मला असं वाटतं की आपण आता झोपण्यास जावे. मला आता असह्य झोप येतेय. जरी उद्या सुटी असली तरी माझी आणखी थकण्याची इच्छा नाही." शिरीन ने जांभई दिली.
"मलाही तसेच वाटते आहे."सौरभ देखील थकला होता.त्यांनी दिवे बंद केले आणि बेडरूमकडे निघाले.गणेश सूक्ष्मदेहाने त्यांच्या सभोवतीच होता.त्याने शिरीनच्या मेंदूत एक कल्पना रुजविली आणि तो तेथून निघाला.
पहाटे तीनच्या सुमारास सौरभच्या सेल फोन वर एका विशिष्ठ नोटिफिकेशनचा ध्वनी आला. परंतु सौरभ आणि शिरीन दोघेही गाढ निद्रेत असल्याने तो त्यांच्या कानापर्यंत पोहचू शकला नाही.
पाऊस रात्रभर सुरूच होता. सकाळी देखील आकाश अभ्राच्छादित असल्याने सूर्यकिरणे पृथ्वीपर्यंत पोचली नव्हती.सौरभ त्याच्या नेहमीच्या सवयीप्रमाणे सकाळी लवकर जागा झाला आणि त्याने घड्याळ बघितले.सहा वाजले होते. त्याने शिरीन कडे पाहिले. ती गाढ झोपेत होती. तिला चाहूल लागणार नाही अशा बेताने तो हळुवारपणे बिछान्यातून निघाला आणि बाल्कनीत गेला. बाहेरचे वातावरण चिंब ओले होते. त्या प्रसन्न वातावरणात त्याला शिरीनला झोपेतून उठविण्याची अनावर इच्छा झाली पण तिचे रात्रीचे बोलणे आठवून त्याने तसे करणे टाळले.
त्याला अचानक आठवले की नासामधील त्याच्या मित्राशी त्याला बऱ्याच दिवसांपासून बोलावयाचे होते.नासा ने दूरवरील अंतराळात पाठविलेल्या सिग्नल्सना काही प्रतिसाद आला काय हे त्याला विचारायचे होते. मध्यंतरी

काहीना काही कामांमुळे त्याला फोन करणे झालेच नव्हते. त्याने पुन्हा घड्याळावर नजर टाकली. सव्वासहा झाले होते म्हणजे तिकडे सायंकाळ झालेली असणार त्याने विचार केला. तो तडक बेडरुममध्ये गेला आणि त्याने विचारमग्न अवस्थेतच त्याच्या मित्राचा, मॅकचा, नंबर शोधण्यास सुरुवात केली. त्याचवेळी त्याच्या लक्षात आले की एका नोटिफिकेशनचा लाईट ब्लिंक करीत आहे. त्याने ते नोटिफिकेशन उघडले आणि तो आश्चर्याने उडालाच.

ते ज्याची आतुरतेने वाट पाहत होते त्या अज्ञातांकडून आलेल्या संदेशाचे ते नोटिफिकेशन होते !

"ओ माय गॉड ! मी आत्ता मॅकला फोन लावण्याचा विचारच करत होतो आणि मला *अज्ञातांतर्फे* प्रतिसाद आलेला सुद्धा आहे.

त्या गोष्टीवर विश्वास नं बसल्याने पुन्हा खात्री करण्यासाठी त्याने एकदा ते नोटिफिकेशन तपासून बघितले. त्याची कुठलीही चूक होत नव्हती. ते नोटिफिकेशन अचूकच होते.त्यांना पहाटे तीनच्या सुमारास अज्ञातांकडून संदेश प्राप्त झाला होता. उत्तेजित होऊन त्याने शिरीनला हाक मारली.

"शिरीन डियर, जागी हो. आपल्यासाठी मोठ्ठी आनंदाची बातमी आहे." पण ती झोपेतून जागी होण्यास तयार नव्हती. बिछान्यात चुळबुळत ती कुरकुरली.

"सौरभ, प्लीज, मला झोपू दे. अरे आज सुटी आहे."

"ठीक आहे तर. नंतर मला दोष देऊ नकोस. आणि मग म्हणूही नकोस की मी एकट्यानेच त्यांच्याकडून आलेला संदेश कां वाचला? मी ऑफिसला जाण्यासाठी निघतो आहे." तो घाई घाईने बेडरूम बाहेर जात म्हणाला.

"सौरभ, तू खरं सांगतोय ? तुला अचानक कसं कळलं ?" शिरीन बिछान्यातून खाड्कन उठून बसली. ती खडबडून जागी झाली होती.

"अगं खरंच डियर. आपल्या संदेशाला त्यांचं उत्तर आलंय." त्याने उत्तेजित होत शिरीनचे खांदे घुसळले. ते दोघेही घाईघाईने आटोपून ऑफिसला निघाले. जरी सुटीचा दिवस असला तरी इस्रोत सिक्युरिटी स्टाफ आणि शिफ्टमध्ये काम करणारे लोक होते. सौरभ आणि शिरीनला त्यांच्या केबिन आणि स्पेस रिसर्च लॅब मध्ये प्रवेश करण्यात काहीच अडचण आली नाही. सौरभच्या डोळयाच्या रेटिनाच्या व अंगठ्याच्या स्कॅननंतर स्पेस रिसर्च लॅबचे डिजिटल लॉक उघडले. मेसेजला उत्तर आल्याच्या आनंदात सौरभ लॅबचे दार लॉक करणे विसरला.

स्पेस रिसर्च लॅब आकाराने प्रचंड होती. तेथे इस्रोत प्रगतीपथावर असलेल्या सर्वच अंतराळ कार्यक्रमांबद्दल माहिती उपलब्ध होती. सौरभ आणि शिरीन

हे इस्रोतील सन्माननीय शास्त्रज्ञ असल्याने तेथील मुख्य संगणकावरील संपूर्ण माहिती त्यांना उपलब्ध होती. लॅबच्या पूर्वेकडील भिंतीवर एक भलामोठा अंतर्वक्र आकाराचा एल.ई.डी.स्क्रीन बसविलेला होता. त्यावर गूढ वाटणाऱ्या गडद अवकाशात असंख्य तारे आणि ग्रह चांदण्यांच्या आकारात चमचम करीत होते. सौरभला अवकाशाचे ते दृष्य पाहतांना नेहमी एक वेगळीच हुरहूर वाटत असे.

सौरभने कंट्रोल पॅनेल वरील एक स्वीच दाबताच त्या स्क्रीनवरील दृष्य बदलून तेथे चंद्रावर पृथ्वीच्या दिशेला असलेल्या पृष्ठ्भागाच्या कडेस बसविण्यात आलेले ट्रान्स्पाँडर दिसू लागले. सौरभने मेसेज असलेले फोल्डर उघडले आणि त्यामधील मेसेजवर क्लिक करताच स्पेस लॅबचा आसमंत शांत, स्वर्गीय आवाजातील ॐकाराच्या स्पंदनाने भारल्या गेला. शिरीन आणि सौरभ त्यांच्या कानात प्राण ओतून तो ॐकार ऐकत होते. ती अशी स्पंदने होती जी त्यांनी यापूर्वी आयुष्यात कधीही अनुभवली नव्हती.ती स्पंदने शांत आणि गूढ स्वरात सुरु होऊन काही वेळात त्यांच्या परमोच्च बिंदूस पोचली. जवळपास सात ते आठ मिनिटांपर्यंत स्पेस लॅबमध्ये त्या ॐकाराची स्पन्दने गुंजत होती. त्यानंतर हळू हळू त्यांची तीव्रता कमी होत होत केवळ कुजबुज वाटावी इतकी कमी झाली आणि शांत झाली. सौरभ आणि शिरीनला ती स्पंदने एक वेगळाच सात्विक अनुभव देऊन गेलीत. असा ॐकार त्यांनी आधी कधीच ऐकला नव्हता. त्या दोघांच्या शरीरावर रोमांच फुलले. ती दोघेही तेथे असलेल्या गणेशाच्या मूर्तीपुढे नतमस्तक झाली. त्यांच्या मिटलेल्या डोळ्यातून आनंदाश्रू झरू लागले.

“ ओ माय सौरभ, शेवटी आपल्याला त्यांचा प्रतिसाद मिळालाच.” शिरीनने सौरभला आनंदाने मिठी मारली. त्यांच्या कल्पनेतील अतिप्रगत संस्कृतीकडून त्यांच्या संदेशास प्रत्युत्तर मिळाल्याने ते दोघेही आनंदाच्या अत्युच्च शिखरावर होते.

“सौरभ, आपण तो संदेश पुन्हा ऐकूयात कां? एकदा ऐकून माझे समाधान झाले नाही.” शिरीनने लहान बालकासारख्या निष्पाप मुद्रेने विचारले.

सौरभ पुन्हा तो संदेश सुरु करणारच होता तेवढ्यात त्याचे लक्ष लॅबच्या दाराकडे गेले. संदेश ऐकण्याच्या उत्साहात त्याने दार सताड उघडेच ठेवले होते. तो पावलं नं वाजविता दाराकडे गेला आणि त्याने सावधपणे दाराबाहेरची चाहूल घेतली. तेथे कोणीच नव्हते.त्याने काळजीपूर्वक दार बंद केले आणि तो कॉम्प्युटर कडे परतला.

“सौरभ, काय झाले? कोणी होतं कां बाहेर?” शिरीनच्या स्वरात काळजी होती.

“नाही कोणी नव्हतं.पण मला काहीतरी सळसळ भासली. म्हणून मी शोध घेतला. अर्थात तो केवळ भासच असेल.” सौरभ सावध झाला होता. लॅबचे दार बंद केल्यावर बाहेर कोणताही आवाज जाऊ शकत नव्हता कारण की लॅब पूर्णपणे साऊंडप्रूफ होती. त्याने पुन्हा तो संदेश प्ले केला.त्या दोघांनीही तो ॐकार पुन्हा तेवढ्याच एकाग्रतेने ऐकला. सौरभने त्या ॐकाराचे नीट मनन केल्यावर त्याच्या असे लक्षात आले की त्यातील ‘अ’कार काही मिनिटे होता. ‘ऊ’ कार त्यापेक्षा जास्त वेळ होता आणि ‘म’ कार सगळ्यात जास्त वेळेपर्यंत आसमंतात निनादत होता.त्या ॐकाराने जी स्पंदने लॅबमध्ये निर्माण केली होती, ती असामान्य होती. तो एक नैसर्गिक ध्वनी होता. ॐकाराचे एक आवर्तन साधारणपणे पाच मिनिटांपेक्षा जास्त चाललेले त्याने कधीच ऐकले नव्हते. तो एक असामान्य ॐकार होता. तसा ॐकार केवळ असामान्य योगीच प्रसृत करू शकला असता. कोणाही असाधारण ध्यानधारणा करणाऱ्यास देखील तो निर्माण करणे शक्यच नव्हते. त्या दोघांनी त्या ॐकाराच्या नादाची तुलना त्यांनी पाठविलेल्या संदेशामधील ॐकाराशी करून पाहिली. त्यांना प्रत्युत्तरादाखल मिळालेला ॐ चा ध्वनी हा चमत्कारिक होता. तो अनंत ब्रह्मांडातून त्यांच्यापर्यंत आला होता. त्याचा नाद अनंत होता.तो अनंतकाळापर्यंत अविनाशी राहणारा ॐकार होता. कुठल्याही ध्वनीशी त्याची तुलनाच होऊ शकत नव्हती.

“शिरीन या ॐकाराच्या ध्वनिवरून हे सहज लक्षात येते की ज्या कोण्या अतिप्रगत संस्कृतीच्या लोकांनी तो पाठविलेला आहे ते आपल्या पेक्षा आध्यात्मिक दृष्टया किती प्रगत असावेत. त्यांनी आपल्या संदेशास प्रत्त्युत्तर म्हणून पाठविलेला ॐकार आपण पाठविलेल्या ॐकारापेक्षा किती वेगळा आहे. ते आपल्या मानाने विज्ञान आणि तंत्रज्ञानात कितीतरी अधिक प्रगत असावेत.

मला असे वाटते आहे की आपणास त्यांचा संदेश मिळाला आहे असे आपण त्यांना कळवावे. आपण जो नवीन संदेश त्यांना पाठवू त्यात आपण त्यांना त्यांच्या आकाशगंगेतील स्थानाबद्दल देखील कळविण्याची विनंती करावी. त्याचप्रमाणे त्यांनी विज्ञानात जी प्रगती केली आहे त्यातील थोडे ज्ञान पृथ्वीवासीयांना देखील प्रदान करावे.अशी देखील विनंती त्यांना करावी कां?” सौरभ स्वप्नवत नजरेने बोलत होता.

“सौरभ, मी देखील त्यांच्या संदेशाचे मनन केले आहे. मी तुझ्याशी सहमत आहे की ते विज्ञानात आपल्यापेक्षा बरेच प्रगत असावेत. परंतु आपण असे कसे गृहीत धरू शकतो की ते आपल्याशी, पृथ्वीवासियांशी मैत्री करण्यास

उत्सुक असतील? आजच्या आधुनिक युगात एखाद्या अपरिचित आणि अतिप्रगत संस्कृतीकडून संदेश ध्वनी प्राप्त होण्याची ही नक्कीच पहिलीच घटना असेल. ही एक ऐतिहासिक घटना देखील मानता येईल. पण एवढ्या अल्प आधारावर आपण त्यांना मित्र म्हणून गृहीत धरण्याच्या निष्कर्षावर पोहचणे नक्कीच घाईचे ठरेल. नुसते घाईचेच नव्हे तर अतिशय धोक्याचे देखील ठरू शकते. आपण आपल्या सूर्यमालेतील आपली जागा, आपले ठिकाण याबद्दल सविस्तर माहिती त्यांना कळविली होती. पण त्यांनी त्यांच्या ठिकाणाबद्दल ब्र देखील कळवला नाही आहे. हे मला जरा जास्तीच धोकादायक वाटते आहे." शिरीनचे विचार वास्तववादी होते. ती सहजी भावनांच्या प्रवाहात वाहत नसे.

"शिरीन तू म्हणतेस ते खरंच आहे. आपण आपल्या सोईने कुठलीच गोष्ट गृहीत धरावयास नको. आपण प्रत्येक पाऊल नीट विचार करूनच उचलावयास हवे. एखाद्या वैज्ञानिक चित्रपटासारखी देखील परिस्थिती असू शकते. असे देखील असू शकते की ज्यांनी आपल्याला हा संदेश पाठविला आहे ते जीवित लोक नसून अतिप्रगत यंत्रमानव असतील. असे जर कां असेल तर मात्र आपण संकटास आवाहन केले आहे असे म्हणावे लागेल." सौरभ देखील शिरीनच्या विचारांशी सहमत झाला.

"पण मग आपण काय करावयास हवे? एवढ्या मोठ्या आनंदाच्या घटनेनंतर आपण नुसते स्वस्थ बसू शकत नाही नं?" सौरभ उद्गारला.

"होय तेही खरंच आहे. आपण ताबडतोब या घटनेची माहिती इस्रोच्या अध्यक्षांना कळवायला हवी. त्यांच्यासोबत चर्चा केल्यानंतर ही घटना आपण पंतप्रधानांच्या कानावरही घालावयास हवी. तुला आठवतं कां, पंतप्रधानांसोबतच्या मिटिंग मध्ये आपण जेंव्हा त्यांना आपल्या सिग्नल प्रक्षेपणासंबंधी माहिती दिली त्यावेळी त्यांना हे माहित होतं की आपल्याला त्या सिग्नलला तोपर्यंत प्रतिसाद मिळालेला नाही. त्या बरोबरच त्यांनी हे देखील सांगितलं होतं की, आपल्याला नजीकच्या भविष्यात प्रत्युत्तर नक्की मिळेल. या सगळ्या गोष्टींवरून असं दिसतं की त्यांना याबद्दल अंत:प्रेरणा मिळाली असावी. तेच याबाबतीत निर्णय घेण्यासाठी सर्वात योग्य व्यक्ती आहेत." शिरीनने सौरभच्या समस्येस योग्य पर्याय सुचविला. सौरभने तिच्या परिपक्वतेचे कौतुक केले आणि इस्रोचे अध्यक्ष धवन यांच्याशी संपर्क केला. त्याने त्यांच्याशी बोलण्याची परवानगी मागितली. त्यांच्याकडून रुकार येताच तो उत्साहाने सांगू लागला,

"सर, अतिशय महत्वाची बातमी आहे. तुम्हाला कल्पना आहेच की दूरवरील अंतराळातील आकाशगंगेत अस्तित्वात असू शकणाऱ्या अतिप्रगत संस्कृतीशी संपर्क करण्याचा प्रोजेक्ट आम्ही राबवीत आहोत.त्या दृष्टीने आम्ही तसा संदेश गेल्या काही दिवसांपूर्वी प्रक्षेपित केला होता.त्या संदेशास प्रतिसाद आला आहे.माझी अशी विनंती आहे की तुम्ही तुमचा थोडा वेळ देऊ शकलात तर आम्ही तुम्हाला तो संदेश ऐकवू."

"अरे वा . खरंच खूपच आनंदाची बातमी आहे.तुम्हा दोघांचं या यशाबद्दल मनःपूर्वक अभिनंदन.तू मूर्तींना याबद्दल कळविलेस कां? कळविले नसेल तर लगेच कळव. आपण बरोबर अकरा वाजता भेटू." धवन यांनी बोलणे संपवीत सौरभला सूचना दिली. शिरीन आणि सौरभने मूर्तींशी संपर्क साधला. मूर्ती त्यांचे वरिष्ठ होते.

"सर,आम्ही अज्ञात संस्कृतीकडून प्रत्युत्तर येण्याची वाट पाहत होतो.आमच्या संदेशास काल रात्री त्यांच्याकडून प्रतिसाद मिळाला." सौरभ त्यांचे वरिष्ठ मूर्ती आणि धवन यांना सविस्तर अहवाल कथन करीत होता.ते सर्व मूर्तींच्या केबिनमध्ये बसून चर्चा करीत होते.धवन यांनी त्यांची प्राथमिक शंका सौरभला विचारली,

"तुला खात्री आहे ,की ते सिग्नल पृथ्वीवरूनच कोणी पाठविलेले नाही? तुला त्याच्या अंतराळातूनच येण्याबद्दल संपूर्ण खात्री आहे? जर ते सिग्नल कोणी तरी पृथ्वीवरूनच पाठविलेले असेल तर आपले जगभर हसे होईल. तुला या गोष्टींची कल्पना आहे नं?" धवन सर्व बाजूंनी योग्य विचार करीत होते. इस्रोसारख्या नामवंत संस्थेची फजिती होऊ नये असे त्यांना वाटत होते.

"सर आम्ही या गोष्टीची पूर्ण शहानिशा केली आहे की ते सिग्नल अंतराळातूनच आलेले आहे.ते सिग्नल आपल्या प्रणालीला चंद्रावरील सिग्नल ट्रान्सपाँडर कडून प्राप्त झाले आहे. त्या ट्रान्सपाँडरमध्ये अशी व्यवस्था केलेली आहे की आपल्या स्टेशन व्यतिरिक्त ते पृथ्वीवरील कोणाचेही सिग्नल रिसीव्ह करणार नाही. त्याचप्रमाणे आपण पाठविलेले सिग्नलदेखील ते आपल्यास पुनःपरावर्तीत करणार नाही. आपण पाठविलेले सिग्नल त्या ट्रान्सपाँडरतर्फे फक्त आणि फक्त दूर अंतराळाच्या दिशेनेच प्रक्षेपित होते. तसेच त्यात असलेल्या व्यवस्थेनुसार अंतराळातून आलेलेच सिग्नल तो ट्रान्सपाँडर आपल्या स्टेशनकडे पाठवू शकेल. त्यामुळे ते सिग्नल पृथ्वीवरून कोणीतरी पाठविले असण्याची शक्यता उरत नाही." सौरभने आत्मविश्वासाने सांगितले.

" मला तुझे स्पष्टीकरण मान्य आहे. तुम्ही ज्या निरनिराळया व्यवस्था चंद्रावरील ट्रान्सपाँडरमध्ये केलेल्या आहेत त्यानुसार ते सिग्नल पृथ्वीवरून पाठविलेले नाही असे आपण गृहीत धरले, तरी एक शक्यता बाकी राहतेच. आणि ती म्हणजे एखाद्या दुसऱ्या देशाने अंतराळात पाठविलेल्या यांत्रिक मानवरहित यानाने तो संदेश कशावरून प्रक्षेपित केलेला नसेल?" धवन यांना अशी कुठलीच शक्यता शिल्लक ठेवायची नव्हती ज्यामुळे इस्रोचे हसे होऊ शकेल.

"सर आम्ही ती शक्यता देखील पडताळून पहिली आहे.मी तुम्हाला संपूर्ण खात्री देऊ शकतो की ते सिग्नल कुठल्याही मानवनिर्मित किंवा मानव नियंत्रित उपग्रहाकडून अथवा तत्सम यंत्राकडून प्रक्षेपित केल्या गेलेले नाही." सौरभ धवनकडे अपेक्षित नजरेने पाहत उत्तरला.त्यांनी बरोबर त्याला अपेक्षित असणारा प्रश्न विचारला.

"तुला तुझ्या विधानाबद्दल एवढा विश्वास आहे तर मग ते तू मला पटवून दे." धवन देखील सहजी पटविण्यासारखे व्यक्ती नव्हते.

"सर आपल्याला जो संदेश प्राप्त झाला आहे त्याची फ्रिक्वेन्सी आजपर्यंत तरी कोणीही पृथ्वीवर तयार करू शकलेले नाही. सर्वसाधारणपणे आपण जेंव्हा एखादा संदेश प्रक्षेपित करतो, तेंव्हा त्याची फ्रिक्वेन्सी रेडियो फ्रिक्वेन्सी एवढी असते. सिग्नल फ्रिक्वेन्सी साधारणपणे २२५ मेगाहर्टझ पासून ३००० मेगा हर्टझ या पट्टीत असते.परंतु आपल्याला जे सिग्नल मिळालेले आहे त्याची फ्रिक्वेन्सी चक्क ४५००गिगाहर्टझ एवढी अतिप्रचंड आहे !त्यावरून हे अगदी स्पष्टपणे सिद्ध होते की ते सिग्नल पृथ्वीवरून पाठविलेले नाही तसेच एखाद्या कृत्रिम उपग्रहाने किंवा दूर अंतराळाकडे प्रवासास पाठविलेल्या मानवरहित शोध यंत्राने पाठविलेले नाही." सौरभने धवनच्या मनातील सर्व शंकांचे निवारण करीत विश्वासाने सांगितले. जेंव्हा त्यांनाही सौरभचे म्हणणे पटले तेंव्हा ते आणि मूर्ती सौरभ आणि शिरीन सोबत अंतराळ संशोधन लॅबमध्ये आलेला संदेश ऐकण्याकरीता गेले.

"सौरभ, तू धवन यांना दिलेल्या स्पष्टीकरणासाठी मला तुझे कौतुक वाटते.पण खरंच त्या सगळया शक्यता तू नीट खात्रीपूर्वक पडताळल्या आहेत नं?" मूर्ती लॅबकडे जातांना फक्त सौरभलाच ऐकू जाईल अशा हलक्या स्वरात कुजबुजले. त्यांनादेखील फजित पावण्याची भीती वाटत होती.

"सर प्लीज माझ्यावर विश्वास ठेवा.मी जे-जे सांगितले आहे त्या सर्वाबद्दल मी स्वतः खात्री केलेली आहे. त्यामध्ये अतिशयोक्तीचा अंशदेखील नाही.

तुम्ही स्वतः तो संदेश ऐकल्यावर त्याच्या अस्सलतेबद्दल तुमची खात्री पटेल." सौरभने त्यांना आश्वस्त केले.

सौरभने लॅबचे डिजिटल लॉक उघडून आत प्रवेश केला. सर्व आत आल्यावर लॅबचे अंतरंग मंद प्रकाशाने न्हाऊन निघाले.थोड्याच वेळात संपूर्ण लॅब प्रकाशाने उजळली. मागे राहून शिरीनने तत्परतेने दार बंद केले.

सौरभने एल.ई.डी.स्क्रीनचा पासवर्ड एन्टर केला आणि तो भव्य अंतर्वक्र स्क्रिन जिवंत झाला. त्यावर अंतराळातून दिसत असलेले चंद्रावरील ट्रान्सपाँडर दृष्यमान झाले. सौरभने काही स्विचेस हाताळले आणि तेथील प्रकाश मंद होत नाहीसा झाला. आता तेथे मंद चांदण्यांच्या प्रकाशाने प्रकाशमान झालेल्या रात्रीचा भास होऊ लागला. ॐकाराचा तो दिव्य आणि गूढ अनुभव त्याच्या वरिष्ठांना अनुभवता यावा याकरिता सौरभ प्रयत्नशील होता. त्याने कंट्रोल पॅनेलवरील एक स्वीच दाबताच शांत स्वर्गीय स्वर हळुवारपणे लॅबमध्ये निनादू लागले.काही क्षणात लॅबचा आसमंत त्या स्वर्गीय ॐकाराने निनादून उठला. हळूहळू ॐकाराच्या स्पंदनांची तीव्रता वाढत गेली आणि परमोच्च बिंदुस पोचली. तो एक शब्दातीत असा दिव्य अनुभव होता. ॐकाराची ती दिव्य स्पंदने ते त्यांच्या सर्व संवेदना कानात एकवटून ग्रहण करीत होते. लॅबमधील समग्र सजीव आणि निर्जीवांना देखील त्या स्पंदनांनी एका अनन्यसाधारण अनुभूतीने पावन केले होते. धवन आणि मूर्ती दोघेही नियमित ध्यान धारणा करीत. त्या दोघांनाही हे जाणवले की तो ॐकार असामान्य शक्तींनी भारलेला होता. तेथील सगळेच त्या असामान्य आणि पवित्र अनुभवाने मोहरून गेले. त्यांच्या अंगावर रोमांच फुलले. तो एक दैवी अनुभव होता. हळूहळू ते स्वर हलके होत केवळ कुजबुजी एवढे कोमल होत हवेत विरले. तरीही तेथील वातावरणात त्या दिव्य स्वरांचे अस्तित्व जाणवत होते. तेथे असलेल्या प्रत्येकाच्या अंतर्मनात ते स्वर तसेच निनादत होते.

धवन आणि मूर्ती दोघेही त्या विलक्षण अनुभूतीने भारावून गेले. त्यांच्याकडे तो अनुभव व्यक्त करण्यासाठी योग्य शब्द नव्हते. धवन यांनी कौतुकाने सौरभची पाठ थोपटली आणि त्याच्याशी हस्तांदोलन करीत त्याचे व शिरीनचे अभिनंदन केले.

"मुलांनो तुमचं अभिनंदन करण्यासाठी माझ्याकडे पुरेसे शब्द नाहीत. तुम्ही ते साध्य करून दाखविलं जे आजपर्यंत मानव इतिहासात कोणालाच जमलं नव्हतं.तुम्हाला मिळालेल्या या संदेशाच्या सत्यतेबद्दल आता माझ्या मनात कोणताही संदेह नाही. तुम्ही दोघांनी इतिहास घडविला आहे. ही बातमी आपण ताबडतोब पंतप्रधानांना कळविण्यास हवी. त्यांना देखील

हा संदेश ऐकण्यास आनंद होईल.त्यांच्या सुचनांनुसारच आपण पुढे काय करावयाचे ते ठरवू. परंतु एक गोष्ट पक्की ध्यानात असू द्या.तुमचे हे यश सध्या आपल्याला संपूर्ण गोपनीय ठेवावयाचे आहे. त्यामुळे तुम्ही त्याबद्दल कुठेही वाच्यता करू नका. आज इथे उपस्थित असलेल्या आपण चौघांव्यतिरिक्त ही बातमी कोणासही कळता कामा नये. अगदी तुमच्या चमूतील इतर सदस्यांना देखील हे कळू देऊ नका. पंतप्रधान यावर काय सूचना देतात त्याप्रमाणे आपण आपल्या पुढील कार्याची रूपरेषा ठरवू." धवन यांनी सद्य स्थितीतील गोपनीयतेची बाजू सर्वांना नीट समजावून सांगितली.

"मूर्ती, पंतप्रधानांच्या उपलब्धतेची चौकशी करून त्यांची वेळ घ्या.मला त्यांच्याशी या महत्वाच्या घडामोडीबाबत तातडीने बोलावयाचे आहे. त्यांनी येथे येऊन स्वतः या दिव्यत्वाची अनुभुती घ्यावी असेच मी त्यांना सुचविणार आहे." धवन तातडीने त्यांच्या कार्यास लागले होते.

****

प्रकरण १२

सोमवारची सकाळ फारशी सुखद नव्हती. रविवारच्या सायंकाळपासूनच बंगळूरू शहरास अतिवृष्टीने बेजार केले होते. हवामान विभागाने पुढील चोवीस तासात बंगळूरू सहित आजूबाजूच्या परिसरात अतिवृष्टीचा इशारा दिला होता. लोक अनिवार्य कामाव्यतिरिक्त घराबाहेर पडत नव्हते. परंतु सौरभ आणि शिरीनला ऑफिसला जाण्याशिवाय पर्याय नव्हता.इस्रोचे अध्यक्ष पंतप्रधानांशी बोलले होते.त्यांनी अतिप्रगत अज्ञात संस्कृतीकडून सौरभ आणि शिरीन ने पाठविलेल्या संदेशास प्रतिसाद आल्याची महत्वाची बातमी त्यांच्या कानावर घातली होती.पंतप्रधानांना ती बातमी ऐकून अतिशय आनंद झाला होता.त्यांनी सौरभ आणि शिरीनचे अभिनंदन केले होते. त्यांनी त्वरित इस्रोस येण्याचे नियोजन देखील केले होते.ते सोमवारी दुपारी इस्रोस भेट देणार होते.

पंतप्रधानांच्या भेटीच्या दृष्टीने बऱ्याच गोष्टींची तयारी करावयाची होती. इस्रोतील प्रत्येक जण कामाला लागला होता. ती एक अचानक ठरलेली भेट असल्याने धवन, मूर्ती, सौरभ आणि शिरीन व्यतिरिक्त इतरांना पंतप्रधान असे अचानक कां येताहेत याचे आश्चर्य वाटत होते.

सकाळी अकरा वाजता इस्रोचे अध्यक्ष, धवन यांनी जाहीर केले की पंतप्रधान दुपारी चार वाजता इस्रोत पोचणार आहेत.

पंतप्रधानांना इस्रोच्या शास्त्रज्ञांच्या यशाबद्दल अतिशय कौतुक वाटत असे.ते नेहमीच इस्रोचा उल्लेख गर्वाने करीत. त्यांना इस्रोस भेट देण्यात विशेष रस होता. इस्रोच्या शास्त्रज्ञांनी अंतराळ विज्ञान क्षेत्रात भूतो न भविष्यती अशी प्रगती केली होती.अमेरिकेच्या पेंटॅगॉन या लष्करी यंत्रणेने अफगाणीस्थानातील हवामान संबंधी माहिती घेण्यासाठी भारतीय उपग्रहांची मदत घेण्याचा मानस जाहीर केला होता. त्यांना वस्तुतः तेथील लष्कराच्या हालचालींवर गुप्त नजर ठेवण्याकरिता त्या उपग्रहांचा वापर करायचा होता. इस्रोचे हे यश म्हणजे तेथील शास्त्रज्ञांच्या शिरपेचात एक मानाचा तुरा खोवणारे होते. इस्रोच्या यशाचा डंका जगभर वाजत होता त्यामुळे पंतप्रधानांना इस्रोचा अतिशय अभिमान वाटत असे. ते त्यांच्या व्यस्त दिनचर्येतून वेळात वेळ काढून इस्रोच्या शास्त्रज्ञांसोबत वेगवेळया विषयांवर चर्चा करीत.

सौरभ आणि शिरीन पंतप्रधानांच्या येण्याच्या वार्तेने अतिशय उत्तेजित झालेले होते. गेल्या वेळी झालेल्या दिल्लीतील भेटीत पंतप्रधानांनी त्यांना

अतिप्रगत संस्कृतीकडून नक्कीच प्रतिसाद मिळेल असे भाकीत केले होते.त्यांचे ते भाकीत लवकरच सत्यात उतरले होते.सौरभने पंतप्रधानांच्या स्वागतासाठी एक समर्पक भाषण तयार केले होते.धवन यांनीच सौरभ आणि शिरीनला पंतप्रधानांचे स्वागत करण्याची जबाबदारी दिली होती. पंतप्रधानांची इस्रोची भेट ही सौरभ, शिरीन आणि त्यांची चमू यांच्याकरिता एक मोठीच घटना होती.

पंतप्रधानांचे त्यांच्या नियोजित वेळेप्रमाणे चार वाजता इस्रोत आगमन झाले. त्यांच्या सोबत संरक्षण मंत्री होते. इस्रोचे अध्यक्ष धवन, मूर्ती आणि त्यांच्या इतर सहकाऱ्यांनी त्यांचे स्वागत केले. पंतप्रधानांनी सर्वप्रथम स्पेस रिसर्च लॅबला भेट देण्याचा त्यांचा मानस बोलून दाखविला.त्यानंतरच ते इतर कार्यक्रमांना हजर राहणार होते. धवन आणि मूर्तींनी पंतप्रधान आणि संरक्षण मंत्र्यांना स्पेस रिसर्च लॅबला भेट देण्याकरिता नेले. सौरभ, शिरीन आणि त्यांची चमू तेथे त्यांच्या स्वागताच्या तयारीत होती.

सौरभने पंतप्रधानांच्या स्वागतपर भाषणात त्यांनी इस्रोच्या निरनिराळ्या अंतराळ संशोधन कार्यक्रमांना कसे प्रोत्साहन दिलेले आहे यांचा आवर्जून उल्लेख केला.त्यानंतर त्याने ब्रदरहूड नेक्स्ट डोर या त्यांच्या मुख्य प्रोजेक्ट बद्दल सांगितले तसेच त्यांना अज्ञात अतिप्रगत संस्कृतीकडून प्रतिसाद मिळाल्याची वाच्यता केली.त्यानंतर त्याने एल.ई.डी. स्क्रीनला सजीव करून त्यांच्या मुख्य कार्यक्रमास सुरुवात केली.

एल.ई.डी. स्क्रीन सुरु होताच लॅबमधील सोनेरी प्रकाश हळूहळू मंद होत नाहीसा झाला. आता फक्त एल.ई.डी. स्क्रीनवरील अंतराळात चमकणाऱ्या चांदण्या आणि चंद्रावर उभारण्यात आलेले सिग्नल ट्रान्सपाँडर दिसू लागले. तेथे उपस्थित असणाऱ्यांना ते एखाद्या उंच गवाक्षामधून अंतराळाचे त्रिमितीय दृष्य पाहत असल्याचे भासत होते. सौरभने दूरवरील अनंत अंतराळात अस्तित्वात असल्याची शक्यता असलेल्या अज्ञात संस्कृतीच्या दिशेने पाठविलेल्या संदेशाबद्दल त्यांना ग्राफिक्सच्या माध्यमातून समजावून सांगितले. त्यामध्ये इस्रोच्या ट्रान्समिशन स्टेशन मधून चंद्रावरील सिग्नल ट्रान्सपाँडरकडे जाणारा व तेथून पुढे अंतराळात जाणारा संदेश एका चमकत्या किरण शलाकेच्या माध्यमातून दर्शविण्यात आला होता. त्यांच्या टीमने पाठविलेला दृक्श्राव्य संदेश देखील सर्वांना दाखविण्यात आला. त्यानंतर त्याने ज्याची सर्वांना उत्सुकता लागली होती तो अज्ञात संस्कृतीकडून आलेला संदेश त्या स्क्रीनवर ऐकविण्यास सुरुवात केली. तो संदेश केवळ श्राव्य स्वरूपात असल्याने रात्रीचे अंतराळ आणि चमचमते तारे यांच्या पार्श्वभूमीवर हळुवार शांत स्वरातील अनंत

अंतराळातून आलेल्या ॐकाराच्या निनादात तेथील आसमंत भारून गेला. त्या ॐकाराची स्पंदने हळूहळू त्यांच्या परमोच्च बिंदुस जाऊन पोचली व त्या स्पंदनांनी संपूर्ण लॅबमध्ये एक विलक्षण प्रकारची दिव्य कंपने निर्माण झाली. त्या दिव्य अनुभूतीने पंतप्रधान आणि संरक्षण मंत्र्यांच्या देहावर रोमांच फुलले. ते दोघेही त्या दैवी अनुभवाने संमोहित झाले. त्या क्षणात पंतप्रधानांना शब्द सुचेनासे झाले होते. त्यांनी केवळ सौरभचे हात हातात घेतले आणि ते भारावलेल्या स्वरात बोलले,

" सौरभ तुझ्यावर निश्चितच देवाचा वरदहस्त आहे.त्यामुळे फक्त तूच हे साध्य करू शकलास. ही तुझ्या अज्ञातांच्या दिशेच्या प्रवासाची सुरुवात आहे. तुझ्या या अनन्यसाधारण प्रवासाचे आपल्याला नीट नियोजन करावे लागणार आहे."

"धवन, आपल्या पुढील कार्याची रूपरेषा आपण वैयक्तिक बैठकीत ठरवू." पंतप्रधानांनी धवनकडे पाहत निर्देश दिले.

" होय सर." धवन तत्परतेने उत्तरले. त्यांनाही तसेच वाटत होते. इतर स्टाफ मेम्बर्स हळूहळू आपापल्या जागेकडे निघाले आणि धवन, मूर्ती संरक्षण मंत्री आणि पंतप्रधानांनी अध्यक्षांच्या कक्षाकडे प्रयाण केले. त्यांची मिटिंग कॉन्फरंस हॉलमध्ये आयोजित केलेली होती.मूर्तींनी सौरभ आणि शिरीनला त्यांच्या गोपनीय बैठकीकरिता आमंत्रित केले.

" इस्रोने जे ऐतिहासिक यश संपादन केले आहे, त्याबद्दल मी तुम्हा सर्वांचे पुन्हा एकदा अभिनंदन करतो.खरे पाहिले तर आपण एक नवीन इतिहास घडविला आहे.जगातल्या कुठल्याही राष्ट्रातील वैज्ञानिकांना अतिप्रगत अशा संस्कृतीशी संपर्क साधणे आजपर्यंत शक्य झालेले नाही. परंतु तुम्ही हे सिद्ध केले आहे की मानवांचे ब्रम्हांडातील अज्ञातांशी संपर्क साधण्याचे प्रयत्न हे नुसतेच वायफळ प्रयत्न नव्हते, तर त्यात तथ्य होतेच. प्रकाशाच्या गतीपेक्षा सिग्नलची गती वाढविणे ही या सगळया प्रयत्नात सर्वात महत्वाची गोष्ट होती. हे या दोघा तरुणांचे यश आहे.केवळ आणि केवळ त्यामुळेच हा संपर्क साधणे शक्य झाले. आपल्याला ज्या अतिबुद्धिमान आणि अतिप्रगत लोकांकडून हा संदेश प्राप्त झाला आहे त्यांच्याबद्दल आपण अजूनही अनभिज्ञ आहोत.मला खात्री आहे की या संदेशाच्या सिग्नलची तुम्ही संपूर्ण शहानिशा केलेली असेलच. तो सिग्नल अंतराळातील संस्कृतीकडून आल्याच्या सत्यते बद्दलही तुम्ही खात्री केली असणारच." पंतप्रधानांनी सौरभकडे प्रश्नार्थक मुद्रेने पाहत विचारले.

“होय सर. आम्ही संदेशाच्या सत्यतेबद्दलच्या सगळया शक्यता पडताळल्या आहेत......”सौरभने पंतप्रधानांना सिग्नलच्या अस्सलतेबद्दल सर्व गोष्टी विस्ताराने कथन केल्या.

“......आणखी एका शक्यतेचाही आम्ही विचार केला ती म्हणजे हे सिग्नल एखाद्या कॉम्प्युटरने अथवा एखाद्या यांत्रिक मानवाने तर उत्सर्जित केले नसेल? परंतु त्याबद्दल सखोल तपास केल्यावर हे स्पष्टपणे दिसून येते की एखाद्या कॉम्प्युटरला किंवा एखाद्या यंत्रमानावास एवढ्या शुद्ध स्वरूपातील ॐकार निर्माण करणे अशक्य आहे. त्या ॐकारात कुठलीही कृत्रिमता आढळत नाही.तो एक असामान्य ॐकार आहे.” सौरभ पूर्ण आत्मविश्वासाने बोलत होता. पंतप्रधानांनी विचारलेल्या सर्व शंकांचे त्यामुळे निरसन झाले.

“धवन, तुम्ही पुढील रुपरेषेबद्दल काय विचार केला आहे?” पंतप्रधानांनी विचारले.

“सर, तुमच्या बहुमुल्य सल्ल्याची यामध्ये आम्हाला अत्यंत गरज आहे. त्या सिग्नलच्या उच्च प्रतीवरून तर हे दिसतेच आहे की ज्या कोणी हा संदेश आपणास पाठविला आहे ते तंत्रज्ञानात अतिशय प्रगत असावेत. त्यांनी स्वतःबद्दल काहीही उघड केलेले नाही. ते कुठल्या स्वरूपातील जीव आहेत किंवा त्यांचे वास्तव्य कोणत्या आकाशगंगेत आहे याबद्दल त्यांनी कोणतीच माहिती आपणास कळविलेली नाही” धवन विनयशिलतेने उत्तरले.

“या सगळया बाबींचा विचार करू जाता पुढील दृष्टीने आपल्याला एक सर्वसमावेशक नियोजन करणे आवश्यक आहे. आपल्या आधीच्या संदेशात आपण आकाशगंगेतील आपल्या सौरमालेच्या स्थितीबद्दल त्यांना माहिती दिलेली आहे सूर्यमालेत आपली पृथ्वी कुठे आहे, हे देखील आपण त्यांना ज्ञात करून दिले आहे. आपण त्यांना मानवांबद्दल बरीच माहिती दिलेली आहे. आपण कसे दिसतो हेही त्यांना कळविले आहे. अशा परिस्थितीत जर हे अंतराळातील जीव मैत्रीपूर्ण नसतील तर ते आपल्यावर कधीही आक्रमण देखील करू शकतात. जर असे घडले तर आपल्याकडे काय उपाययोजना आहे ?” पंतप्रधानांनी संरक्षण मंत्र्यांकडे पाहत विचारले.

“सर, आपल्याकडे रॉकेट हल्ल्याची आगावू सूचना देणारी आणि त्यापासून संरक्षक कवच प्रदान करणारी प्रणाली आहे. परंतु ती प्रणाली आपले संरक्षण करण्याकरिता अण्वस्त्रांचा वापर करेल. त्यामुळे अशी परिस्थिती उद्भवलीच तर अणुयुद्धाचा धोका संभवतो.” संरक्षण मंत्री घोटाळत बोलले.

" मी अगदी माझ्या मनातील शंका व्यक्त केली. त्या शंकेप्रमाणे होईलच असे नाही. दूरवरील अंतराळातील जीव आपल्यावर हल्ला करतील अशी भीती आपण बाळगणे म्हणजे एकदमच एखाद्या पराकोटीच्या निष्कर्षावर पोहचण्यासारखे आहे. आपण त्यांना आणखी एखादा संदेश पाठवावा आणि त्यामध्ये त्यांना त्यांच्या स्थिती बद्दल, तसेच ते आपल्यापासून किती अंतरावर आहेत याबद्दल माहिती कळविण्याची विनंती करावी." पंतप्रधान विचारमग्न होत उद्गारले.

"सर आपली परवानगी असेल तर मी काही सुचवू कां?" सौरभने विचारले.

"जरूर विचार." त्यांनी होकारार्थी मान डोलावीत खुणाविले.

"आपल्या मागील संदेशामध्ये आपण त्यांना मानवी युगुलाचे एक छायाचित्र पाठविले होते. आपल्या संदेशात आपण त्यांना ॐकार देखील पाठविला होता. आपल्या संदेशाचा मजकूर आपण इंग्रजी आणि संस्कृत या दोन भाषांमध्ये तयार करून त्यांना पाठविला होता.पृथ्वीवरील सजीवांमध्ये मानव सर्वात बुद्धिमान असल्याचे ही आपण त्यांना कळविले होते. ज्या बुद्धिवान लोकांनी आपणास हा संदेश पाठविला आहे, त्यांनी आपल्या संदेशाची उकल त्यांच्या भाषेत केली असणार, आणि मगच त्यांचे उत्तर आपणास पाठविले असणार. त्यामुळे मला असे सुचवावेसे वाटते की, आता आपण त्यांना जो संदेश पाठवू, त्या संदेशामध्ये आपण त्यांना आपल्या विज्ञान आणि तंत्रज्ञानाच्या प्रगतीविषयी देखील कळवावे. जसे की, आपण वापरत असलेल्या विमानांची, आपल्या अंतराळ यानांची, तसेच आपल्या पाणबुड्यांची छायाचित्रे त्यांना पाठवावीत. हा संदेश आपण इंग्रजी आणि हिंदीत तयार करून पाठवावा,आणि त्याचबरोबर गायत्री मंत्राच्या ओळी संस्कृतमध्ये नमूद कराव्यात.

जर ते लोक अतिप्रगत आणि असामान्य बुद्धिमत्तेचे असतील, तर ते आपल्या संदेशाची उकल त्यांच्या भाषेत करून त्यास योग्य तो प्रतिसाद पाठवतील. माझ्या मते ते नक्कीच असामान्य बुद्धिमत्तेचे असावेत त्यामुळे आपण त्यांच्याकडून योग्य उत्तराची अपेक्षा करूच शकतो." सौरभने त्याचे विचार मांडले.

"मला तुझे म्हणणे पटले आहे. आपण त्यांना आणखी एक संदेश पाठवावा आणि तू सुचविलेल्या मजकुराबरोबरच त्या संदेशात आपण त्यांना आपल्या काही प्राचीन मंदिरांची आणि त्यामध्ये असणाऱ्या देवतांच्या मूर्तींची छायाचित्रे पाठवू. तसेच आपण आपल्या संदेशात सुप्रसिद्ध चर्चेस, मशिदी यांची छायाचित्रं देखील समाविष्ट करावीत.त्याचबरोबर भगवान गौतम बुद्ध , येशू ख्रिस्त आणि मोहम्मद पैगंबराची देखील छायाचित्रे आपल्या

संदेशासोबत पाठवावीत.त्यांच्याकडे आपल्यासारख्या काही देवतांचे ते पूजन करतात काय तेही कदाचित आपणास कळेल.” पंतप्रधानांचा दृष्टीकोन बराच विस्तारित होता.

“दुसरे अतिशय महत्वाचे म्हणजे आपण आजच्या या घडामोडींबद्दल कुठेही वाच्यता करू नये.आपला दुसऱ्या जीवसृष्टीशी संपर्क झाला आहे हे आपण जगातील कोणास ही एवढ्यात जाहीर करावयाचे नाही. धवन, त्याप्रमाणे इस्रोतील सर्वांना तशा सूचना द्या. आपल्या पुढील संदेशाविषयी येथे उपस्थित असलेल्यांव्यतिरिक्त कोणासही काहीच कळता कामा नये. लोकांनी काही अफवा पसरवून भीतीचे अथवा काल्पनिक, भ्रामक वातावरण पसरवू नये; याकरिता ही खबरदारी घेणे आवश्यक आहे.जोपर्यंत आपल्या हाती काही ठोस आणि सबळ गोष्टी येत नाहीत, तोपर्यंत मला आंतराष्ट्रीय स्तरावर या गोष्टी जाहीर करावयाच्या नाहीत.आपल्यास पुरेशा गोष्टी कळल्यावरच आपण जगासमोर हे जाहीर करू.” पंतप्रधानांचे विचार स्पष्ट आणि परिपक्व होते. मिटिंग मधील प्रत्येकजण त्यांच्या सूचना लक्ष्यपूर्वक ऐकत होते. त्यांचे चोख पालन करणे गरजेचे होते.

****

प्रकरण १३

पंतप्रधानांच्या इस्रोच्या भेटीनंतर *ब्रदरहूड नेक्स्ट डोर* हा प्रोजेक्ट एकदम पुनरुज्जीत झाला.पंतप्रधानांच्या गोपनीय सूचनांनुसार सौरभ आणि शिरीनच आता त्या प्रोजेक्टचे सर्वेसर्वा होते. त्यांच्या टीम मधील इतर मेम्बर्सना दुसऱ्या प्रोजेक्टमध्ये वळविण्यात आले आणि गुप्ततेच्या दृष्टीने *ब्रदरहूड नेक्स्ट डोर* हा प्रोजेक्ट बंद करण्यात येत असल्याचे जाहीर करण्यात आले.

केवळ सौरभ,शिरीन,मूर्ती,धवन आणि पंतप्रधान यांच्या माहितीत तो प्रोजेक्ट सुरु होता.

सौरभ आणि शिरीनने त्यांच्या कामात संपूर्ण गोपनीयता पाळण्याचे ठरविले. अज्ञात संस्कृतीस पाठविण्याच्या पुढील संदेशावर त्यांचे कार्य सुरु झाले. तो संदेश तयार करून त्याचे प्रक्षेपण करण्याच्या जबाबदारी सोबतच त्यातील माहितीची व्याप्ती ठरविण्याची त्यांना संपूर्ण मुभा देण्यात आलेली होती.

अनेक पुरातन मंदिरांची आणि त्यातील असलेल्या देवी देवतांच्या मूर्तींची छायाचित्रे त्यांनी संकलित केली. विष्णू, शिव, गणेश, ब्रम्हा आणि आदिशक्ती इत्यादी देवतांची पुरातन कालीन मंदिरे आणि त्यातील मूर्तींची संपूर्ण माहिती त्यांनी एकत्रित केली होती. जगभरातील इतर धर्मांच्या प्रसिद्ध प्रार्थना स्थळांची माहिती त्यांनी त्याबरोबर एकत्रित केली.गायत्री मंत्र आणि काही सुप्रसिद्ध श्लोकांचे संकलन करून त्यांनी त्या संदेशावर शेवटचा हात फिरविण्यास सुरुवात केली.

"सौरभ, मला असे वाटते की आपण या संदेशामध्ये जगातील आश्चर्यांच्या छायाचित्रांचा देखील समावेश करावा." शिरीनला नवनवीन कल्पना सुचत होत्या.

"तू सुचविलेली कल्पना खरंच एकदम उत्तम आहे. आपण त्यामध्ये जगातील आश्चर्यांची छायाचित्रे त्यांच्या यथोचित माहितीसोबत घालू.

मुख्य म्हणजे मला नेहमी जो प्रश्न पिरॅमिडसच्या बाबतीत पडतो, कदाचित त्याचे योग्य उत्तर त्यांच्याकडे असेल." सौरभला शिरीनचा प्रस्ताव एकदम आवडला.

त्यांनी त्या संदेशात सर्व गोष्टींचा समावेश करून त्यामध्ये अज्ञात संस्कृतीतील असामान्य बुद्धिमान जीवांना त्यांच्या निवासाच्या

स्थानाबद्दल सर्वंकष माहिती कळविण्याची कळकळीची विनंती करण्यास सौरभ विसरला नाही.

“सौरभ, आता आपला संदेश माझ्या मते तरी परिपूर्ण झाला आहे.आपण तो आता प्रक्षेपित करायचा कां?” शिरीनला अज्ञात संस्कृतीस संदेश पाठविण्याची घाई झालेली होती. त्यावेळी रात्रीचे साडेआठ वाजले होते. गेल्या तीन दिवसांपासून ते दोघं तो संदेश चौकटबद्ध करण्याच्या कामात अविरतपणे व्यस्त होते. अनेकदा त्यातील गोष्टींची पुनर्रचना त्यांना करावी लागली होती. त्यानंतरच तो संदेश समाधानकारक झाला होता.ती गुरुवारची सायंकाळ होती. सौरभला आठवड्यातील सततच्या कामाने मनस्वी थकवा आलेला होता. शुक्रवारी त्यांना सार्वजनिक सुटी असल्याने तो एक मोठा विकेंड एन्जॉय करण्याचा मनस्थितीत होता.

“शिरीन, मला असं वाटतं की आपण सोमवारी सकाळी फ्रेश मूड मध्ये हा संदेश प्रक्षेपित करूयात. तुला काय वाटतं?”

“ मला असं वाटतं की आपण हा संदेश उशिरा प्रक्षेपित केला तर आपल्याला त्याचं प्रत्युत्तर येण्यास देखील आणखी उशिर होईल.” शिरीन संदेश पाठविण्यास अधीर झाली होती.

“शिरीन तू म्हणतेस ते बरोबर आहे पण मला असं वाटतं की तो संदेश अजून एक दोनदा नीट वाचून, पारखून पाहणे आवश्यक आहे. त्याच्या परिपूर्णतेची अजून मला खात्री वाटत नाही. आपण घाईघाईने तो संदेश आज पाठविला आणि नंतर आपल्याला असं वाटलं की त्यात आणखी काही मजकूर वाढविणे अथवा त्यातील काही भाग कमी करणे गरजेचे होते, तर आपण काहीच करू शकणार नाही.” सौरभला त्या संदेशाच्या परिपूर्णतेबद्दल खात्री वाटत नव्हती.

“ठीक आहे. तसं असेल तर मग आपण सोमवारी सकाळीच तो संदेश प्रक्षेपित करू.” शिरीन नाराजीने उत्तरली. तिला असे वाटत होते की त्यांनी तो संदेश तेंव्हाच पाठविला असता, तर त्याचं उत्तर देखील लवकर आलं असतं. परंतु थोडा विचार केल्यानंतर तिला सौरभचे म्हणणे पटले. निव्वळ घाईघाईने एवढे महत्वाचे काम उरकणे बरोबर नव्हतेच.तिने निघण्याच्या तयारीने कॉम्प्युटर सिस्टीम ‘स्लीप’ मोडवर टाकली. स्पेस रिसर्च लॅब काळजीपूर्वक बंद करून ते निघाले. स्पेस रिसर्च लॅबमध्ये सौरभ आणि शिरीन शिवाय कोणासही प्रवेश नव्हता. सौरभच्या डोळयाचा रेटीना स्कॅन आणि शिरीनच्या तर्जनीच्या ठश्याची एकच वेळी नोंद केल्याशिवाय स्पेस रिसर्च लॅबचे लॉक उघडणे शक्य नव्हते.त्यामुळे ते निश्चिंत होते.

घरी गेल्यावर शिरीन ने तिच्या लाडक्या भावास, रजतला फोन केला.

****

"रजत,कसा आहेस? बऱ्याच दिवसात तुझी काही खबरबात नाही.वहिनीसोबत इतका गुंतला आहेस की आमची काही आठवण येत नाही?" शिरीन ने चिडविण्याच्या स्वरात विचारणा केली.

" शिरीन, मीदेखील असंच म्हणू शकतो. मी पंतप्रधानांच्या इस्रो भेटीची बातमी टी.व्ही.वर बघितली.तेथे त्यांनी दोन तरुण ,तडफदार शास्त्रज्ञांचा सत्कार केल्याची देखील बातमी होती. त्यांनी त्या दोघांचा सत्कार कोणत्या कारणाने केला याची माहिती मिडियाकडे नव्हती. मला असे वाटले, त्या दोन शास्त्रज्ञांमध्ये एक आपली लाडकी बहिण आहे. तेंव्हा तिचाच फोन येईल पण...." रजतने तिचाच सूर आळविला.

"दादा, काय आहे हे? मी आपली तुझी गंमत करीत होते आणि तू?..." शिरीन फुरंगुटून म्हणाली.

"बरं राहिलं. मी सुद्धा जरा माझ्या कामात व्यस्त होतो. चेन्नईला एका महत्वाच्या कामाने जावे लागले तिकडेच माझे तीन चार दिवस गेले. म्हणून माझं फोन करणं झालं नाही. ते जाऊ दे. सर्वप्रथम तुमच्या दोघांचं खूप खूप अभिनंदन. सौरभ, तू ऐकतो आहेस नं? मला असं वाटतय की शिरीन तुझ्या कामगिरीचं श्रेय लाटतेय. माझं म्हणणं बरोबर आहे नं ? रजत देखील मस्करीच्या मूडमध्ये होता.

"रजत तुला जे वाटतंय ते बरोबर आहे. जे मी करतो त्याचं अर्ध श्रेय आपोआपच शिरीनला मिळतं. अर्थात त्याचं कारणही तसंच आहे. ती माझी अर्धांगिनी आहे नं?" सौरभ मिश्किलपणे उत्तरला.

"रजत, चेन्नईला तुला कोणते काम निघाले? पूरग्रस्तांच्या रेस्क्यू ऑपरेशनसाठी तर तुमच्या एम.आय.एस.ची नियुक्ती केली नव्हती?" शिरीनने देखील त्याची मजा घेण्याचे ठरविले होते.

"ए, शिरीन आमच्या एम.आय.एस.ला अजूनतरी इतके खराब दिवस आलेले नाहीत, की कुठल्याही मिलिटरी ऑपरेशनमध्ये तिचा समावेश होईल." रजतने हसत हसत तिला उत्तर दिले.

"मस्करी पुरे झाली. तिकडे बंगळूरूमध्ये तुमचे कसे काय सुरु आहे? आता तीन दिवसांची सुटी आहे तर मग दिल्लीला येण्याचा विचार कर नं.

आपण धम्माल मजा करू."रजतला सौरभ आणि शिरीनची आठवण येत होती.

"रजत मी असे सुचवीन की तू आणि राजश्रीच इकडे कां येत नाहीत ? आम्ही दोघे जरा आमच्या प्रोजेक्टमध्ये व्यस्त आहोत.पण तुम्ही दोघं इथे आलात तर आपण विकेंड मस्त साजरा करू."सौरभने सुचविले.

"ओके. तर मग ठरलं.आम्ही दोघं बऱ्याच दिवसात दिल्लीच्या बाहेर कुठेच गेलेलो नाही.आम्ही शनिवारी सकाळच्या फ्लाईटने तेथे पोचतो." रजत ऐवजी राजश्रीने आनंदून उत्तर दिले.

"असं असेल तर विकेंडची गर्दी टाळण्यासाठी तुम्हाला लगेचच तिकिटे बुक करावी लागतील. तुम्ही परवाच सकाळी येत आहात." राजश्री आणि रजत येत असल्याच्या बातमीने शिरीन आनंदली होती.

इस्रोत शुक्रवारची सार्वजनिक सुटी असल्याने त्यांना मोठा विकेंड मिळाला होता.सौरभ आणि शिरीनने त्यादिवशी शॉपिंग डेट एन्जॉय करण्याचे ठरविले. पूर्ण दिवस त्यांनी नवीन ड्रेसेस आणि इतर हौशीच्या वस्तू खरेदी करीत घालविला.

" आता खुष आहेस नं? काल जरा विचार केल्यानंतर मला जाणविले की तू खरच बराच थकला होतास.मी तुला तो मेसेज पाठविण्याची घाई करावयास नको होती. मला माफ कर." शिरीन सौरभकडे पाहत बोलली.

" जाऊ दे गं शिरीन.एवढी भावूक होऊ नकोस.मला असं वाटत होतं की कदाचित आपलं मन शांत असल्यावर आपल्याला आणखी काही सुचेल. मुख्य म्हणजे आपणास संपूर्णपणे अनोळखी आणि अज्ञात असलेल्या संस्कृतीतील लोकांना आपण आणखी माहिती पाठविण्याचा विचार करीत आहोत. आपण जे काही करू ते पूर्ण काळजीनिशी व विचारपूर्वक करावयास हवे असे मला वाटते." सौरभने शिरीनला समजवून सांगितले.

सायंकाळी त्यांनी मस्तपैकी जेवण केले व ते घरी जाण्यास निघाले. रजत आणि राजश्री येणार असल्याच्या आनंदात शिरीन चिवचिवत होती. शिरीनच्या लग्नानंतर प्रथमच तिचा भाऊ आणि वाहिनी त्यांच्या घरी येणार होते. सौरभ आणि रजतमध्ये नात्यापेक्षा मैत्रीचं अधिक घट्ट नातं निर्माण झालेलं असल्याने त्याला देखील रजतशी गप्पा मारण्यात तसेच विविध विषयांवर चर्चा करण्यात आनंद वाटत असे. नैनितालच्या साहसात रजतला सौरभ बद्दल किती प्रेम आणि आपुलकी आहे,हे सर्वांनाच जाणविले होते.

सौरभ आणि शिरीनने ती संध्याकाळ आनंदात घालविली. बऱ्याच दिवसानंतर त्यांना एकमेकांसोबत निवांत वेळ मिळाला होता. त्या

दोघांनी त्यांच्या आय.आय.एम. मधील आनंदाच्या आठवणींना उजाळा दिला. सौरभला ज्या मानसिक समाधानाची आवश्यकता होती ती त्यांच्या मनसोक्त गप्पांमुळे त्याला मिळाली. त्याच्या मनाच्या डोहावर उठणारे विविध विचारांचे तरंग आता शांत झाले होते. ज्यावेळी ती दोघे निजण्यास गेली त्यावेळी सौरभला संपूर्ण तणाव रहित वाटत होतं. सौरभ अंथरुणावर पडल्याबरोबर लगेच झोपणाऱ्यां भाग्यवान लोकांपैकी होता. अर्ध्यारात्री तीन वाजेच्या सुमारास त्याला एक विचित्र स्वप्न दिसण्यास सुरुवात झाली. तसं स्वप्न त्याला बऱ्याच कालावधीनंतर दिसत होतं.

तो गर्दीमध्ये लोकांबरोबर कुठेतरी जात होता. त्याला हे कळत नव्हतं की लोक घाई घाईने त्यांच्या वाहनांकडे कां जात होते? ते नेहमीप्रमाणे एक अपरिचित ठिकाण होते. तो अशा एका शहरात होता जिथे मोहक समुद्र किनारा होता.त्या समुद्राचे पाणी स्वच्छ निळे होते. बहुधा ते अटलांटिक महासागरातील एक सुंदर बेट असावे.

अचानक दूर समुद्रामध्ये एक अतिप्रचंड, विशालकाय असा विजेचा लोळ पाण्यातून उत्पन्न झाला.त्याचे तेज सूर्याच्या कितीतरी पटीने अधिक होते. तो ऊर्जेचा महाकाय स्तंभ डोळे दिपविणाऱ्या प्रकाशाने झळाळत होता.त्याच्यापुढे आकाशातील सूर्य निस्तेज वाटावयास लागला होता.तो विद्युत लोळ एवढा महाकाय होता की त्या बेटावरील सर्व ठिकाणांवरून तो स्पष्टपणे दिसत होता. तो विजेचा भयंकर लोळ सागराच्या पाण्यातून निघून आकाशाच्या दिशेने झेपावत चालला होता.त्याचे तेज पाहणाऱ्यांचे डोळे दिपवून टाकीत होते. त्याचा व्यास वीस मीटरपेक्षा जास्त असावा. तो विजेचा लोळ अतिशय वेगाने आकाशास गवसणी घालण्यास निघाला होता. समुद्राच्या ज्या ठिकाणावर तो उत्पन्न झाला होता तेथील पाणी त्याच्या अतिप्रचंड उष्णतेने उकळण्यास सुरुवात झाली होती. काही क्षणातच त्याच्या बुंध्याचा भाग वाफेच्या ढगाने झाकोळून गेला. किनाऱ्यावरील प्रत्येक जण ते भयंकर दृष्य थिजल्यागत पाहत होते. एक जहाज दूरवरून किनाऱ्याच्या दिशेने येत होते. ते अचानकच एखाद्या राक्षसी भोवऱ्यात ओढल्या जावे असे त्या प्रलयंकारी विद्युत स्तंभात ओढल्या गेले आणि क्षणार्धात त्याचा भयंकर स्फोट होऊन ते त्यात विलीन होऊन दिसेनासे झाले. आता तो राक्षसी स्तंभ आकाशातील मेघांच्या पलीकडे पोहचला होता. त्यामुळे त्याचा वरील भाग दृष्टिक्षेपाच्या पलीकडे गेला होता.काही कळण्याच्या आतच निळे आकाश एकदम वातावरणा पलीकडील अंतराळाप्रमाणे प्रकाशहीन काळे दिसू लागले.त्या स्तंभामुळे अवकाशात एक भले मोठे बोगद्यासारखे विवर तयार होत होते. सौरभच्या

लक्षात आले की त्या ॠणभारीत विद्युत ऊर्जेमुळे अंतराळातील अवकाशातील अवकाश बोगदा (वर्महोल) उघडला होता. ते अतिशय भयानक आणि कल्पनातीत होते. सौरभला त्याने अशा अवकाश विवराबद्दल वाचलेला मजकूर आठवला......*प्रकाशाच्या गतीपेक्षा अधिक गतीने अवकाशात प्रवास करावयाचा असेल तर अवकाश विवर उघडून तसे करणे शक्य होऊ शकेल. अशा अवकाश विवरातून अंतराळातील वेळेस चुकवून आकाशगंगेच्या एका टोकापासून दुसऱ्या टोकापर्यंत प्रकाशाच्या कित्येक पटीने प्रवास करणे सहज शक्य होऊ शकते. परंतु अशी अवकाश विवरे उघडण्यासाठी प्रचंड प्रमाणात ॠणभारीत विद्युत ऊर्जेची गरज भासणार होती........*

" अरे देवा, जर असे वर्म होल उघडले गेले तर दूरवर अंतराळात राहणाऱ्या परग्रहावरील सजीवांना क्षणार्धात पृथ्वीवर येणे शक्य होईल." त्याचा स्वतःच्या डोळ्यांवर विश्वास बसत नव्हता. एखाद्या हॉलीवूड पटातील दृष्य पाहत असल्यासारखे त्याला वाटत होते. अचानक एक अतिशय दैदिप्यमान वस्तू अवकाशातून प्रकट झाली. त्याचे तेज सूर्यापेक्षाही जास्त होते. पापणी लवते नं लवते तोच ती विचित्र वस्तू त्या महासागरात जेथून तो अक्राळविक्राळ ऊर्जास्तंभ उगम पावला होता त्या ठिकाणाजवळ पाण्यात सूर मारून अदृश्य झाली. काही वेळानंतर तो अचानक उगम पावलेला ऊर्जा स्तंभ कोणीतरी एखादे स्वीच बंद करावे तसा विझला.

सौरभला तो स्तंभ अदृश्य झाल्याचे पाहून दिलासा वाटला आणि त्याच क्षणी तो जागा झाला. त्याला काहीवेळ हेच उमगले नाही की तो कुठे आहे. पण शेजारी निद्रित अवस्थेत असलेल्या शिरीनला पाहिल्यावर त्याच्या लक्षात आले की तो घरीच होता आणि त्याने एक दु:स्वप्न पाहिले होते.सकाळचे सहा वाजले होते. सुटी असली तरी तो सकाळी लवकरच उठत असे. शिरीनला डिस्टर्ब नं करता त्याने आळस दिला. हळुवारपणे तो बिछान्यातून उठला. नियमित व्यायाम वगैरे आटोपून तो शिरीन उठण्याची वाट पाहत होता. शिरीन सात वाजता झोपेतून जागी झाली. सौरभने आधीच ठरविले होते की त्या विचित्र स्वप्नाबद्दल तिला सांगायचे नाही. त्या स्वप्नास काही अर्थ असेल असे त्याला वाटत नव्हते.

रजत आणि राजश्री सकाळच्या फ्लाईटने बंगळूरूला आले. रजत आणि राजश्री एकदम सुटीच्या मूडमध्ये होते. रजत त्याच्या कामामुळे थकला होता. त्यालादेखील निवांत, आनंदी क्षणांची आवश्यकता होतीच.

" पंतप्रधानांची व्हिजीट कशी झाली? मी असं ऐकलं की त्यांनी तुमचा इस्त्रोमध्ये खास सन्मान केला. मला एक समजले नाही की वृत्तपत्रं आणि

टीव्ही चॅनेल्सना त्यांच्या त्या भेटीचे कव्हरेज कां देण्यात आले नाही?" रजतने शिरीनने बनविलेल्या स्वादिष्ट सूपचा आस्वाद घेत प्रश्न केला. ते विविध विषयांवर बोलत जेवणाचा आनंद घेत होते.

"ती एक गोपनीय भेट असल्याने पंतप्रधानांनी तसे निर्देश दिलेले होते. मिडीयाने विनाकारण काही अफवा पसरवू नयेत असे त्यांना वाटत होते. त्यामुळे मिडीयास मोजकेच कवरेज देण्यात आले होते." सौरभने सांगितले.

"शिरीन, तू घर खूपच चांगलं सजविलं आहेस." राजश्री आणि शिरीनची चांगली ट्युनिंग होती.

"अगं अनन्या आणि आकांक्ष कसे आहेत? गेल्या वेळेस आम्ही दिल्लीस आलो होतो तेंव्हा माझी अशी खूप इच्छा होती की आपण एक मस्तपैकी गेट-टुगेदर करावं, पण वेळेअभावी त्यांना भेटणे झालेच नाही.आम्हा दोघांनाही त्यांची खूप आठवण येते." शिरीन अनन्याच्या आठवणीने भावूक झाली होती. अनन्या शिरीनची खास मैत्रीण आणि राजश्रीची धाकटी बहिण होती.

रजत ही आपल्या लाडक्या बहिणीकडे आल्याने खुष होता. त्याला कल्पना होती की सौरभ आणि शिरीन त्यांच्या प्रोजेक्टमध्ये अतिशय व्यस्त होते. त्यांच्या इस्रोमधील दैदिप्यमान यशाचे त्याला नेहमी कौतुक वाटत असे.

रजत आणि राजश्रीने सौरभ व शिरीन सोबत विकेंड मस्त एन्जॉय केला. दोन दिवस निवांत मजेत घालविल्याने ते सगळेच त्यांचा नित्याचा तणाव विसरले आणि ताजे तवाने झाले. रजत व राजश्री रविवारी सायंकाळी दिल्लीस परतले. रजतला सोमवारी एक महत्वाची मिटिंग होती.

****

प्रकरण १४

सोमवार आला आणि सौरभ-शिरीनच्या व्यस्त दिनक्रमास पूर्ववत सुरुवात झाली. अज्ञातांच्या दिशेने पाठविण्यात येणाऱ्या संदेशास परिपूर्ण करण्यासाठी ते दोघेही कामास लागले. सौरभने त्या संदेशात काही आवश्यक बदल केले होते. त्याने त्यामध्ये महाभारत आणि रामायणातील काही संदर्भ घातले तसेच भगवद् गीतेतील काही ठळक संदर्भ घालण्यास देखील तो विसरला नाही. जेंव्हा सर्व गोष्टींची परिपूर्णता त्यांच्या मनाप्रमाणे झाली, तेंव्हा सौरभ आणि शिरीनने अंतर्वक्र आकाराच्या एल.ई.डी.स्क्रीनचे स्वीच दाबून त्यास कार्यरत केले. त्याचबरोबर त्या भव्य स्क्रीनवर अनंत अंतराळाच्या पार्श्वभूमीवर चमचमते ग्रह आणि तारका दिसू लागल्या. सौरभने संदेश प्रक्षेपणाचा पर्याय असलेले स्वीच दाबताच ते दृश्य बदलले आणि चंद्राच्या पृथ्वीच्या दिशेला असलेल्या पृष्ठ्भावरील ट्रान्सपाँडरची प्रचंड आकाराची डिश दिसू लागली.

त्यांनी तयार केलेला संदेश हा अंकीय(डिजिटल) स्वरूपात होता. तो संदेश प्रक्षेपित करण्यासाठी त्यास इस्रोच्या सुपर कॉम्प्युटरमधून डेटा केबलने सिग्नोट्रॉन मध्ये सोडणे गरजेचे होते. सिग्नोट्रॉनची संदेश प्रक्षेपण करणारी केबल ट्रान्समिटरला जोडलेली होती. अज्ञातांच्या दिशेने सौरभ आणि शिरीन शिवाय दुसऱ्या कोणासही संदेश पाठविण्याची परवानगी नव्हती. त्यादृष्टीने एक सुरक्षा प्रणाली योजण्यात आलेली होती. त्या प्रणालीनुसार सुपर कॉम्प्युटरमधून संदेश प्रक्षेपणाच्या वेळी सौरभ आणि शिरीनला दोन बायोमेट्रिक कीज् त्यांच्या उजव्या हाताच्या तर्जनीने एकाचवेळी दाबणे अनिवार्य होते. सौरभने संदेश प्रक्षेपणाची सगळी तयारी पूर्ण केल्यावर बायोमेट्रिक की एकाचवेळी दाबण्यासाठी उलटी मोजणी सुरु केली.

“तीन... दोन...एक...गो.” ‘गो’ या शब्दासोबातच त्या दोघांनी एकाचवेळी बायोमेट्रिक कीज् त्यांच्या उजव्या हाताच्या तर्जनीने दाबून संदेशाचे प्रक्षेपण केले.तो संदेश प्रकाशाच्या गतीपेक्षा एकहजार पट अधिक गतीने चंद्रावरील ट्रान्सपाँडरकडे मार्गस्थ झाला. त्यानंतर नॅनोसेकंदांच्या काही हजाराव्या भागाएवढ्या वेळात तो संदेश पुढील प्रवासाकरिता अनंत अंतराळाच्या दिशेने झेपावला.

ट्रान्सपाँडरपासून संदेश पुढे जातांना ट्रान्सपाँडरच्या डिशवर असलेल्या ट्रान्समिटरमधून एक विजेसारख्या चमकदार निळ्या रंगाची किरण

शलाका क्षणभर दिसून अंतर्धान पावली. सौरभ आणि शिरीनला ते पाहून आश्चर्य वाटले.

"सौरभ, ते काय होते?" शिरीन ने सौरभकडे आश्चर्याने पाहत विचारले.

"मलाही तोच प्रश्न पडला आहे की ती किरण शलाका कशाची होती? या आधी पाठविलेल्या संदेश प्रक्षेपणाच्या वेळी असे काही दिसल्याचे मला आठवत नाही."

त्या दोघांनाही ते कोडे सुटणे शक्यच नव्हते. विष्णूंनी निलम वरून येणारे संदेश ताबडतोब ग्रहण करण्यासाठी मरुतला सांगून एक वेगळी सोय करून घेतली होती. ती विष्णूलोकातील अद्ययावत संदेश ग्रहण करणारी प्रणाली होती. त्या अद्ययावत प्रणालीमुळे ज्या ज्या वेळी चंद्रावरून संदेश प्रक्षेपित होईल त्या त्यावेळी तो संदेश विष्णूलोकाच्या प्रणालीद्वारे त्यांनी साध्य केलेल्या वेगात परावर्तीत होत असे. त्या प्रणालीत निल किरण शलाका तंत्र वापरण्यात आलेले होते त्यामुळे तशी निळसर शलाका क्षणभरासाठी सौरभ आणि शिरीनच्या दृष्टीस पडली होती. त्या प्रणालीतील व्यवस्थेमुळे त्यांनी प्रक्षेपित केलेला संदेश काही सेकंदातच विष्णूलोकात पोहचला देखील होता.

मरुत ने तो संदेश विष्णूंसमोर सादर केला. तो संदेश दृक्श्राव्य स्वरूपात होता. संदेश त्रिमितीत असल्याने विष्णूंना त्याचे कौतुक वाटले. त्यामधील मंदिरे आणि देवी देवतांच्या मूर्ती बघून त्यांनी स्मितहास्य केले.संदेशातील संत महात्म्यांच्या तसेच प्रेषितांच्या प्रतिमा बघून ते आनंदले. त्या सर्व महात्म्यांना त्यांनीच पृथ्वीतलावर मानवाच्या कल्याणाकरिता पाठविले होते. मानवाने साकारलेल्या त्यांच्या स्वतःच्या मूर्तींचे स्वरूप पाहून त्यांनी मनमोहक हास्य केले.

" मरुत निलमवरील संदेश तू उत्तमरित्या सादर केलास.धन्यवाद. मला असे आढळून येत आहे की, मानवांनी आम्हास देवालयात देवस्वरूपात स्थापन केले आहे. असे करतांना त्यांनी आम्हास त्यांच्या मनासून बरेच दूरचे स्थान दिले आहे. त्यांना या गोष्टीचे विस्मरण झालेले आहे की, देव किंवा देवता या देवालयात, चर्चेसमध्ये, प्रार्थना स्थळात अथवा मशिदीत वास्तव्य करीत नाहीत तर, त्यांना स्वतःच्या आत्म्यात शोधावे लागते. सद्यकाळात मानवांचा बाह्य प्रार्थनांवर जास्त भर दिसून येतो आहे. त्यांच्या नववर्षदिनी ते वेड्यासारखे मंदिरांमध्ये,चर्चेसमध्ये तसेच प्रार्थनास्थळांवर गर्दी करून आमची प्रार्थना करण्यात वेळ दवडित आहेत.बाह्य प्रार्थनेऐवजी त्यांनी अंतर्मनातून आमचे स्मरण केले, तर त्यांना बरेच काही साध्य होऊ शकते.आम्हाला भेटण्यासाठी आवश्यक असलेले प्रेम,दयाळूपणा,

क्षमाशीलता, आणि एकमेकांविषयी आस्था या सर्वच गोष्टींचे त्यांनी त्यांच्या मनातून कधीचेच उच्चाटन केले आहे. आजच्या काळात मानव मंदिरांमध्ये जाऊन गर्दी करून काही क्षणांचे देवदर्शन करण्यात धन्यता मानीत आहेत. त्यांना आत्म्याच्या सात्विकतेबद्दल तसेच आत्मशुद्धीबद्दल संपूर्ण विसर पडला आहे. दुर्दैवाने त्यांना मानवजन्माच्या प्रयोजनाचा अर्थच कळेनासा झाला आहे.

मानव जन्म केवळ ऐहिक सुखांचा उपभोग करून वाया घालविण्याकरिता नसून आत्मशुद्धी करिता आहे. याचा मानवांना विसर पडलेला आहे. केवळ मानव जन्मातच त्यांना आत्मसंशोधन करून अध्यात्माकडे वाटचाल करता येऊ शकते आणि त्यायोगेच पृथ्वीवरील जन्म मृत्युच्या चक्रातून अंतिम मोक्षपदाकडे वाटचाल करता येऊ शकते. आपण पृथ्वीवर मानवांना उपदेश करण्याकरिता ज्या संत महात्म्यांना पाठविले होते, त्यांची शिकवण देखील मानव सोयीस्कररित्या विसरले आहेत.

मानवाची योजनाच मुळात निसर्गाचे संवर्धन आणि संरक्षण करण्यासाठी केलेली आहे. परंतु तसे करण्याऐवजी ते निसर्गाचा विनाश करण्यातच धन्यता मानू लागले आहेत. त्यांनी ज्यांना देवस्वरुपात देवालयात बसवून ठेवेले आहे ते त्यांच्यासारखेच सजीव आहेत, याची त्यांना कल्पना नाही. फरक फक्त एवढाच आहे की आम्ही त्यांच्या मानाने विज्ञान आणि तंत्रज्ञानात कित्येक युगे अधिक पुढे आहोत.आम्ही आमच्या सर्व वासनांवर विजय मिळवला आहे.आम्हाला कुठल्याही गोष्टीची लालसा कधीही नव्हती आणि असणार नाही.

संकटांच्या काळात आमची म्हणजेच त्यांच्या देवांची प्रार्थना करण्यापेक्षा, देवांनी अवतार धारण करण्यासाठी धावा करण्यापेक्षा,त्यांनी त्या संकटांवर मात कशी करता येऊ शकेल याचे उत्तर स्वतःच्या अंतर्मनात शोधावयास हवे. प्रत्येक समस्येवरील योग्य उपाय आम्ही त्यांच्या मनोमय कोषात पेरून ठेवला आहे. त्यांनी फक्त शांत मनाने अंतिम ध्येयाच्या मार्गाचा शोध घ्यावयास हवा.

मानव नेहमी अनावश्यक गोष्टींमध्येच गुरफटून राहतो. तरुण वयात असतांना तो भविष्याबद्दल विचार करून भविष्यातील ध्येय साध्य करण्यासाठी सतत धावपळ करीत असतो. वृद्धावस्थेत पोहचल्यावर आयुष्यात साध्य केलेल्या ध्येयाबद्दल समाधान मानण्याऐवजी तो भूतकाळातील गोष्टींमध्ये गुंतून पडतो. फक्त लहान मुलेच सर्वार्थाने सुखी स्थितीत असतात. तेच फक्त वर्तमानात जगात असतात." विष्णूंनी त्यांच्या मनातील विषाद व्यक्त केला.

" श्रीविष्णू तुम्ही जे म्हणालात ते खरे आहे. मी सुद्धा मानवांच्या बाबतीत बरेच मजेदार किस्से ऐकले आहेत. त्यांच्याजवळ जे असते त्यात ते कधीच समाधान मानीत नाहीत. त्यांच्यातील राजकारण्यांची तर गोष्ट कांही औरच आहे. ते एवढी संपत्ती कशाकरिता जमा करतात? हे एक अनाकलनीय कोडे आहे.त्यांचे कशानेच समाधान होत नाही. जमीन जुमला, पैसा, या गोष्टी तर ते असे जमा करीत सुटतात की ते पाहून असे वाटते की त्या सगळ्या गोष्टी ते त्यांच्या मृत्युनंतर सोबतच घेऊन जाणार आहेत. खरं पाहू जाता मानवास अंतिम समयी फक्त काही हात जमिनीची आवश्यकता असते. परंतु ते शुद्ध आणि सात्विक गुणांचे संचयन नं करता अशा अल्पजीवी आणि नाशिवंत गोष्टींच्या मागे कां धावतात हा एक कधीच नं सुटणारा प्रश्न आहे." मरुतने आपले मत मांडले.

विष्णू आणि मरुत त्यांना मिळालेल्या संदेशास काय प्रतिसाद द्यावा यावर चर्चा करीत होते.

"मला असे वाटते की त्यांना आपण ब्रम्हांडातील आपल्या स्थानाबद्दल कळविण्यास हरकत नाही.आपण तंत्रज्ञानामध्ये काय प्रगती केली आहे हे देखील त्यांना कळवावे.आपल्याकडे असणाऱ्या स्टारशिप्स आणि आंतर तारामंडळ प्रवासास वापरण्यात येणाऱ्या यानांचे व्हिडीयोज् त्यांना पाठवावेत.त्यांनी आपणास गायत्री मंत्राच्या ओळी पाठविल्या आहेत. त्यांना गायत्री मंत्राच्या मूळ रचनेतील संपूर्ण श्लोक आपण पाठवू. काळाच्या ओघात गायत्रीच्या मूलमंत्राचा त्यांना विसर पडलेला दिसतो आहे. त्यांच्या समस्या सोडविण्याच्या दृष्टीने जी मानसिक ताकद आपण त्यांना प्रदान केलेली आहे त्याचे देखील त्यांना स्मरण करून देणे गरजेचे आहे. निलमवरील परिस्थिती नियंत्रणात आणण्याकरिता माझ्या मनात वेगळी योजना आहे. योग्य वेळ येताच त्याची अंमलबजावणी होईल, असो." विष्णू प्रसन्नचित्त मुद्रेत होते. एखाद्या पित्यास त्याच्या पुत्रांशी संवाद साधण्यात जो रस वाटला असता तसा त्यांना निलमवरील मानवांशी सविस्तर संवाद साधण्यात अत्यंत आनंद वाटत होता. बराच काळ वाट पाहत असलेल्या प्रिय पुत्रास कधी भेटतो आणि कधी त्याच्यासोबत मनमोकळा संवाद साधतो असे त्यांना वाटत होते.

विष्णूलोक आणि पृथ्वीलोकातील खंडित झालेल्या संवादाची शृंखला पुनर्स्थापित करण्याच्या उद्देशाने त्यांनी सौरभ आणि शिरीनला पृथ्वीवर पाठविले होते. त्या दोघांनी पूर्ण जोशाने ते कार्य पूर्णत्वास नेले होते. आता

त्यांना मानवावर नजीकच्या भविष्यात येऊ घातलेल्या सर्वनाशी संकटाची कल्पना देण्याची गरज होती.

मरुतने विष्णूंच्या सूचनांनुसार विष्णूलोकातील निरनिराळ्या गोष्टींवर प्रकाश टाकणारा सर्वसमावेशक संदेश तयार केला. त्यात त्याने विष्णुलोकाची व्याध ताऱ्याच्या ग्रहमालेतील स्थिती, त्यांची तंत्रज्ञानातील अद्ययावत प्रगती यांचे यथोचित चित्रण केले होते. त्याने तो संदेश विष्णूंना दाखविला आणि त्यांच्या मान्यतेनंतर त्याने तो संदेश विष्णूलोकातील अद्ययावत निलकिरण संदेश वहन प्रणालीद्वारे निलमग्रहाकडे प्रक्षेपित केला. तो संदेश निलमच्या दिशेने प्रक्षेपित झाल्याची पुष्टी करणारे नोटिफिकेशन मरुतच्या प्रणालीत प्राप्त देखील झाले.

सौरभ आणि शिरीन त्यांचे काम पूर्ण करून निघण्याच्या तयारीत होते. शिरीनच्या मनात त्यांनी अज्ञातांच्या दिशेने त्याच दिवशी सकाळी पाठविलेल्या संदेशाबद्दल विचार सुरु होते. तिला अशी आशा वाटत होती की त्यांच्या संदेशास पुढील काही दिवसात प्रतिसाद मिळावा. त्यांनी त्याआधी पाठविलेल्या संदेशास काही आठवड्यांनंतर प्रतिसाद आला होता. "सौरभ तुला काय वाटते की ज्या अज्ञात संस्कृतीस आपण संदेश पाठविला आहे ते आपल्या संदेशास चटकन प्रतिसाद देण्याइतपत संवेदनशील असतील? की पुन्हा ते मागील वेळे इतकाच वेळ घेतील? मी त्यांच्याबद्दल अधिक माहिती ऐकण्यास अतिशय अधीर झाले आहे." शिरीनने कॉम्प्युटर प्रणालीस निष्क्रिय(स्लीप मोड) होण्याची कमांड देत तिचे विचार व्यक्त केले.

"शिरीन मी देखील त्यांच्याकडून प्रतिसाद येण्याची आतुरतेने वाट पाहत आहे. पण तुला हे माहितीच आहे की आपण संदेश पाठविल्यापासून त्यांना तो मिळेपर्यंत काही कालावधी जातो.शिवाय आपल्याला हे ही माहित नाही की ते आपल्यापासून किती अंतरावर स्थित आहेत.सर्वात महत्वाची आणि समाधानाची बाब अशी आहे की त्यांनी आपल्या संदेशास प्रतिसाद देण्याचा मोठेपणा दाखविला आहे. आपण वाट बघू. बहुतेक एखाद्या आठवड्यात त्यांचा प्रतिसाद येईल सुद्धा." सौरभ देखील अज्ञातांच्या प्रतिसादाची आतुरतेने वाट पाहत होता. परंतु त्याच्या परिपक्व विचारांनी त्याला काही काळ शांत राहून वाट पाहण्याचा संकेत दिला होता.

त्यांनी त्यांची उर्वरित कामे संपविली आणि स्पेस लॅबचे डिजिटल लॉक बंद करून तेथून निघाले.त्यांच्याशिवाय ते कुलूप कोणीही उघडू शकणार नव्हते. त्यामुळे त्यांना त्याबद्दल चिंता वाटत नव्हती.

****

पृथ्वीवर पहाटेचे तीन वाजले होते. मरुतने विष्णुलोकातून पृथ्वीच्या दिशेने संदेश प्रक्षेपित केला.तो संदेश चंद्रावरील ट्रान्सपाँडरला काही मिनिटात पोहचला आणि पुढील क्षणार्धात इस्रोच्या रिसिव्हिंग स्टेशनला पोचला.सौरभ आणि शिरीनला देखील तो संदेश पोचल्याचे नोटिफिकेशन त्यांच्या सेल फोनवर मिळाले, पण ते दोघेही गाढ निद्रिस्त असल्याने ते त्यांच्या लक्षात आले नाही.

सकाळी सौरभ जेंव्हा झोपेतून जागा झाला तेंव्हा नेहमीच्या सवयीप्रमाणे त्याने मोबाईल फोन बघितला आणि लगेचच त्याच्या लक्षात आले की नोटिफिकेशनचा लाईट लुकलुकत आहे.नोटिफिकेशन ओपन करताच त्याला सुखद आश्चर्याचा धक्काच बसला.अज्ञातांकडून त्यांच्या संदेशास प्रतिसाद आला होता. त्याने शिरीनला झोपेतून उठवले नाही. ती थोड्यावेळाने जागी झाली आणि नित्याच्या कामास लागली. ती दोघे सकाळची कामे वाटून घेत. सौरभ सकाळचा चहा करीत असे आणि शिरीन नाश्ता. दुपारचे जेवण ते इस्रोतच घेत.

ते दोघं सकाळी साडेआठला ऑफिसला जाण्यासाठी निघत.इस्रोकडे जाणाऱ्या रस्त्यावर अतिशय जास्त वाहतूक असल्याने त्यांना ऑफिसला पोचण्यास बराच वेळ लागत असे.

सकाळचा वाफाळलेला चहा घेता घेता सौरभने शिरीनकडे पाहत विचारले,

“शिरीन डियर, आपण पाठविलेल्या संदेशास त्यांच्याकडून केंव्हा उत्तर येईल असे तुला वाटते?”

“सौरभ,तुला हसू येईल पण रात्रभर मी हाच विचार करीत होते. मला स्वप्नात देखील दिसले की आपल्याला त्यांचे उत्तर आले आहे.आणि आपण दोघेही ते पाहतांना अतिशय आनंदात होतो.तो चक्क एक त्रिमितीय व्हिडियो होता.” शिरीन सौरभकडे अपेक्षेने पाहत बोलली.तिला असे वाटत होते की तिचे बोलणे ऐकून तो हसेल. पण हसण्याऐवजी गंभीरपणे तिच्याकडे पाहत त्याने विचारले,

“शिरीन, तुला पण माझ्यासारखे स्वप्नं दिसायला लागलेत कां? चांगलं आहे. स्वप्न पाहण्याने आपल्या मेंदूला विचारांचे खाद्य मिळते. हे माझे मत नाही, मी कुठेतरी वाचले आहे. बरेचदा स्वप्न सत्यात देखील उतरतात.यावेळी तुझ्याबाबतीत तसेच झाले आहे. जे तुला स्वप्नात दिसले ते सत्यात उतरले आहे. पहाटे तीनच्या सुमारास आपल्याला त्यांच्याकडून उत्तर आलेलं आहे.” चेहऱ्यावरील गंभीर भाव तसेच राखत सौरभ उद्गारला.

शिरीन ते ऐकून थक्क झाली.हातातील चहाचा कप टेबलवर ठेवीत ती जागेवरून उठली आणि सौरभचे खांदे घुसळीत तिने विचारले,

“तू माझी खेचतो आहेस नं? तुला नाश्ता हवा आहे की नाही?” शिरीन ने रागावण्याचा आव आणला होता.

“अगं मी गंमत करीत नाही आहे.आपल्याला खरंच त्यांचं उत्तर आलं आहे.” आता सौरभ तिला जोराने घुसळीत उत्तरला.

“सौरभ, तू माझ्याशी अशी बनवाबनवी केलीस? मी माझं स्वप्न सांगेपर्यंत तू मला काहीच सांगितलं नाहीस?” शिरीन राग आल्याची बतावणी करीत त्याच्याकडे दात ओठ खात म्हणाली.सौरभ जोरजोरात हसू लागला.शिरीन सोफ्यावरील उशीने त्याला मारण्यासाठी त्याच्या मागे धावली. परंतु अज्ञातांकडून आलेला संदेश वाचण्याच्या घाईमुळे त्यांनी त्यांची लुटुपुटूची लढाई आवरती घेतली, व ते घाईने ऑफिसकडे निघाले.

सौरभ आणि शिरीन स्पेस रिसर्च लॅबमध्ये शिरले आणि त्यांनी तत्परतेने लॅबचे दार लावून घेतले.पंतप्रधानांच्या इस्रोतील भेटीनंतर सौरभ आणि शिरीन त्यांच्या प्रोजेक्टच्या गोपनियतेबाबत अधिक जागरूक होते.

सौरभने कॉम्प्युटर सुरु केला आणि सिस्टीम मध्ये लॉग इन केले. एल.ई.डी.स्क्रीन प्रकाशमान झाल्याबरोबर संदेशाच्या आगमनाचे नोटिफिकेशन त्यावर स्पष्टपणे लुकलुकताना दिसू लागले. सौरभने ड्रॉप डाऊन लिस्ट मधून *मेसेज डिस्प्ले* चा पर्याय निवडताच कॉम्प्युटर प्रणालीत संदेश लोड होण्यास सुरुवात झाली.तो मेसेज थ्री डायमेंशनल व्हिडियोच्या स्वरूपात होता. सौरभने *मेसेज प्ले करा* ही कमांड देताच लॅबमधील दिव्यांचा प्रकाश आपोआप मंद होत नाहीसा झाला. मेसेजचा व्हिडियो स्क्रीनवर दिसण्यास सुरुवात झाली आणि सौरभ व शिरीन ते दिव्य दृष्य श्वास रोखून पाहू लागले. तो व्हिडियो थ्री डायमेंशनल स्वरूपात होता व अंतर्वक्र स्क्रीनमुळे सौरभ आणि शिरीनला ते दृष्य त्याच क्षणी त्यांच्या डोळयापुढे घडते आहे असे वाटत होते............

.... तबकडीच्या आकाराचे एक मोठे अंतराळयान वेगाने येत होते. दोन सारख्या आकाराचे अर्धगोल त्या तबकडीच्या वरच्या आणि खालच्या पृष्ठभागावर बसविलेले होते. ते दोन्ही अर्धगोल एकमेकांच्या विरुद्ध दिशेने गोलाकार गतीने फिरताना दिसत होते. विलक्षण चमचमते निळया रंगाचे निरभ्र आकाश त्या यानाच्या पार्श्वभूमीवर दिसत होते. उत्तर क्षितिजावर निळसर शितल प्रकाशाने तळपणाऱ्या तेजस्वी सूर्याच्या किरणांनी आकाश प्रकाशमान झालेले होते. तो सूर्य पृथ्वीच्या सूर्याच्या मानाने बराच मोठा दिसत होता.त्याचा प्रकाश डोळयांना आल्हाददायक वाटत होता. तो प्रकाश डोळे दिपवणारा नव्हता. पृथ्वीवरून चंद्राकडे जेवढ्या सहजतेने डोळे भरून पाहता येते तसे त्या सूर्याकडे पाहता येऊ शकत होते.

आकाशात दिसणारे अंतराळयान तेथील स्थानकाच्या विस्तीर्ण सखल पृष्ठभागावर हळुवारपणे उतरले. त्या यानाच्या वरील भागातील एक झडप बाजूस सरकली आणि एक दार उघडले. त्यातून एक सरकता जिना अलगद बाहेर आला.जिन्याच्या पायऱ्यावरून एक तरुण स्त्री आणि पुरुष खाली उतरले ते दोघे पृथ्वीवरील स्त्री व पुरुषांसारखेच दिसत होते.ते रंगाने गोरेपान होते. त्यांची कांती तेजस्वी दिसत होती. पृथ्वीवरील मानवांच्या शरीर रचनेत आणि त्या दोघांच्या शरीर रचनेत एक मुख्य फरक होता तो म्हणजे त्यांची उंची. ते दोघेही आठ फूटउंचीचे आणि सडपातळ बांध्याचे होते. त्यांनी शरीरास आराम दायक वाटणारा अत्यंत आधुनिक अंतराळ पोशाख घातला होता. ते एकमेकांशी काहीतरी बोलत होते, परंतु त्यांचे बोलणे ऐकू येण्या पलीकडले होते.

ते दृष्य बदलले. आता ते दोघे एका लंबगोलाकार आकाराच्या वाहनात बसलेले होते. ते वाहन हवेतून अलगदपणे तरंगत चालले होते.ते वाहन चालकविरहित होते. ते बहुधा एखाद्या दूरच्या स्थानावरून नियंत्रित केलेले असावे. एका अत्यंत आधुनिक रचना असलेल्या शहरातील अवाढव्य उंच इमारतीसमोर ते वाहन थांबले. ती दोघे त्या वाहनातून उतरली आणि त्या इमारतीत प्रविष्ट झाली.त्यानंतर पुन्हा दृष्य बदलले.

त्यानंतरच्या दृश्यात एक वेगळेच ठिकाण दिसत होते. त्या जागेभोवती एका वेगळयाच प्रकारच्या तारेचे कुंपण घातलेले होते. रडारचे मोठाले डिश अँन्टेना कॉलम स्ट्रक्चर्स वर बसविलेले दिसत होते. पृथ्वीवर कधीही नं पाहिलेल्या चमकत्या निळ्या रंगाच्या धातूचा वापर करून ते अँन्टेना बनविण्यात आलेले होते. ते अँन्टेना एका ठराविक गतीने ३६०अंशात फिरत होते.

एक चांदणीसारखे चमकते ऑब्जेक्ट आकाशाच्या पार्श्वभूमीवर दिसू लागले. काही अवधीतच ते ऑब्जेक्ट एका मोठ्या आकाराच्या यानात परिवर्तीत झाले. ते एक विलक्षण वेगळ्या आकाराचे यान होते. अष्टकोनी आकाराच्या त्या यानाने क्षणार्धात स्क्रीनचा मोठा भाग व्यापला. ते यान त्या रडार पासून बऱ्याच अंतरावरील मोकळ्या जागेत उतरले. त्या यानाच्या अष्टकोनी पृष्ठ्भागातील एक भाग सरकला आणि त्यामधून एक जिना बाहेर येऊन जमिनीच्या पृष्ठभागावर स्थिरावला.

त्या यानामधून एक अतिशय तेजस्वी देखणा उंचपुरा पुरुष बाहेर पडला. तो पुरुष आधीच्या यानामधून आलेल्या पुरुषापेक्षा दिसण्यात वेगळा होता. त्याच्या चेहऱ्यावर एक प्रकारचा करारी भाव दिसत होता.त्याचा पेहेराव सोनेरी चमचमणाऱ्या अत्याधुनिक वस्त्रापासून बनविलेला होता. तो पुरुष असाधारण शक्तिमान दिसत होता. थोड्याच वेळात दृष्य पुन्हा बदलले.

आता दिसणारे आकाश अनंत अवकाशासारखे काळे दिसत होते.ते अंतराळाचे दृष्य होते. निळसर शुभ्र प्रकाशमान दिसणाऱ्या प्रचंड मोठ्या सूर्याभोवती वर्तुळाकार कक्षेमध्ये सहा ग्रह एकमेकांपासून ठराविक अंतरावर भ्रमण करीत होते.

त्यानंतर त्या दृष्यांबरोबर एक धावते समालोचन सुरु झाले.त्या समालोचनामध्ये दृष्याबद्दलची माहिती कथन केलेली होती. समालोचकाचा आवाज मानवी आवाजापेक्षा वेगळा होता. तो एक तालबद्ध आवाज होता. त्याचा स्वर वादळी वाऱ्यासारखा स्पेस रिसर्च लॅबमध्ये निनादू लागला.

“तुम्ही जी दृष्ये पाहत आहात ती व्याध ताऱ्याच्या ग्रहमालेतील आहेत. व्याध तारा मृग नक्षत्र मंडळात स्थित आहे. व्याध ताऱ्यासभोवती भ्रमण करीत असलेले जे ग्रह तुम्ही पाहत आहात त्या ग्रहांची नावे विष्णुलोक, स्वर्गलोक,ऐश्वर्यलोक, ज्ञानलोक, तेजस्वलोक आणि हिमलोक अशी आहेत. या संदेशाचे प्रक्षेपण श्रीविष्णूंच्या अधिपत्याखाली असलेल्या विष्णूलोकातून केलेले आहे. जी विविध प्रकारची अंतराळयाने तुम्ही पाहिलीत, त्यापैकी डिशच्या आकाराचे अंतराळयान हे आम्ही आंतरग्रहांच्या प्रवासाकरिता वापरतो. लंबगोलाकार वाहन हे सर्व ग्रहांवर वापरात असलेले सर्वसाधारण प्रवासी वाहन आहे. जे सर्वात शेवटी दिसले ते आंतरनक्षत्र मंडळात प्रवास करण्यास वापरण्यात येणारे स्टारशिप होते. आम्ही विचारांच्या गतीने आंतरनक्षत्र मंडळात प्रवास करण्याचे तंत्रज्ञान अवगत केलेले आहे. एका आकाशगंगेतून दुसऱ्या आकाश गंगेत प्रवास करण्यासाठी आम्ही अंतराळातील जवळच्या मार्गाचा म्हणजेच अवकाश

बोगद्यांचा वापर करतो. आमचे स्टारशिप्स त्यांच्या चलन वलनासाठी वैश्विक ऊर्जेचा वापर करतात त्यामुळे आम्ही हजारो प्रकाशवर्षे अंतराचा प्रवास साध्य करू शकतो.आम्ही निलकिरण संदेश वहन प्रणालीचा विकास केला आहे जी पृथ्वीवरील अत्याधुनिक संदेश वहन प्रणालीच्या मानाने अतुलनीय गतिमान आहे. आमच्या तंत्रज्ञांनी अशा अत्याधुनिक संयंत्रांचा विकास केलेला आहे ज्यांच्या मदतीने आम्ही कोणत्याही ग्रहांवर पाणी, हवा,वातावरण आणि जीवसृष्टी निर्माण करू शकतो. जो गायत्री मंत्राचा श्लोक तुम्ही पाठविला आहे त्याचा विलय पावलेला उर्वरित भाग आम्ही पूर्ण करून पाठवीत आहोत."......... त्यानंतर एक वेगळयाच परंतु लयबद्ध स्वर्गीय स्वरातील गायत्री मंत्राचे स्वर सुरु झाले आणि वातावरण त्या नादाने भारून गेले..... हळूहळू ते स्वर हलके होत होत लुप्त झाले आणि तो व्हिडियो देखील संपला.

अत्यंत प्रगत संस्कृतीच्या जीवांकडून आलेला तो त्रिमितीय व्हिडियो पाहून सौरभ आणि शिरीन थक्क झाले.सारे काही त्यांच्या कल्पनाशक्तीच्या आवाक्या बाहेरचे होते. ती प्रगत संस्कृती पृथ्वीपासून साडे आठ प्रकाशवर्षे अंतरावर वसलेली होती. ते अतर्क्य शक्तिशाली होते.

ते सर्व पाहून त्या दोघांचेही शब्द अक्षरशः थिजून गेले. त्या दोघांनी असे अशक्य ध्येय साध्य केलेले होते जे त्यांच्या कल्पनेपेक्षा आणि अपेक्षेपेक्षा कितीतरी वेगळे, विलक्षण आणि विस्तीर्ण होते.

"सौरभ, आपण खरोखरंच इतिहास घडविलेला आहे !!" शिरीन ने सौरभला अभिमानाने मिठी मारली.

****

प्रकरण १५

सौरभ आणि शिरीन त्यांना व्याधवासियांकडून मिळालेल्या प्रतिसादाच्या अनपेक्षित गोड धक्क्यातून सावरल्यावर त्यांनी तडक त्यांचे वरिष्ठ मूर्ती यांची केबिन गाठली. ते दोघेही त्या घटनेने अतिशय उत्तेजित झाले होते. त्यांनी ती बातमी मूर्तींना ऐकविली. मूर्तींना देखील ते ऐकून अतिशय आनंद झाला व ते त्या दोघांना घेऊन अध्यक्षांच्या कक्षात गेले.

त्या सर्वांनी अज्ञातांकडून आलेल्या प्रतिसादाबद्दलचे उत्तेजितपणे केलेले वर्णन ऐकून धवन देखील तो संदेश ऐकण्यास व पाहण्यास अधीर झाले. ते सर्व स्पेस रिसर्च लॅब मध्ये गेले. लॅबकडे जातांना कुठल्याही विषयांवर चर्चा नं करण्याची काळजी ते नेहमीच घेत होते.

सौरभ आणि शिरीनने त्यांना तो दृक्श्राव्य स्वरूपातील संदेश दाखविला. त्यात विदित केलेली व्याध ताऱ्याच्या सभोवती असलेल्या ग्रहांवरील अत्याधुनिक संस्कृतीची प्रगतीपूर्ण माहिती पाहून धवन आणि मूर्ती आश्चर्याने बुचकळ्यात पडले. ब्रदरहूड नेक्स्ट डोर या प्रोजेक्टने अनपेक्षितरीत्या घेतलेली प्रगतीची झेप त्यांच्या कल्पनेपलीकडली होती.मनाच्या थिजलेल्या अवस्थेतून बाहेर पडताच धवन म्हणाले,

“या मुलांनी खरोखरंच नवा इतिहास घडविला आहे. या पूर्वी प्रगत संस्कृतीकडून आलेला प्रतिसाद अर्थातच एक ऐतिहासिक घटना होती परंतु आता आपणास हे माहित झाले आहे की ती अत्याधुनिक संस्कृती आपल्यापासून किती दूरवर अंतराळात वसलेली आहे. माझ्या स्वप्नात देखील मी अशा संस्कृतीस संपर्क करण्याची शक्यता अपेक्षिली नव्हती.या मुलांनी हे कल्पनातीत कार्य सत्यात उतरविले आहे. माझ्याकडे त्यांचे अभिनंदन करण्यासाठी योग्य शब्द नाहीत आहेत. सौरभ, शिरीन इस्रोच्या वतीने मी तुमचं दोघांचं हार्दिक अभिनंदन करतो. तुम्ही एवढ्या अल्पावधीत तुमचे ध्येय संपादन केल्याबद्दल इस्रोस तुमचा अभिमान वाटतो.” त्यांनी सौरभ आणि शिरीनशी हस्तांदोलन करीत त्यांचे मन:पूर्वक अभिनंदन केले. मूर्तींकडे पाहत ते बोलले,

“पंतप्रधानांच्या उपलब्धतेची माहिती घ्या. आपण त्यांना व्हिडियो कॉन्फरेंसिंगद्वारे या असाधारण घटनेची सविस्तर माहिती देऊ. पंतप्रधानांच्या सेक्रेटरीने आपल्या भेटीच्या कारणाबद्दल विचारणा केल्यास त्यांना फक्त अत्यंत महत्वाची चर्चा करण्यासाठी पंतप्रधानांची भेट हवी

आहे असे सांगा." धवन एक अतिशय अनुभवी अंतराळ वैज्ञानिक होते.त्यांनी त्यांचे आयुष्य अंतराळातील निरनिराळया संशोधनासाठी वेचले होते.उपग्रह प्रक्षेपण संशोधनात त्यांनी मिसाईल मॅन डॉक्टर अब्दुल कलाम यांच्या मार्गदर्शनाखाली बरेच महत्वाचे कार्य केले होते. त्यांच्या मनात विचार आला की आज जर डॉ.अब्दुल कलाम असते तर त्यांना किती आनंद झाला असता!

मूर्तींनी ताबडतोब पंतप्रधान कार्यालयाशी संपर्क साधला, आणि पंतप्रधानांसोबत व्हिडियो कॉन्फरेंसिंग भेटीची विनंती सादर केली.

पंतप्रधान त्यांच्या अमेरिका आणि फ्रान्सच्या भेटीचा कार्यक्रम आखण्यात व्यस्त होते. आंतरर्राष्ट्रीय दहशतवादावर ठोस उपाय योजना ठरविण्याच्या गोपनीय मुद्द्यांवर चर्चा करण्यासाठी ती भेट अतिशय महत्वाची होती. प्रसार माध्यमांना त्या भेटीचे कारण वेगळेच सांगण्यात आलेले होते. भारताचे अमेरिका व फ्रांसशी असलेले व्यावसायिक संबंध दृढ करण्यासाठी ती भेट असल्याचे जाहीर करण्यात आले होते. अंतराळ कार्यक्रमांच्या आणि अंतराळ संशोधनाच्या दृष्टीने भारताची भरारी इतर प्रगत देशांपेक्षा कितीतरी अधिक वेगवान होती. भारताने अंतराळातून शत्रूवर मारा करणारी शस्त्रास्त्र प्रणाली इतर देशांच्या आधी विकसित केलेली होती. त्यामुळे जगातील अजेय शक्ती होण्याचे भारताचे कित्येक वर्षांचे स्वप्न तत्कालीन पंतप्रधानांनी पूर्ण केले होते.भारतीय अंतराळ शास्त्रज्ञांनी विकसित केलेले स्पेस शटल्स इतर विकसित देशांच्या मानाने कितीतरी अधिक सक्षम तर होतेच शिवाय आर्थिक दृष्टया देखील अत्यंत परवडणारे होते. अमेरिका आणि फ्रांसने भारतीयांनी विकसित केलेले स्पेस शटल्स खरेदी करण्यात रस दाखविला होता. अमेरिका आणि फ्रांस भारतासोबत मंगळावर अंतराळमानव पाठविण्याचा संलग्न कार्यक्रम आखीत होते.

"महोदय, इस्रोच्या अध्यक्षांनी व्हिडियो कॉन्फरंस करिता आपली वेळ देण्यासाठी विनंती केलेली आहे. भेटीचे नेमके कारण त्यांनी विदित केलेले नाही. परंतु 'अत्यंत महत्वाच्या चर्चेकरिता भेट हवी आहे असे त्यांनी त्यांच्या विनंतीत नमूद केले आहे." पंतप्रधानांचा सेक्रेटरी त्यांना त्यांच्या विविध कार्यक्रमांविषयी माहिती देत होता. पंतप्रधानांचा पुढील आठवड्यात नियोजित विदेश दौरा होता.

"इस्रोच्या अध्यक्षांना सांगा की मी ठीक तीन वाजता व्हिडियो कॉन्फरंस करिता उपलब्ध असेन. कार्यालयातील सहाय्यकास माझ्या कक्षातच

कॉन्फरंस करिता आवश्यक ती व्यवस्था करण्यास सांगा." पंतप्रधानांनी सेक्रेटरीला सूचना दिल्या.

"ठीक आहे सर. आपल्या निर्देशानुसार सगळी व्यवस्था करतो." सेक्रेटरीने सूचनांची नोंद घेतली आणि तो तेथून निघाला.

इस्रोचे अध्यक्ष धवन, त्यांचे सहकारी मूर्ती, सौरभ आणि शिरीन सगळेच अज्ञातांकडून आलेल्या प्रतिसादाबद्दल पंतप्रधानांना अहवाल सादर करण्यास उत्सुक होते. आता त्या संस्कृतीस संबोधताना *अज्ञात संस्कृती* असे म्हणण्याचे कारण उरले नव्हते. त्या संस्कृतीबद्दल निदान जुजबी माहिती तरी त्यांना उपलब्ध झालेली होती.

सौरभ आणि शिरीनने स्पेस रिसर्च लॅबमध्ये व्हिडियो कॉन्फरेंसिंगची व्यवस्था केली. व्याधावासियांतर्फे आलेला संदेश पंतप्रधानांना जसाचा तसा बघता यावा असे त्यांना वाटत होते.

ठीक तीन वाजता धवन यांनी पंतप्रधानांसोबत मिटिंग सुरु केली.धवन यांनी पंतप्रधानांशी बोलण्यास सुरुवात केली.

"सर,आपल्या *ब्रदरहूड नेक्स्ट डोर* या प्रोजेक्टमधील नवीनतम घडामोडींबद्दल आपणास सांगतांना आम्हा सर्वांनाच अत्यंत आनंद वाटतो आहे. आतापर्यंत अज्ञात असलेल्या अत्यंत प्रगत संस्कृतीतर्फे आपल्याला एक विस्तृत दृक्श्राव्य संदेश प्राप्त झाला आहे. त्यांनी आकाशगंगेतील स्वतःच्या ठिकाणाबद्दल तसेच त्यांनी केलेल्या अतर्क्य वैज्ञानिक प्रगतीबद्दल आपल्याला कळविले आहे. हे फक्त आपले तरुण, बुद्धिमान शास्त्रज्ञ सौरभ आणि शिरीन यांनी केलेल्या अथक प्रयत्नांमुळेच शक्य झाले आहे." धवन यांचा स्वर अतिशय उत्तेजित होता.

"अरे व्वा!! ही तर अतिशय सुखद आश्चर्यकारक बातमी आहे.मला असे वाटते की मी देखील तुमच्यासोबत तुमचा आनंद द्विगुणीत करण्यासाठी तेथे असावयास हवे होते. तुम्हाला तो दृक्श्राव्य संदेश मला या आपल्या मिटींगमध्ये दाखविता येईल कां? तुम्ही मला माझ्या वैयक्तिक फोन लाईन वर संपर्क करावयास हवा होता.मला देखील तो संदेश बघण्यास अतिशय आवडेल."पंतप्रधानांच्या स्वरात त्या संदेशाबद्दल अतिशय उत्सुकता जाणवत होती.

"माफ करा सर, परंतु मला असे वाटले की आपण व्यस्त असाल म्हणून मी आपल्या सेक्रेटरींना विनंती करून आपल्यासोबत ही व्हिडियो कॉन्फरन्स आयोजित केली.जेणेकरून तुम्हालाही तो दृक्श्राव्य संदेश बघता येईल." धवन वरमून बोलले.

"सर, सौरभ तो व्हिडियो सुरु करीत आहे. मी कॅमेरा त्यादिशेस वळवीत आहे. त्यामुळे तुम्हाला त्याचे पूर्ण दृष्य दिसू शकेल." धवन पुढे म्हणाले. सौरभने संदेशाचा व्हिडियो सुरु केला त्याबरोबर लॅबमधील दिव्यांचा प्रकाश मंदावला.पंतप्रधानांनी तो त्रिमितीतील संदेश त्यांचे लक्ष्य एकवटून बघितला.त्यातील बारीकसारीक गोष्टींची देखील त्यांनी मनातल्या मनात नोंद घेतली. व्याधवासियांनी केलेली वैज्ञानिक प्रगती पाहून ते अचंभित झाले. स्टारशिपमधून बाहेर आलेल्या चमकत्या पेहेरावातील व्यक्तीस पाहून त्यांना असे वाटले की, यांना आपण यापूर्वीही कुठेतरी भेटलो आहोत. त्या भेटीची जागा आणि वेळ मात्र त्यांना आठवत नव्हती. तो व्हिडियो संपला आणि दिवे पूर्ववत प्रकाशमान झाले. सौरभने तत्परतेने कॅमेरा धवन यांच्या दिशेस वळविला. स्क्रीनवर पंतप्रधानांच्या चेह‍ऱ्यावरील आश्चर्य स्पष्टपणे दिसत होते. तो संदेश पाहून ते निश्चल झाले होते.

" अभिनंदन, धवन. मला हा सगळा इतिहास घडविणाऱ्या त्या दोघा तरुणांशी बोलायचं आहे." पंतप्रधान स्मितहास्य मुद्रेने बोलले.

"सौरभ, शिरीन, तुम्हा दोघांचेही हार्दिक अभिनंदन. माझ्या भावना व्यक्त करण्यासाठी अभिनंदन हा फारच खुजा शब्द आहे. तुम्ही असं कार्य केलं आहे ज्याची तारीफ करण्यासाठी माझ्याजवळ योग्य शब्द नाहीत.मी एवढंच म्हणेन, तुम्ही भारतीय इतिहासात तुमचे नाव सुवर्ण अक्षरांनी लिहिले आहे. तुम्ही जे अथक प्रयत्न केलेत, तुम्ही यशाच्या वाटेवर जो धीर दाखविला,त्याचेच हे फळ आहे. तुम्हा दोघांमध्ये अशक्यप्राय परिस्थिती तुमच्या बाजूने वळविण्याची हिम्मत आहे. तुमच्या दुर्दम्य इच्छाशक्तीने तुम्हास मानवी इतिहासात भूतो न् भविष्यती असे यश प्रदान केले आहे. जेंव्हा तुमचे हे यश जगासमोर जाहीर करण्याची वेळ येईल, तेंव्हा मी तुम्हा दोघांची अंतराळ संशोधनातील अतर्क्य शोधाबद्दल असलेल्या नोबेल पारितोषिकासाठी शिफारस करणार आहे. परंतु अजून तरी मला तुमचे हे यश जगासमोर मांडण्यासाठी योग्य वेळ आली आहे असे वाटत नाही. ज्याअर्थी विष्णूलोकातील लोक केवळ तुमच्याच संदेशास प्रतिसाद देत आहेत, त्याअर्थी त्यामागे काहीतरी अर्थपूर्ण विधिलिखित असेल. तुमचा हा त्यांच्याशी असलेला संवाद सर्वार्थाने विकसित झाल्यावर आपण ही अतर्क्य गोष्ट जगजाहीर करू." पंतप्रधानांच्या स्वरात सौरभ आणि शिरीनबद्दल अतीव प्रेमभावना आणि आपुलकी जाणवत होती.

"सर, आता पुढील कार्याच्या दृष्टीने आम्हाला तुमचे मार्गदर्शन हवे आहे." धवन, मूर्ती, सौरभ आणि शिरीनने पंतप्रधानांना एकस्वरात विनंती केली.

पंतप्रधानांनी त्यांच्या धीरगंभीर स्वरात त्यांना पुढील कार्याची दिशा दाखविली.

“धवन, मूर्ती, आणि मुलांनो काळज़ीपूर्वक ऐका.तुम्ही जे यश मिळविले आहे ते अत्यंत मौल्यवान आहे. ते पूर्णपणे गोपनीय ठेवणे ही आजच्या काळाची गरज आहे. त्याचप्रमाणे तुम्हा चौघांना तुमच्या सुरक्षिततेची संपूर्ण काळजी घेणे अत्यंत आवश्यक आहे. कोणत्याही अपरीचीत व्यक्तीची भेट शक्यतो घेऊच नका.जर अपरिहार्य असेल तर सुरक्षेच्या बाबतीत अत्यंत जागरूक रहा.आजपर्यंत तुम्ही आवश्यक ती गोपनीयता बाळगली आहेच परंतु यानंतर तुमच्या आणि व्याध वासीयांच्या संदेशांच्या देवाण घेवाणीत बऱ्याच नवनवीन घडामोडी घडतील त्यामुळे तुम्हाला आणखी काळजी घेणे गरजेचे असणार आहे.

तुम्ही तुमच्या मागील संदेशाद्वारे त्यांना पृथ्वीवरील काही धार्मिक स्थळांची छायाचित्रे, मंदिरांची तसेच त्यातील देवी देवतांच्या मूर्तींची छायाचित्रे पाठविली होती.परंतु त्यांनी आपल्याला त्यांच्याकडे तशी काही संस्कृती आहे काय याबद्दल काहीही कळविलेले नाही.असेही शक्य आहे की पूजा, प्रार्थना आदि विधी त्यांच्या संस्कृतीने कालमानानुसार मागे सोडल्या असतील. माझे असे मत आहे की आपण प्रथम त्यांच्या सोबत असलेल्या औपचारिक संवादापासून अनौपचारिक संवादापर्यंत मजल मारू, त्यानंतर आपल्याला मानव हितासाठी त्यांच्या वैज्ञानिक प्रगतीचा काही फायदा करून घेता येतो काय ते बघू. आपण त्यांच्याशी आत्ता कुठे नुकताच संवाद साधला आहे. आपल्याला हे उमगले आहे की त्यांची संस्कृती आपल्यापेक्षा विज्ञान आणि तंत्रज्ञानात कित्येक युगं प्रगत आहे. परंतु त्यांच्याशी साधलेल्या संवादाच्या सद्यस्थितीत आपण त्यांच्याकडून कुठलीही अपेक्षा करणे बरेच अपरिपक्वतेचे ठरेल. आपण सर्वप्रथम त्यांना आपल्याशी समोरासमोर येऊन प्रत्यक्ष भेटीसाठी विचारणा करू. जर त्यांनी त्या गोष्टीत रस दाखविला तर आपल्याला हे कळून येईल की त्यांच्या मनात मानवांप्रती काय भावना आहेत.त्यांना जर मानवांप्रती जिव्हाळा असेल, जर ते आपल्याशी मैत्रीपूर्ण संबंध ठेवण्यास उत्सुक असतील तरच आपण त्यांच्याकडून उच्च तंत्रज्ञानाच्या अपेक्षा ठेऊ शकतो.

ते तंत्रज्ञानामध्ये आपल्यापेक्षा खूपच प्रगत आहेत. आपण त्यांच्या ज्ञानाच्या बरोबरीचा विचारही करू शकत नाही. परंतु, ज्याअर्थी त्यांना आपल्या संदेशास प्रतिसाद देण्यास रस वाटतोय, त्याअर्थी त्यांना आपल्यात विशेष असे काहीतरी आढळले असेल ज्यामुळे ते आपल्याशी संपर्क करू इच्छितात. सर्व गोष्टी जर आपल्या विचारांप्रमाणे सुरळीतपणे पार पडल्या

तर आपण आपल्या वैज्ञानिक विकासाकरिता त्यांच्या तंत्रज्ञानाचा वापर कसा होऊ शकेल याबद्दल त्यांच्याशी विचारविनिमय करून निर्णय घेऊ शकतो. तूर्तास नाही.

पुढील कार्याच्या रुपरेषेबद्दल आपण एकतर बंगळूरू मध्ये किंवा दिल्लीत समोरासमोर मिटिंग घेऊनच ठरवू. माझा नियोजित विदेश दौरा आटोपला की आपण भेटूच. तोपर्यंत तुम्ही त्यांना पाठविण्याच्या संदेशाची जुळवणी करू शकता." पंतप्रधानांचे विचार त्यांच्या परिपक्वतेचे द्योतक होते.

"ठीक आहे सर. तुमचा परदेश दौरा संपण्याच्या आत आम्ही तुमच्या मार्गदर्शनानुसार व्याधवासियांना पाठविण्याच्या पुढील संदेशाची जुळवणी करून ठेवतो.आम्हाला देखील त्यांच्या प्रत्यक्ष भेटीची आतुरता लागलेली आहे." सौरभ आणि शिरीन ने पंतप्रधानांच्या आदेशानुसार कार्य करण्याचे ठरविले. पंतप्रधानांच्या शुभेच्छांसह त्यांच्या मिटिंगचा समारोप झाला.

धवन, मूर्ती, सौरभ आणि शिरीन ला पंतप्रधानांशी सविस्तर चर्चा केल्याने समाधान वाटत होते. आता ते उत्साहाने त्यांच्या पुढील कार्यास लागण्यास तयार होते.त्यांना आता विष्णूलोकास पाठविण्याच्या पुढील संदेशाची आखणी करावयाची होती.

ब्रदरहूड नेक्स्ट डोर या त्यांच्या प्रोजेक्टची गाडी गेल्या काही दिवसांपूर्वी अगदीच धिम्या गतीने सुरु होती. परंतु विष्णूलोकातून नुकत्याच आलेल्या दोन संदेशानंतर त्यांच्या प्रोजेक्टने एकदम वेग घेतला होता.सौरभ आणि शिरीनला संदेशाचा मसुदा तयार करून त्याचे प्रक्षेपण करण्याची संपूर्ण मुभा होती.धवन आणि मूर्ती पंतप्रधानांसोबतची मिटिंग संपल्यावर आपल्या कक्षाकडे गेले.

"सौरभ विष्णूलोकांस पाठविण्याच्या पुढील संदेशाचा काही मसुदा तुझ्या मनात आहे कां? पंतप्रधानांनी सुचविल्याप्रमाणे त्या अतिप्रगत- शक्तिशाली लोकांना आपण अंतराळातील अत्याधुनिक प्रवासाच्या तंत्रज्ञानाविषयी नक्कीच विचारणा करू. जर त्यांनी आपणास त्याचे ज्ञान दिले तर फारच उत्तम होईल. पण मला अशी चिंता वाटते की आपल्याला त्यांच्या स्टारशिप्सच्या आराखड्यावर काम करणे सहजी जमेल कां ? त्यांचे तंत्रज्ञान आपल्या आकलन शक्तीच्या आवाक्याबाहेरचे असले तर आपण काय करणार? तंत्रज्ञानाच्या प्रगतीचा विचार करू जाता असे स्पष्टपणे जाणवते की ते आपल्यामानाने अनेक युगे पुढे आहेत.त्यांनी आपणास माहिती नसलेली अत्याधुनिक संदेश वहन प्रणाली विकसित केलेली आहे. आपण प्रकाशाच्या गतीच्या हजार पट अधिक वेगाने संदेश पाठवू शकलो

याचेच आपल्यास किती कौतुक वाटते. पण त्यांच्या प्रगतीचा विचार करता आपण त्यांच्यापुढे कुठेच नाही आहोत. त्या व्हिडियोमध्ये आपण त्यांची रिमोट कंट्रोल्ड वाहने पाहिलीत. आपण अशा परिस्थितीचा विचार केवळ एखाद्या मुव्हीमध्ये किंवा स्वप्नातच करू शकतो.

परंतु एवढे मात्र नक्कीच की आपण त्यांना प्रत्यक्ष भेटीची विनंती करू शकतो. जर त्यांना योग्य वाटले तर ते आपल्या विनंतीस मान देतील." शिरीनच्या मनात विविध विचारांचे वादळ उठले होते.

" तुझं म्हणणं अगदी बरोबर आहे.मला तुझे विचार पटतात. आपण पुढील संदेशाचा मसुदा तयार करतांना तो पूर्ण विचारांतीच करावयास हवा.माझ्या मनात असा विचार आला की आपण विष्णूलोकातील लोकांना त्यांच्या ग्रहमालेतील इतर ग्रहवासियांबद्दल देखील विचारणा करावी.ते देखील विष्णूलोकांप्रमाणेच विज्ञान आणि तंत्रज्ञानात तेवढेच प्रगत आहेत कां? तसे असेल तर कदाचित त्यांनादेखील आपल्याशी संवाद साधण्याची इच्छा असू शकते. आपण विष्णूलोकांच्या प्रमुखांशी व्हिडियो कॉन्फरन्स द्वारे भेटण्याची विनंती करूच. पण कां कोण जाणे मला असे वाटते आहे की असे करण्यात जरा जास्ती घाई तर होत नाही आहे नं? अर्थात पंतप्रधान बोलले त्याप्रमाणे त्यांच्याशी व्हिडियो कॉन्फरन्सद्वारे भेट झाल्यावरच आपणास त्यांची मानवांबद्दलची भावना कळू शकेल.ते आपल्याला मैत्री करण्यायोग्य समजतात काय हे देखील अतिशय महत्वाचे आहे.जर त्यांनी मानवांशी मैत्रीचा हात पुढे केला तर आपण त्यांना आपल्या जगातील दहशतवादावर काय ठोस उपाय योजना करता येईल याचे मार्गदर्शन मागू. दहशतवादाचा जर पृथ्वीवरून समूळ नाश झाला तर जगात विश्वबंधुभाव आणि प्रेम या महत्वाच्या भावनांचा प्रसार होऊ शकेल. बघू भविष्यात काय काय घडते ते?" सौरभ विविध विचारांमध्ये गुरफटला होता.

सौरभ आणि शिरीनने मानवांनी तंत्रज्ञानात केलेल्या निरनिराळ्या प्रगतीचे दर्शन घडविणाऱ्या गोष्टींचा त्यांच्या संदेशात समावेश केला. आवाजाच्या गतीपेक्षा अधिक गतीने उडू शकणारी विमाने, संदेश दळण वळणातील अचूकता, इत्यादींचे त्यांनी संदेशात दृक्श्राव्य पद्धतीने वर्णन केले. भरमसाट वाढत असलेल्या लोकसंख्येमुळे भूकमारीच्या समस्या देखील त्या संदेशात नमूद करण्यास ते विसरले नाहीत.

अंतराळातील प्रगतीमध्ये इस्रोने एकच वेळी अनेक उपग्रह त्यांच्या नियोजित जागेवर अवकाशात सोडण्यात मिळविलेले यश देखील त्यांनी त्यात नमूद केले.

सौरभ आणि शिरीनने त्यांच्या संदेशात विष्णूलोकांच्या प्रमुखांशी व्हिडियो कॉन्फरंसीद्वारे प्रत्यक्ष भेटीची विनंती अग्रक्रमाने केली. संदेश तयार केल्यावर त्यामधील त्रुटींची छाननी करून त्या दुरुस्त करणे हे एक मोठे व वेळखाऊ काम होते.
हे सर्व करण्यास त्यांना तीन दिवसांचा अवधी लागला. आता त्यांचा संदेश प्रक्षेपणाकरिता तयार झाला होता. मध्यंतरी पंतप्रधानांचा विदेश दौरा संपवून ते मायदेशी परतले होते. भारतात परतल्याच्या दुसऱ्याच दिवशी त्यांनी इस्रोच्या अध्यक्षांशी संपर्क केला. विष्णूलोकास पाठविण्याच्या संदेशाची तयारी झाली असल्यास त्यांनी बंगळूरूस येण्याची इच्छा प्रकट केली. धवन यांनी पंतप्रधानांच्या स्वागतास इस्रो उत्सुक असल्याचे त्यांना कळविले.

****

सौरभ आणि शिरीनने पंतप्रधानांच्या इस्रो भेटीची तयारी केलेली होती. ती दोघं सुरक्षेच्या दृष्टीने त्यांचे दुपारचे जेवण देखील स्पेसलॅब मधेच घेत. ते सकाळी लवकरच येत आणि सायंकाळी उशिरापर्यंत काम करीत त्यामुळे त्यांना कोणीही भेटण्याचा प्रश्नच येत नसे.
धवन, मूर्ती, सौरभ आणि शिरीन पंतप्रधानांच्या स्वागतासाठी आतुर झाले होते.
नियोजित वेळेनुसार पंतप्रधानांचे बरोबर सकाळी अकरा वाजता इस्रोत आगमन झाले. औपचारिकता, चहा, कॉफी वगैरे आटोपून पंतप्रधान धवन, मूर्तींसोबत स्पेसलॅबकडे निघाले. स्पेसलॅबच्या बंद दाराआड पंतप्रधानांची त्या सर्वांबरोबर गोपनीय चर्चा सुरु झाली. पंतप्रधानांना विष्णूलोकांतर्फे आलेल्या संदेशाचा व्हिडियो पुनः बघायचा होता.कारण की जरी त्यांनी तो संदेश त्यांच्या व्हिडियो कॉन्फरंसच्या वेळी बघितला होता, तरी त्याच्या त्रिमितीय परिणामाचा आनंद ते त्यावेळी घेऊ शकले नव्हते. तो दृक्श्राव्य संदेश ते लक्ष एकवटून बघत होते. त्यातील बारकाव्यांची ते मनातल्या मनात नोंद घेत असावेत. संदेशासोबतचे समालोचन त्यांनी विशेष लक्ष देऊन ऐकले. ते संपल्यावर त्यांनी बोलण्यास सुरुवात केली.
“मी जे बघितलं ते तुम्ही देखील बघितलं आहेच. माझ्या असे लक्षात आले की, त्यांच्या ग्रहांची नावे आणि आपल्या रामायण , महाभारतात नमूद केलेल्या विविध देवतांच्या निवासाची नावे यात साम्य आहे. या

संदेशातील समालोचकाने असे विदित केले आहे की तो संदेश विष्णूलोकातून प्रक्षेपित करण्यात आलेला आहे. विष्णूलोक हा ग्रह असून त्याचे अधिपत्य विष्णूंकडे आहे.

माझ्या मनात सहजच असा विचार आला की ज्या विष्णूंचा समालोचकाने उल्लेख केला आहे ते विष्णू आणि ज्या श्रीविष्णूंनी मानवांच्या उद्धाराकरिता पृथ्वीवर विविध अवतार घेतले ते दोघे एकच तर नाहीत? श्रीविष्णूंनी पृथ्वीवरील अनाचार, अधर्म आणि मानवावरील होणारा अत्याचार संपवून तसेच धर्माचे पुनरुत्थापन करून मानवांचा उद्धार करण्याकरिता विविध युगांमध्ये अवतार घेतले होते.श्रीविष्णूंनी त्यांच्या भक्तांना वचन दिले होते की,

यदा यदा हि धर्मस्य ग्लानिर्भवती भारत ।
अभ्युत्थानमधर्मस्य तदात्मानम सृजाम्यहम् ॥
परित्राणाय साधूनां विनाशाय च दुष्कृताम् ।
धर्मसंस्थापनार्थाय संभवामि युगे युगे ॥

महर्षी व्यासांनी जी महापुराणे रचली त्या महापुराणांमध्ये तसेच उपनिषदांमध्ये त्यांनी देवांच्या अस्तित्वाबद्दल आणि त्यांनी अवतार धारण करण्याच्या दिलेल्या वचनांबद्दल स्पष्टपणे उल्लेख केलेला आहे. त्यांनी रचलेली महाकाव्ये, महापुराणे केवळ कविकल्पना नव्हत्या. श्रीरामाच्या आणि श्रीकृष्णाच्या अस्तित्वाबद्दल अनेक स्थायी पुरावे उपलब्ध आहेत. ज्यामुळे व्यासांच्या रचना या काल्पनिक नव्हत्या हे सिद्ध होते. महापुराणांमध्ये अनेकदा असे विदित केले आहे की ज्यावेळी मानवांच्या यातना असह्य झाल्यात त्यावेळी देवांनी स्वर्गलोकातून खाली पृथ्वीवर येऊन दैत्यांचा विनाश केला आणि मानवांना त्यांच्या त्रासातून मुक्त केले. महापुरणातील घटनाक्रम आणि मानव इतिहास यामधील काही दुवे हरविले आहेत. तरीदेखील काही अभ्यासकांनी, इतिहास संशोधकांनी महाभारत युध्द सुरु होण्याची अचूक तारीख, श्रीकृष्णाचा अवतार संपन्न झाल्याची अचूक तारीख ग्रह तार्‍यांच्या स्थितीवरून शोधून काढली आहे. अर्थात हे सगळे माझ्या मनातील विचार आहेत त्यांचा या संदेशाशी संबंध असेलच असे आपण आज तरी ठरवू शकत नाही.

विष्णूलोकांतील लोकांना आपल्या पृथ्वीवरील भाषेचे ज्ञान कसे काय असावे याचे मला आश्चर्य वाटते. त्यातल्या त्यात संस्कृत आणि इंग्रजी या दोन्ही भाषा त्यांना कशा काय अवगत असाव्यात? हा प्रश्न तुम्हाला पडला नाही का?” त्यांनी तेथे उपस्थित असलेल्या सर्वांनाच उद्देशून विचारले.

“ होय सर. आम्ही देखील त्यांचे संस्कृत आणि इंग्रजी भाषेचे ज्ञान बघून बुचकळ्यात पडलो. परग्रहवासियांना पृथ्वीवरील भाषांचे ज्ञान कसे काय असावे हा प्रश्नच आहे. संस्कृत भाषेविषयी आपण एकवेळ विचार करू शकतो कारण की ती भाषा अतिशय प्राचीन काळात देखील अस्तित्वात होती.परंतु तसे पाहिले तर आज कोणीही संस्कृत भाषेचा वापर दैनंदिन व्यवहारात करीत नाही.इंग्रजी देखील इतिहासपूर्वकाळापासून वापरात असलेली भाषा आहे. अर्थात तिचे त्यावेळेचे स्वरूप बरेच भिन्न होते. कदाचित त्यांच्याकडे ब्रह्मांडातील अनेक भाषांचे त्यांच्या भाषेत रुपांतर करणारे सॉफ्टवेयर देखील असावे.” सौरभने तत्परतेने त्याची कल्पना मांडली.धवन आणि मूर्तींना सौरभच्या कल्पनेचे कौतुक वाटले.त्यांच्याही मनात तसाच विचार आला होता.परंतु पंतप्रधानांच्या मनात वेगळाच विचार आला होता. त्यांनी विचारले,

“असे नाही होऊ शकत कां की त्यांनी पृथ्वीस भेट देऊन वेगवेळया भाषांचे नमुने संकलित केले असतील ? त्या नमुन्यावरून एक सर्वसमावेशक भाषांतराचे सॉफ्टवेयर तयार केले असावे.”

“ सर ते अशक्य नाही. त्यांनी जे आंतरतारामंडळ प्रवासाचे तंत्रज्ञान विकसित केले आहे, त्याद्वारे ते ब्रम्हांडात कुठल्याही ग्रहास भेट देऊ शकतात. विचित्र प्रकारच्या उडत्या तबकड्या दिसण्याच्या अनेक घटना आपल्या ऐकिवात आहेत. परंतु त्याद्वारे पृथ्वीस भेट देणाऱ्या परग्रहावरील लोकांची स्पष्ट छायाचित्रे अजून तरी कोणी काढलेली नाहीत. ज्या कोणी अशा तबकड्या अथवा परग्रहवासियांना पाहिल्याचा दावा केला आहे, त्यांनी केलेल्या वर्णनावरूनच काहींनी रेखाचित्रांद्वारे त्यांचे रेखाटन केले होते.भारतात अशा घटना घडल्याचे ज्ञात नाही.” धवन यांनी अज्ञात उडत्या तबकड्या आणि त्याद्वारे येणाऱ्या परग्रहावरील लोकांबद्दल बराच अभ्यास केला होता.

“सर, आपण बोललात त्याचप्रमाणे मला आणि शिरीनला देखील मानवी संस्कृती आणि पुराणात विदित केलेल्या अतिमानवीय शक्तिशाली लोक किंवा देवांना जोडणाऱ्या काळाच्या अद्‌भुत कड्यांबद्दल नेहमीच प्रश्न पडतात. त्यादृष्टीने आम्ही इजिप्तोलॉजी, मायान संस्कृती आणि सुमेरिअन संस्कृतीवर संशोधन केले आहे. परंतु आम्हाला त्या नष्ट झालेल्या कड्या गवसल्या नाहीत. त्यांचे गूढ तसेच आहे. आम्हाला देखील तसेच वाटते जसे तुमच्या मनात विचार आलेत. आपण ज्या देवांची पूजा करतो त्यांच्या अस्तित्वाबद्दल काहीच प्रश्न नाहीत. देवावरील अढळ विश्वासाच्या बळावरच आपले आयुष्य आपण सुसह्य आणि सुकर करू शकतो.परंतु एका

प्रश्नाचे उत्तर सापडत नाहीच. ज्यांना आपण देव म्हणून पूजितो ते अतिशक्तीशाली व्यक्ती एखाद्या दूरवरच्या अतिप्रगत संस्कृतीतून तर आलेले नव्हते? ते एखाद्या अतर्क्य प्रगतीशील ग्रहाचे रहिवासी तर नसावेत? ते एखाद्या वैश्विक प्रणालीतून तर पृथ्वीवर आले नसतील??" सौरभने त्याच्या मनास नेहमी सतावणारे प्रश्न सर्वांसमोर मांडले.

"सर खरं पाहिलं तर ब्रदरहूड नेक्स्ट डोर हा प्रोजेक्ट आमच्या मनातील अशा अज्ञात पण अतिप्रगतीशील संस्कृतीच्या शोधाचा परिपाक आहे. सुदैवाने आता त्याचे सुपरिणाम आपणास दिसण्यास सुरुवात झाली आहे." शिरीनने सौरभच्या विचारांना पुस्ती जोडली.

" हे खरोखरीच अतिशय कौतुकास्पद आहे. मला देखील तुमच्या या प्रोजेक्टला मंजुरी देतांना प्रश्न पडला होता की जेथे जगातील अनेक प्रगत राष्ट्रांच्या वैज्ञानिकांना अशा अज्ञात संस्कृतीस संपर्क साधण्यात यश मिळाले नाही तेथे ही तरुण मुले तसल्याच प्रोजेक्टमध्ये कां आपले प्रयत्न खर्ची घालणार आहेत? परंतु मी तो विचार तात्काळ दूर सारला. मी तुमच्या त्या प्रोजेक्टकडे दुसऱ्या दृष्टीकोनातून बघितले. मला आपल्या तरुणांमधील दुर्दम्य इच्छाशक्तीची पूर्ण कल्पना आहे. आणि तुम्ही हे सिद्ध करून दाखविले आहे की माझे विचार चुकीचे नव्हते." पंतप्रधानांचा स्वर त्या दोघांसाठी असलेल्या जिव्हाळ्याने ओथंबला होता.

"मी असे सुचवेन की जर तुम्ही विष्णूलोकांच्या प्रशासकांना प्रत्यक्ष व्हिडियो मिटींगसाठी राजी करू शकलात तर सर्व औपचारिकता बाजूस ठेऊन मला त्वरित संपर्क करा. मी माझे इतर सर्व व्यवधानं बाजूला ठेऊन ताबडतोब इस्रोस येईन." पंतप्रधानांनी धवन यांच्याकडे पाहत सुचविले.

" तसे झाले तर आम्ही अर्थातच तुमच्याशी लगेचच संपर्क साधू.तुमच्या उपस्थितीशिवाय ती मिटिंग होऊच शकत नाही." धवन यांनी विनयशिलतेने उत्तर दिले.

पंतप्रधानांनी सौरभ आणि शिरीन ने विष्णूलोकास पाठविण्याकरिता तयार केलेल्या संदेशाचा व्हिडियो बघितला.त्यामधील सार बघून त्यांना समाधान वाटले. ते देखील धवन, सौरभ आणि शिरीन यांच्याप्रमाणेच विचार करीत होते. त्यांनी काही नवीन घडामोडी घडल्यास त्यांना त्वरित कळविण्यास सांगितले. सौरभला असे वाटत होते की पंतप्रधानांच्या उपस्थितीत त्यांनी त्यांच्या संदेशाचे प्रक्षेपण करावे. त्याने त्यांची परवानगी मागितली.

"सर विष्णूलोकास पाठविण्याचा संदेश प्रक्षेपणाकरिता सिद्ध आहे. आपली परवानगी असेल तर आपल्या उपस्थितीत आम्ही तो प्रक्षेपित करावा असे मला वाटते आहे."

"अरे वा! कां नाही? मलादेखील ते बघणे आवडेलच." पंतप्रधानांनी लगेच स्विकृती दर्शविली. त्यांनाही इस्रोतून संदेश पाठविण्याची प्रक्रिया बघण्यात रस होता.

सौरभने संदेश त्यांच्या कॉम्प्युटर प्रणालीद्वारे प्रक्षेपित करण्याकरिता तयारी केली. त्याने आणि शिरीनने कॉम्प्युटरच्या की-बोर्ड वरील *संदेश प्रक्षेपित करण्याची* कळ संयुक्तपणे दाबली आणि क्षणाचाही विलंब नं लावता तो संदेश चंद्रावरील ट्रान्सपाँडरकडे रवाना झाला. ट्रान्सपाँडर अंतर्वक्र स्क्रीनवर दृश्यमान होता.संदेश प्रक्षेपित केल्याच्या दुसऱ्याच क्षणी एक गर्द निळया रंगाची चमकदार शलाका त्यामधून निघाली व अनंत अंतराळात लुप्त झाली.

" ते काय होते?" पंतप्रधान, धवन आणि मूर्तींनी एकस्वरात विचारणा केली.त्याची नजर अंतर्वक्र स्क्रीनवर दिसणाऱ्या चंद्रावरील ट्रान्सपाँडरवर खिळली होती. ती निळी किरण शलाका बघून त्यांना प्रश्न पडला होता.

"सर, आपल्या संदेशासोबत ती चमकदार किरण शलाका कां तयार होत आहे याचा आम्हालाही प्रश्न पडला आहे. गेल्यावेळी संदेश पाठविला होता तेंव्हादेखील असेच घडले होते." सौरभने प्रश्नार्थक मुद्रेने सांगितले.

त्यांना कोणासही त्याबद्दल कल्पना असणे शक्य नव्हते.विष्णूंच्या सूचनेनुसार पृथ्वीवरून येणाऱ्या संदेशांची गती आणखी वाढविण्याकरिता मरुतने चंद्रावरील ट्रान्सपाँडरवर विष्णूलोकांतील निलकिरण शलाका प्रणालीचे रोपण केले होते.(सुपरइम्पोज)

****

प्रकरण १६

"देवेंद्र, व्हेगा ताऱ्याच्या ग्रहमालेतील हरित ग्रहावरील जिवांच्या पोषणाकरिता तू जी प्रणाली योजिली होतीस तिचे कार्य कसे सुरु आहे? सारे व्यवस्थित सुरु आहे की, तुला आणखी मदतीची गरज आहे? त्या लोकांना पुरेसे पर्जन्यमान उपलब्ध नाही आहे त्यामुळे त्यांना पिकांच्या काही समस्या तर भेडसावीत नाहीत ना?" विष्णूंनी विचारले.

"श्रीविष्णू, मी हरितग्रहावर जाऊन आलो. आपले प्रशिक्षक तेथील लोकांना कमी पर्जन्यमानात आणि कमी कष्टात अधिक पीक कसे घ्यावे,याचे प्रशिक्षण देत आहेत.परंतु तेथील रहिवासी अजूनही मेंदूच्या विकसनशील अवस्थेत आहेत.त्यामुळे त्यांना थोडा अधिक वेळ देणे गरजेचे आहे. आपले प्रशिक्षक जे तंत्रज्ञान त्यांना देण्याचा प्रयत्न करीत आहेत ते त्यांना उमगत नाही. ते त्यांच्या कुठल्याही समस्येपोटी उठसुठ देवाचा धावा करीत सुटतात. त्यांची ही अवस्था बघून मला निलमवरील मानवांच्या उत्क्रांतीच्या प्रारंभीच्या काळाची आठवण येते. आता तेथील मानव बरेच हुषार झाले आहेत. त्यांनी आता अत्यल्प कष्टात अधिकाधिक संपत्ती मिळविण्याची कला अवगत केलेली आहे. ते त्या कलेचा वापर करून अप्रामाणिकपणाने भरपूर संपत्ती मिळविण्यात तरबेज झाले आहेत. त्या कलेस ते गर्वाने स्मार्ट टेक्निक असे संबोधतात. असो, आपण व्हेगाच्या ग्रहवासियांविषयी बोलत होतो. तेथे इतिहासाची पुनरावृत्ती होत आहे.

दैत्यलोकातील काही सत्शील विचारसरणीच्या दैत्यांना तेथील प्रशासकांनी ते क्रूरकर्म करण्यास नकार देत असल्याने वाळीत टाकले होते. त्या शिक्षेपोटी त्यांना प्रकाशाचा प्रभाव असलेल्या अरण्यात राहण्याची शिक्षा देण्यात आलेली होती. त्या भागात त्यांना कुठल्याही सुविधा उपलब्ध नसतात. त्यांना शिक्षा झालेली असली तरी त्यांच्या शक्ती त्यांच्यापासून हिसकाविण्यात आलेल्या नाहीत. त्या शक्ती वापरून ते दैत्य हरित ग्रहावर आपले बस्तान बसवीत आहेत आणि आपण ज्या सुख सोयी तेथील लोकांना पुरवीत आहोत त्याचा ते उपभोग घेत आहेत. त्यांच्या त्या कारवायांना पायबंध घालण्याच्या दृष्टीने आपण तातडीने कृती करणे गरजेचे आहे असे माझे मत आहे. मी माझ्यातर्फे दैत्यलोकांचा प्रशासक, रावणास निषेध खलिता पाठविला होता,परंतु त्याने उद्धटपणाने त्याच्याकडे दुर्लक्ष्य केले आणि त्याने वाळीत टाकलेल्या दैत्यांना चिथावणी

देऊन हरित ग्रहावरील लोकांच्या सोयींचा उपभोग घेण्यास प्रोत्साहित केले. मला त्या दैत्यांना असा धडा शिकवायचा आहे की, भविष्यात ते पुन्हा हरित ग्रहाच्या लोकांना त्रास देणार नाहीत. आमच्या अंतरिक्ष दलाचे वैमानिक आणि सैनिक त्यांच्यावर हल्ला करण्यासाठी आसुसले आहेत." देवेंद्र दैत्यांवर हल्लाबोल करण्यासाठी आतुर झाला होता.

"देवेंद्र,त्यांच्यावर हल्ला करून काय साध्य होणार? मला हे कळते आहे की रावणाच्या उद्धट वर्तनाने तू चिडला आहेस. पण उद्धटपणा त्याचा स्थायीभाव आहे. तो त्याचा अविभाज्य दुर्गुण आहे.मी त्याला मागे शासन केले होते. परंतु त्याने त्याच्या वर्तनात काही फरक पडला असे मला वाटत नाही. व्हेगावासियांकरिता मी काहीतरी उपाय शोधतो. तू त्यांना मदत करण्याचे तुझे कार्य अविरतपणे सुरु ठेव." विष्णूंनी देवेन्द्रास आश्वस्त केले. देवेंद्राचे सहाय्यक विष्णूंच्या सूचना शांतपणे लक्ष्य देऊन ऐकत होते.

व्हेगा ताऱ्याच्या ग्रहमालेतील एका ग्रहावरील विकासकार्याचा आढावा घेण्याकरिता विष्णूंनी देवेन्द्रास पाचारण केले होते. व्हेगा हा व्याधसूर्यापासून सर्वात निकटवर्तीय तारा होता. त्याचे व्याधसूर्यापासूनचे अंतर चौदा प्रकाशवर्षे होते. विष्णू, शिव आणि ब्रम्हांनी इतरत्र ग्रहवासियांच्या विकासाचे कार्य त्यांच्या नित्यनियमाने सुरु ठेवले होते. विद्यमान स्थितीत ते व्हेगाच्या ग्रहमालेतील ग्रहांवरील सजीवांच्या विकास कार्यात व्यस्त होते. तेथील रहिवासी बौद्धिक विकासाच्या अगदीच प्राथमिक अवस्थेत होते.

सर्वशक्तिमान त्रिमूर्तींनी पृथ्वीवरील जीवसृष्टीच्या विकास कार्यासाठी बराच मोठा कालावधी व्यतीत केला होता.त्यांनी पृथ्वीवर जीवसृष्टीचे रोपण केले होते. योग्य वेळ येताच त्यांनी तेथे मानव जन्मास घालून त्याच्या बुद्धीचा सतत विकास केला होता.ते अविरतपणे मानवविकास कार्यात व्यस्त होते. मानवांच्या प्रारंभीच्या काळात त्यांच्यावर सतत दैत्यांकडून हल्ले होत. दैत्य मानवांचे शोषण करण्यात धन्यता मानीत. मानवांचे दैत्यांपासून संरक्षण करण्याकरिता विष्णूलोकातून तसेच शिवलोकातून नेहमीच मदत पाठविण्यात येत असे. जसजसे मानव स्वावलंबी होऊ लागले आणि जसजसा त्यांच्या बुद्धीचा योग्य विकास झाला, तसे त्रिमूर्तिंनी त्यांच्यावरील लक्ष कमी केले आणि त्यांना स्वबळावर आयुष्य कंठण्याची स्वायत्तता प्रदान केली.

विष्णूंनी देवेन्द्रास व्हेगा ताऱ्याच्या ग्रह मालेतील लोकांना मदतकार्य सुरु ठेवण्याच्या सूचना दिल्या आणि त्यांची चर्चा संपुष्टात आली.मिटींगच्या

कक्षातून विष्णू बाहेर निघाले आणि इतर सदस्यदेखील आपापल्या ठिकाणी निघून गेले.

विष्णू तेथून निघून त्यांच्या नित्याच्या कार्यस्थळावर गेले. तेथे मरुत त्यांची प्रतीक्षा करीत होता.काही वेळापूर्वीच तो तेथे आलेला होता.त्याने विष्णूंना त्यांच्या कक्षात प्रवेश करतांना पाहिले. कक्षाचे दार हळुवारपणे ठोठावून त्याने आत प्रवेश केला.

"मरुत, निलम वरून काही खबर? आकाश गंगेतील आपल्या ठिकाणाबद्दल कळल्याच्या धक्क्यातून ते सावरलेत की नाही अजून?" विष्णूंनी मधुरहास्य करीत विचारले.

"श्रीहरी, त्यांनी आपणास आणखी एक संदेश पाठविला आहे. तुम्हाला तो बघायचा आहे कां? त्यांचा संदेश दृक्श्राव्य स्वरूपात आहे. त्यास आपल्या प्रणालीत पाहण्या करिता अद्ययावत करावे लागेल." मरुतने विष्णूंकडे पाहत विचारले.

"होय मी त्यांचा संदेश बघण्यास उत्सुक आहे. तो माझ्या वैयक्तिक आभासी स्क्रीनवर दाखव." विष्णूंनी सूचित केले. मरुतने तो संदेश विष्णूलोकांच्या प्रणालीसाठी अद्ययावत स्वरूपात परावर्तीत केला. विष्णूंनी सौरभ आणि शिरीनने पाठविलेला संदेश बघितला.त्या संदेशातील बऱ्याचशा गोष्टी त्यांना ज्ञात होत्या. फक्त इस्रोने एका अग्निबाणाच्या सहाय्याने अनेक उपग्रह अवकाशात सोडल्याचे त्यांना ज्ञात नव्हते. विष्णूंना त्यांच्या निर्मितीची प्रगती पाहून समाधान वाटले. सौरभ आणि शिरीनने समक्ष भेटण्याची केलेली विनंती पाहून त्यांना आनंद वाटला. सौरभ आणि शिरीनला त्यांच्या भेटीची असलेली कळकळ बघून विष्णूंना त्यांचे कौतुकही वाटले.त्यांच्या मुलांनी अंतराळविज्ञानात केलेली असाधारण प्रगती पाहण्यास ते आतुर होते.

"मरुत, मानवांशी प्रत्यक्षपणे व्हिडियो मार्फत भेट घेण्यापूर्वी मला शिव आणि ब्रम्हांशी चर्चा करावी लागेल.त्यांच्या सहमतीशिवाय मी एकटा तसा निर्णय घेणार नाही. तोपर्यंत आपण त्यांच्या संदेशास उत्तर पाठविण्याचे प्रलंबित ठेवावे." विष्णूंनी संपूर्ण विचारांती मरुतला सूचना दिल्या.

"श्रीविष्णू मी तुमच्या सूचनांनुसार करेन. पण मला एका वेगळ्या विषयावर बोलावयाचे होते. निलमवरील दैत्यांच्या वाढत्या संख्येबद्दल तुम्ही जाणताच. त्याबद्दल मला बोलावयाचे होते. दैत्यांनी मानवांच्या शोषणाची परिसीमा गाठली आहे. मला असे वाटते की, तुम्ही इतर व्यापातून वेळ काढून पृथ्वीवरील सतत बिघडत असलेल्या परिस्थितीत हस्तक्षेप करणे आवश्यक आहे. मानवांच्या रक्षणासाठी तुम्ही ते करालच

याची मला खात्री आहे परंतु माझ्या मनास असलेली काळजी मी तुम्हास बोलून दाखविली." मरुतला निलमवासीयांच्या बिकट परिस्थितीची चिंता वाटत होती.

विष्णूलोकांच्या तुलनेत त्याला पृथ्वीवरील वातावरण अधिक आवडत असे. मानवांविषयी असलेला स्नेह त्याला पृथ्वीवर राहण्याची भुरळ घालीत असे. विष्णूलोकात वास्तव्यास असतांना मरुतला त्याच्या नैसर्गिक स्वभावास मुरड घालावी लागत असे. तेथे त्याला त्याच्या अवखळ पणास बाजुला ठेऊन त्या ऐवजी शिस्तबद्धपणे वागावे लागत असे. निलमवर वास्तव्यास असतांना सागर लाटांसोबत मस्ती करतांना त्याला मनमुराद आनंद मिळत असे. सागर लाटांची आकाशास गवसणी घालण्याची आकांक्षा तो निलमवर वास्तव्यास असतांना पूर्ण करीत असे. ढगांना पिंजून काढण्यात त्याला भारी आनंद मिळत असे. जंगलातील आगेच्या वणव्यास हवे तेवढे भक्ष्य त्याच्या सहकार्यानेच मिळू शकत होते. निलमवर तो बरीच विधायक कार्य देखील करीत असे. पवनचक्क्यांची पाती फिरवून प्रचंड ऊर्जा निर्माण करण्यात त्याच्या एवढे तरबेज व जलद कोणीच नव्हते. क्षणभरापूर्वी निर्जीव अवस्थेत असलेल्या वातावरणास जिवंत करण्याच्या त्याच्या कौशल्यास तोड नव्हती. असा आनंद त्याला विष्णूलोकात अनुभवण्यास मिळत नसे. तो निलम वरील वातावरणात फुलांचा सुगंध पसरवून सर्वांनाच आनंद देत असे. वृक्षासंवर्धनात त्याचा मोठा वाट होता. विविध प्रकारच्या बिया इकडून तिकडे नेऊन नवीन झाडांना जन्म घेण्यास मदत करतांना त्याला मनस्वी आनंद मिळत असे.

या सर्व गोष्टी विष्णूलोकात करण्यास त्याला मनाई होती. तेथील वातावरण अतिशय शिस्तबद्ध आणि आखीव रेखीव होते. एकदा निलमवर गेल्यावर तो बराच काळ तेथेच घालवीत असे. अशावेळी मग विष्णूंनाच त्याला विष्णूलोकात परत न्यावे लागत असे.त्याच्या कुटुंबातील इतर सदस्य निलमचेच रहिवासी होऊन तेथेच कायमच्या वास्तव्यास राहिले होते. त्यांना तेथे सोडून विष्णूलोकात परततांना मरुतला पुन्हा पृथ्वीलोकात येण्याची ओढ लागत असे. त्यामुळे जेंव्हाही विष्णू पृथ्वीस भेट देत, मरुत नं चुकता त्यांच्यासोबत जात असे. या सर्व बाबींमुळे विष्णूंनी पृथ्वीवरील दैत्यांच्या शोषणातून मानवांची सुटका करण्यासाठी लवकरात लवकर पृथ्वीवर जावे असे त्यास वाटत होते.

"मरुत, मला तुझ्या मनातील भावना कळत नाहीत असे नाही.परंतु त्याबाबतीत मी एकटा निर्णय घेऊ शकत नाही. त्याकरिता मला ब्रम्हा आणि शिवांचे मत जाणणे आवश्यक वाटते.त्यांची जर सहमती असेल तर

मी पृथ्वीवरील अस्थिर परिस्थिती सावरण्याकरिता आनंदाने हस्तक्षेप करेन." विष्णूंनी स्मितहास्य करीत त्यांचे मत मरुत समोर मांडले. त्यांना हे चांगलेच ठाऊक होते की मरुतच्या मनात कोणत्या विचारांचे वादळ उठले आहे. त्याशिवाय ते हे ही जाणत होते की मरुत विष्णूलोकात कंटाळला होता त्याला एखाद्या बदलाची नितांत आवश्यकता होती.

"मरुत, तू एक काम कां नाही करत? असे कर की ब्रम्हा आणि शिव ला माझा तातडीचा निरोप दे. त्यांना सांग की, मला त्या दोघांना त्वरित भेटायचे आहे. शक्यतो ही भेट हिमलोकात व्हावी अशी माझी इच्छा असल्याचेही त्यांना विदित कर.हिमलोकात जाऊन बराच कालावधी लोटला आहे त्यामुळे मला तेथे जाण्याची तीव्र इच्छा आहे." विष्णूंनी मरुतला त्याच्या आवडीचे संदेश वहनाचे काम दिले. तसे पाहिले तर विष्णू त्यांच्या नेहमीच्या टेलीपथीने ब्रम्हा आणि शिवांशी संपर्क करू शकत होते. परंतु मरुतच्या आनंदाकरिता त्यांनी त्याला ती जबाबदारी दिली होती. मरुतने देखील आनंदाने विष्णूंनी दिलेल्या कार्याकरिता हिमलोक आणि ब्रम्ह लोकाकडे प्रयाण केले.

****

हिमलोकातील वातावरण विष्णूलोक आणि स्वर्गलोकापेक्षा संपूर्णपणे निराळे होते. त्या ग्रहावरील संपूर्ण भूभाग बर्फाच्छादित होता. लाखो टन बर्फ हिमलोकात आच्छादिलेले होते. तेथे उगविणाऱ्या तुरळक वनस्पती आणि वृक्ष, अति शीतल तापमानात जगणाऱ्या प्रजातींपैकी होते. त्या ग्रहाची लोकसंख्या देखील अतिशय अल्प होती. तपस्वी साधू आणि ऋषी हिमलोकात तपश्चर्या व ध्यानधारणा करण्याचा हेतूने वास्तव्यास होते.तेथील वातावरणात निरव शांतता होती.त्यामुळे तपस्वी लोकांना तेथे मनाची एकाग्रता सहज साध्य होत असे. तेथील जीवनमान स्वर्गलोक आणि विष्णूलोकांच्या तुलनेत पूर्णपणे वेगळे होते. शिवास तेथील आसमंतातील शांतता आणि पावित्र्य अत्यंत प्रिय होते. शिव त्याच्या दिनमानापैकी बरचसा कालावधी ध्यानधारणा करण्यात व्यतीत करीत असे. शिवाचा पुत्र गणेश मन:शान्तीकरिता तेथे जाऊन वास्तव्य करीत असे. ज्या परिसरात शिवाचे वास्तव्य होते तो परिसर कैलास या नावाने प्रख्यात होता. सर्वसाधारण व्याधवासियांना कैलासात जाऊन शिवाची भेट घेणे अशक्यप्राय होते. कैलासाचा मार्ग अतिशय खडतर आणि

सामान्यजनांना नं झेपण्याइतपत कठीण होता.शिव हा वैराग्य आणि शांततेचा भोक्ता असल्याने निलमवर वास्तव्यास जातांना त्यास कैलासासारखीच शांत जागा तेथे असणे आवश्यक वाटत असे. त्याच्या आवडीस अनुसरून ब्रम्हांनी निलमवरील आर्यावर्तात असलेल्या हिमालय पर्वतात हिमलोकातील कैलासाशी साधर्म्य असलेला हिमाच्छादित प्रदेश हेरून तेथे प्रती कैलासाची निर्मिती केली होती. शिव निलमवर असतांना तेथेच वास्तव्यास असे.

विष्णू आणि ब्रम्हास देखील हिमलोकातील कैलासात जाणे अत्यंत प्रिय होते. ते स्थळ इतके रम्य आणि पवित्र होते की बरेचदा विष्णू आणि ब्रम्हा तेथे गेल्यावर तेथून त्यांचा पाय निघत नसे.

मरुत विष्णूंचा संदेश देण्यासाठी प्रथम हिमलोकात गेला. तो तेथे पोहचला तेंव्हा शिव त्यांच्या व्याघ्रार्जिनाच्या आसनावर ध्यानस्त होते. त्यांचा ध्यानभंग करण्याचा विचारदेखील कोणी करू शकत नसे. अशी हिम्मत करणे म्हणजे त्यांच्या क्रोधास सामोरे जाण्यासारखे होते. मरुतला हे ज्ञात असल्याने त्यांची ध्यानधारणा संपेपर्यंत तेथे थांबण्याशिवाय त्याला पर्याय नव्हता. एखाद्या अवखळ बालकाप्रमाणे हिमकणांशी खेळायला त्याला फारच आवडत असे.परंतु तसे केल्यास शिवाच्या ध्यानात व्यत्यय येईल हा विचार त्याच्या मनात आला. त्यामुळे तेथून थोड्या अंतरावर जाऊन त्याने हिमकणांशी खेळण्यास सुरुवात केली. तेथून तो शिवांना बघू शकत होता. हिमकणांशी खेळण्यात तो इतका मग्न झाला की त्याने उडविलेल्या हिमामुळे एक हिमकडा सपाट होऊन शिव बसलेल्या सखल जागेचे एका उंच टेकडीत रुपांतर झाले. ज्यावेळी शिव ध्यानातून बाहेर आले त्यावेळी त्यांना जाणविले की ते एका उंच जागेवर बसून ध्यान करीत आहेत. त्यांच्या त्वरित लक्षात आले की ही किमया कोणी केली असावी. सभोवताली दृष्टी फिरवीत त्यांनी सृष्टीसौंदर्याचा आनंद घेतला आणि मरुतला प्रेमाने हाक मारली.

“मरुत, तू येथे काय करीत आहेस? तुला येथे येऊन बराच कालावधी तर नाही लोटला? विष्णूंचा काय निरोप आहे?” वास्तविक ध्यानात मग्न असतांना शिवास विष्णूंचा भेटीविषयीचा संदेश मिळाला होता.त्यांनी टेलीपथीद्वारे मिटिंगसाठी त्यांची स्विकृती देखील विष्णूंना कळविली होती. परंतु त्यांना मरुतचा अवखळपणा प्रिय होता त्यामुळे त्याचे कौतुक वाटून त्यांनी त्याला प्रश्न विचारला होता.

"हे श्री महादेव, माझ्यामुळे आपल्या ध्यानधारणेत व्यत्यय आला असल्यास कृपया मला माफ करा. मी येथील रम्य वातावरणात हरवून गेलो होतो.मी श्रीविष्णूंचा संदेश घेऊन आलो आहे. त्यांना एका महत्वाच्या विषयावर आपल्याशी चर्चा करावयाची आहे. आपली संमती असल्यास ते कैलासात येऊन आपल्याशी व ब्रम्हांशी चर्चा करू इच्छितात." मरुत ने एका श्वासात विष्णूंचा संदेश शिवासमोर कथन केला.

"विष्णूंचा संदेश ऐकून मला आनंद वाटला. त्यांना माझा निरोप दे की मी त्यांची वाट पाहतो आहे." शिवाने स्मितहास्य करीत मिटिंग करिता त्याची संमती दिली.शिवास विष्णू आणि ब्रम्हास भेटण्यात आनंद वाटत असे.

मरुतचे हिमलोकातील कार्य पूर्ण झाले होते आणि तो ब्रम्हलोकाकडे प्रयाण करण्यास आतुर होता. त्याने शिवास प्रणाम केला व त्यांची रजा घेऊन तो त्याच्या पुढील मुक्कामास, ब्रम्हलोकास निघाला.

ब्रम्हा त्यांच्या सहकार्यांसोबत चर्चा करण्यात व्यस्त होते. त्यांचे सहकारी एका नवीन ग्रहावर जीवसृष्टी निर्माण करण्याच्या दृष्टीने आराखडा घेऊन आले होते.ब्रम्हांनी त्या आराखड्यात अनेक दुरुस्त्या सुचविल्या होत्या. जी जीवसृष्टी निर्माण करावयाची होती त्यातील सजीवांना प्रदान करावयाच्या शक्तींबाबत ते सहमत नव्हते.

"वरुण, आपण नवीन जीवांना इतक्या सर्व शक्ती प्रदान करणे मला योग्य वाटत नाही.आपण जी प्रजाती नवीन ग्रहावर उत्पन्न करण्याचे ठरविले आहे ती उत्पन्न केल्यावर त्यांची बाह्य जगातील इतर सजीवांशी तसेच त्यांच्या बांधवांशी वागणूक कशी आहे ते आपण प्रथम बघायला हवे. त्यांच्या वागणूकीचे निरीक्षण केल्यानंतरच आपण काही निष्कर्ष काढू. आपल्याला आवश्यक वाटले तर आपण त्यांच्या शक्तींमध्ये नंतर सुधारणा करू शकतो.तू आणि तुझ्या सहकारी आरेखकांनी जो नमुना तयार केला आहेस त्या नमुन्यात आपण जीव ओतला आणि त्यास सर्व शक्ती प्रदान केल्या तर आपल्याला पश्चाताप करण्याची वेळ येऊ शकते. निलमग्रहावर जन्म घेण्यासाठीच्या डायनोसोर्सचे उत्पादन करतांना आपण जी चूक केली होती ती चूक पुन्हा होऊ नये असे मला वाटते. भव्य देह आणि अचाट शक्ती असलेला डायनोसोर आपण निलम ग्रहासाठी निर्माण केला,त्यावेळी आपल्याला कल्पना देखील नव्हती की आपण केवढी मोठी चूक करीत आहोत.तेथील वातावरणापासून स्वसंरक्षणासाठी आपण त्यांना अचाट शक्ती आणि भव्य देह देऊन तेथे जन्म दिला.परंतु ते एवढे अचाट शक्तिशाली झाले की त्यानंतर आपल्याला दुसऱ्या बुद्धिमान जीवांना तेथे रुजविणे अवघड होऊन बसले होते.त्यांची संख्या नियंत्रित करणे देखील

आपल्याकरिता एक आव्हान झाले होते.शेवटी आपल्याला शिवाची मदत घ्यावी लागली होती आणि त्याने सुचविलेल्या सर्वनाशी उपायानेच आपण डायनोसोर युगाचा अंत करू शकलो. जोपर्यंत त्यांच्या प्रजातीतील शेवटच्या जीवाचा आपण नाश केला नाही तोपर्यंत तेथे दुसऱ्या बुद्धिमान जीवांना रुजविणे आपल्याला अशक्य होऊन बसले होते. या सगळ्या घडामोडींमुळे मानवास जन्म देण्यास उशीर झाला आणि त्याचा परिणाम आपल्या समोर आहेच. अजूनही मानव पूर्णपणे परिपक्व झालेला नाही." ब्रम्हा वरुणला त्याच्या आराखड्यातील त्रुटींची कल्पना देत होते.

" श्री ब्रम्हा,मला माझी चूक उमगली आहे. आम्ही तुमच्या सूचनांनुसार त्या आराखड्यात आवश्यक असलेल्या दुरुस्त्या करतो आणि लवकरच तुमच्या भेटीस येतो." वरुण वरमून बोलला. वरूण ब्रम्हांचा मुख्य सहकारी होता. तो जीवसृष्टीचे आराखडे(डिझाईन) तयार करणाऱ्या टीमचा प्रमुख होता. तो एका दूरवरील जीवसृष्टीस अनुकूल वातावरण असलेल्या ग्रहावर सजीवांचे रोपण करण्याकरिता डिझाईन करण्याचे कार्य करीत होता.

ब्रम्हलोक या ग्रहावर नवीन जीवसृष्टीच्या निर्माणाचे कार्य अविरतपणे चालत असे.त्यामुळे ब्रम्हा हे संपूर्ण ब्रम्हांडातील जीवसृष्टीचे पिता होते.

ब्रम्हलोकातील प्रमुख शहर ब्रम्हपूर होते. त्याठिकाणावरून ब्रम्हा सर्व सृष्टीच्या निर्माणाचे कार्य करीत.

ब्रम्हा अत्यंत शक्तिशाली, तेजस्वी परंतु संयमी आणि शांत व्यक्तिमत्व होते. ते केवळ व्याधावासियांनाच नव्हे तर संपूर्ण विश्वात सन्माननीय होते. ब्रम्हास्त्र या सर्वनाशी अस्त्राचे ते जनक होते.ब्रम्हास्त्र हे हायड्रोजन बॉम्बपेक्षा कित्येक पटींनी संहारक अस्त्र होते.त्यांनी स्वतः त्या शस्त्राचा वापर कधीही केला नव्हता परंतु त्यांनी त्याचे तंत्रज्ञान अनेक बुद्धिवान आणि संयमी लोकांना प्रदान केले होते.

ब्रम्हांनी वरुणला महत्वाच्या सूचना दिल्या आणि त्यांची मिटिंग संपली.

मरुत ब्रम्हपुरात बऱ्याच कालावधीनंतर येत होता.त्याने तेथील प्रशासकीय केंद्राच्या इमारतीत प्रवेश केला. तो ब्रम्हांना भेटण्यास आतुर होता. मरुतला ब्रम्हांना भेटून बराच कालावधी लोटला होता. ब्रम्हांना मरुत आल्याची कल्पना आली होती. त्याने विष्णूंचा काय संदेश आणला आहे हे त्यांनी आधीच जाणले होते. त्यांनादेखील विष्णू आणि शिवांना भेटण्याची इच्छा होतीच. त्यांनी मरुतला भेटण्यास बोलाविले.

मरुतने जेंव्हा ब्रम्हांच्या कार्यकक्षात प्रवेश केला त्यावेळी त्याला त्यांचा कक्ष विष्णू आणि शिवांच्या कार्यकक्षा पेक्षा अत्यंत वेगळा असल्याचे जाणविले. साधारणपणे त्याची आणि ब्रम्हांची भेट विष्णूसोबतच होत असे. त्याने

ब्रम्हांचे कार्यकक्ष बऱ्याच दिवसात पाहिलेले नव्हते. त्यामुळे त्याला ते एकदम वेगळे आणि दिव्य भासले. कक्ष अतिशय भव्य होता. सर्वसाधारण कक्षांप्रमाणे त्या कक्षाच्या भिंती नव्हत्या. त्या भिंती भरभक्कम जाडीच्या पारदर्शक काचेच्या बनविलेल्या होत्या. बाहेरील अंतराळ त्या काचेतून दिसत असल्याने अंतराळातील एखाद्या उंच स्थानावर असल्याचा भास तेथे होत होता. कक्षाच्या छताची उंची बरीच होती.छत देखील पारदर्शक काचेचे बनलेले असल्याने अंतरिक्षातील अनेक निरनिराळे ग्रह-तारे तेथून दिसत होते.चमकत्या ताऱ्यांच्या नैसर्गिक प्रकाशाने कक्षाची प्रकाशयोजना केलेली होती. व्याध सूर्याचा निळसर मोहक प्रकाश ब्रम्हांच्या आसनाच्या मागील बाजूने येत होता. ब्रम्हांच्या मुद्रेवरील तेज त्या प्रकाशापेक्षा अधिक होते. मरुतला ब्रम्हांचा चेहरा प्रेमळ पित्यासमान वाटत असे. त्याच्या मनात त्यांच्याविषयी आत्यंतिक आदर भावना होती. मरुतकडे पाहून ब्रम्हा मंद हास्यमुद्रेने उद्गारले,

"ये मरुत. ब्रम्हलोकात तुझे स्वागत आहे. बऱ्याच कालावधीनंतर तू येथे येत आहेस. विष्णूंचा काय संदेश आहे?" ब्रम्हांनी त्यांना काहीच माहित नसल्याचे दाखविले.वास्तविक शिवाने त्यांना कैलासातील मिटिंगबद्दल टेलीपथीने आधीच कळविले होते.

"श्री ब्रम्हा, विष्णूंचा संदेश आहे की, त्यांना आपल्याशी एका अत्यंत महत्वाच्या विषयावर तातडीने चर्चा करावयाची आहे.चर्चा कैलासात व्हावी असे त्यांनी सुचविले आहे.त्यांना आपल्या उपलब्धतेची माहिती हवी आहे जेणेकरून त्या सभेची तारीख आणि वेळ त्यानुसार ठरविता येईल." मरुतने विष्णूंच्या संदेशाचे कथन केले. ब्रम्हांच्या कक्षातून दिसणारे अवकाशाचे दृष्य पाहून तो स्तिमित झाला होता. त्याने अनेकदा अंतराळातून प्रवास केला होता परंतु प्रत्येकवेळी त्याने अवकाशाचे दृष्य स्टारशिपच्या झरोक्यामधूनच बघितले होते त्यामुळे ते विस्तीर्ण दृष्य पाहून त्याचे मन आनंदित झाले.

"मरुत, विष्णूंना माझा निरोप दे की मी सध्या कोठेही जात नाही. त्यामुळे त्यांनी त्यांच्या सोई नुसार कैलासातील बैठकीची तारीख आणि वेळ ठरवावी.मी बऱ्याच कालावधीपासून कैलासात गेलेलो नाही. मला विष्णू आणि शिवांना भेटण्याची उत्सुकता आहे. तुझी हिमलोकाची सैर कशी झाली? तेथे तुला तुझ्या मनासारखे वावरता आले असेल नं?" ब्रम्हांनी प्रेमाने विचारले.

“होय. श्री ब्रम्हा. मला तेथे भरपूर आनंद वाटला. मला हिमलोक फारच प्रिय आहे. मला अशी आशा आहे की श्री विष्णू मला त्यांच्या समेवत कैलासात नेतील.” मरुत मनापासून उद्गारला.

****

पंतप्रधानांची इस्रोतील मिटिंग दुपारी बराच वेळपर्यंत सुरु होती. मिटिंग नंतर इस्रोमध्ये त्यांच्या करिता शाही भोजनाची व्यवस्था करण्यात आलेली होती. सौरभ आणि शिरीनला पंतप्रधानांसोबत भोजन करण्याचा बहुमान पहिल्यांदाच मिळत होता. तेच काय धवन आणि मूर्तींना देखील त्यांच्यासमेवत जेवण करण्याची संधी त्याआधी मिळालेली नव्हती. ते सर्व इस्रोमधील धडाडीच्या तरुण शास्त्रज्ञांमुळे शक्य झाले होते. इस्रोमध्ये उत्साहाचे वातावरण होते.

पंतप्रधान त्या सर्वांबरोबर संपूर्ण दिवस घालविल्यावर सायंकाळी त्यांच्या खास विमानाने दिल्लीकरिता निघाले.विमानाने उड्डाण केले आणि ते तिरक्या कोनातून आकाशात झेप घेत होते त्यावेळी पंतप्रधानांच्या डोक्यात त्यांनी पाहिलेल्या विष्णूलोकाच्या व्हिडियोचे विचार घोळत होते. त्यांना असे वाटत होते की, जर खरंच विष्णूलोकाचे प्रशासक त्या सर्वांना व्हिडियो कॉन्फरंसीद्वारे समक्ष भेटलेत तर तो मानव इतिहासातील एक महान क्षण असेल.त्यांच्या मनात आले की तसे झाले तर विष्णूलोकातील विज्ञान आणि तंत्रज्ञानाच्या सहाय्याने मानवास मोठी झेप घेता येऊ शकेल.

जर व्याधवासी मैत्रीपूर्ण असलेत तर मानवांकरिता असंख्य संधींची दारे उघडतील.परंतु जर ते त्यांच्या प्रगतीस अनुसरून धूर्त असतील तर कदाचित त्यांना अप्रगत मानवांशी मैत्री करावीशी वाटणार ही नाही. त्यांच्या मानाने तंत्रज्ञानात मानव बरेच मागास होते. अशा मागास मानवाशी त्यांना मैत्री करावीशी वाटेल? त्यांनी त्यांच्या सामरिक शक्तीबद्दल काहीच उच्चारले नाही. त्यांच्या संदेशात त्यांच्याकडे असलेल्या शस्त्रास्त्रांचा उल्लेख देखील नव्हता. ते त्यांच्या तंत्रज्ञानाच्या बळावर मानवांना गुलाम देखील बनवू शकतील. हे सहज शक्य होते.

त्या विचाराने ते शहारले. जर असे झाले तर,अतिप्रगत संस्कृतीशी संपर्क एक दु:स्वप्न ठरेल. त्यांच्या मनातील पराकोटींच्या नकारात्मक विचारांची शृंखला त्यांनी तेथेच खंडित केली.पंतप्रधान कच्च्या मनाचे

व्यक्ती नव्हते. त्यांनी त्यांच्या मनावर ताबा मिळवू पाहणारे अशक्य कोटीतील विचार त्वरित बाजूस सारले. त्यांनी शांतपणे खिडकीबाहेर नजर फिरविली.आकाशाचा नारिंगी रंग हळूहळू लाल रंगात परावर्तीत होत होता.जरी सूर्यास्त झाला होता तरी मागे रेंगाळणारी काही चुकार सूर्यकिरणे आकाशाचा निरोप घेण्यास तयार नव्हती.त्यांनी डोळे मिटले आणि ते क्षणभर देवापुढे नतमस्तक झाले. त्याने किती सुंदर जग घडविले होते! मनातल्या मनात त्यांनी निसर्गाच्या सौंदर्य अविष्काराबद्दल देवाचे आभार मानले. विमानाने झोकदार वळण घेतले आणि त्यांचा दिल्लीच्या दिशेने प्रवास सुरु झाला.

****

त्यांच्या विमानाच्या खूप वर आणि त्यांच्या विचारांच्या मर्यादेपासून अतिदूर अंतरावर वसलेल्या दैत्यलोकाच्या भयंकर वातावरणात पृथ्वीवासीयांना कायमचे संपविण्याची महाभयंकर, विनाशकारी योजना जन्म घेत होती. दैत्यलोकांचा हुकुमशहा असलेल्या रावणाने त्याच्या अधिपत्याखाली असलेल्या सर्व दैत्यांना त्याच्या असुरी शक्तींच्या विचाराने मंत्रमुग्ध केले होते. तो पृथ्वीवरील मानवजातीच्या समूळ नाशाची, तत्पूर्वी कोणासही नं सुचलेली अतिशय महत्वाकांक्षी योजना आखीत होता. त्यावेळी त्याच्या मनात एक वेगळीच असामान्य योजना घोळत होती.ती योजना मानवांवर प्रत्यक्षपणे हल्ला करण्याची नव्हती. त्याला हे चांगलेच माहित होते की ज्या ज्या वेळी त्याने मानवांवर सरळ हल्ला केला आणि मानवांचा छळ सुरु केला, त्या त्या वेळी विश्वातील सुविचारी शक्तींनी एकत्रितपणे त्याचा हल्ला परतवून लावला होता. त्या शक्तींजवळ उच्च दर्जाची अत्याधुनिक शस्त्रे होती. त्यांच्या प्रती हल्ल्यासमोर दैत्यांचा टिकाव नं लागल्याने त्यांना पृथ्वीवरून पळ काढावा लागला होता.परंतु यावेळी तो अतिशय धूर्तपणे विचार करीत होता. त्याने त्याच्या तत्वहीन सैनिकांना पृथ्वीवर पाठवून त्यांच्या करवी तेथे दहशत पसरविण्यास सुरुवात केलेली होती. त्यांनी तेथे जाऊन रावणाच्या महत्वाकांक्षी योजनेस मूर्त स्वरूप देण्याच्या दृष्टीने हालचाली सुरु केल्या होत्या.

यावेळी रावणाने त्याचा शूरवीर पुत्र मेघनाद यास दैत्यांच्या सैन्याचे नेतृत्व देऊन त्याच्या प्रलयंकारी योजनेस निलमवर कार्यरत करण्यासाठी नेमले होते. मेघनादने देवेंद्रचा एका युद्धात पराभव करून

त्यास बंदी केले होते. विष्णूंच्या मध्यस्तीनंतर दैत्यांनी देवेन्द्रास मुक्त केले होते. त्याप्रसंगापासून मेघनाद यास दैत्यांनी इंद्रजित हे नामाभिधान दिले होते.इंद्रजित युद्धात अजेय होता. त्याच्या शौर्याचा वापर रावण स्वतःच्या महत्वाकांक्षा पूर्तीसाठी करून घेत होता. इंद्रजित अनेक युद्धकलांचा स्वामी होता. त्याच्याजवळ अतिबलाढ्य दैत्यांकडेदेखील नसलेली युद्ध भूमीवरून अदृश्य होण्याची कला होती तो त्याच्या यानासाहित अदृश्य होऊन हव्या त्या ठिकाणी पुन्हा प्रकट होत असे. या तत्त्वाकरिता त्याने रडारला चकवा देणारे तंत्र अवगत केलेलं होते. त्याच्या यानावर एक विशिष्ठ रसायनाचे आवरण दिलेले होते ते आवरण त्याला हवे तेंव्हा सक्रीय करिता येत असे. त्यामुळे प्रकाश किरणे व ध्वनी लहरी त्याच्या यानावरून परावर्तीत नं होता त्यामध्ये जिरून जात. असे झाल्याने यान अदृश्य झाल्याचा आभास निर्माण करिता येत असे. तो एकाचवेळी अनेक योध्यांशी युद्ध करण्यात पारंगत होता.तो एक अतिशय हुषार शस्त्रास्त्र वैज्ञानिक देखील होता.त्याने लेझरचा मारा करणाऱ्या अनेक गन्स स्वतः डिझाईन केल्या होत्या. त्यांच्या सहाय्याने तो युद्धात शत्रूची मती गुंग करून त्याचा क्षणात पराभव करू शकत असे.त्याने स्वर्गलोकातील अनेक दिग्गज योध्यांचा पराभव केला होता.त्याच्याकडील शस्त्रांचा सामना करणे कोणासही शक्य नव्हते.

मानवांकडे इंद्रजितचा सामना करण्याचे सामर्थ्य नव्हते. त्याला मात देणे केवळ विष्णू आणि शिवास शक्य होते. ब्रम्हांनी कुठल्याही युद्धात कधीही भाग घेतला नव्हता. ब्रम्हांना युद्धाचे आव्हान देण्याचा विचार संपूर्ण ब्रम्हांडात कोणीही करू शकत नव्हते. त्यांच्याकडे असलेल्या अतर्क्य शस्त्र सांभारामुळे आजमितीस कोणीही त्यांच्याशी युद्ध करण्याचा स्वप्नात देखील विचार करू शकत नव्हते. इंद्रजित आणि त्याचा हुकुमशहा पिता रावण हे दोघेही ब्रम्हांचे अनुयायी होते.परंतु ते त्यांची सत्शील वर्तनाची तत्वे मात्र पाळत नसत.

सर्वच दैत्यसमुदाय पृथ्वीचा कायमचा ताबा घेण्यास उत्सुक होता.त्यांनी इतिहासपूर्व काळात तसे प्रयत्न अनेकदा केले होते. हिरण्यकश्यपू,रावण, कंस, बळी व त्यांच्या समकालीन दैत्यांनी मानवांचा अनन्वित छळ केला होता.त्यांचे एकच ध्येय होते आणि ते म्हणजे मानवजातीस पूर्णपणे आपल्या अधिपत्याखाली आणणे आणि त्यांच्या मनातून व आत्म्यातून व्याध वासियांविषयीचा आदर कायमचा नष्ट करणे.परंतु ज्या ज्यावेळी दैत्यांच्या शक्तिशाली हुकुमशहांनी असे करण्याचा प्रयत्न केला त्या त्यावेळी विष्णू आणि शिवाने त्यांच्या स्वप्नांना सुरुंग लावला होता.त्या दोघांनी निरनिराळया युगांमध्ये दैत्यांना पृथ्वीवरून हाकलून लावले होते.शेवटचे

युद्ध जेंव्हा झाले त्यावेळी विष्णूंनी दैत्यांना दैत्यलोकात कायमचे पाठवून त्यांना तेथेच डांबून ठेवण्याची व्यवस्था केली होती.

दैत्यलोक पृथ्वीपासून अतिशय दूर होता त्यामुळे काही मोजकेच सामर्थ्यशाली दैत्य पृथ्वीस भेट देऊ शकत.परंतु यावेळी दैत्यांनी वेगळीच युक्ती अंमलात आणली होती.त्यांनी जे दैत्य पृथ्वीवर जाण्यास समर्थ होते, अशांना तेथे पाठविले. त्यांनी पृथ्वीवरील कमकुवत मनांच्या अनेक स्त्रियांना फसवून त्यांच्यासोबत विवाह केले आणि त्यांच्या दानव रुपी पिढीस जन्म दिला. अशा रीतीने दानवांच्या लोकसंख्येत झपाट्याने वाढ होऊन पृथ्वीवरील त्यांच्या छुप्या कारवायांना व्याधवासीयांच्या नकळत सुरुवात झालेली होती. आता त्या दानवांची पिढी तरुण झालेली होती. ते शरीराने बलशाली होतेच शिवाय वर्तनाने दैत्यांपेक्षाही क्रूर होते.त्यांची उच्चाकांक्षा पूर्ण करण्यास त्यांची वाढती संख्या मदतीची ठरली होती.ते मानवांच्या रूपातच होते आणि त्यांनी सर्व प्रकारच्या मानवांचा छळ करण्यास सुरुवात केली. त्यांच्या वर्तनास कुठल्याही नैसर्गिक नियमांचे बंधन नव्हते. ते कुठल्याही स्त्रीवर अत्याचार करण्यास कचरत नव्हते.मानवी स्वरूपातच असल्याने त्यांना सर्वसाधारण मानवांतून शोधून वेगळे काढणे अशक्य होते. त्यांनी दुर्बल मनांच्या मानवांवर आपला पगडा सर्वतऱ्हेने घट्ट बसविण्यास सुरुवात केली आणि हळूहळू ते त्यांच्या कार्यात यशस्वी झाले.जनसामान्यांमध्ये लोभी प्रवृत्ती वाढत गेली.

सर्वच क्षेत्रात अशा दुराचारी लोकांची संख्या बळावत होती. सत्शील वर्तनाच्या मनुष्यांना असे वाटू लागले की त्यांचे वर्तन हे कमकुवतपणाचे द्योतक आहे. एकाचे पाहून दुसरा भ्रष्टाचार करण्यास उद्युक्त होऊ लागला. भ्रष्टाचारी प्रवृत्तीने प्रामाणिक वृत्तीवर मात करून त्यांना समाजातून कायमचे घालविण्याचा चंग बांधला. त्यातून ज्यांना अधिक लालसा होती ते सामन्यांचे पुढारी होऊन बसले त्यामुळे पृथ्वीवर जिकडे तिकडे अनाचार वाढला आणि सर्वत्र गोंधळाचे वातावरण निर्माण झाले.

****

प्रकरण १७

ब्रम्हांचे आगमन विष्णूंच्या आगमनापूर्वीच झालेले होते.त्यांच्यासोबत त्यांचा प्रिय सहकारी वरुण देखील आला होता. ते शिवसोबत ब्रम्हान्डातील विविध बाबींवर चर्चा करीत होते.

शिव आणि ब्रम्हांना कळविल्याप्रमाणे नियोजित वेळेवर विष्णूंचे हिमलोकातील कैलासात आगमन झाले.

“माधवा आपले कैलासात स्वागत आहे.बऱ्याच कालावधीनंतर आपले येथे आगमन होत आहे.” शिवाने आपल्या सहकाऱ्यांसोबत विष्णूंचे आणि त्यांच्या सहकाऱ्यांचे आनंदाने स्वागत केले.

“ होय शिव, मला कधीचेच कैलासात यायचे होते, परंतु काही नं काही कामामुळे मी व्यस्त झालो होतो. यावेळी ठरविलेच की तुला येथेच येऊन भेटावयाचे.” विष्णूंनी स्मितहास्य करीत शिवाचा हात प्रेमाने आपल्या हातात घेतला. त्या दोघांना एकमेकांचा सहवास अतिशय प्रिय होता. विष्णूंबरोबर मरुत आलेला होता. शिवाचे सहकारी पाहुण्यांची बडदास्त ठेवण्यात व्यस्त होते.

त्रिमूर्तींना त्या सम्मेलनात त्यांच्याशिवाय इतर कोणाच्याही सहभागाची आवश्यकता नव्हती. त्यांना त्यांच्या चर्चे बाबत गुप्तता पाळण्याची सवय होती.त्यांच्या स्नेह संमेलनाकरिता शिवाच्या सहाय्यकांनी कैलासातील मनमोहक पठारावर एका सुंदर मनोऱ्याची रचना केलेली होती.तेथून आजूबाजूचे मनोहारी दृष्य दिसत होते. हिरव्या कंच रंगांचे सुचीपर्ण, देवदार, सुरु आणि पाईनचे वृक्ष हिमाच्छादित पांढऱ्या शुभ्र क्षितिजावर शोभून दिसत होते.

शिवाने त्याच्या प्रिय मित्रांचे मन:पूर्वक स्वागत केले. ते तिघं बऱ्याच कालावधीनंतर भेटत होते. ब्रम्हा आणि शिव ना मानवांनी विष्णूलोकाशी संवाद सुरु केल्याचे ज्ञात होते. त्यांना त्या संमेलनातील चर्चेच्या मुख्य विषयाची देखील कल्पना होती. विष्णूंनी त्यांच्या चर्चेची सुरुवात केली.

“आपण आपल्या मागील भेटीमध्ये निलमवरील विविध समस्यांवर सविस्तर चर्चा केली होती. त्या समस्या सोडविण्याकरिता आपण एकमताने काही धोरणे ठरविली होती.आपल्या योजनांनुसार आपण विष्णूलोकातून एक युगुल तेथे पाठविले होते.त्यांना निलम आणि विष्णूलोकात संपर्क पुनर्स्थापित करण्याचे कार्य सोपविण्यात आले होते. तुम्हाला याची माहिती आहेच की त्यांनी त्या कार्यात यश संपादन केले

असून विष्णूलोकाशी संपर्क साधला आहे. आपल्या मागील संदेशात आपण निलमवासियांना आकाशगंगेतील आपल्या स्थानाबद्दल कळविले होते. त्यांना आपल्या स्टारशिप्स आणि स्पेसशिप्सचे व्हिडीयोज देखील पाठविले होते. त्यांना विष्णूलोकाव्यतिरिक्त इतर ग्रहांविषयी आपण कुठलीच माहिती दिलेली नाही.त्यांनी देखील आपल्याला त्यांच्या वैज्ञानिक प्रगतीबद्दल कळविले आहे. त्यांच्या प्रवासाची पद्धत, त्यांची वाहने,त्यांच्या संदेश वहनाच्या पद्धती,आणि अवकाशात उपग्रह सोडण्याचे तंत्रज्ञान पाहू जाता हे स्पष्ट दिसून येते की त्यांनी तंत्रज्ञानात बरीच प्रगती केली आहे. तरीही ते तंत्रज्ञानात आपल्या तुलनेत कित्येक युगे मागे आहेत.

या सर्व गोष्टींपेक्षा एका महत्वाच्या गोष्टीची काळजी मला सतावते आहे आणि ती म्हणजे त्यांच्यावर येऊ घातलेले मानवांच्या सर्वनाशाचे संकट. ते त्या संकटापासून सर्वथा अनभिज्ञ आहेत.ते जास्त भयानक आहे. त्यांनी विष्णूलोकास विनंतीवजा संदेश पाठविला आहे ज्यामध्ये त्यांनी मला त्यांच्याशी व्हिडियो कॉन्फरंसी द्वारे भेटण्याची विनंती केलेली आहे. मला या मुद्यावर तुम्हा दोघांचे मत हवे आहे." विष्णूंनी ते संमेलन घडविण्यामागील प्रमुख कारण स्पष्टपणे मांडले.

शिव आणि ब्रम्हा विष्णूंचे बोलणे लक्ष देऊन ऐकत होते. त्यांना निलम वरील तंत्रज्ञानाच्या प्रगतीचे ज्ञान होते.त्याशिवाय दैत्यांनी तेथे जाऊन विविध कारवाया सुरु केल्या आहेत हे ही त्यांना ठाऊक होते.ब्रम्हांनी त्यांचे मत मांडण्यास सुरुवात केली.

"आपण मानवाच्या संकट काळात त्याला नेहमीच मदत करीत आलो आहोत.आपण त्यांच्या विचारशक्तीत योग्य ते बदल देखील केले आहेत ज्यामुळे त्यांना त्यांच्या समस्या स्वतःच सोडविता याव्यात.त्यांच्यातील या बदलांमुळे आता ते क्षुल्लक संकटात मदत मिळण्याकरिता केवळ देवाची प्रार्थना करण्यात वेळ दवडित नाहीत, तर स्वतःच्या बुद्धीने त्यावर उपाय शोधतात. सध्या त्यांच्या बाबतीत जी मुख्य समस्या आहे ती म्हणजे ते दानवांच्या प्रलोभनांना सहजी बळी पडत आहेत. ते त्यांच्या सत्वशील आणि प्रामाणिक वर्तनापासून ढळले आहेत.त्यांनी त्यांच्या अंतर्मनाची कवाडे बंद करून घेतली आहेत.त्यामुळे त्यांना अंतर आत्म्याची हाक ऐकू येत नाही आहे. याच मुख्य कारणामुळे ते दानवांच्या कपटी इराद्यांना बळी पडत आहेत.

त्यांनी जी समोरासमोर भेटीची विनंती केलेली आहे, त्याबद्दल माझे मत असे आहे की, हे करण्यात जरा जास्तच घाई होत नाही आहे कां? मला असे वाटते की त्याबद्दल तुम्ही पुनर्विचार करावा. याउप्पर ही तुम्हाला

त्यांच्याशी समक्ष भेटण्याची इच्छा असेलच तर कृपया हे लक्षात असू द्या की, त्या भेटी दरम्यान जर त्यांनी आपल्याकडील शस्त्रास्त्रांबद्दल ज्ञान किंवा माहिती विचारली तर ती त्यांना देऊ नका. कारण की तशी माहिती जर दानवांच्या अथवा दैत्यांच्या हाती लागली तर अनर्थ होऊ शकतो. मानवांनी सर्वनाशक अण्वस्त्रांचा एवढ्या प्रचंड प्रमाणात साठा करून ठेवलेला आहे की त्याचा जर वापर केल्या गेला तर पृथ्वीचा शेकडो वेळा नाश होईल." ब्रम्हा त्यांच्या मतांबद्दल परखड होते. विष्णूंनी शिवाकडे बघितले. शिव ब्रम्हांच्या विधानावर विचार करीत होते. ते विचारपूर्वक उद्गारले,

" माझे मत ब्रम्हांच्या मतापेक्षा वेगळे आहे. मला असे विचारावयाचे आहे की दैत्य इतके बलशाली झाले आहेत आणि मानवांना त्यांच्या सहनशक्तीच्या मर्यादेबाहेर पिळत आहेत तरीदेखील आपण स्वस्थ बसून पाहत राहायचे कां? आपण आपल्या ठरावाप्रमाणे त्यांच्याशी संपर्क करावयाचा नाही हे ठीक आहे. आपण त्यांना आपल्याशी संपर्क करण्यास भाग पाडावे असे आपले ठरले होते. त्यानुसार माधवाने एक सत्शील युगुल पृथ्वीवर पाठविले. त्यांनी आता आपल्याशी संपर्क साधला देखील आहे. ते जर आपली समोरासमोर भेट मागीत आहेत तर तशी भेट घेण्यात गैर काय आहे? त्या भेटीदरम्यान काय काय घडते ते आपण बघू.

त्यांनी विष्णूलोकाव्यतिरिक्त इतर ग्रहांशी संपर्क करण्यात देखील रस दाखविला आहे. त्याबद्दलही आपण काहीच चर्चा करीत नाही. मला त्यांच्याशी संपर्क करण्यास नक्कीच आवडेल." शिवाला देखील मानवांची समक्ष भेट घेण्यात रस होता.आता विष्णूंची द्विधा मनस्थिती झाली.त्यांनी मानवांशी व्हिडियो कॉन्फरंसी करण्यास संमती मिळविण्याकरिता संमेलनाचा घाट घातला होता परंतु त्यात शिव आणि ब्रम्हांचे मतभेद दिसून येत होते. अशा परिस्थितीत कोणताच निर्णय होऊ शकत नव्हता.

"मला असे वाटते की आपण परिस्थितीचा पुन्हा आढावा घेऊ.त्यानंतरच आपण निर्णयास पोहचू शकू. शिवाने जे त्याचे मत मांडले ते योग्य आहे.आपण एकमताने ठरविल्याप्रमाणे मानवांशी संपर्क ठेवणे बंद केले होते. आपण असे देखील ठरविले होते की मानवांना आपल्याशी संवाद साधू द्यावा आणि त्यानंतरच काय करावयाचे ते ठरवावे.

परिस्थितीनुसार त्यांनी आपल्याशी संवाद साधला आहे. त्यासाठी आपण त्यांना विशेष मदत केली नाही. ते त्यांनी त्यांच्या बुद्धिमत्तेच्या बळावरच साध्य केले आहे. आता काहीतरी ठोस निर्णय घेण्याची वेळ आलेली आहे. त्यांना याची कल्पनाही नाही की आपण मित्र आहोत की शत्रू? त्यांना हे

देखील ज्ञात नाही की आपला आणि त्यांचा पूर्वीच्या युगात नियमित संपर्क होता. त्यांच्या दृष्टीने त्यांनी हा एक नवीन अध्याय सुरु केला आहे ज्यात त्यांना आणखी पुढे जावयाचे आहे. सर्व गोष्टी पाहू जाता मला असे वाटते की त्यांनी केलेल्या व्हिडियो कॉन्फरंसीबाबतच्या विनंतीवर आपण विचार करावा. त्यांना मदत करावयाची की नाही ते नंतर ठरवू. मुळात अजून त्यांनी आपली मदत मागीतली देखील नाही. परंतु मी या मिटिंगच्या प्रारंभीच जसे सांगितले, त्याप्रमाणे त्यांच्यावर जे सर्वविनाशक संकट येऊ घातले आहे त्याची त्यांना पुसटशी देखील कल्पना नाही. ते संकट सर्वसामान्य नाही.यावेळी दैत्यांनी मानवांचे पृथ्वीवरून समूळ उच्चाटन करण्याचे ठरविले आहे.

आपण असे करू, मी त्यांच्या विनंतीप्रमाणे त्यांच्याशी व्हिडियो कॉन्फरंसीद्वारे भेटतो. मी स्वतः त्यांना कुठल्याही मदतीबद्दल प्रस्ताव देणार नाही. पुढे काय घडते त्यावर आपण परिस्थितीनुसार निर्णय घेऊ. याबद्दल तुमचे काय म्हणणे आहे?" विष्णूंनी चाणाक्षपणे त्यांचा प्रस्ताव मांडला.शिवाने त्याचे मत आधीच जाहीर केले होते. ब्रम्हांनी त्यांच्या परिपक्व स्वभावास अनुसरून विष्णूंच्या प्रस्तावास सहमती दर्शविली.

"केशवा, तुम्हाला मानवांबद्दल जी कळकळ वाटते त्यास अनुसरून तुमच्या मानवांशी व्हिडियो कॉन्फरंसीद्वारे भेटण्याच्या प्रस्तावास मी सहमती देत आहे. त्या मिटिंगमध्ये जर त्यांनी व्याधताऱ्याच्या इतर ग्रहावरील संस्कृतीशी संपर्क करण्याचा विषय काढला तर तुम्ही विषयांतर करून त्यावर बोलणे टाळा. मला सद्य स्थितीत मानवांशी संवाद साधण्यात स्वारस्य नाही." ब्रम्हांना मानवांशी बोलण्यात रस नव्हता.

विष्णूंना मानवांशी व्हिडियो कॉन्फरंसीने भेटण्याकरिता शिव आणि ब्रम्हांच्या सहमतीची आवश्यकता होती ती त्यांनी मिळविली होती.त्यांना इतरही बाबींवर चर्चा करून त्या निकालात काढावयाच्या होत्या.त्रिमूर्ती नेहमी आपापल्या कार्यात व्यस्त असत त्यामुळे पुन्हा एखाद्या मुद्द्यावर चर्चा करण्याकरिता भेटीचे आयोजन करणे अवघड होते. विष्णूंना ज्या मुद्यावर बाकी दोघांची स्विकृती हवी होती त्यावर युक्तीने चर्चा करण्याचे त्यांनी ठरविले.

"मला असे वाटते की आता आपल्या चर्चेत कुठलेही महत्वाचे मुद्दे सुटलेले नाहीत. तुला काय वाटते भालचंद्रा?" विष्णूंनी शिवाकडे अपेक्षेने पाहत विचारले.

शिवाने नुकतीच काही दिवसांपूर्वी त्यांची बरेच महिने सुरु असलेली ध्यानधारणा संपविलेली होती. त्यामधून त्यांनी प्रचंड प्रमाणात

सकारात्मक ऊर्जा प्राप्त केली होती.ती ऊर्जा त्यांना विश्वाच्या कल्याणासाठी वापरावयाची होती. ते त्यांची बोलण्याची वेळ केंव्हा येते याची वाटच पाहत होते. सर्वसाधारणपणे शिव आणि विष्णू ब्रम्हांच्या शब्दास विरोध करीत नसत. तसे पहिले तर ते तिघेही एकमेकांचा आदर करीत आणि एकमेकांच्या शब्दांचा मान राखीत. बरेचदा असेही होत असे की ब्रम्हा त्यांच्या अंतिम मताने चर्चेस पूर्णविराम देत. अशावेळी त्यांच्या वाक्यास प्रमाण मानून विष्णू आणि शिव त्याचा स्वीकार करीत.विष्णूंना त्यावेळी त्यांच्या बाजूने निर्णय हवा होता त्यामुळे त्यांनी चाणाक्षपणे त्यांच्या वाक्यांची व्यूहरचना केली होती.त्यांच्या अपेक्षेप्रमाणेच शिवाने प्रतिसाद दिला.

"विष्णू म्हणत होते की मानवांना त्यांच्यावर येऊ घातलेल्या सर्वनाशी संकटाची जरादेखील कल्पना नाही. त्यांनी मानवांच्या त्या संकटात आपण हस्तक्षेप करून मदत करण्याचा प्रस्ताव ठेवला होता.आपण त्या मुद्यावर चर्चा केलीच नाही.मला असे वाटते की आपण सर्व संबंधित महत्वाच्या मुद्यांवर चर्चा करून निर्णय घ्यावयास हवा, कारण की वारंवार भेटणे आपल्याला शक्य होत नाही." शिवाने विष्णूंच्या मनातील वाक्य उच्चारले.

"होय शिव मी तुझ्याशी सहमत आहे.परंतु विष्णू स्वतःच तो मुद्दा विसरलेले दिसतात."ब्रम्हा स्मितहास्य करीत उद्गारले.

"मला असे वाटले की तुमच्या दृष्टीने तो मुद्दा गौण असावा म्हणून मी त्यावर बोलण्याचे टाळले." विष्णूंनी साळसूदपणाचा आव आणला.वास्तविक त्यांनाही दैत्यांपासून मानवांच्या संरक्षणाच्या बाबीवर चर्चा करावयाची होती परंतु त्यांना असे वाटत होते की कदाचित त्या मुद्द्यास ब्रम्हा विरोध करतील.

" ठीक आहे. तुम्ही दोघं म्हणताच आहात तर मी असे म्हणेन की, मानव आता पूर्वीपेक्षा बरेच हुषार झाले आहेत. आधीच्या काळी जशी त्यांना वारंवार आपल्या मदतीची गरज भासत असे, तशी आता भासत नाही. ते आता स्वबळावर अनेक समस्या सोडविण्यात पारंगत झाले आहेत. आपल्याला हे जसे माहित आहे तसेच ते दैत्यांना देखील माहित आहे.दैत्य मानवांपेक्षा अधिक हुशार आणि धूर्त असल्याने त्यांनी यावेळेस अत्यंत अतर्क्य आणि वेगळी योजना योजिली आहे. ते जर त्यांच्या त्या योजनेत यशस्वी झालेत तर ते पृथ्वीवरून मानवांचे अस्तित्व कायमचे मिटविण्यात यशस्वी होतील. ते मानवांचा समूळ नाश करतील. ज्या प्रलयंकारी योजनेचे दैत्यांनी आयोजन केले आहे ती योजना मानवांच्या कल्पनाशक्तीच्या आवाक्याबाहेरची आहे. असे असल्याने त्या संकटाचा

सामना करणे मानवांना अशक्य आहे. अशा आणीबाणीच्या परिस्थितीत मानवांना आपल्या मदतीची गरज भासणार आहेच.त्यांना या बाबतीत मदत करण्याच्या माझ्या प्रस्तावावर तुमचे काय मत आहे?" विष्णूंनी पद्धतशीरपणे चर्चेचा चेंडू ब्रम्हांच्या कोर्टात टोलविला होता.

ब्रम्हांनी आपले नेत्र मिटले आणि चित्त दैत्यलोकातील त्यांच्या कारवायांवर एकवटले. एखाद्या नाटकाच्या रंगमंचावरील पडदा बाजूस सरावा त्याप्रमाणे दैत्यांच्या अतर्क्य कारस्थानाच्या भविष्याचे त्यांना दर्शन झाले. आश्चर्याने त्यांची भुवई उंचाविली आणि अचानक त्यांचे नेत्र उघडले. त्यांच्या डोळयापुढे दैत्यांनी रचलेल्या महाभयंकर कारस्थानाचा पडदाफाश झाला होता.

"माधवा तुमचे बरोबर आहे.मानवांना आपल्या मदतीची गरज भासणारच आहे. त्या बिचाऱ्यांना त्यांच्या नाशाचे कारण समजण्यापूर्वीच त्यांचे अस्तित्व संपलेले असेल. निलमवर फारच भयानक संकट येऊ पहाते आहे. आपल्या नित्याच्या पद्धतीप्रमाणे तुम्ही पृथ्वीच्या उत्थानाचे आणि मानवांच्या संरक्षणाचे कार्य हाती घ्यावे असेच मी सुचवेन. तुम्ही तुमचे मिशन 'निलम ग्रह बचाव' हाती घेऊ शकता.माझी त्यास काहीच हरकत नाही." ब्रम्हांनी विष्णूंच्या प्रस्तावास मन:पूर्वक सहमती दर्शविली.

"शिव तुझे काय मत आहे? आपल्या तिघांचेही एकमत झाल्याविना मी पुढील कार्यवाही करू इच्छित नाही."विष्णूंनी शिवाकडे पाहत विचारले. शिवाने त्याची सहमती आधीच दिलेली होती. खरे पाहू जाता त्यानेच त्या विषयावरील चर्चेस तोंड फोडले होते. तो म्हणाला.

"मी आपल्या 'निलम ग्रह बचाव' मोहिमेत सक्रियपणे तुझ्यासोबत आहे. मला फक्त वेळ सांग.मी माझ्या सर्व शक्तीसमेवत तुझ्या बाजूस उभा असेन. आपण यावेळी दैत्यांचा असा बिमोड करू की, भविष्यात ते आपल्याच काय पण मानवांविरुद्ध देखील उठाव करण्याचा विचार करण्यास कचरतील. मी निलम वर जाण्यास आतुर आहे मला त्या नीच दैत्यांना दैत्यलोकाच्या अंधाऱ्या अरण्यात घालविण्यास अत्यंत आनंद होईल." शिव उत्साहाने उत्तरला.विष्णूंनी समाधानाने मान डोलाविली. एकमेकांच्या ख्यालीखुशालीची विचारपूस झाल्यावर त्यांच्या संमेलनाची यशस्वी सांगता झाली.

****

“सौरभ,तुला काय वाटते, विष्णूलोकांचे प्रमुख आपण केलेल्या व्हिडियो कॉन्फरंसीच्या विनंतीस स्वीकारतील? मी त्या विचाराने देखील खूपच उत्तेजित झाले आहे. आपण योजिल्याप्रमाणे सर्व घडले तर आपण सप्तस्वर्गात असू.” शिरीन विष्णूलोकवासीयांशी व्हिडियो कॉन्फरंसीच्या विचाराने अतिशय आनंदित झाली होती.

“शिरीन डियर,इतकी जास्त आशावादी होऊ नकोस. आपण या गोष्टीची खात्री देऊ शकत नाही की त्यांना आपल्याशी समक्ष भेटीची कल्पना रुचेल की नाही. माझ्या मनात एक विचित्र विचार आला. तंत्रज्ञानात ते आपल्यापेक्षा अनेक युगं पुढे आहेत.आपल्यापुढे येतांना ते त्यांचा वेष अथवा मूळ स्वरूप बदलून देखील येऊ शकतील.ज्या व्यक्तीसोबत आपण कॉन्फरन्स करू तो व्यक्ती खरोखरी दिसण्यात कसा आहे ते आपल्याला कळणार देखील नाही. कदाचित असेही होऊ शकते की ते आपली समोरासमोर भेटण्याची विनंती मान्यच करणार नाहीत.त्यामुळे या सर्व शक्याशक्यतांचा विचार करून आपण आपले मन जे समोर येईल त्यास सामोरे जाण्याकरिता तयार केले पाहिजे.म्हणजे नंतर मनस्ताप होणार नाही. सर्व चांगलेच होईल अशी आपण आशा करू या.पण त्याकरिता अधीर होणे योग्य नाही.” सौरभ प्रगल्भतेने विचार करीत होता.

त्या दोघांनी त्यांच्या सेल फोन आणि लॅपटॉपवरील संदेशाच्या नोटिफिकेशनचा साऊंड बदलविला होता आणि तो अधिक स्पष्ट व मोठा केला होता. यावेळी कुठल्याही परिस्थितीत त्यांना त्या नोटिफिकेशनला वेळेतच गाठायचे होते.त्यांनी व्हिडियो कॉन्फरन्सिंग ची तयारी अशा प्रकारे केलेली होती की, एकाचवेळी किमान सहा व्यक्ती विष्णूलोकातील व्यक्तीशी संवाद साधू शकतील.सौरभला एका वेगळ्याच गोष्टीची चिंता होती आणि ती म्हणजे टाईम लॅग. त्याच्या अंदाजाप्रमाणे संदेश लहरींना पृथ्वीवरून विष्णूलोकास जाण्यास लागणारा वेळ आणि त्यांच्यातर्फे पाठविलेल्या संदेश लहरींना पृथ्वीवर येण्यास लागणारा वेळ सरळ संवाद साधतांना त्रासदायक ठरू शकणार होता. एकमेकांशी सलग बोलण्यास त्यामुळे अडचण निर्माण होऊ शकणार होती.

या सर्व गोष्टींचा विचार करून विष्णूंच्या सूचनेनुसार मरुतने चंद्रावरील ट्रान्सपाँडर वर निलकिरण शलाका प्रणालीचे प्रत्यारोपण केलेले होते.त्या गोष्टीची कल्पना सौरभला असणे शक्यच नव्हते.

****

“मरुत, पृथ्वीवरून आपल्याला जे संदेश पाठवित आहेत त्या मानवांसोबत माझ्या व्हिडियो कॉन्फरन्सची व्यवस्था कर. शिव आणि ब्रम्हांनी माझ्या प्रस्तावास त्यांची संमती दिली आहे.” विष्णूंनी कैलासातून परत आल्यावर मरुतला सूचना दिल्या. त्रिमूर्तींनी दैत्यांच्या कारस्थानाविरोधात मानवांना मदत करण्याचा एकमताने निर्णय घेतला होता.त्याबद्दल कळल्यावर मरुत आनंदला. विष्णूंबरोबर ‘निलम ग्रह बचाव’ मोहिमेवर त्याला जावयाचे होते. त्याने विष्णूंना तशी विनंती केली होती.विष्णूंनी त्याच्या विनंतीस आनंदाने मान्यता दिली होती. त्यांनी पृथ्वीवर गेल्यावर मरुतला एक महत्वाचे कार्य देण्याचे ठरविले होते.
“श्रीहरी, आपल्या व्हिडियो कॉन्फरन्स विषयी मी काही सुचवू कां?” मरुतने विचारले.
“बोल तुला काय सुचवावयाचे आहे?” विष्णूंनी हास्यवदनाने विचारले.
“तुम्ही मानवांशी मिटिंगचा विचार करीत आहात, परंतु मला असे वाटते की आपण त्यांना त्या मिटींगच्या वेळेबद्दल आधी कळविणे गरजेचे आहे. असे केल्याने ते मिटिंगसाठी त्यावेळेस तयार असतील.याआधी जेंव्हा जेंव्हा आपण त्यांच्या संदेशास उत्तर पाठविले, तेंव्हा ते त्यांना त्यांच्या अर्ध्या रात्री पोहचले, आणि त्यांनी ते संदेश दुसऱ्या दिवशी बघितले. त्यामुळे मला असे वाटते की आपण त्यांना वेळ आधीच कळविली तर ते त्याप्रमाणे तयार असतील.” मरुतचा तर्क योग्य होता.
“उत्तम. मरुत तुझा तर्क मला पटला. अशा परिस्थितीत आपल्याला त्यांना मिटिंगच्या वेळेबाबत एक वेगळा संदेश पाठवावा लागेल.” विष्णूंना मरुतचे म्हणणे पटले.
मरुतने पृथ्विवासियांसाठी एक लघुसंदेश तयार केला आणि त्वरित तो संदेश निलमकडे रवाना केला.संदेशाचे सिग्नल दुसऱ्याच क्षणी चंद्रावरील ट्रान्सपाँडरला पोहचले आणि लगेचच इस्त्रोच्या सिग्नल रिसिव्हिंग प्रणालीत देखील पोहचले.

****

सौरभ आणि शिरीन स्पेस रिसर्च लॅबमध्ये त्यांचा लंच घेत होते.त्यांना मेसेज आल्याचे नोटिफिकेशन ऐकू आले.त्यांनी घाई घाईने जेवण संपविले आणि धडधडत्या हृदयाने आलेला मेसेज उघडला.तो एक लघु संदेश होता. त्यामध्ये असे नमूद केले होते की,

“विष्णूलोकांच्या प्रमुखांशी व्हिडियो कॉन्फरन्स हा संदेश प्राप्त झाल्यापासून बरोबर वीस तासांनी योजिली आहे. कृपया वेळेवर हजर रहावे.”
सौरभ आणि शिरीन ने भिंतीवरील घड्याळ बघितले. ते अत्यंत अचूक वेळ दाखविणारे आण्विक घड्याळ होते. त्यात दुपारचे दोन वाजले होते.त्याप्रमाणे दुसऱ्या दिवशी सकाळी दहा वाजता मिटिंग असणार होती.सौरभ घाईने इंटरकॉमकडे धावला.त्याने ताबडतोब मूर्तींना संपर्क करून विष्णूलोकातून संदेश आल्याचे सांगितले.काही क्षणातच मूर्ती आणि धवन स्पेस रिसर्च लॅबमध्ये होते.मिटींगच्या वेळेची खात्री केल्यावर धवन यांनी पंतप्रधानांच्या वैयक्तिक हॉटलाईन वर कॉल लावला.
“सर, आत्ताच विष्णूलोकातून संदेश आला आहे.त्यांचे प्रमुख सकाळी दहा वाजता आपल्याशी व्हिडियो कॉन्फरन्स करणार आहेत.आपण येऊ शकाल काय?” धवन यांनी उत्साहाने विचारले.
“होय मी येतोय. मी इस्रोस सकाळी नऊ वाजता पोहोचतो.मी आल्यावर आपण मिटींगमध्ये कोणकोणत्या बाबींचा समावेश करायचा ते ठरवू.” पंतप्रधानांनी शांतपणे उत्तर दिले आणि बोलणे संपविले.

****

“ सेक्रेटरी, माझ्या उद्याच्या सर्व अपॉईंटमेंटस् रद्द करा.परंतु त्याचे कारण गोपनीय ठेवा. मी उद्या सकाळी नऊ वाजता इस्रोला जात आहे. मी सकाळी सहाला एयरपोर्टला पोहचेन. प्रोटोकॉल अधिकाऱ्यास तशी सूचना द्या.” पंतप्रधानांनी सेक्रेटरीस इंटरकॉमवर सूचना दिल्या. व्हिडियो कॉन्फरंसी मिटिंग एवढ्या लवकर होईल असे त्यांना वाटले नव्हते.गेल्याच आठवड्यात ते इस्रोस जाऊन आले होते.त्यांना असे वाटत होते की जर प्रत्यक्ष भेटीची मिटिंग झालीच तर ती किमान पंधरवाड्यानंतर होईल.
दुपारचे तीन वाजले होते.पंतप्रधानांनी त्यांची सर्व महत्वाची कामे सायंकाळी आठ वाजेस्तोवर हातावेगळी केली आणि ते त्यांच्या निवासस्थानाकडे निघाले. ते पुढील दिवशी होणाऱ्या असाधारण मिटिंगच्या विचारांमध्ये गुंतले होते. दोन वर्षांपूर्वी त्यांनी जगातील सर्वात मोठ्या लोकशाही राष्ट्राच्या पंतप्रधानपदाचा पदभार स्विकारला होता. त्यावेळी त्यांनी नजीकच्या भविष्यात अतिप्रगत संस्कृतीतीच्या प्रमुखांशी अशी समक्ष भेट होईल याची कल्पना देखील केली नव्हती. ते एक खंबीर

मानसिकतेचे व्यक्ती होते परंतु तरीही त्यांचे चित्त विचलित झाले होते. उद्याच्या मिटिंग नंतर त्यांच्या लाडक्या देशाच्या आणि मानवजातीच्या भविष्यात काय बदल होतील याचे विचार त्यांच्या मनात घोळत होते.

‘ मला अंतराळ वासियांशी चर्चा करतांना खंबीर राहावयास हवे.त्या दोन तरुणांनी, सौरभ आणि शिरीननी कोणीही कल्पना केली नसेल अशा भविष्याच्या संधींचे महामार्ग उपलब्ध करून दिले आहेत.आता मला ते सगळे नीट हाताळावे लागेल. केवळ माझ्या देशवासीयांच्या कल्याणाचा विचार करून चालणार नाही तर संपूर्ण मानवजातीच्या फायद्यांचा व कल्याणाचा विचार करावा लागेल.’

त्यांनी डोळे मिटले आणि मनातल्या मनात ते त्यांच्या आवडत्या श्रीकृष्णापुढे नतमस्तक झाले. ते त्यांच्या बालपणापासून श्रीकृष्णाची मनापासून आराधना करीत.श्रीकृष्णाचा मनमोहक सुहास्यवदन चेहरा त्यांच्या अंत:चक्षुसमोर उभा राहिला.त्याने उजवा हात आशिर्वादार्थ उचलला होता. श्रीकृष्णाच्या प्रसन्न मुद्रेच्या दर्शनाने पंतप्रधानांच्या अंतर्मनातील चिंतांचे वादळ क्षणात शमले. त्यांच्या अंतरात्म्याने दिलेल्या सकारात्मक प्रतिसादाने ते समाधान पावले.

रोज रात्री निजण्यापूर्वी ते ध्यानधारणा करीत. नेहमीच्या मानाने त्या रात्री त्यांचे ध्यान काही क्षणातच लागले आणि ते मनाच्या प्रशांत अवस्थेत पोहोचले.त्यांना असे जाणविले की त्याचं अंतर्मन मोरपंखी निळ्या तेजात न्हाऊन निघते आहे.त्यांना वेगळाच मंत्रमुग्ध करणारा अनुभव येत होता.ते मोरपंखी निळे तेज एका तेजस्वी प्रतिमेतून उत्सर्जित होत होते.ती तेजस्वी प्रतिमा सौम्य मुद्रेच्या बन्सीधराची होती.त्यांना मनाच्या असीम शांततेची अनुभूती झाली.त्या अनुभूतीत बराच काल गेल्यावर ते मनाच्या सामान्य अवस्थेत परतले. त्यांना पुढील दिवशी सकाळी योजिलेल्या विष्णूलोकांच्या प्रमुखांबरोबर होणाऱ्या मिटिंग बाबत पडलेल्या सर्व प्रश्नांची समर्पक उत्तरे मिळाली होती.

****

प्रकरण १८

सौरभ आणि शिरीन स्पेस रिसर्च लॅबमध्ये होते. सर्व तयारीनिशी ते इतरांची मिटिंग करिता वाट पाहत होते. सौरभला मूर्तींनी ते लॅबकडे येत असल्याचा मेसेज पाठविला. तो मेसेज बघताच सौरभ लगबगीने लॅबचे दार उघडण्यास गेला. दार उघडल्यावर त्याला दिसले की पंतप्रधान घाई घाईने तिकडेच येत होते. त्यांच्या सोबत चालतांना मूर्ती आणि धवन यांची धावपळ उडाली होती.ते सर्व लॅबमध्ये शिरले आणि सौरभने त्वरित दार लावले.

सकाळचे नऊ वाजले होते. विष्णूलोकांच्या मिटिंगपूर्वी पंतप्रधानांना त्या सर्वांसोबत काही बाबींवर चर्चा करावयाची होती. पंतप्रधानांनी स्थानापन्न होताच बोलण्यास सुरुवात केली.

“विष्णूलोकांच्या प्रमुखांशी मिटिंग सुरु होण्यापूर्वी मला तुमच्याशी काही महत्वाच्या गोष्टींवर चर्चा करायची आहे.सर्वप्रथम आपण विष्णूलोकांच्या प्रमुखांचा आपल्याशी वागण्या बोलण्याचा अंदाज घेऊ. जर आपल्याला त्यांचे वागणे बोलणे मैत्रीपूर्ण आणि सकारात्मक वाटले तर आपण त्यांच्याशी मैत्रीसाठी आपले हात पुढे करू. सद्य परिस्थितीत संपूर्ण जगाला दहशतवादाची समस्या भेडसावीत आहे.आपण त्यांच्यावर एका ठिकाणी कारवाई केली तर ते दुसऱ्या ठिकाणावरून दुप्पट जोमाने सर्वांविरुद्ध कारवाया सुरु करतात. संपूर्ण जगच सध्या नात्यांचा अप्रामाणिकपणा, कपट, आणि विद्वेष या भावनांच्या विचित्र स्थितीतून जात आहे. कोणालाही एकमेकांबद्दल प्रेमभावना किंवा आदर उरलेला नाही.आपण बघू विष्णूलोकवासी या समस्येवर आपल्यास काही उपाय सुचवू शकतात काय ते.” पंतप्रधानांना संपूर्ण मानवजातीबद्दल चिंता वाटत होती.

सौरभने एल.ई.डी. डिस्प्ले स्क्रीन सुरु करून ठेवलेला होता.त्यावर चंद्रावरील ट्रान्सपाँडर डिश दृश्यमान होती. सर्वांची नजर अधूनमधून त्याकडे जात होती. त्यांची चर्चा सुरू होती. घड्याळाचे काटे हळूहळू पुढे सरकत होते........

ते व्याधवासियांविषयी विविध शक्यतांवर चर्चा करीत असतांनाच आण्विक घड्याळाने दहाचे टोले दिले.

तिकडे विष्णूलोकात विष्णू पृथ्वीवासीयांबरोबर च्या व्हिडियो कॉन्फरन्स करिता सज्ज झाले होते.त्यांच्या आसनासमोरील भिंतीवरील कालमापकात उलटी गिणती सुरु झाली..

५--४–३–२–१,गो.....मरुतने विष्णूंच्या आसनासमोरील कॅमेरा सुरु केला. विष्णू आता व्हिडियोवर लाईव्ह होते.....

...........इस्रोतील स्पेस रिसर्च लॅबमधील स्क्रीनवरील दृष्य अचानक बदलले. ट्रान्सपाँडरचे दृष्य हळूहळू विरले आणि एक तेजस्वी निळसर रंगाची पार्श्वभूमी तयार झाली. लॅबमधील सर्वच श्वास रोखून स्क्रीनकडे पाहत होते.

एका अतिशय मनमोहक, स्मित हास्य करणाऱ्या तेजस्वी वदनाच्या व्यक्तीने त्यांचे चित्त मंत्रमुग्ध केले. दृष्य आणखी मोठे झाले आणि त्यांना एक मध्यमवयीन, पन्नाशीकडे झुकलेल्या परंतु अतिशय तेजस्वी चेहऱ्याच्या व्यक्तीचे अर्धा कृतीत दर्शन झाले. ती व्यक्ती एका वेगळयाच दालनात स्थानापन्न झालेली होती. वरकरणी पाहताना त्या व्यक्तीचे मानवाशी साधर्म्य वाटत होते. परंतु त्यांच्या चेहऱ्यावर दिव्य तेज होते. ते असामान्य असे दिव्य तेज होते. त्यांचे हास्य केवळ आणि केवळ स्तब्ध करणारे होते. सर्वच त्यांना पाहून मंत्रमुग्ध झाले.कोणीही त्यांची प्रतिक्रिया देण्यापूर्वी त्यांनी बोलण्यास सुरुवात केली.

"सुप्रभातम्.मी विष्णूलोकांचा प्रमुख प्रशासक विष्णू. मी तुमच्याशी व्याध तारका समुहातील विष्णूलोक येथून बोलतो आहे. मला निलमवरील तुमच्या स्थानाबद्दल संपूर्ण माहिती आहे."

प्रत्येकाच्या मनात वेगवेगळया प्रतिक्रियांचे तरंग उठले होते.पंतप्रधानांना वाटत होते की,

' या व्यक्तीचा चेहरा परिचित वाटतो आहे.आपण त्यांना कुठे बरे पाहिले असेल? असा विचार करीत असतांनाच त्यांना जाणवले की, ध्यानधारणेच्या वेळी माझ्या अंत:चक्षूपुढे उभ्या राहणाऱ्या श्रीकृष्णाचा चेहरा आणि यांचा चेहरा सारखाच तर दिसतो आहे. हे कोण आहेत? अनेक युगांपासून आम्ही ज्यांना वंदन करीत आलोत ते भगवान श्रीविष्णू हेच तर नाहीत?'

सौरभ पूर्णपणे गोंधळला होता.

'स्क्रीनवरील व्यक्ती, जे स्वत:स विष्णूलोकांचे प्रशासक असल्याचे सांगत होते, ते दुसरे तिसरे कोणीही नसून त्याला वारंवार स्वप्नात दिसणारे प्रेमळ आणि शांत वदनाचे तेजस्वी व्यक्तीच तर होते. अरे देवा,मी पुन्हा स्वप्नच तर नाहीना बघत आहे?' त्याने स्वत:स चिमटा काढला आणि खात्री केली की तो जे पाहत होता ते स्वप्न नसून सत्य होते.

शिरीन सुद्धा आश्चर्य चकित झाली होती. तिला एवढेच वाटत होते की, 'यांना पूर्वी कुठेतरी पाहिले आहे. मी यांना चांगलीच ओळखते. परंतु त्यांची आणि माझी भेट कुठे बरे झाली असावी? काहीच कां स्मरत नाही?' धवन आणि मूर्ती नास्तिक होते.ते केवळ शास्त्रीय पुराव्यांवर विश्वास ठेवत होते. त्यांना स्क्रीनवरील व्यक्ती पूर्णपणे अपिरीचीत होते. त्यांची कुठलीच प्रतिक्रिया नव्हती.

विष्णुंनी चमचमत्या चंदेरी रंगाचा राजेशाही कोट आणि त्याला साजेशी मोरपंखी निळया रंगाची ट्राऊजर परिधान केली होती.त्यांच्या ब्लेझरवर उजव्या खिशाच्या वर एक सोन्याच्या मयूरपंखाची अतिशय सुंदर प्रतिकृती खोवलेली होती.त्या मयुरपंखात अमुल्य पाचू आणि हिरे बसविलेले दिसत होते. तेजस्वी चमकत्या नीलवर्णी रंगाच्या विष्णूंचे व्यक्तिमत्व अतिशय आकर्षक होते.त्यांच्याकडे बघणाऱ्याचे मन त्यांच्या सुंदर काळयाभोर जादुई डोळयांमुळे मंत्रमुग्ध होत होते. त्यांच्या चेहऱ्यावर असामान्य तेज होते. त्यांनी एखाद्या राजसी मुकुटाशी साधर्म्य असणारी कॅप डोक्यावर परिधान केली होती. ते एका भव्य अर्धगोलाकार आकाराच्या टेबलामागे राजसी खुर्चीवर स्थानापन्न झालेले होते.त्यांच्या उजव्या बाजूच्या मोठ्या खिडकीमधून बाहेरचे चमकदार निळे आकाश दृष्टीस पडत होते.त्यांच्या आसनव्यवस्थेच्या मागील बाजूस असलेल्या एक भव्य पारदर्शक काचेतून अवकाशातून टिपलेले आकाशगंगेचे मोठे चित्र दिसत होते. ते स्थिर चित्र नव्हते. ते अवकाशातील त्यावेळेची वेगवेळया ग्रह ताऱ्यांची त्यांच्या ग्रहमालेतील प्रत्यक्ष स्थिती दर्शविणारे काल चित्र(रियल टाईम डिस्प्ले) होते.त्या दर्शकामध्ये सूर्याभोवती भ्रमण करणारे ग्रह दिसत होते. सूर्यासह संपूर्ण सूर्यमाला एका अज्ञात दिशेने संथ गतीने सरकत असल्याचेही त्या दर्शकात दिसून येत होते.काही क्षणात सूर्यमालेचे दृष्य जाऊन त्याजागी व्याध तारा आणि त्याभोवती भ्रमण करणारे ग्रह दिसू लागले. व्याधाभोवती भ्रमण करणारे सर्व ग्रह अतिशय संथ प्रदक्षिणा मारीत होते.त्यानंतर व्हेगा हा तेजस्वी तारा आणि त्याची ग्रहमाला दृष्यमान झाली.

ज्यावेळी विष्णू बोलत होते त्यावेळी त्यांच्या मागील दर्शकात दिसणारे दृष्य हळूहळू बदलत होते. प्रथम त्यामध्ये सूर्यमालेतील निरनिराळे ग्रह दिसण्यास प्रारंभ झाला. दृष्य बदलून सूर्यापासून सर्वात दूर असणारा प्लुटो हा ग्रह दिसू लागला. त्यानंतर पुढील ग्रह नेपच्यून दृष्यमान झाला.नंतर एक एक करून युरेनस, शनी, गुरु, मंगळ इत्यादी ग्रह त्या दर्शकावर दिसू लागले. त्यापुढे निळया रंगाची पृथ्वी तेथे दिसू लागली. ते दृष्य पृथ्वीवर

स्थिरावले. सुरुवातीला पृथ्वी एखाद्या निळसर रंगाच्या चेंडूप्रमाणे संथ गतीने स्वतःभोवती फिरतांना दिसत होती. परंतु नंतर दृष्याचा आवाका वाढला आणि आता पृथ्वी स्पष्टपणे दिसू लागली. पृथ्वीवरील निरनिराळे खंड स्पष्टपणे दिसत होते.त्यानंतर जणू काही कॅमेऱ्याचा फोकस वाढवीत नेल्याप्रमाणे दृष्य आशिया खंडावर व पुढे भारतावर स्थिरावले. ते दृष्य केवळ गुगल मॅप प्रमाणे स्थिर नव्हते तर ते पृथ्वीचे प्रत्यक्ष जिवंत चित्रण होते. हिंद महासागरातील लाटा देखील आता स्पष्टपणे दिसू लागल्या होत्या. भारताच्या किनारपट्टीच्या भागात गस्त घालणारी नौदलाची जहाजे देखील दिसत होती.त्यानंतर दृश्य हळूहळू आणखी मोठे होत गेले आणि दक्षिण भारतातील एक एक राज्य व शहर दिसता दिसता बंगळूरू शहरातील इस्रोचे स्थान दिसू लागले.त्यानंतर फोकस इस्रोच्या इमारतीत जाऊन स्पेस रिसर्च लॅब दिसू लागली. पंतप्रधान ते दृष्य अचंभित होऊन बघत असतांना त्या मिटिंग मध्ये उपस्थित असलेल्या सर्वांच्या प्रतिमा एखाद्या आरश्यात दिसाव्यात तशा तेथे दिसू लागल्या. कोणीच एक शब्दही उच्चारू शकले नाही. जणू काही त्या सर्वांची जाणीव थिजून गेली होती. विष्णूंनी पुढे बोलण्यास सुरुवात केली.

“मला तुमच्याशी संवाद पुनर्स्थापित करतांना आनंद होत आहे. तुमच्या मनातील माझ्याशी प्रत्यक्ष भेटून बोलण्याच्या अतीव इच्छेने मला माझे नियम बाजूस सारून तुमच्यासमोर यावेच लागले.माझ्याशी प्रत्यक्ष भेटून संवाद साधण्याच्या तुमच्या दुर्दम्य इच्छाशक्तीचे मला कौतुक वाटते.मी केवळ विष्णूलोकच नव्हे तर जीवसृष्टी असलेल्या सर्व ग्रहांचे नियंत्रण करितो.आमच्याकडे ती नियंत्रण शक्ती आहे. जरी आम्ही तुमच्या दैनंदिन व्यवहारात ढवळाढवळ करीत नसलो तरी ज्यावेळी परिस्थिती तुमच्या नियंत्रणाबाहेर जाते त्यावेळी आम्ही तुमच्या भल्या करिता हस्तक्षेप करितो.” विष्णू धीरगंभीरपणे उद्गारले.

प्रत्येकजण त्यांच्या शांत बोलण्याकडे एकचित्त होऊन लक्ष देत होता.ते सर्व त्यांच्या शांत व दैवी चेहऱ्याकडे मंत्रमुग्ध होऊन पाहत होते. ‘यांच्याकडे असे कोणते प्रगत तंत्रज्ञान असावे ज्याच्या सहाय्याने इतक्या दुरून त्यांना आपल्या स्थितीचे एवढे अचूक ज्ञान मिळाले असावे? एवढ्या लांब दूर अंतरावरून ते सर्व विश्वाचे नियंत्रण कसे काय करू शकत असतील?’ असे अनेक प्रश्न सौरभ आणि शिरीनच्या मनात उभे राहिले होते.

पंतप्रधान देखील अंतराळवासीय विष्णूंनी दिलेल्या माहितीने चकित झाले होते.आदल्या दिवशी संध्याकाळी ध्यानधारणा करीत असतांना त्या मिटिंग

बद्दल त्यांच्या मनात अनेक प्रश्न होते. त्यांनी त्यांच्या मनातील महत्वाचे प्रश्न विचारले.

" श्रीविष्णू, आपण तेच भगवान श्रीविष्णू आहात काय ज्यांच्याबद्दल आम्ही अनेक पुराणांमध्ये वाचलेले आहे? आपणच पृथ्वीवर श्रीराम आणि श्रीकृष्णाच्या रुपात अवतार घेतले होते काय? तुम्हीच ती परमशक्ती आहात काय जी सर्व विश्वातील सजीवांचे नियंत्रण करिते?"

"मी एवढेच सांगू शकेन की मी एका अत्यंत प्रगत संस्कृतीचा रहिवासी आहे. मी व्याध ताऱ्याच्या ग्रहमालेतील विष्णूलोक या ग्रहावर राहतो. व्याध तारा निलम ग्रहापासून... म्हणजेच तुमच्या पृथ्वीपासून साडेआठ प्रकाशवर्षे अंतरावर आहे. मानव ही आमचीच निर्मिती आहे. आम्हीच पृथ्वीवर जीवसृष्टीचे रोपण केलेले आहे.आम्ही मानवांचे अशा रीतीने संगोपन केले आहे की आता त्यांना स्वतःच्या समस्या सोडविण्याचे ज्ञान प्राप्त झालेले आहे. मी यापूर्वी अनेकदा पृथ्वीवर आलो आहे.आम्ही प्रत्येक क्षेत्रात अतिशय उच्च प्रगती केलेली आहे. आम्ही आंतर-नक्षत्र प्रवास करतो. तसेच एका आकाश गंगेतून दुसऱ्या आकाशगंगेत देखील प्रवास करण्याचे तंत्रज्ञान आम्हाला अवगत आहे. ब्रम्हान्डातील निरनिराळ्या ग्रहांना भेट देणे हे आमच्यासाठी नित्याचे आहे. आम्ही पृथ्वीवर हजारो वर्षांपासून येत आहोत.

ज्या महापुराणांबद्दल तुम्ही बोलत आहात, ती आमच्या प्रेरणेनेच रचल्या गेली आहेत. आमचे चरित्र रचतांना आमच्या बाबतीत फक्त एक महत्वाची बाब त्या महान ग्रंथांमध्ये चुकीची रंगविल्या गेली आहे. ग्रंथकारांनी आम्हास असाधारण शक्तिशाली व्यक्ती संबोधण्या ऐवजी देव असे संबोधले आहे. त्या ग्रंथांची रचना करतांना ग्रंथकारांना हे देखील माहित होते की, आम्ही सर्व शक्तिशाली असामान्य व्यक्ती मानवांच्या संरक्षणासाठी आकाशमार्गे पृथ्वीवर येत होतो. व्यास नावाचा एक ॠषींचा वंश त्याकाळी अस्तित्वात होता. त्यांनी वेगवेगळ्या कालखंडात एकूण अठरा पुराणे रचिली त्यांनी विष्णुपुराण,शिवपुराण, महाभारत, व उपनिषदांची रचना करून आमच्यातील शक्तिशाली व्यक्तींचा मानवांना परिचय करून दिला. आम्ही जीवनाची जी महत्वाची तत्वे त्यावेळी मानवांना प्रदान केली होती, त्यांचा उल्लेख व्यास व त्यांच्या वंशजांनी आपल्या ग्रंथांमध्ये अधोरेखीत केला. मी आणि माझे इतर शक्तिशाली सहकारी पृथ्वीवरील निरनिराळ्या खंडांमध्ये वेगवेळ्या कालखंडात येऊन गेलोत.

ग्रीक संस्कृतीत आम्हास ग्रीक देवतांच्या नावाने ओळखले गेले. क्रिश्चन लोकांनी मला येशुख्रिस्त या नावाने ओळखले. मुस्लीम समुदायाने अल्ला

आणि मोहम्मद पैगंबर तर पारशी समुदायाने मला झरतृष्ट या नावाने ओळखले. मीच वेगवेळया काळात येऊन मानवांना जीवनाची शिकवण दिली. गौतम बुद्ध, भगवान महावीर ही माझी अलीकडली ओळख.मी पृथ्वीवर अनेक जन्म घेतले आणि वेळ आल्यास पुन्हा येण्यासाठी विष्णूलोकात परतलो.मी योगमायेच्या रूपाने त्या त्यावेळी मानवास वेगवेळया रुपात दिसलो. मानवांच्या उत्क्रांतीच्या प्रारंभीच्या काळात मला येथे बराच काल राहावे लागले.त्यावेळी मानवी जीवनास लागू असणारे सर्व नियम मलादेखील लागू झाले होते. मला मानवांच्या, म्हणजेच आमच्या निर्मितीच्या, प्रगतीचा आलेख प्रत्यक्ष अनुभवायचा होता. काळाच्या निकडीनुसार वेळोवेळी मानवी बुद्धिमत्तेमध्ये आम्ही सुधारणा करीत होतो.मानवांना स्वावलंबी करण्याच्या दृष्टीने आम्ही त्यांच्या कल्पनाशक्तीच्या मर्यादांमध्ये प्रचंड प्रमाणात वाढ केली. ज्यावेळी आमच्या हे लक्षात आले की मानव पुरेसा बुद्धिवान झाला आहे व तो स्वतःचे निर्णय व्यवस्थितपणे घेऊन संकटांवर मात करू शकतो, त्यावेळेपासून आम्ही पृथ्वीवर वारंवार येणे कमी केले. मानवाच्या जीवनमूल्यांचे संरक्षण करण्याकरिता स्वतः येण्या ऐवजी, वेळोवेळी आम्ही पृथ्वीच्या निरनिराळया भागात आमच्या अनुयायांना पाठवीत होतो. त्यांनाच तुम्ही संत, महात्मे म्हणून ओळखता.

आजही आम्ही पृथ्वीचे संतुलन राखण्याकरिता लाईट चॅनेलीयर्सची योजना केलेली आहे.त्यांच्या माध्यमातून मी मानवांच्या कल्याणाचे कार्य सुरु ठेवले आहे. ते सत्शील आत्मे त्यांच्या सत्कृत्यातून सकारात्मक वैश्विक ऊर्जेचे संवर्धन करीत आहेत. ही वैश्विक ऊर्जा भविष्यात मानवांचे दुष्ट शक्तींपासून संरक्षण करण्याच्या कामी येणार आहे. मी सप्तर्षींच्या माध्यमातून मानवांच्या संपर्कात असतो." विष्णूंनी मधुर हास्यमुद्रेने त्यांच्या शंकांचे निरसन केले.

त्या मिटींगमध्ये उपस्थित असणाऱ्या प्रत्येकाच्या मनातील शंका विष्णूंच्या उत्तराने निवळल्या. ते विष्णूंच्या निरनिराळया कालखंडातील पृथ्वीवरील भेटींबद्दल तसेच लाईट चॅनेलीयर्स बद्दल ऐकून स्तब्ध झाले.परंतु पंतप्रधान त्यांच्या प्रश्नांचा पाठपुरावा सोडण्यास तयार नव्हते. त्यांनी विचारले,

"श्रीहरी, मला खात्री आहे की तुम्हाला आमच्या समस्या आणि त्यांच्या मूळ कारणांविषयी ज्ञान आहे. तुम्ही निरनिराळया ग्रहांवरील तसेच पृथ्वीवरील संकटांचे निवारण करीत आले आहात.ज्याप्रमाणे तुम्हाला आमच्या समस्या माहित आहेत त्याचप्रमाणे तुम्हाला त्यावरील अनेक उपाय देखील माहित असतीलच. केवळ तुमच्या शिवाय कोण आम्हाला आमच्या समस्या

सोडविण्यास मदत करू शकेल? प्राचीन युगात तुम्हीच मानवांचा संकटकाळात उद्धार केला आहे. असे असतांना हे माधवा, आताच कां आम्हाला असे असहाय्य अवस्थेत सोडून दिलेत?"

विष्णूंनी स्मितहास्य केले आणि ते बोलले,

"आपल्या या भेटीच्या प्रारंभीच मी नमूद केले होते की, तुमच्याशी सुसंवाद पुनर्स्थापित करतांना मला आनंद होत आहे. तुमच्या प्राचीन युगात मानव त्यांचे मन एकाग्र करून माझ्याशी संवाद साधत असे.कालांतराने आम्ही मानवी बुद्धीचा विकास केला,परंतु त्याचबरोबर दैत्यांनी त्यावर आपला पगडा बसविण्यास ही सुरुवात केली.त्यामुळे मानव क्षणभंगूर भौतिक सुखाकडे आकर्षित होत गेला.त्यांना माझ्याशी संवाद सुरु ठेवणे आवश्यक वाटेनासे झाले.

परंतु सध्याची तरुण पिढी पुन्हा माझ्याशी संवाद साधण्यासाठी धडपडते आहे. वैज्ञानिक प्रगती सोबतच त्यांची अध्यात्मिक प्रगती देखील उल्लेखनीय आहे.येथे उपस्थित असलेले सौरभ आणि शिरीन या दोघा तरुणांना अज्ञात प्रगतीशील संस्कृतीशी संपर्क साधण्याची दुर्दम्य इच्छा असणे हे त्याचे जिवंत उदाहरण आहे.त्यांनी त्यांच्या प्रयत्नांची कास सोडली नाही आणि शेवटी मला त्यांना प्रतिसाद देणे भाग पडले. आम्ही मानवी मेंदू आणि बुद्धीची रचना अशा रीतीने केली आहे की, जर त्यांचा वापर योग्य दिशेने व संपूर्ण कार्यक्षमतेने केल्या गेला तर प्रत्येक समस्यांवरील उपाय मानवास गवसू शकतो. तो त्याच्याजवळच उपलब्ध आहे .

संत तुकारामांची वाणी बोलून गेलीच आहे, *तुझे आहे तुजपाशी ,परी तू जागा भुललासी* ....

भविष्यातील संकटापासून तुमचे संरक्षण करण्याच्या कार्यात मी तुम्हास मदत करण्याचे नाकारत नाही. परंतु भविष्यात पुन्हा तुम्ही माझ्या मदतीची अपेक्षा ठेवाल. मला मानवांना माझ्या मदतीवर अवलंबून ठेवावयाचे नाही. मी तुम्हाला संकटातून बाहेर निघण्याचा मार्ग नक्कीच दाखवेन.परंतु मुख्य कार्य मात्र तुम्हालाच करायचे आहे." विष्णू त्यांचे बोलणे संपवून क्षणभर थांबले. सौरभने त्या संधीचा फायदा घेत त्याच्या मनातील शंका विचारली.

"श्रीविष्णू, मी एक शंका विचारू कां?"

“ होय बाळ, तुला तुझ्या मनातील शंका विचारण्याचा पूर्ण अधिकार आहे. केवळ तुझ्या आणि शिरीनच्या अथक प्रयत्नांमुळेच तर आज आपण भेटत आहोत.” विष्णूंनी कौतुकाने संमती दिली.

“मला एका विचित्र गोष्टीबद्दल विचारायचे आहे.अनेक वर्षांपासून मला एक स्वप्न दिसते. त्यात मी एका राजेशाही सम्मेलनात असतो.त्या संमेलनास एक अतिशय शांत आणि तेजस्वी मुद्रेचे व्यक्ती संबोधित करीत असतात. तेथे उपस्थित असलेल्या कोणाचेही माझ्याकडे लक्ष जात नाही.शेवटी मी त्यांचे लक्ष आकर्षित करण्याचा प्रयत्न करतो आणि त्या तेजस्वी वदनाच्या व्यक्तीस विचारणा करतो, मी कुठून आलो आहे? आणि माझे स्वप्न भंगते. मला स्वप्नात जे शांत, तेजस्वी चेहऱ्याचे व्यक्ती दिसतात,त्यांचा चेहरा तंतोतंत तुमच्याशी जुळतो. मी स्वप्नात ज्यांना विचारतो की मी कुठून आलो आहे? ते तुम्हीच आहात काय? माझ्या या स्वप्नाचा माझ्या आयुष्याशी काही संबंध आहे कां? याशिवाय मला एक अतिभयंकर संकट पृथ्वीच्या अनेक भागांमध्ये एकाचवेळी आलेले दिसते. या सर्व घटनांविषयी तुम्ही काही सांगू शकाल कां?” सौरभ त्याच्या मनातील शंका विष्णूंना विचारतांना घुटमळत होता.परंतु विष्णू त्याच्याकडे प्रेमळ नजरेने पाहत स्मित हास्य करीत होते. एखाद्या लहान मुलाने त्याच्या पित्यास निष्पाप भावनेने प्रश्न विचारला तर त्या पित्याच्या मुद्रेवर जे भाव असतील तेच भाव विष्णूंच्या मुद्रेवर होते.ते उत्तरले,

“सौरभ, तुला जे काही स्वप्नात दिसते त्याचा तुझ्या आयुष्याशी नक्कीच संबंध आहे. परंतु त्याबद्दल मी येथे काहीच सांगणार नाही.तुला नजीकच्या भविष्यात त्याबद्दल कळेल.त्याबद्दल चिंतीत होऊ नकोस. तुझ्या सर्व प्रश्नांची उत्तरे तुला मिळतील.

तू आणि तुझ्या अर्धांगिनीने अतिप्रगत , अज्ञात संस्कृतीच्या शोधासाठी ज्या कळकळीने प्रयत्न केलेत त्यामुळे मी भारावून गेलो. ध्येयपूर्ती साठी तुम्ही दाखविलेला दुर्दम्य आत्मविश्वास स्पृहणीय होता.तुम्ही ध्येयप्राप्तीकरिता ज्या निष्काम भावनेने स्वतःस झोकून दिले, त्यामुळे तुमच्या प्रयत्नांना यश देण्याशिवाय माझ्याकडे दुसरा कुठलाही पर्याय उरला नाही. आजमितीस अनेक तथाकथित शास्त्रज्ञांनी अज्ञातांच्या शोधात त्यांचे आयुष्य घालविले,परंतु त्यापैकी एकासही यश मिळाले नाही कारण की ते सर्व स्वतःच्या प्रसिद्धी व सन्मानासाठी कार्य करीत होते.तुम्ही दोघांनी हे कार्य केवळ मानवाच्या कल्याणाचा उद्देश डोळ्यापुढे ठेऊन केले. त्यामुळे तुमच्या हाकेला साद देण्यापासून मी स्वतःस थांबवू शकलो नाही. तुम्हा दोघांना आयुष्यात अजून बरेच काही भव्य दिव्य साध्य करावयाचे आहे.

शिरीन, तुझ्या मनात काही शंका आहेत कां?" विष्णूंनी सौरभशी बोलणे संपवीत विचारले.
" हे माधवा,आपण आमच्या शब्दांना मान देऊन आमच्याशी समक्ष भेट घेण्यास आलात यातच सारे काही आले. तुमच्यासारख्या महान व्यक्तीशी प्रत्यक्ष बोलण्याची संधी मिळाल्याने मला माझ्या आयुष्याचे पूर्णतः सार्थक झाल्याचे समाधान मिळाले आहे. परंतु तरीही एक क्षुल्लक शंका माझ्या मनात आहेच.मी तुम्हाला यापूर्वीही कुठेतरी भेटल्याचे मला स्मरते आहे. नेमके कुठे मी तुम्हाला भेटले ते मला काही केल्या आठवत नाही. तुम्ही मला सांगू शकाल काय की आपण पूर्वी कुठे भेटलो होतो?" शिरीनच्या चेहऱ्यावर निरागस भाव होते.
"शिरीन बाळ, आपण या पूर्वीही भेटलो आहोत हे सत्य आहे.पण कुठे आणि केंव्हा याबद्दल तुला येत्या काही दिवसातच कळेल. ज्यासाठी तुझा जन्म झाला आहे ते तुझ्या आयुष्यातील बरेच मोठे ध्येय तुला गाठायचे आहे.तू आणि सौरभ दोघं मिळून तुमचे ध्येय नक्कीच गाठाल. अतिशय उज्वल भविष्य तुम्हा दोघांची प्रतीक्षा करते आहे." विष्णूंनी मधुर हास्य करीत उत्तर दिले.
धवन आणि मूर्ती विष्णूंचा इतरांशी चाललेला संवाद लक्ष देऊन ऐकत होते. त्यांच्या मनात काही प्रश्न होते जे त्यांना विष्णूंना विचारावयाचे होते. धवन यांनी त्यांचा प्रश्न विचारला.
"श्रीविष्णू, नजीकच्या भविष्यात मानव एखाद्या जीवसृष्टीस अनुकूल वातावरण असलेल्या ग्रहावर स्थलांतर करू शकेल काय?"
विष्णूंनी धवनच्या मनातील विचार ताडले होते.त्यांनी त्यांची दृष्टी धवनच्या दृष्टीस भिडवून तात्काळ प्रतिसाद दिला.
"धवन तुझ्या दृष्टीकोनातून ज्या ग्रहावर मानवाने भविष्यात स्थलांतर करावे, ते ठिकाण शांतता, प्रेमभावना सत्यता आणि प्रामाणिकपणा यांनी परिपूर्ण असावे असेच तुला वाटते आहे. तेथे सर्वाना एकमेकांविषयी प्रेमभावना असावी, सर्वांनी एकमकांच्या मतांचा आदर करावा असे देखील तुझ्या मनात आहे.परंतु मी तुला वचन देतो की, नजीकच्या भविष्यात तुम्हाला दुसऱ्या कुठल्याही ग्रहावर स्थलांतरित होण्याची आवश्यकता भासणार नाही. तुझ्या मनात असलेल्या विश्वबंधुत्वाच्या सर्व प्रामाणिक इच्छा,येथे पृथ्वीवरच पूर्ण होतील."
आपल्याच मनातील विचार विष्णूंनी त्यांच्या बोलण्यात व्यक्त केलेले पाहून धवन आश्चर्यचकित झाले. त्यांना विष्णूंच्या वचनात प्रसन्नता जाणवली.त्यांचे मन शांततेच्या एका नव्या अनुभूतीने भारावून गेले.

विष्णूंनी धवनच्या मनावरील शंकांचे मळभ त्यांच्या दिव्य प्रकाशाने दूर केले होते. ते विष्णूंपुढे नतमस्तक झाले.त्यांनी मनातल्या मनात विष्णूंचे आभार मानले. विष्णूंसोबतच्या वार्तालापाने धवनच्या व्यक्तिमत्वात आमुलाग्र बदल घडवून आणला होता.

पंतप्रधानांना जाणवत होते की, विष्णूंबरोबरची मिटिंग शेवटच्या टप्प्यात आलेली आहे. त्यांना विष्णूंबरोबर अजून बोलण्याची इच्छा होती.विष्णूंची पुन्हा भेट होईल की नाही, या विचाराने ते व्याकूळ झाले होते.परंतु त्यांनी काही बोलण्यापूर्वीच विष्णूंनी पुढाकार घेऊन सर्वांच्या मनातील हुरहूर व चिंता दूर केली.

“तुम्हा सर्वांनाच असे वाटत असणार की पुन्हा आपली भेट होईल की नाही? भेट झालीच तर कधी होईल? मी तुम्हाला आश्वस्त करतो की ज्यावेळी तुम्हाला माझ्या भेटीची निकड भासेल त्यावेळी आपण असेच प्रत्यक्षपणे पुन्हा भेटू.आजची आपली मिटिंग संपविण्यापूर्वी मी तुम्हाला सांगू इच्छितो की, निलमचे म्हणजेच तुमच्या पृथ्वीचे अस्तित्व धोक्यात आलेले आहे. पृथ्वीला वाचविण्यासाठी तुम्हाला शर्थीचे प्रयत्न करावे लागतील.दुसरी महत्वाची गोष्ट तुम्हाला सांगायची आहे ती अशी की, आजच्या या मिटिंगबद्दल कुठेही वाच्यता करू नका. आपल्यातील संवादाबद्दल देखील जी गोपनीयता तुम्ही आजपर्यंत राखलेली आहे ती यापुढेही तशीच राखा.आपल्या मिटिंग विषयी किंवा आपल्यात सुरु झालेल्या संवादाविषयी जर कोणाला एखादा धागा जरी गवसला तरी तुमच्या सभोवती असलेले दुष्ट प्रवृत्तीचे लोक त्याचा गैरफायदा घेण्यास मागेपुढे पाहणार नाहीत. त्यामुळे त्या गोष्टीची काळजी घ्या.आपण पुन्हा भेटूच आणि बऱ्याच अनौपचारिक गप्पा मारू.... पुनर् दर्शनाय: (पुन्हा भेटू).”.................

एल.ई.डी.स्क्रीनवरून हळूहळू विष्णूंचा चेहरा नाहीसा झाला व त्या ठिकाणी पुन्हा चंद्रावरील ट्रान्सपाँडर दिसू लागले.

ते सर्वच विष्णूंसोबतच्या मिटींगमध्ये इतके भारावून गेले होते की विष्णूंचा चेहरा स्क्रीनवरून दिसेनासा झाल्यावर एखादी अत्यंत आवडती गोष्ट नजरेआड गेल्यावर जी हुरहूर आपणास वाटेल ,तसेच त्या सर्वांना झाले.ते सगळेच विष्णूंच्या मनमोहक आवाजाने संमोहित झाले होते. जेंव्हा ते त्यांच्या मूळ स्थितीत आले तेंव्हा प्रत्येकाच्या मनात वेगवेगळे विचार सुरु होते.

पंतप्रधानांना त्यांच्या आयुष्यात तत्पूर्वी कधीही नं आलेल्या स्वर्गीय अनुभूतीने ते अत्यंत तृप्त झाले होते. दररोज रात्री निजण्यापूर्वी ते

ध्यानधारणा करीत. ध्यानधारणेत त्यांची चांगली प्रगती झालेली होती.त्यामुळे ध्यानात असतांना त्यांना संपूर्ण शांती लाभत असे. बालपणापासून पूजित असलेल्या मुरलीधर श्रीकृष्णाची छबी त्यांनी ध्यानावस्थेत अनेकदा अनुभवली होती.परंतु विष्णूंशी व्हिडियो कॉन्फरन्सिंग द्वारे भेट हा अत्यंत वेगळा आणि अवर्णनीय अनुभव होता. विष्णूंना पृथ्वीवरील सगळ्याच समस्यांचे ज्ञान होते.त्यांनी त्या समस्या सोडविण्याकरिता मदतीचे संकेत देखील दिले होते. त्यांनी पृथ्वीच्या भविष्याबद्दल सजग राहण्याचे सुचविले होते. त्याचा काय अर्थ असावा? त्यांनी स्वतःहून पुन्हा भेटण्याचे आश्वासन दिले होते.ती भेट केंव्हा होईल? त्यांनी असेही दर्शविले होते की आम्ही त्यांना संकट काळी साद देऊ.त्यांना नेमके काय सुचवायचे असेल? एक नं अनेक अशा असंख्य प्रश्नांचे मेघ पंतप्रधानांच्या मनाच्या आकाशात गर्दी करू लागले.त्यांनी सांगितलेली सर्वात महत्वाची गोष्ट म्हणजे या सगळ्याबद्दल आत्यंतिक गुप्तता बाळगणे. ते किती सत्य होते ! जर तेथे उपस्थित असलेल्यां व्यतिरिक्त कोणाला देखील त्या भेटीचा वास लागला, तर ते त्याबाबतीतील आजपर्यंतची सर्वच माहिती खोदून काढू शकतील.आजकाल काहीच अशक्य नाही......

जेंव्हा सौरभ आणि शिरीनने त्यांना विचारले की त्यांची या पूर्वीही भेट झाली होती काय? तेंव्हा त्यांनी त्या प्रश्नाचे उत्तर सर्वांसमक्ष देण्याचे शिताफीने टाळले.परंतु त्यांनी उत्तरादाखल असेच दर्शविले होते की सौरभ आणि शिरीनशी त्यांची पूर्वी भेट झालीच होती आणि त्याबद्दल चे संकेत त्या दोघांना नंतर मिळतील. कदाचित त्या भेटीबद्दल त्यांना सर्वांसमक्ष चर्चा करावयाची नसेल. सौरभ आणि शिरीनचे विष्णूंबरोबर काहीतरी विशेष संबंध असावेच. त्याचशिवाय काय त्यांनी सौरभ-शिरीनने केलेल्या समक्ष भेटीच्या विनंतीस प्रतिसाद दिला? सौरभ त्याच्या विचित्र स्वप्नाबद्दल काय सांगत होता ते काही मला उमगले नाही. त्याला स्वतंत्रपणे त्याबद्दल विचारावेच लागेल. पंतप्रधान विचारांच्या जंजाळात गुरफटले होते. तशीच परिस्थिती इतरांची देखील झाली होती.

सौरभ अतिशय आनंदात होता.त्याच्या मनातील चिंता आणि काहूर पूर्णपणे निवळले होते. अनेक दिवसांपासून त्याच्या अंतर्मनास कुरतडत रहाणाऱ्या प्रश्नांची उत्तरे त्याला मिळाली होती. त्याला दिसणाऱ्या स्वप्नांचा त्याच्या आयुष्याशी संबंध होताच.त्यांचा नेमका काय संबंध होता त्यावर प्रकाश टाकण्याचे आश्वासन विष्णूंनी त्याला दिलेले होते.त्यामुळे तो समाधानी होता.नजीकच्या भविष्यात पृथ्वीवर येणाऱ्या महाभयंकर संकटाचे विधान विष्णूंनी केले होते.पण त्याचबरोबर त्या संकटात मदत

करण्याचे आश्वासनही त्यांनी दिले होतेच. त्यांनी आश्वस्त केल्यानुसार ते पुन्हा भेटणार होते.

यापूर्वी विष्णू आपल्याला कुठे भेटले असावे या विचारात शिरीन गुंतली होती.त्याबद्दल तिला कुठलेही स्वप्न आठवत नव्हते.सर्वसाधारणपणे स्वप्नात काय दिसले हे तिला आठवत नसे. विष्णूंनी हे कबूल केले होते की ते या आधी भेटले होते.पण केंव्हा आणि कुठे? त्याबद्दल तिला नंतर कळणार होते.संपूर्ण ब्रम्हांडाचे एवढे विस्तृत ज्ञान असलेल्या महान व्यक्तीशी भेट होणे हा त्यांच्या आयुष्यातील अत्यंत महत्वाचा क्षण होता.संपूर्ण ब्रम्हांडाचे नियंत्रण त्यांच्या हातात होते. ते त्यांच्या मूळ स्वरूपात त्यांना भेटले, की त्यांनी सर्वांना सुसह्य वाटणारे आणि मनास पटण्यासारखे मानवांशी सदृश रूप धारण केले होते?

सौरभला दिसणारे पृथ्वीच्या सर्वनाशाचे स्वप्न खरंच सत्यात उतरेल? विष्णूंनी हे देखील संकेत दिले होते की नजीकच्या भविष्यात पृथ्वीवर येणाऱ्या संकटावर उपाय त्यांनाच सापडेल. खरंच त्यांना आयुष्यात खूप भयानक संकटाचा सामना करावा लागणार आहे कां? असेच जर घडणार असेल तर त्यातून सुखरूपपणे बाहेर निघण्याची शक्ती त्यांना विष्णूच प्रदान करू शकतील. शिरीनने मनातल्या मनात विष्णूंची प्रार्थना केली.

धवनचे तर आयुष्यच बदलून गेले होते.त्यांनी आयुष्यात देवावर विश्वास ठेवला नव्हता. ते विज्ञानवादी होते.पण विष्णूंची भेट झाल्यावर आणि त्यांच्याशी संवाद साधल्यावर त्यांना हे पुरेपूरपणे पटले की विश्वातील प्रत्येक घटनेमागे एक महान शक्ती आहेच. पृथ्वीवरील प्रत्येक क्षण नं क्षण त्या महाशक्तीने पूर्वनियोजित केल्याप्रमाणेच घडतो आहे. ती महाशक्ती सर्वकाही त्यांच्या इच्छेने आखीत होती व तसेच अंमलात देखील आणित होती.आम्ही मानव या गैरसमजात वावरत होतो की सर्वकाही आम्ही घडवीत आहोत.त्याउलट ती महाशक्ती तिच्या इच्छेनुसार सर्वकाही मानवांकडून घडवून आणित होती. पृथ्वीवरचा नव्हे तर पूर्ण ब्रम्हांडात घडणाऱ्या प्रत्येक घटनेमागील सूत्रधार ते होते.

तेथे उपस्थित असलेल्या सर्वांना असेच वाटत होते की ती मिटिंग संपावयास नको होती. प्रत्येकास असे वाटत होते की त्यांची विष्णूंशी पुन्हा लवकर भेट व्हावी.विष्णूंशी बोलण्याची त्यांची तृषा अपूर्णच राहिली होती.विष्णूंनी त्यांना अशारितीने भारावून टाकले होते की ते आता त्यांच्या ध्येयाकडे नव्या जोमाने वाटचाल करणार होते. विष्णूंनी त्यांना आश्वस्त केले होते की सर्व समस्यांवरील उपाय त्यांच्याच अंतर्मनात रुजवून

ठेवलेले आहेत. विष्णूंनी करून दिलेल्या त्या नव्या जाणीवेने सर्वांची अंतर्मने चिंतारहित झालेली होती.

****

प्रकरण १९

“इंद्रजित , तुझ्या पृथ्वीवरील मोहिमेची काय स्थिती आहे? लवकरात लवकर आपल्या संपूर्ण दैत्यांना तेथे स्थलांतरित करण्याचा माझा विचार आहे.आपल्या दैत्य समुदायापैकी अनेकांना पृथ्वीवरील ऐषआरामदायी वास्तव्याची सुख स्वप्ने देखील दिसू लागली आहेत.मी आपल्या दैत्य सेनेतील निष्ठावंताना लवकरच तेथे हलविण्याचे योजितो आहे. तू तुझ्या कार्याची गती आता अधिक वाढविणे गरजेचे आहे.” दैत्यलोकाचा सर्वेसर्वा रावण, पृथ्वीवर सर्वनाशी मोहिमेकरिता पाठविलेल्या दैत्यांच्या कार्यदलाच्या प्रमुखाकडून त्याच्या कार्याचा अहवाल घेत होता.

इंद्रजित हा केवळ एक यशस्वी संघटक नव्हता तर तो रावणाचा लाडका शूरवीर पुत्र होता. रावण आणि इंद्रजित यांचे *विचार प्रक्षेपण प्रणालीच्या* माध्यमातून एकमेकांशी संदेश वहन सुरु होते. ही प्रणाली काही अतिबलशाली दैत्यांनी विकसित केलेली होती.रावण त्या सर्वात प्रवीण होता.त्या प्रणालीत ज्यांच्याशी संवाद साधावयाचा आहे अशा व्यक्तीच्या मनाचा वेध साधून त्यावर आपल्या विचारांचे रोपण केले जात असे. त्याकरिता ती व्यक्ती समोर अथवा जवळपास असणे गरजेचे नव्हते. विचारांच्या अतिप्रबळ लहरींचे प्रक्षेपण करून लक्ष्य केलेल्या व्यक्तीस ते विचार ग्रहण करण्यास भाग पडले जात असे.काही वेळा ते दुहेरी संदेश वहन असे तर काही वेळा फक्त एकेरी आदेश असत. इंद्रजित आणि रावण यांच्यादरम्यान मात्र दुहेरी संदेशांची देवाण घेवाण सुरु होती. दैत्यलोकात बसून रावणाने त्याच्या मनातील विचार इंद्रजित यास लक्ष्य करून प्रक्षेपित केला की तो तात्काळ त्याला पोहचत असे त्याचप्रमाणे इंद्रजित चे उत्तर रावणास तात्काळ प्राप्त होत होते. त्या प्रणालीचा वापर करून दैत्यलोक बरेचदा मानवांकडून त्यांची कामे करून घेत. त्यांनी लक्ष्य केलेल्या मानवांना हे कळत देखील नसे की तो त्या क्षणी तसा कां वागला? इंद्रजित ने त्याच्या कार्याकरिता पृथ्वीवरील बऱ्याच दानवांना हाताशी धरले होते.ते दैत्यांएवढे बलशाली नव्हते परंतु ते मानवांशी वागतांना त्यांच्यापेक्षाही अधिक क्रूरतेने वागत.

इंद्रजितचे पृथ्वीवरील कार्य त्याच्या नियोजनानुसार होते.त्याने रावणाच्या प्रश्नास उत्तर प्रक्षेपित केले.

“दैत्यराज,माझे कार्य ठरलेल्या वेळापत्रकानुसार सुरु आहे. आम्ही आमच्या कार्याच्या दृष्टीने अतिशय सुयोग्य अशा स्थळाची निवड केली आहे.माझी

टीम त्याठिकाणी अत्यंत जोमाने कामास लागली आहे.मी त्यांना आवश्यक ते सर्व ज्ञान प्रदान करीत आहे.

सर्वात महत्वाची बाब म्हणजे दानवांची वाढती संख्या. ते अतिशय झपाट्याने वाढताहेत. मानवांचे लोकसंख्या नियंत्रणाचे सर्व उपाय निकामी झाल्याने मानव गोंधळले आहेत. आपण दैत्य आणि मानव यांच्या संयोगाने दानवांची जी नवीन प्रजाती निर्माण केली आहे त्याबद्दल मानवांना स्वप्नात देखील कल्पना येऊ शकणार नाही.आपले दानव एखाद्या अदृश्य व्हायरस प्रमाणे मानवांमध्ये सर्वदूर पसरताहेत. त्यांनी धर्मांध मानवांचा आविर्भाव आणला आहे.ते सर्वच धर्मांच्या मानवांचा संहार करीत सुटले आहेत. अगदी ज्या धर्माचे असल्याचे ते भासवीत आहेत त्या धर्माच्या लोकांचा देखील ते क्षुल्लक कारणांकरिता बळी घेत आहेत.त्यामुळे सर्वच धर्माचे धर्मगुरू गोंधळले आहेत.मानवांना स्वतःच्या धर्माच्या लोकांची हत्या करणाऱ्या दहशतवाद्यांच्या अनाकलनीय मानसिकतेचे आश्चर्य वाटत आहे.

या सगळया गोष्टींचा एक मोठा फायदा आपल्याला मिळतो आहे. तो म्हणजे दानवांच्या दहशतवादी कारवायांमुळे सगळयाच राष्ट्रांच्या सुरक्षा दलांचे लक्ष त्यांच्यावरच खिळले आहे. त्यामुळे आपल्या कारस्थानाचा वासही कोणाला लागण्याची शक्यता नाही." इंद्रजित मोठ्या प्रौढीने त्याच्या कृत्याचा अहवाल आपल्या प्रमुखाला म्हणजेच रावणास देत होता.

"हे अतिशय उत्तम झाले. दानवांच्या लक्ष वेधणाऱ्या दहशतवादी कारवायांमुळे तुला तुझ्या कामात अडथळे येणार नाहीत.त्या मूर्ख मानवांना त्यांच्यावर येऊ पाहत असलेल्या सर्वनाशी आपत्तीची स्वप्नात देखील कल्पना यावयास नको." रावणाने त्याच्या शूर व हुषार मुलाचे कौतुक केले.

इंद्रजित एक बलाढ्य योद्धा होता.अग्नीस जसा पाण्याचा द्वेष वाटतो तसाच द्वेष इंद्रजितला मानवांचा वाटत होता.त्याला मानवांचा छळ करून त्यांना मारण्यात असुरी आनंद मिळत असे. मानवांच्या विचारशक्तीवर ताबा मिळवून त्यांना स्वतःच्या मर्जीने नाचविण्यात तो प्रवीण होता.असे जरी असले तरी, इस्रोच्या स्पेस रिसर्च लॅबमधील *आतली खबर* मिळविण्यात मात्र तो अजून यशस्वी होऊ शकला नव्हता.त्याला त्या बातमीची आवश्यकता होती कारण त्यानुसार तो त्याच्या मोहिमेचे लक्ष्य ठरविणार होता.इस्रोमधील बातमी मिळविण्यात बरेच अडथळे होते. तेथील सुरक्षा यंत्रणा बरीच मजबूत व अभेद्य होती.ती सुरक्षा यंत्रणा भेदण्यासाठी त्याला त्याची विशेष शक्ती वापरावी लागणार होती. त्याच्या

जवळच्या वर्तुळातील एका अत्यंत हुषार दानवास त्याने इस्रोतील बातमी काढण्याचे कार्य दिलेले होते, पण तो त्यात यशस्वी झाला नव्हता.
इंद्रजितला पक्की खात्री होती की, इस्रोच्या स्पेस रिसर्च लॅबमध्ये असे काहीतरी गुप्तपणे सुरु आहे, ज्याचा संबंध अंतराळातील प्रगत संस्कृतींशी संपर्क साधण्याशी आहे. अंतराळातील बलशाली सकारात्मक शक्तींनी त्याच्या अत्यंत महत्वाकांक्षी योजनेमध्ये लुडबूड करू नये असे त्याला वाटत होते. मानवांनी अंतराळातील कुठल्या तरी प्रगत संस्कृतीशी संपर्क साधण्यात यश मिळविले असेल किंवा नाही ? या प्रश्नाचे उत्तर त्याला गवसत नव्हते.
मानव अशात जरा जास्तच हुषार आणि बलशाली बनू पाहत होते.त्यामुळे इंद्रजितच्या प्रोजेक्टला मानवांकडूनच धोका निर्माण होण्याची शक्यता त्याला वाटत होती. जर मानवांनी व्याधवासियांशी संपर्क साधून त्यांची मदत मिळविण्यात यश संपादन केले, तर त्याच्या मोहिमेस बराच मोठा धोका संभवत होता.काहीही करून इस्रोतील बातमी मिळायलाच हवी असा विचार करून त्याने त्याकरिता एक वेगळीच योजना आखली.

****

“मरुत आपल्याला निलमवर जाण्याच्या तयारीस लागावयास हवे. तेथे दैत्यांनी त्यांच्या कपटी कारवायांना सुरुवात केली आहे. मानवांबरोबरच्या मिटिंग मधील चर्चेवरून मला हे जाणवले की त्या बिचाऱ्यांना दैत्यांच्या कारस्थानाची पुसटशी देखील कल्पना नाही. त्यांचे लक्ष दानवांनी सुरु केलेल्या दहशतवादी कारवायांवर केंद्रित झाले आहे. संपूर्ण निलमवर दानवांनी दहशतवाद अशा रीतीने पसरविला आहे की,मानवांना त्याचे नियंत्रण करणे अवघड होऊन बसले आहे.त्यांच्या दृष्टीने दहशतवाद हीच सर्वात मोठी समस्या आहे. दैत्यांनी मानवांचे लक्ष दहशतवादाच्या नियंत्रणावर केंद्रित करण्यात यश मिळविले आहे.मानवांना त्यांच्यावर येत असलेल्या भयंकर मोठ्या संकटाची चाहूल लागलेली नाही. हे अतिशय चिंताजनक आहे. मला दैत्यांच्या निलमवरील कारस्थानाची कुणकुण होतीच आणि माझी ती चिंता खरी ठरली.मला असेही कळले आहे की यावेळी दैत्यांच्या कूट कारस्थानाचे नेतृत्व इंद्रजित करीत आहे. त्याच्या धूर्त शक्तींशी सामना करणे मानवांना केवळ अशक्य आहे. आपल्याला मी

पूर्वी ठरविलेल्या वेळेआधीच निलमकडे प्रयाण करावे लागेल असे दिसते आहे. तेथे जाऊन आपल्याला दैत्यांच्या कारस्थानाची सविस्तर माहिती काढावी लागेल.माझा असा विचार आहे की आपण विभिषणाचा सुसंकृत मुलगा, विद्युत याला आपल्याबरोबर निलमवर घेऊन जावे." विष्णू घाईघाईने मरुतला निलमकडे प्रयाण करण्यासाठी सिद्ध होण्याच्या सूचना देत होते. विष्णूंकडून विद्युतच्या नावाचा उल्लेख ऐकून मरुत अतिशय सुखावला. मरुतच्या मनात विभिषणाबद्दल अतिशय आदर होता. जरी विभिषणाचा जन्म दैत्यकुळात झाला असला तरी तो सर्वच बाबतीत विष्णूंचा अनुयायी होता. विभीषण आणि रावण जरी सख्खे भाऊ असले तरी त्याच्या आणि रावणाच्या आचार विचारात जमीन आसमानाचा फरक होता. तो सत्शील प्रवृत्तीचा होता.त्याने रावणास श्रीरामाबरोबर युद्ध करण्यापासून परावृत्त करण्याचा बराच प्रयत्न केला होता, परंतु तो रावणास रोखू शकला नाही. शेवटी रावणाचा पक्ष सोडून तो श्रीरामास जाऊन मिळाला होता. रावणाचा पाडाव केल्यावर श्रीरामाने विभिषणाचा राज्याभिषेक करून त्याला रावणाचे राज्य दिले होते. विद्युत त्याचा जेष्ठ पुत्र होता. विद्युतला विष्णूंसोबत कार्य करण्यात विशेष रुची होती. पृथ्वीवर पुरेसे पर्जन्य उपलब्ध करण्यासाठी तो विष्णूंना नेहमीच सहकार्य करीत असे. विद्यूल्लतांच्या स्वरूपात त्याच्या कडे विपुल प्रमाणात ऊर्जा उपलब्ध होती. मरुत आणि विद्युत जिवलग मित्र होते. त्या दोघांनाही निलमच्या मोकळ्या वातावरणात मनमुक्त संचार करण्यास आवडत असे. मरुत विद्युतसोबत नेहमीच आनंदी असे. मरुत, विद्युत आणि वरूण हे अतिशय शक्तिशाली त्रिकूट होते.परंतु वरुण पृथ्वीवरील कार्य संपवून त्या काळात ब्रम्हांबरोबर ब्रम्हलोकात कार्यरत होता.विष्णूंना ब्रम्हांच्या कार्यात अडथळा आणून त्यांच्या सहकाऱ्यास स्वतःच्या कामाकरिता वापरण्याची इच्छा नव्हती.

विष्णूंनी विद्युतला एक तातडीचा संदेश पाठविला.काही क्षणातच विद्युत टेलीपोर्ट तंत्र वापरून विष्णूंच्या पुढ्यात हजर झाला.त्याने चंदेरी रंगाचा लखलखीत झळाळता वेष परिधान केला होता तो वेष त्याच्या तारुण्याने सळसळत्या व्यक्तिमत्वास अगदी साजेसा होता.त्याच्या कायेभोवती एका वेगळ्याच तेजाची आभा होती.आल्याआल्याच त्याने विष्णूंना वाकून प्रणाम केला. तो विष्णूंना आपल्या वडिलांप्रमाणे आदरणीय मानत असे.

"ये विद्युत. तुझं स्वागत आहे. मी निलमवर जात आहे. तू माझ्याबरोबर येण्यासाठी मोकळा आहेस कां?" विष्णूंनी प्रेमळपणे विचारले.

“होय श्रीहरी,मला तुमच्यासोबत येण्यास आनंदच वाटेल.तुम्ही मला तुमच्या बरोबर नेण्याचा विचार केला याचं मला अत्यंत समाधान आहे.मी तुमच्या बरोबर काम करण्याची संधी शोधतच होतो.” विद्युत कृतज्ञतेने उत्तरला.

“उत्तम.आपण निलमकडे लगेचच प्रस्थान करत आहोत.”

“मरुत,स्टारशिपच्या कमांडरला उड्डाणाच्या तयारीचे आदेश दे.आपण थोड्याच वेळात निघतो आहोत.” विष्णूंनी सूचना दिल्या.मरुत घाईने स्टार शिप कमांडरला संपर्क करण्यास गेला. विष्णूंच्या आंतरनक्षत्रीय प्रवासाचे विशेष स्टार शिप नेहमी तैनात असे.

स्टार शिपचे उड्डाण तळ विष्णू राहत असलेल्या शहराच्या बाहेर होते. विष्णू, मरुत आणि विद्युत दोन वेगवेळया एलीप्टॉन्स मधून उड्डाण तळाकरिता निघाले. ते ज्या एलीप्टॉन्समधून निघाले होते ते द्रुतगती रिमोट कंट्रोल्ड कॉम्पुटराईज्ड वाहन होते. ती वाहने त्यांच्या चलन वलनासाठी व्याधसूर्याची ऊर्जा वापरीत. काही क्षणातच ते सर्व उड्डाणतळावर पोहोचले.

स्टारशिप त्याच्या उड्डाणा करिता तयार होते.

ते एक चमकत्या निळसर रंगाचे अष्टकोनी आकाराचे अंतराळयान होते.त्याचा व्यास शंभर मिटर व उंची दहा मिटर होती.त्याच्या अष्टकोनी पृष्ठभागात खिडक्या होत्या. स्टारशिप जमिनीच्या पृष्ठभागावर त्याच्या तीन दणकट आधारांवर स्थिरावलेले होते.त्याची जमिनी पासून उंची एखाद्या तीन मजली इमारती एवढी होती. स्टारशिपमध्ये प्रवेश करण्याकरिता एक धातूचा जिना लावलेला होता. स्टारशिपच्या खालील भागात असलेल्या कोनाकृती एक्झॉस्ट मधून निळसर रंगाच्या आगेची ज्योत संथपणे फरफरत होती.ती ज्योत त्या स्टारशिपच्या इंजिन मधून उत्सर्जित होत होती. स्टारशिप्स अंतराळ प्रवासाकरिता वैश्विक उर्जेचा वापर करीत. ते सरळ उभ्या दिशेने उड्डाण करीत असल्याने त्याच्या उड्डाणास रनवे ची गरज भासत नसे..

विष्णूंनी स्टारशिपमध्ये प्रवेश केला त्यांच्या मागोमाग मरुत आणि विद्युतने देखील प्रवेश केला. त्यानंतर स्टार शिपचा जिना फोल्ड होऊन आत गेला आणि त्याचे दार बंद झाले.

स्टारशिपच्या अंतर्भाग आणि बाह्य भागाची बांधणी अतिशय मजबूत साधनांनी करण्यात आलेली होती. त्याकरिता जे कठीण धातू व लवचिक साहित्याचे मिश्रण वापरण्यात आले होते ते अतिउच्च तापमानात टिकणारे होते.अंतराळातील प्रवासाच्या कल्पनातीत वेगामुळे यानाच्या

बाह्य पृष्ठभागावर प्रचंड प्रमाणात तणाव निर्माण होत होता.त्या तणावापुढे सामान्य प्रकारच्या धातूचे मिश्रण टिकू शकणार नव्हते.
स्टारशिप्सचे बाह्य आवरण पाच हजार डिग्रीच्या तापमानातही नं वितळणाऱ्या मिश्रणापासून बनविण्यात आलेले होते.त्याचप्रमाणे यान कितीही वेगाने गेले तरी वेगामुळे निर्माण होणाऱ्या तणावातही त्यावर दुष्परिणाम होणार नव्हता.बाह्य भाग आणि आतील पृष्ठभाग यांच्यामध्ये अत्यंत उत्तम दर्जाचे इन्सुलेशन अशा रितिने बसविण्यात आलेले होते की बाहेर कितीही तापमान निर्माण झाले तरी त्याचा आतील भागावर परिणाम होऊ शकणार नव्हता. अंतराळ यानाच्या आतील भागात अत्याधुनिक यंत्रणा बसविण्यात आलेली होती. प्रवास करणाऱ्या अंतराळवीरांना अंतराळातील प्रवास सुखकारक व्हावा या दृष्टीने सर्व सोयी त्या यानांमध्ये केलेल्या होत्या. त्यामध्ये आसन व्यवस्था, लांबच्या प्रवासातील झोपण्याची सोय या सगळयांचा नीट विचार केलेला होता.अंतराळयानातील हवेचा दाब अशा रितीने नियंत्रित केलेला होता की,त्यामुळे त्यात प्रवास करणाऱ्यांना स्पेस सूट घालण्याची आवश्यकता भासत नव्हती.व्याध वासियांकरिता अंतराळ प्रवास ही नित्याचीच बाब असल्याने पृथ्वीवरील असामान्य विमानांमध्ये ज्या सोयी असतात त्यापेक्षाही अधिक सोयी त्या स्टारशिप्स मध्ये होत्या.स्टारशिप्सचे पायलट उच्च प्रशिक्षित असत. त्यामुळे नक्षत्र मंडळांतर्गत प्रवासात उद्भवलेल्या कुठल्याही प्रकारच्या आणीबाणीच्या परिस्थितीस ते नं डगमगता हाताळू शकत. स्टारशिप्स ची इंजिने वैश्विक उर्जेचा वापर करीत. त्या यानांमध्ये स्पेस वार्पिंग ची यंत्रणा होती. त्यामुळे आकाशगंगेतील एका ठिकाणावरून काही प्रकाश वर्षे दूर असलेल्या दुसऱ्या ठिकाणास जाण्यास त्या यानांना अतिशय कमी वेळ लागत असे.त्या शिप्सच्या यंत्रणेत अवकाश बोगदे (वर्म होल) उघडून ते यान त्यामधून जाई पर्यंत त्याचं स्थितीत ठेवण्याची व्यवस्था होती.त्यामुळे ती सर्व याने अनंत गतीने प्रवास करू शकत.
विष्णू, मरुत आणि विद्युत आपापल्या सीट्स वर आरामात बसले. स्पेसशिपच्या पायलटस् ने इंजिन्स थ्रोटल मोड वर टाकली आणि स्पेसशिपने हळुवारपणे आकाशात झेप घेतली. काही क्षणातच स्पेसशिप ची गती प्रचंड प्रमाणात वाढून ते आकाशापलीकडील अंतराळात प्रवेश करते झाले. अंतराळात प्रवेश केल्याबरोबर यानाच्या कॉम्प्युटरने त्यातील स्वयंचलित यंत्रणेतील उर्जेच्या सहाय्याने वर्म होल उघडले. वर्म होलमध्ये यानाने प्रवेश करताच त्याचा हायपर ड्राईव्ह सुरु झाला. यानाच्या एक्सझॉस्ट मधून गडद निळया रंगाची ज्वाला उत्सर्जित झाली आणि यान

असीमित गतीने वर्म होलमध्ये अदृश्य झाले. स्टारशिप्सचा हायपर ड्राईव्ह एवढा कार्यक्षम होता की त्यामुळे विष्णूलोक ते पृथ्वी हे साडेआठ प्रकाश वर्षांचे अंतर कापण्यास त्या यानास उणेपुरे दोन तास पुरेसे होते.
एकामागे एक ग्रह तारे, नक्षत्र मागे टाकीत विष्णूंच्या स्टारशिपने पृथ्वी असलेल्या सूर्य मालेत प्रवेश केला. त्याच क्षणी पायलट ने त्या यानातील *ब्लॅकबॉडी प्रोटेक्शन* या नावाची सुरक्षा यंत्रणा कार्यान्वित केली.त्या यंत्रणेमुळे ते स्टारशिप परफेक्ट *ब्लॅकबॉडी* मध्ये परिवर्तीत(कन्व्हर्ट) झाले.आता त्या स्टार शिपवरून कुठलीही प्रकाश किरणे, ध्वनी लहरी परावर्तीत(रिफ्लेक्ट) होऊ शकत नव्हती. थोडक्यात काय तर ते स्टारशिप पृथ्वीवरील कुठल्याही अत्युत्तम रडार यंत्रणा अथवा सॅटेलाइटच्या दृष्टीस पडणार नव्हते.ते व्हर्च्युअली अदृश्य झाले होते.
स्टारशिप ने सूर्यमालेतील सर्व ग्रह एवढ्या वेगाने पार केले की त्यांची केवळ अस्पष्ट झलक तेवढी आतील प्रवाशांना दिसू शकली.मंगळ ग्रह ओलांडल्यावर यानाची गती थोडी कमी झाली व पृथ्वीच्या चंद्राजवळून जातांना ती प्रकाशाच्या गतीपेक्षाही मंदावली. काही क्षणात निळया रंगाच्या मनोरम पृथ्वीचा पूर्ण आकार दृश्यमान झाला.विष्णूंना निलम अतिशय प्रिय होती. विष्णूंनी पायलटसना आधीच सुचना दिल्या होत्या त्याप्रमाणे त्यांनी यान आर्यावर्ताच्या पश्चिम भागातील थर वाळवंटाच्या निर्जन भागात उतरविण्याच्या प्रक्रियेस प्रारंभ केला.
“मरुत,विद्युत, लक्ष देऊन ऐका. काही क्षणात आपण पृथ्वीवर उतरणार आहोत. मी तुम्हा दोघांना पृथ्वीवर तुमच्या मर्जीने भटकण्याचे स्वातंत्र्य देत आहे. मला काही काळानंतर येथे तुम्हा दोघांच्या मदतीची ग़रज भासणार आहेच. त्यामुळे मी जेंव्हा तुम्हाला बोलावेन तेंव्हा तुम्ही दोघांनीही तात्काळ हजर व्हावे.” विष्णूंनी त्या दोघांना चकित करणाऱ्या सूचना दिल्या.त्या दोघांना असे वाटत होते की विष्णू जिकडे जातील तिकडे त्यांनाही विष्णूंसोबत जावयाचे असेल. परंतु विष्णूंनी दिलेल्या सूचनेनुसार पृथ्वीवर मनमुक्तपणे भटकण्याच्या कल्पनेने ते दोघेही मनोमन सुखावले.त्या दोघांनाही पृथ्वीवरील वातावरणात स्वच्छंदपणे बागडण्याची आवड होती.
स्टारशिप थर वाळवंटातील वाळूचा कणही नं उडविता अलगदपणे तेथे उतरले.ते रात्रीच्या वेळी पृथ्वीवर पोहोचले होते. पहाटेचे दोन वाजले होते.स्टारशिपचे तेथे उतरणे पृथ्वीवरील कोणाच्याही निदर्शनास आले नव्हते. त्याच्या *ब्लॅकबॉडी प्रोटेक्शन* या सुरक्षा यंत्रणेमुळे कुठल्याही रडार प्रणालीस अथवा कुठल्याही देशाच्या उपग्रहास त्याचा मागमूसही लागू

शकत नव्हता. स्टारशिपच्या अष्टकोनी पृष्ठभागातील एक झडप अलगद बाजूस सरकली आणि तेथील दार उघडून सरकता जिना यांत्रिकपणे बाहेर येऊन वाळूवर स्थिरावला.विष्णू आणि त्यांच्या पाठोपाठ मरुत व विद्युत खाली उतरले.विष्णूंनी मरुत आणि विद्युतला निरोप दिला. ते दोघं तेथील चांदण्यांच्या मंद प्रकाशात अदृश्य झाले.

विष्णूंनी दीर्घ श्वास घेऊन त्यांच्या आवडत्या निलमच्या वातावरणातील वाळूचा मंद सुगंध त्याच्या रोमारोमात भरून घेत समाधानाचा सुस्कारा टाकला.ते बऱ्याच कालावधीनंतर त्यांच्या लाडक्या पृथ्वीस भेट देत होते.त्यांनी त्यांच्या सोबत आणलेली अटेची केस उघडली आणि त्यातून एक अत्याधुनिक इन्स्ट्रुमेन्ट बाहेर काढले. त्या इन्स्ट्रुमेन्टला एक डिस्प्ले स्क्रीन होता.त्यांनी त्या स्क्रीनच्या साईड पॅनेलवरील काही स्विचेस ऑपरेट केली आणि तो स्क्रीन सजीव झाला.त्याच्या चौकटीच्या उजव्या भागात एक मायक्रोफोन होता. विष्णूंनी त्या मायक्रोफोन मध्ये कमांड दिली,

“दानवांची लोकसंख्याबहुल ठिकाणे नकाशावर दाखवा.”

स्क्रीन एक क्षणभर फिक्कट झाला आणि दुसऱ्याच क्षणी त्यावर वेगवेगळया ठिकाणची शहरे आणि गावे दर्शविणारा नकाशा दिसू लागला. त्यातील जास्तीत जास्त ठिकाणे आशिया खंडातील, काही मध्यपूर्वेकडील देशातील, तर काही शहरे आफ्रिका खंडातील होती.

“ अच्छा , समस्येचे मूळ येथे आहे तर!....” विष्णू स्वतःशी पुटपुटले.ते यानाकडे परतले आणि यानात बसले. ते आत शिरल्यावर यानाचे दार आपोआप बंद झाले.

“मला पृथ्वीच्या केंद्रबिंदूकडे घेऊन चला.” त्यांनी कमांडरला आदेश दिले. स्टारशिप हवेत उडाले आणि काही उंच गेल्यावर त्याने दिशा बदलली. आता ते सूर मारल्या प्रमाणे पृथ्वीच्या मध्य बिंदूकडे झेपावले. पृथ्वीचा मध्यबिंदू तेथील पृष्ठ भागाखाली सहा हजार तीनशे किलोमीटर अंतरावर होता. ते स्टारशिप सर्व प्रकारच्या माध्यमातून प्रवास करण्यासाठी सुयोग्य होते. अंतराळातून प्रवास करण्याबरोबरच ते हवेतून, पाण्यातून, तसेच अत्यंत कठीण दगडांना छेदून त्यातून देखील जाऊ शकत होते. त्यातील यंत्रणेत समाविष्ट असलेले निरनिराळ्या प्रकारचे लेझर्स यानापुढील मार्ग तयार करण्याचे काम क्षणात पूर्ण करीत.ते यान थर वाळवंटाच्या मऊसर वाळूत प्रवेश करून पृथ्वीच्या मध्याकडे वेगाने मार्गक्रमण करू लागले.

पृथ्वीचे टणक कवच ग्रॅनाईट व बसाल्ट पाषाणांचे बनलेले आहे.त्याची जाडी सत्तर किलोमीटर एवढी आहे. यानाने त्या टणक कवचास भेदून पुढील आवरणात प्रवेश केला. हे आवरण घन आणि द्रव पदार्थाच्या मधल्या

अवस्थेत आहे. ते मुख्यत्वेकरून फेरो मॅग्नेशियम सिलिकेटचे बनलेले असून,त्याची जाडी दोनहजार नऊशे किलोमीटर इतकी प्रचंड आहे. तेथील तापमान पाचशे अंशांपासून नऊशे अंशांपर्यंत होते.त्याठिकाणी पृथ्वीची अधिकतम अंतर्गत उष्णता एकवटली होती.त्या आवरणाखाली पृथ्वीचा मुख्य गाभा वसलेला होता. त्या गाभ्याचे वस्तुमान पृथ्वीच्या एकूण वस्तुमानाच्या एक तृतियांश एवढे होते. गाभा दोन भागांमध्ये विभागलेला होता.वरील भाग हा दोन हजार दोनशे किलोमीटर जाडीचा होता. त्यामध्ये द्रव स्वरूपातील लोह, निकेल आणि मँगनीज या धातू होत्या. त्याचा आतील भाग हा घट्ट , घन स्वरूपातील लोह व निकेल या धातूंचा बनलेला होता.त्याची जाडी एक हजार दोनशे पन्नास किलोमीटर होती.

पृथ्वीच्या स्वतःच्या आसाभोवती फिरण्याने द्रव स्वरूपातील धातूंचा गाभा देखील फिरत असे. त्यामुळे पृथ्वीचे भू चुंबकत्व निर्माण होत असे.

बाहेरील आत्यंतिक दाबामुळे मुख्य गाभा घन स्वरूपात टिकून असल्याचे अनेक शास्त्रज्ञांचे मत होते.

विष्णूंना पृथ्वीच्या भूचुम्बकत्व तयार होण्याच्या प्रक्रियेत काही बदल किंवा बिघाड तर होत नाही आहे नं? याची खात्री करावयाची होती. पृथ्वीच्या केंद्र बिंदूपर्यंत गेल्यावर त्यांना खात्री पटली की तेथील स्थिती बदलली नव्हती. तेथील परिस्थिती समाधानकारक असल्याचे बघितल्यावर त्यांनी कमांडरला स्टारशिप गीझा पिरॅमिड असलेल्या ठिकाणास नेण्याचा आदेश दिला.

काही वेळातच स्टारशिप पृथ्वीच्या गाभ्यामधून पृष्ठभागाकडे निघाले आणि गीझा पिरॅमिडच्या समोरील पृष्ठभागावर स्थिरावले.त्यावेळी तेथे मध्य रात्र झालेली होती. विष्णूंनी पिरॅमिडवर दृष्टी फिरविली. पिरॅमिडच्या गुप्त कक्षात ठेविलेल्या एका असाधारण आकाराच्या स्फटिकात साठविलेल्या सकारात्मक ऊर्जेच्या साठ्याकडे त्यांनी त्यांच्या अंत:चक्षूने दृष्टी टाकली. अनादिकालापूर्वी त्यांच्या पृथ्वी भेटीत त्यांनी त्याठिकाणी मोठ्या प्रमाणात ऊर्जा साठवून ठेवलेली होती.दैत्यांनी पृथ्वीवर एखादा भयंकर मोठा हल्ला चढविला, तर त्याचा सामना करण्याकरिता त्या ऊर्जेचा वापर व्हावा असा त्यांचा त्यामागचा उद्देश होता. गुप्त ठिकाणी ठेवलेला स्फटिक आणि त्यातील ऊर्जा मूळ अवस्थेत असल्याचे पाहून त्यांचे समाधान झाले. मानवांना इतिहास पूर्वकालीन वास्तूंचे उत्खनन करून त्यामधून मौल्यवान वस्तू, सोने चांदी इत्यादी खणून काढण्याची सवय होती. त्यामुळे विष्णूंना चिंता होती की अशाच एखाद्या उत्खननात त्यांनी साठविलेल्या ऊर्जेस कोणी काढून तर नेले

नसावे? परंतु तो स्फटिक अत्यंत गुप्त जागी ठेवलेला असल्याने कोणीही मानव तेथपर्यंत पोहचला नव्हता.
त्यानंतर त्यांनी स्टारशिपच्या कमांडरला ज्याठिकाणी पृथ्वीचे मुख्य रेखावृत्त आणि विषुववृत्त एकमेकांना छेदतात त्या ठिकाणावर यान नेण्याचा आदेश दिला.
(मुख्य रेखावृत्त किंवा प्राईम मेरिडीयन ही एक अशी रेखा आहे जी पृथ्वीला पूर्व गोलार्ध आणि पश्चिम गोलार्ध अशा दोन भागात विभागते.त्याचप्रमाणे विषुववृत्त वा इक्वेटर ही अशी रेखा आहे जी पृथ्वीची विभागणी ऊत्तर गोलार्ध व दक्षिण गोलार्ध अशा दोन अर्ध गोलांमध्ये करते.पृथ्वीचा केंद्रबिंदू हा या दोन रेखाच्या इंटर सेक्शन खाली वसलेला आहे.)
प्राईम मेरिडीयन आणि इक्वेटर ज्या ठिकाणी एकमेकांना इंटरसेक्ट करतात त्या बिंदूवर पृथ्वीचे चुंबकत्व नगण्य असते.कारण तो पृथ्वीच्या चुम्बकाचा न्युट्रल पॉइंट आहे. हा दोन मेरिडीयन एकमेकांना छेदणारा (इंटर सेक्ट करणारा) बिंदू, अटलांटिक महासागरात पश्चिम आफ्रिकेच्या खालच्या भागातील *गल्फ ऑफ गिनी* या भागात वसलेला आहे. त्या भागास नाविक खलाशी लोक, *शून्य अक्षांश ,शून्य रेखांश* या तांत्रिक नावाने देखील ओळखतात.
स्टारशिप पृथ्वीवरील अक्षांश रेखांश छेदणाऱ्या ठिकाणी आल्यावर विष्णूंनी यानाच्या पायलटस् ना यान उंचावर नेण्याचा आदेश दिला.उंच ठिकाणावरून गल्फ ऑफ गिनीच्या आजूबाजूचा संपूर्ण प्रदेश दृष्टीक्षेपात येत होता.त्यांनी त्या स्थळाचे निरीक्षण करण्याकरिता त्यांच्या जवळ असलेले अल्ट्राव्हिजन नावाचे उपकरण काढले आणि त्यामधून ते खालील समुद्री भागाकडे पाहू लागले. त्यांना जे दिसले ते पाहून ते थक्क झाले.
“मला याचीच शंका होती. मला लवकरात लवकर हे थांबविण्यासाठी कार्यवाही करावी लागेल. अन्यथा दैत्य मानवांचा सर्वनाश करण्याच्या इराद्यात सफल होतील.” ते स्वतःशीच पुटपुटले. त्यानंतर त्यांनी यानाच्या कमांडरला यान पुन्हा आर्यावर्ताकडे नेण्याची सूचना दिली.स्टारशिपने एक झोकदार वळण घेतले आणि ते वेगाने वातावरणाच्या वरील भागाकडे झेपावले. काही क्षणातच ते आशिया खंडावरील आकाशात होते.हिंद महासागरातील एका पूर्णतः निर्जन बेटावर स्टार शिप अलगदपणे उतरले. यान उतरताच विष्णूंनी देवेन्द्राशी ब्लू स्ट्रीक कम्युनिकेशन सिस्टीमच्या माध्यमातून संपर्क साधला.

"देवेंद्र, मला पृथ्वीवरील आणीबाणीची परिस्थिती हाताळण्याकरिता तुझ्या काही निवडक सैनिकांची आवश्यकता भासू शकते.तुझे सैन्य दुसऱ्या कुठल्या युद्धात तर गुंतलेले नाही नं?"

"श्री विष्णू,माझे नुसते सैन्यच नव्हे तर मी स्वतः देखील तुमच्या बरोबर पृथ्वीवर दैत्यांशी दोन हात करण्याकरिता उत्सुक आहे ." देवेंद्र उत्साहाने उत्तरला.त्याचा तो प्रतिसाद पाहून विष्णूंना समाधान वाटले.त्यांनी योग्य वेळ येईपर्यंत त्याला प्रतीक्षा करण्यास सांगीतले.

****

सौरभ आणि शिरीन त्यांचे दिवसभराचे काम संपवून घरी जाण्यास निघाले होते.ते दोघेही विष्णूंबरोबर झालेल्या व्हिडियो कॉन्फरन्समुळे उत्साहात होते. शिरीन आनंदाने चिवचिवत होती.

त्यांनी अति प्रगतीशील संस्कृतीच्या प्रमुखांशी प्रत्यक्ष भेटीची विनंती तर केली होती, परंतु त्यांचा कसा प्रतिसाद असेल याबद्दल ते साशंक होते.सर्व काही त्यांच्या कल्पनेपेक्षाही विलक्षण घडले होते. विष्णूलोकाशी कॉन्फरन्स करतांना येणाऱ्या टाईम लॅगच्या समस्येची सौरभला चिंता होती, पण ती मिटिंग एवढी सहजपणे पार पडली जसे काही ते सर्व एकच टाईम झोन मधून बोलत असावेत.

"सौरभ,मला इतका आनंद झाला आहे की मी शब्दात सांगू शकत नाही. शेवटी आपली विष्णूलोकांच्या प्रमुखांशी भेट झाली.तू काहीही म्हण पण मला सारखं असंच वाटतंय की मी त्यांना या पूर्वीही कुठेतरी भेटले आहे."

"शिरीन डियर मला देखील विष्णूंना भेटून, त्यांच्याशी बोलून खूप आनंद झाला आहे.मला खात्री आहे की मला स्वप्नात दिसणारे प्रेमळ व्यक्ती दुसरे तिसरे कोणीही नसून विष्णूच आहेत.आपण दोघांनीही त्यांना आपल्या शंकेबद्दल विचारले पण त्यांनी आपल्याला उत्तर देण्याचे किती शिताफीने टाळले! आपल्या दोघांनाही त्यांना पूर्वी भेटल्यासारखे वाटावे हे खरंच एक आश्चर्यच नाही कां? तुला त्यांना स्वप्नात पाहिल्यासारखे तर वाटत नाही? पण तसे तू पूर्वी कधी बोलली नाहीस. त्यांना तू इतरत्र कुठे पाहिले होतेस कां? पण ते कसे शक्य आहे? आजच्या मिटिंगमध्ये आपण दोघंही त्यांना पहिल्यांदाच तर भेटत होतो." सौरभच्या स्वरात गोंधळ जाणवत होता.

सौरभ आणि शिरीनने त्यांच्या *ब्रदरहूड नेक्स्ट डोर* प्रोजेक्टमधील एक मोठा टप्पा पार केला होता.दोघेही विष्णूंबरोबर झालेल्या भेटीच्या

विचारात मग्न होते.विष्णूंचा मनमोहक चेहरा त्यांच्या नजरेसमोरून हटत नव्हता..............

विष्णूंना त्या दोघांच्या मनस्थितीची पूर्ण कल्पना होती.त्यांचे संपूर्ण लक्ष त्या दोघांवर केंद्रित झाले होते. ज्यावेळी ती दोघं गाढ झोपेत होती,त्यावेळी त्या दोघांना एक स्वप्न दिसू लागले.........

................ते श्रीविष्णू आणि आदिलक्ष्मी समेवत त्यांच्या राजसी प्रासादाच्या दालनात होते. सौरभला एक विचित्र जाणीव होत होती. जसं काही तो शिरीनला प्रथमच समोरासमोर भेटत असावा.त्याला असंही जाणवत होतं की त्याने तिला अनेकदा चोरून पाहिलेले होते. त्याला ती अतिशय आवडत होती, पण त्याची तिच्याशी बोलण्याची हिम्मत झाली नव्हती.मनातील भावना तिला सांगणे तर दूरच होते.

'ती त्याची तक्रार घेऊन तर विष्णूंकडे आली नसावी?' सौरभच्या मनात विचार आला.

"शिरीन बाळ,तू सौरभला ओळखतेस कां?तो माझा सगळयात आवडता सहकारी आहे.तो सर्वच बाबतीत एकदम परिपूर्ण आहे." विष्णूंनी शिरीनकडे पाहत विचारले. तिने केवळ सौरभकडे नजर वर करून पाहिले आणि संमतीने मान डोलाविली.

"मुलांनो,मी तुम्हा दोघांना येथे काही खास उद्देशाने बोलाविले आहे.मला आणि आदिलक्ष्मींना तुमचे मन जाणून घ्यावयाचे आहे.आम्हास हे ठावूक आहे की तुम्ही एकमेकास आवडता, परंतु आम्हाला ते तुमच्या तोंडून ऐकण्याची इच्छा आहे." विष्णू पुढे म्हणाले.

"शिरीन,तुला काय वाटतं? तुला सौरभ आवडतो की नाही?" आदिलक्ष्मीनी स्मितहास्य करीत विचारले.त्यांच्या प्रश्नास उत्तर देण्याऐवजी शिरीनचा चेहरा लाजेने लालीलाल झाला.ती चोरट्या नजरेने सौरभकडे पाहत होती.

"सौरभ बाळा, मला माहित आहे की, तुला शिरीन आवडते.आम्ही तुम्हा दोघांच्याही पालकांशी बोललो आहोत. ते तुमच्या नात्याबद्दल खुष आहेत. आम्हाला असं वाटतं की, तुमच्या विवाहासाठी हीच योग्य वेळ आहे. तुला याबद्दल काही वेगळे सांगायचे आहे कां?" विष्णूंनी सौरभला मिश्कील नजरेने विचारले. स्वतःच्या मनातील भावना विष्णूंच्या तोंडून ऐकून सौरभ मनोमन आनंदला.

"श्रीविष्णू, मी आपल्या शब्दांबाहेर नाही. तुमचे आदेश नेहमीच माझ्या भल्याकरिता असतात." सौरभ प्रसन्नपणे स्मितहास्य करीत उद्गारला. शिरीनशी विवाह करण्याची त्याची मनोमन इच्छा होतीच, पण ते असे अचानकपणे जुळून येईल असे त्याला वाटले नव्हते.

त्यानंतर स्वप्नातील दृष्य बदलले. सौरभ आणि शिरीन पुन्हा विष्णू व आदिलक्ष्मीसोबत भोजन करीत असल्याचे दिसत होते. भोजन करतांना त्यांची चर्चा सुरु होती. विष्णू म्हणाले,
“मुलांनो तुमच्याकरिता एक अत्यंत महत्वाचे कार्य आहे. त्यासाठी तुम्हाला निलम ग्रहावर जावे लागेल.........”
................शिरीनने चिंतायुक्त स्वरात विचारले,
“तुम्ही म्हणालात त्याप्रमाणे पृथ्वीवर गेल्यावर आम्हाला येथील काहीही आठवणार नाही.मग माझी आणि सौरभची पुन्हा भेट कशी होणार? आम्ही दोघं एकमेकांना कसे ओळखणार?” विष्णूंच्या ऐवजी आदिलक्ष्मीने तिच्या प्रश्नाचे उत्तर दिले.
“शिरीन बेटा, अजिबात काळजी करू नकोस.योग्य वेळ येताच तुम्ही दोघे एकमेकास भेटाल व भेटल्यावर तुमच्या मनात प्रेमभावना पुन्हा तशीच उमलेल जशी येथे उमलली होती.”.........
त्याच क्षणी सेलफोनचा अलार्म वाजला आणि सौरभ व शिरीन दोघेही निद्रेतून जागे झाले.सौरभने नेहमीच्या सवयीने घड्याळ बघितले. सकाळचे सहा वाजले होते.त्याने सहजच बाजूस निजलेल्या शिरीनकडे पाहिले. नेहमी तो जेंव्हा उठत असे तेंव्हा शिरीन साखर झोपेत असे, पण त्या सकाळी ती चक्क जागी झालेली होती आणि आश्चर्ययुक्त नजरेने त्याच्याच कडे बघत होती.
“सौरभ...” “शिरीन...” दोघांनीही एकदम बोलण्यास सुरुवात केली.पण दुसऱ्यास देखील बोलण्याचा प्रयत्न करतांना पाहून ते दोघेही हसत सुटले.
“काय झालं डियर? काही विचित्र स्वप्न पाहिलंस कां?” सौरभने तिच्या चेहऱ्यास हळुवार स्पर्श करीत विचारले. शिरीन त्याच्याकडे चकित होऊन पाहतच राहिली.
“तुला कसं कळलं ? तुलाही काही स्वप्न दिसलं कां?” शिरीनने विचारले.
“अं... हो. पण आज तुझी पाळी आहे. तू कधीच तुझ्या स्वप्नांबद्दल सांगत नाहीस.” सौरभ हसत उत्तरला.
“ ठीक आहे. मला एक विचित्र स्वप्न दिसलं.....”शिरीन ने तिला दिसलेले स्वप्न सांगण्यास सुरुवात केली.....
आदल्या दिवशी दुपारी ज्यांच्याबरोबर मिटिंग झाली होती तेच विष्णू तिला स्वप्नात दिसल्याने ती गोंधळून गेली होती.स्वप्नातील सगळयात नवलाची गोष्ट म्हणजे स्वप्नात सौरभ आणि ती एकमेकांशी बोलत नव्हते,परंतु तिच्या मनातील सौरभ बद्दलच्या शाश्वत प्रेमाची जाणीव मात्र तशीच होती. तिने सौरभला असेही सांगितले की, विष्णुंची पत्नी

दिसण्यास अत्यंत सुंदर आणि तेजस्वी होती, आणि तिला सौरभ व शिरीन एकमेकांना पसंत करतात हे माहित होते. सगळ्यात विचित्र वाटणारी गोष्ट म्हणजे आपल्या दोघांच्या विवाहाचा प्रस्ताव आपल्यासमोर मांडला होता......

सौरभ तिचे बोलणे लक्ष देऊन ऐकत होता.तिचे स्वप्न सांगून झाल्यावर तो आश्चर्याने उदगारला,

"ओ माय गॉड ! शिरीन मी अजूनही स्वप्नातच तर नाही नं?"

"सौरभ काय झालं? तू असं कां विचारत आहेस? तुला माझं स्वप्न ऐकून आश्चर्य वाटलं कां? शिरीनने उत्सुकतेने विचारले.

"अगं शिरीन, तू ज्या ज्या गोष्टींच वर्णन केलंस नं त्या सगळ्या गोष्टी मला तशाच स्वप्नात दिसल्यात. ही एक अशक्यप्राय घटना आहे, पण आपण दोघंही एकाचवेळी एकच स्वप्न पाहत होतो. जसं काही आपण सोबत बसून एखादा मुव्हीच बघत होतो." त्या दोघांनी जे अनुभवले होते त्यावर सौरभचा विश्वासच बसत नव्हता.

" विष्णूंना तू कुठे आणि केंव्हा भेटलीस याचे उत्तर तुला आता मिळाले कां?" सौरभने विचारले.

"सौरभ,आता माझा विश्वास बसला की, तुला नेहमी जे स्वप्नात दिसते त्याचा आपल्या आयुष्याशी सरळ संबंध आहे. तू मला वारंवार सांगत होतास की आपण एकमेकांना भेटण्यापूर्वी देखील मी तुला स्वप्नात दिसायचे. तुझ्या बोलण्यावर माझा तेंव्हा विश्वास बसत नव्हता.पण आता मला कळतंय की,ज्या ज्या गोष्टी तू तुझ्या स्वप्नांबद्दल सांगितल्यास त्या सगळ्या खऱ्या होत्या.

आय.आय.एम.मध्ये भेटण्यापूर्वीही आपण एकमेकांना पाहिले होते व आपले एकमेकांवर प्रेम होते. तो आपला मागचा जन्म होता कां? आता माझ्या सर्व शंका दूर झाल्यात. श्रीविष्णूंचे आपल्यावर कायम नियंत्रण आहे. फक्त हे आपल्याला याआधी माहित नव्हते. आता ते आपल्याला कळले आहे." शिरीनच्या बोलण्यात एक नं सुटणारे कोडे सुटल्याचे समाधान होते.

"पण जर तुला स्वप्नात दिसणाऱ्या सर्वच गोष्टी आपल्या आयुष्याशी निगडीत असतील तर....तर मग नक्कीच आपल्याला एका महाभयंकर संकटाचा सामना करावा लागणार आहे...." शिरीनच्या सुरात काळजी होती.

****

प्रकरण २०

पंतप्रधान देखील अंतराळातील अतिशय प्रगतशील संस्कृतीचे प्रमुख, विष्णूंशी झालेल्या मिटिंगबद्दलच विचार करीत होते.त्यांनी विष्णूंना काही प्रश्न विचारले होते ज्यांची त्यांनी अतिशय चातुर्याने उत्तरे दिली होती. सौरभ आणि शिरीनला ते आधीही भेटले होते की नाही? या प्रश्नाचे उत्तर त्यांनी सफाईने टाळले होते. पंतप्रधानांना खात्री होती की सौरभ आणि शिरीन या दोघा तरुणांमध्ये असे काहीतरी विशेष होतेच की ज्यामुळे विष्णूंनी त्यांना प्रतिसाद दिला. त्यांना विष्णूंचे वाक्य आठवले.....

".....मला तुम्हाला येथे कळकळीने सांगावेसे वाटते की निलमचे; तुमच्या पृथ्वीचे भविष्य धोक्यात आहे. तुम्हाला ते वाचविण्यासाठी निकराचे प्रयत्न करावे लागणार आहेत......."

त्यांना नक्की काय सुचवावयाचे होते? नजीकच्या भविष्यात खरंच पृथ्वीवर काही संकट येणार होते कां? पंतप्रधानांना विष्णूंच्या वाक्यांचा उलगडा होत नव्हता. एकदा त्यांनी पृथ्वीवर येणाऱ्या संकटाबद्दल संकेत दिलेत तर, धवनशी बोलतांना त्यांनी पृथ्वीवर शांतता आणि विश्वबंधुत्व नांदतील असेही भविष्य वर्तविले.ते कसली भविष्यवाणी वर्तवित होते? पंतप्रधान बुचकळ्यात पडले होते.त्यांना इंटरकॉमची रिंग लवकर जाणविली नाही.फोन दोन तीनदा वाजल्यावर त्यांनी रिसिव्हर उचलला.

"सर,अमेरिकेचे प्रेसिडेंट आपल्याशी बोलू इच्छितात. त्यांचा सेक्रेटरी तुमच्या उपलब्धतेबाबत विचारत होता." पंतप्रधानांच्या सचिवाने सांगितले.

"त्यांना कृपया सांगा की मी उपलब्ध आहे. प्रेसिडेंटचा फोन येईल तेंव्हा मला त्वरित जोडून द्या." पंतप्रधानांनी त्यांच्या मनातील विचारांच्या जंजाळाबाहेर येत उत्तर दिले. काही क्षणातच त्यांच्या टेबलवरील हॉट लाईन फोन खणखणला. त्यांनी फोन रिसीव्ह करताच त्यांच्या लॅपटॉपवर व्हिडियो कॉल सुरु झाला.

"हॅलो माय डियर ब्रदर, गुड मॉर्निंग." पंतप्रधानांनी अमेरिकन प्रेसिडेंटना अभिवादन केले. दिल्लीत रात्रीचे नऊ वाजले होते, तर वॉशिंग्टनमध्ये सकाळचे दहा.

"काय? उशिरापर्यंत काम करता आहात? प्रेसिडेंटने स्मितहास्य करीत विचारले.

“नाही,उशीर कुठे? मी साधारणपणे रात्री अकरापर्यंत माझे सर्व काम उरकतो.तुमचे काय सुरु आहे? तुम्ही भारतभेटीच्या माझ्या निमंत्रणाबाबत काही विचार केला की नाही अजून?” पंतप्रधानांनी सौदार्ह्याने विचारले.
“मी भारतात येण्याचा विचार करतो आहेच, पण मधेच काहीतरी नवीन उद्भवते.तुम्हाला दहशतवाद्यांच्या कारवायांबद्दल तर माहित आहेच. एवढ्यात त्यांच्या कुरापती विकोपास पोहचल्या आहेत.मागे आम्ही काही दहशतवादी संघटनावर कडक कारवाई केली होती आणि त्यांना पोसणाऱ्या देशांना देखील धडा शिकविला होता. आता ते वेगळ्याच मार्गाने त्यांचे उपदव्याप वाढवीत आहेत.सध्याची दहशतवादी संघटना अतिशय श्रीमंत आहे.त्यांच्याकडे भरपूर निधी तर आहेच पण मोठ्या प्रमाणात मनुष्यबळ देखील आहे.त्यांना हाताळणे अवघड होत चालले आहे.” प्रेसिडेंटच्या स्वरात काळजी झळकत होती.
अमेरिकन प्रेसिडेंट आणि भारतीय पंतप्रधान यांच्यात चांगले मैत्रीचे संबंध होते. त्या दोघांचेही एकच ध्येय होते आणि ते म्हणजे सर्व जगाची दहशतवादापासून मुक्तता करणे. त्या दोघांचाही शांतता, परस्परांबद्दल आदर आणि प्रेम भावना या तत्वांवर विश्वास होता.
“ मी देखील आमच्या शेजारी राष्ट्रप्रमुखांना अतिरेकी कारवायांना खत पाणी नं घालण्याचे आवाहन केले आहे. आशिया खंडातील तो एकच असा देश आहे जो दहशतवाद पोसण्यास मदत करीत आहे.बघायचं काय होतं ते? वास्तविक त्यांनी पोसलेले अतिरेकी त्यांच्याच लोकांच्या हत्या करत आहेत. यावरून तरी त्यांनी काही धडा घ्यावयास हवा.” पंतप्रधान देखील जगातील वाढत्या दहशतवादामुळे चिंतीत होते. प्रेसिडेंट त्यांचे बोलणे पुढे सुरु ठेवीत म्हणाले,
“असो, मी तुम्हाला एका अत्यंत विशेष भेटीचे आमंत्रण देण्याकरिता कॉल केला आहे.अटलांटिक मधील एका बेटास भेट देण्याची माझी इच्छा आहे. त्यावेळी पश्चिम आफ्रिकेच्या जवळ असलेल्या गल्फ ऑफ गिनीच्या समुद्राच्या पाण्याखालील समुद्री जीवन जवळून पाहण्याचा माझा विचार आहे. ती भेट म्हणजे एक पिकनिक आणि कॉन्फरन्स असणार आहे.
जर्मनीचे चान्सलर,फ्रान्सचे प्रेसिडेंट आणि यू.के.चे पंतप्रधान येताहेत.माझी अशी इच्छा आहे की, तुम्हीदेखील त्या कॉन्फरन्सला यावेच. तुम्ही आशियाचे नेतृत्व करीत आहात. तुमच्याशिवाय त्या कॉन्फरन्सला पूर्णत्व येऊ शकत नाही.

मिटींगमध्ये आपण अर्थातच दहशतवादाच्या निर्दालनाकरिता एकत्रितपणे काय करता येऊ शकेल या विषयांवर चर्चा करू.त्याशिवाय

इतर महत्वाचे विषय आहेत; अण्वस्त्र निर्मितीवर मर्यादा घालणे, अंतराळ कार्यक्रमांमध्ये एकमेकांच्या सहकार्याने आणखी नवीन व महत्वाकांक्षी प्रोजेक्ट्स हाती घेणे. सगळयात महत्वाचे म्हणजे दोन दिवस आपण आपल्या कामांना सुटी देऊन तणावरहित आयुष्य जगून पाहू. काय कल्पना कशी वाटली? मी तुमची उपस्थिती गृहीत धरीत आहे." अमेरिकन प्रेसिडेंट आग्रही होते.

"ठीक आहे. तुम्ही एवढ्या आग्रहाने बोलावत आहात तर मी नक्कीच येईन. कधीची तारीख ठरवीत आहात?" पंतप्रधान अमेरिकी प्रेसिडेंटना नकार देऊ शकले नाही. वास्तविक पाहता ते त्यांच्या निरनिराळ्या कार्यक्रमात बरेच व्यस्त होते. इस्रोतील घडामोडी त्यांच्या प्राधान्यक्रमाच्या अग्रस्थानी होत्या.विष्णूंची पुढील मिटिंग कधी होईल याचीही त्यांना चिंता होतीच.परदेश प्रवासासाठी विष्णूंची मिटिंग गमविण्याची त्यांची तयारी नव्हती.

"व्हेरी गुड.आता तुम्ही ग्रीन सिग्नल दिलात नं, तर मी आता लगेचच आपल्या कन्व्हेन्शनची तारीख पक्की करतो.आपण आपली मिटिंग यशस्वी करूच."पंतप्रधानांनी दिलेल्या होकारामुळे अमेरिकन प्रेसिडेंट आनंदले.ते भारताच्या पंतप्रधानांकडे जगाच्या बलशाली नेतृत्वाच्या आशेने बघत.

अमेरिकन प्रेसिडेंट वयाने तरुण होते. ते अमेरिकेच्या तरुण पिढीचे प्रतिनिधी होते.अतिशय सकारात्मक वृत्तीचे प्रेसिडेंट जागतिक शांतता व एकात्मतेबद्दल प्रामाणिकपणे विचार करीत.

भारतीय पंतप्रधानांशी बोलणे झाल्यावर त्यांनी लगेच आपल्या सेक्रेटरीस बोलवून त्यांना पश्चिम आफ्रिकेच्या किनाऱ्याजवळ असलेल्या गल्फ ऑफ गिनीच्या सागर तळावर एका अद्वितीय मिटिंगची व्यवस्था करण्याच्या सूचना दिल्या. ती मिटिंग एका अत्याधुनिक आण्विक पाणबुडीत आयोजित करण्याची त्यांची मनीषा होती.जगातील पांच शक्तिशाली राष्ट्रप्रमुखांची दहशतवादास पायबंध घालण्याच्या दृष्टीने नियोजिलेली ती मिटिंग त्यांना संस्मरणीय करावयाची होती.

नियतीने देखील एक वेगळीच योजना आखली होती.....

****

इंद्रजित इस्रोतील आतली खबर मिळविण्याकरिता बरीच धडपड करीत होता.त्याने त्याच्या विश्वासातील एका आंतर्राष्ट्रीय दहशतवादी संघटनेच्या

म्होरक्यास ते काम सोपविले होते. त्याकरिता त्याने स्वतःचा वेश बदलवून एका अतिरेक्याच्या वेषातच त्याची भेट घेतली होती. इस्रोतील बित्तम बातमी काढण्यासाठी त्याने बरीच मोठी रक्कमही देऊ केली होती. परंतु त्यात त्याला यश मिळाले नव्हते. इंद्रजित अधिक काळ प्रतीक्षा करू शकत नव्हता.त्याचा महात्वाकांक्षी प्रोजेक्ट पुढील काही महिन्यात कार्यरत व्हावयाचा होता. ते एक अतिशय मोठे कार्य असल्याने घाई करून चालणार नव्हते. त्या दृष्टीने त्याला हे जाणून घ्यावयाचे होते की मानवांचा खरंच अंतरिक्षातील कोणाशी संपर्क झाला आहे कां? त्याचा या गोष्टीवर विश्वास बसत नव्हता की अंतराळातील कोणाशी मानवांचा संपर्क होऊ शकेल. पण तो बेसावध राहणाऱ्यांपैकी नव्हता.त्याला एवढेच कळले होते की स्पेस रिसर्च लॅबमधील घडामोडींना वेग आला आहे. भारतीय पंतप्रधानांच्या इस्रोस भेटी वाढल्या होत्या. स्पेस रिसर्च लॅबच्या बंद दारामागील चर्चा बाहेर कोणासही कळत नव्हत्या.

'जर त्यांनी विष्णूलोकांशी संपर्क साधला असेल, तर मला प्रोजेक्ट कार्यरत करण्याच्या वेळापत्रकात बदल करावा लागेल.' इंद्रजित ने स्वतःशीच विचार केला.त्याला हे पक्के ठाऊक होते की विष्णू त्याच्या सर्व इराद्यांवर पाणी फिरविण्यास सक्षम होते.

इंद्रजित ने त्याच्या सहकार्यांना कामाबद्दल आवश्यक सूचना दिल्या आणि तो सूक्ष्मदेहाने आर्यावर्तातील इस्रोकडे निघाला.

सौरभ आणि शिरीन विष्णूंशी पुढे काय संवाद साधायचा याबद्दल चर्चा करीत होते.त्यांच्या समोर त्याविषयी तेंव्हा कुठलेही निमित्य नव्हते.त्यांना विष्णूंना पुन्हा भेटण्याची ओढ सतावित होती, पण त्यांना संपर्क करण्यासारखे तसे कुठलेही महत्वाचे कारण नव्हते.

"सौरभ विष्णूंशी झालेल्या मिटिंगमध्ये आपण त्यांना पूर्वी भेटल्या बद्दल शंका विचारली होती, आणि त्यांनी त्या शंकेचे निरसन देखील आपल्या स्वप्नात केले.त्यांनी पृथ्वीवर एक महाभयंकर संकट येत असल्याचे देखील संकेत दिले होते. आपल्याला कुठल्या संकटास सामोरे जावे लागणार आहे हेच मला कळत नाही. आपल्याला जर कशा प्रकारचे अरिष्ट येणार हेच माहित नसेल तर आपण त्याला सामोरे जाण्याची तयारी कशी करणार?"

शिरीन भविष्याबद्दल चिंतीत होती.सौरभलाही तसेच वाटत होते.ज्यावेळी ते पृथ्वीवर भविष्यात येऊ घातलेल्या अनाकलनीय संकटाबद्दल चर्चा करीत होते त्यावेळी विष्णूंचे लक्ष त्यांच्यावर केंद्रित झालेले होते. गणेश देखील त्यावेळी पृथ्वीवरच होता आणि त्यांच्या अवतीभोवती सूक्ष्मदेहाने वावरत होता.त्याने ताबडतोब एक कल्पना सौरभच्या मनात रुजविली.

"शिरीन मला असे वाटते की, आपण आपले संपूर्ण चित्त विष्णूंवर केंद्रित करून आपल्या मनातील विचार त्यांच्या दिशेने प्रक्षेपित केलेत तर ते त्यांच्यापर्यंत पोहचतील. ते आपल्याला वाटणाऱ्या अनामिक भितीवर नक्कीच काहीतरी उपाय सुचवितील." सौरभ उत्स्फुर्तपणे म्हणाला.
शिरीनला देखील त्याचे म्हणणे पटले.
ती दोघं स्पेस रिसर्च लॅबमध्ये एकटीच होती.त्यांना त्वरित करण्यासारखे कुठलेच काम नव्हते.त्यामुळे ते दोघंही त्यांच्या आसनांवर विसावले. त्यांनी डोळे मिटल्याबरोबर त्यांच्या अंत:चक्षूसमोर विष्णूंची मनमोहक छबी उभी राहिली.त्यांनी त्यांचे ध्यान विष्णूंच्या प्रेमळ,तेजस्वी चेहऱ्यावर केंद्रित केले.
ज्याक्षणी सौरभ आणि शिरीन ने त्यांचे ध्यान विष्णूंवर केंद्रित केले, त्याच क्षणी इंद्रजित सूक्ष्म देहाने लॅबमध्ये शिरला.सौरभ आणि शिरीनला ध्यानावस्थेत पाहून त्याला हे लगेच कळले की ती दोघं कुठल्यातरी दूरवरील व्यक्तीच्या दिशेने त्यांचे विचार प्रक्षेपित करीत आहेत.त्याने त्याच्या अमानवी शक्तीने त्यांच्या मनोमय कोषात शिरण्याचा प्रयत्न केला.परंतु तसे करताच त्याला असा एक जबरदस्त धक्का बसला,जणू कोणीतरी त्याच्या श्रीमुखात लगावली असावी.त्या अनपेक्षित प्रतिक्रियेने तो घाबरला. त्याला हे जाणविले की कुठलीतरी अदृश्य शक्ती त्या दोघांचे संरक्षण करीत आहे.
सौरभ आणि शिरीन लॅबमध्ये ध्यानावस्थेत बसले होते. त्यांच्या व्यतिरिक्त तेथे कोणीही नव्हते.इंद्रजितला तेथे येऊन देखील कुठलीच माहिती मिळू शकली नाही.तो तेथेच शांतपणे त्यांच्या ध्यानाबाहेर येण्याची वाट पाहू लागला.त्याला आशा होती की त्यांच्या वार्तालापातून त्याला काही माहिती मिळेल.
बराच काल ध्यानात घालविल्यावर सौरभ आणि शिरीनला मानसिक शांतता मिळाली.त्यांना त्यांच्या मनातील चिंतेवर उत्तर जरी मिळाले नसले, तरी ध्यानामुळे त्यांचे मन शांत झाले व त्यांना समाधान मिळाले होते.
"सौरभ, तुला आपल्या मनातील समस्येचे उत्तर मिळाले कां?"शिरीनने सौरभचे डोळे उघडल्याचे पाहून विचारले.
"शिरीन, मी एवढेच सांगू शकेन की माझे अंतर्मन पूर्णपणे शांत झाले आहे. आणि आता माझ्या मनातील चिंता दूर झालेली आहे.जरी मला आपल्याला सतावित असलेल्या अनामिक भितीवर उपाय गवसला नसला तरी मला आतून एक खात्री वाटते आहे की योग्य वेळी विष्णूच आपल्याला संकटातून

बाहेर निघण्याचा मार्ग दाखवतील.त्यांनी आपल्याला तसे आश्वस्त देखील केले आहेच.यावर तुला काय वाटतं?"सौरभने समाधानाने विचारले.

"होय मलादेखील तसेच वाटते. तेच आपल्याला योग्य दिशा दाखवतील." शिरीनने सहमती दर्शविली.

इंद्रजित त्या दोघांमधील वार्तालाप ऐकण्यास अधीर झाला होता.त्या दोघांनीही विष्णूंचे नाव घेताच तो विस्मयचकित झाला.त्याला आता खात्री पटली की मानवांचा दुसऱ्या कोणाशीही संपर्क झाला नसून तो विष्णूंशीच झाला होता. विष्णू त्याचे असे शत्रू होते ज्यांना तो सगळ्यात जास्त घाबरत असे. मानवांनी अंतराळातील महाशक्तींशी संपर्क प्रस्थापित केल्याची त्याची भीती खरी ठरली होती.त्याचा महत्वाकांक्षी प्रोजेक्ट कार्यान्वित करण्याचे वेळापत्रक आता त्याला बदलावे लागणार होते. त्याने त्या दोघांना शिव्या घातल्या आणि तो घाई घाईने आपल्या कार्यस्थलाकडे निघाला.

'जर विष्णूंना या सगळ्याचा वास जरी लागला तर ते परिस्थिती बिघडवू शकतील. त्यांचे लक्ष दुसरीकडे वळवावे लागेल.' इंद्रजितने विचार केला.

****

विष्णूंनी पृथ्वीवरील दैत्यांची संख्या अधिक असलेल्या ठिकाणांचा शोध घेतला.त्यांच्या हे निदर्शनास आले की बरेच दैत्य मानवांच्या वेषात पृथ्वीवर वावरत होते. दैत्यांपेक्षा अधिक संख्येने दानव पृथ्वीवर वावरत होते. ते त्यांची संख्या झपाट्याने वाढवीत सुटले होते.दैत्य आणि दानव एकत्रितपणे अनेक कारस्थाने रचून मानवांचा बळी घेत होते. त्यांना मानवांमध्ये शोधणे अशक्य होते.त्यांच्या वर्तनातील क्रौर्य आणि त्यांना समाजातील इतरांबद्दल वाटणारा अतीव द्वेष हीच त्यांची ओळख होती. सर्वसामान्यपणे मानवांना स्त्रीजातीबद्दल वाटणारा सन्मान दानवांच्या वर्तनात अजिबात दिसून येत नव्हता. स्त्रियांवरील अत्याचाराच्या घटनांमध्ये अनाकलनीय वाढ झाली होती.सर्वसामान्य जन या वाईट बदलाने गोंधळले होते.त्यांना फक्त असेच जाणवत होते की, हे वर्तन अमानवी आहे, परंतु त्यामागील मूळ कारणांचा शोध घेणे त्यांच्या बुद्धीच्या आवाक्याबाहेर होते.

मानवांनी चालविलेल्या लोकसंख्या नियंत्रणाच्या प्रयत्नांवरही विष्णूंनी दृष्टीक्षेप टाकला.मानवांनी पृथ्वीवरील वाढती लोकसंख्या नियंत्रणात आणण्याच्या विचाराने मायक्रोबायोलॉजिकल तंत्राचा विकास केला होता परंतु त्यांच्या त्या प्रयत्नास यश मिळाले नव्हते.असे होण्यामागील कारण मानवांना उमगणे शक्यच नव्हते. लोकसंख्या नियंत्रणात आणण्यासाठी केलेले प्रयत्न मानवांनी स्वतःस लक्ष्य ठरवून केले होते जे दानवांवर यशस्वी ठरू शकणार नव्हतेच. दानवांच्या आणि मानवांच्या डी.एन.ए.मध्ये जमीन अस्मानाचा फरक होता, आणि ही बाब कोणाच्याच लक्षात येणे शक्य नव्हते.

विष्णूंना मानवी हिताचा विचार करणाऱ्या पुढाऱ्यांच्या मनातील चिंता कळत होती. लोकसंख्या वाढीतील दैत्यांच्या पूर्वनियोजित आखणी बाबत मानव संपूर्णपणे अनभिज्ञ होते.

विष्णूंनी त्या समस्येच्या मुळावरच आघात करण्याचे ठरविले. ते कार्य विष्णू मध्यरात्रीनंतर हाती घेणार होते.

विष्णू ज्या स्टारशिपने पृथ्वीवर आले होते ते स्टार शिप एका निर्जन बेटावरील झाडीने व्यापलेल्या विवरात ठेवलेले होते. मध्यरात्र झाल्यावर विष्णूंनी शिपच्या कमांडरला आदेश दिले.त्यांनी ते स्टारशिप मोकळ्या जागेवर आणून उभे केले. विष्णू त्यात विराजमान होताच त्यांनी कमांडरला ते शिप आर्यावर्तातील पश्चिम भागातील थर वाळवंटात नेण्याच्या सूचना दिल्या. ते ठिकाण त्यांच्या कार्यासाठी तांत्रिक दृष्टया अतिशय महत्वाचे होते.थर वाळवंटातून वाहणारे वारे शेजारच्या देशात सहज पोहचू शकत, त्याचप्रमाणे आर्यावर्ताच्या पश्चिमे कडील देशात देखील जात.अरबी समुद्रात एखादे चक्रीवादळ निर्माण झाल्यास त्याच्या सहाय्याने थर वाळवंटातील वारे पश्चिमेस असलेल्या देशांपर्यंत सहजच पोहचत. स्टारशिप आकाशमार्गे नं जाता बेटाच्या भूभागात शिरले आणि थर वाळवंटातील निर्जन प्रदेशाकडे रवाना झाले.

रात्रीचे दोन वाजून गेले होते.स्टारशिप भूपृष्ठाखालील नियोजित ठिकाणी पोहचले. ते थर वाळवंटातील वाळूच्या थराखाली होते. पाण्यात एखादा प्रचंड मोठ्या आकाराचा भोवरा तयार व्हावा त्याप्रमाणे वाळवंटातील वाळू गरागरा फिरू लागली.त्या भोवऱ्याच्या गाभ्यातून स्टार शिप अलगद बाहेर निघाले.ते एवढ्या सहजतेने पृष्ठभागावर आले की, त्याच्या बाहेर येण्याने रात्रीच्या निरव शांततेत वाळूचा कणदेखील हवेत उडाला नाही.चांदण्यांच्या मंद प्रकाशात ते यान चमत्कारिकपणे चमकत होते.यानाचा हळुवार घोंघावणारा आवाज बंद झाला आणि त्याच्या

अष्टकोनी पृष्ठभागावरील एक झडप बाजूस सरकून तेथून एक सरकता जिना बाहेर आला.विष्णू त्यावरून बाहेर आले.ते त्यांच्या नेहमीच्या रेशमी पेहेरावात होते.त्यांच्या अंगावरील वस्त्रातून सोनेरी प्रकाशाचे सूक्ष्म कणच जणू उत्सर्जित होताहेत असे पाहणाऱ्यास वाटले असते.ते त्यांच्या विष्णूलोकातील मूळस्वरूपात होते.वाळवंटातील रेशमी वाळूवर पाऊल ठेवताच त्यांनी दीर्घ श्वास घेत वातावरणातील शितल सुगंध त्यांच्या श्वासात भरून घेतला. ते त्यांच्या यानापासून थोडे दूर गेले आणि त्यांनी आकाशातील व्याध ताऱ्याचा नजरेनेच वेध घेतला.दोन्ही बाहू आकाशाकडे उंचावून त्यांनी अस्पष्ट स्वरात काहीतरी पुटपुटण्यास सुरुवात केली.त्यांनी त्यांच्या उजव्या हातात संदेश वहनाचे एक अत्याधुनिक उपकरण उंचाविले होते. त्यामधून निळसर चमकत्या रंगाच्या किरण शलाका बाहेर पडून आकाशाच्या दिशेने जाऊन नाहीश्या होत होत्या.ते ब्लू स्ट्रीक कम्युनिकेशनचे इन्स्ट्रुमेन्ट होते.त्या किरण शलाका काही क्षणातच पृथ्वीपासून साडे आठ प्रकाशवर्षे अंतरावर असलेल्या व्याध ताऱ्याच्या ग्रहमालेतील स्वर्गलोकास पोहचल्या. देवेन्द्रास विष्णूंचा संदेश त्याच्या रिसिव्हरमार्गे मिळाला.तो विष्णूंच्या संदेशाची वाटच पाहत होता.त्या दोघांमधील संवाद काही मिनिटे सुरु होता. देवेंद्र तडक त्याच्या स्टार शिपकडे निघाला.त्याने जवळच्या मार्गाने पृथ्वीकडे प्रयाण केले.काही क्षणातच वाळवंटातील रात्रीच्या अंधाऱ्या क्षितिजावर एक तळपती चांदणी उगविली. ती चांदणी वेगाने मोठी होत जवळ आली. ते विष्णूंच्या यानासारखेच अष्टकोनी यान होते. विष्णूंच्या स्टारशिप पासून काही अंतरावर ते यान अलगदपणे उतरले. देवेंद्र यानातून बाहेर येऊन घाई घाईने विष्णूंकडे गेला व त्याने त्यांना कमरेत वाकून अभिवादन केले.तो त्यांच्या सूचनांची प्रतीक्षा करीत होता.

“देवेंद्र, तिकडे स्वर्गलोकात आणि विष्णूलोकात कसे आहे? मी येथे निलम वर येऊन बराच कालावधी झाला आहे, म्हणून विचारले.” विष्णूंनी अनौपचारिकपणे विचारले.

“श्रीहरी,तिकडे काय बदल होणार? तुम्ही विष्णूलोकातून प्रयाण करून काहीच काळ तर लोटला आहे.

“असो, तुला मी जे सांगितले होते,ते तू आणले आहेस कां?” विष्णूंनी विचारले.

“होय.निश्चितच.”देवेंद्र तत्परतेने त्याच्या हातातील एक चपटी अटेची विष्णूंना हस्तांतरित करीत बोलला.विष्णूंनी ती केस काळजीपूर्वक घेतली आणि हळुवारपणे त्यांनी त्याचे झाकण उघडले.त्या केसमध्ये एक तेजस्वी

सोनेरी रंगाची चेंडूसदृश वस्तू होती. ती वस्तू कुठल्यातरी असाधारण साहित्यातून घडविलेली असावी.बाह्य स्वरूपावरून ती एक चार साडेचार इंच व्यासाची मुलायम वस्तू होती तिच्यातून असंख्य सोनेरी प्रकाश किरणे उत्सर्जित होत होती. विष्णूंनी त्या वस्तूकडे पाहून समाधानाने मान डोलाविली.

“उत्तम. आता माझे काम होईल.” ते देवेन्द्राकडे पाहत बोलले.त्यांनी त्या चेंडूसदृश वस्तूस हातात घेऊन हळुवारपणे कुरवाळले व दुसऱ्याच क्षणी त्यांनी त्या चेंडूस हाताने काळजीपूर्वक कुस्करले. त्याचे रुपांतर असंख्य चमकत्या सूक्ष्म कणांमध्ये होऊन ते कण वाळवंटातील हवेत मिसळून नाहीसे झाले. तो चेंडू एक असामान्य मायक्रोबायोलॉजीकल संयंत्र होता.

मॉन्सूनच्या परतीचे वारे वाहण्यास सुरुवात होत होती.विष्णूंना स्पष्टपणे ठावूक होते की त्या वाऱ्यांसोबत ते सूक्ष्म कण संपूर्ण भारतभर, चीनमध्ये, तसेच पश्चिमेकडील शेजारच्या राष्ट्रांमध्ये पसरतील. त्यामुळे त्यांना अपेक्षित असणारे उद्दिष्ट साध्य होण्यास मदत होणार होती. विष्णूंनी समाधानाने मान डोलाविली.

विष्णूंनी क्षणभर डोळे मिटून टेलीपथीने मरुतशी संपर्क साधला. दुसऱ्याच क्षणी मरुत तेथे हजर झाला. देवेन्द्रास विष्णूंच्या समेवत उभे पाहून मरुतने आदराने त्यास अभिवादन केले.देवेंद्राने त्याच्याकडे पाहून स्मितहास्य केले.त्याला हे माहित होते की मरुत नेहमी विष्णूंसोबत असतो.

देवेंद्राचे कार्य पूर्ण झाले होते.त्याला निलमवर विनाकारण रेंगाळण्यास अजिबात आवडत नसे.त्याने तेथून जाण्याच्या परवानगीसाठी विष्णूंकडे पाहिले.विष्णूंना हे लक्षात आले की देवेन्द्रास निघावयाचे आहे. त्यांनी त्वरित त्यांची संमती दर्शविली. विष्णूंची संमती मिळताच देवेंद्र घाईघाईने आपल्या स्टारशिपकडे निघाला. त्याचे स्टारशिप एक झोकदार वळण घेऊन क्षणार्धात तेथून असे नाहीसे झाले, जणू ते तेथे कधी आलेच नव्हते.

मरुतकडे पाहून विष्णू उद्गारले, “मरुत, आता तुझ्या कार्याचा क्षण आला आहे. हा नकाशा लक्षपूर्वक पहा.यामध्ये दर्शविलेल्या ठिकाणांवर तुला ते सर्व सूक्ष्म कण वाहून न्यावयाचे आहेत जे मी आताच काही वेळापूर्वी या हवेत प्रसारित केले आहेत.” विष्णूंनी मरुतला त्यांच्याकडे असलेल्या इन्स्ट्रुमेन्टच्या स्क्रीनवरील दानवांची संख्या असलेली ठिकाणे दाखवीत सूचित केले.

“हे लक्षात असू दे की, ते सूक्ष्मकण आशिया खंडातील कोपऱ्या कोपऱ्यात पोहचले पाहिजेत.त्याचप्रमाणे ते मध्यपूर्वेतील राष्ट्रांमध्येही पोहचण्यास

हवेत. हवं तर त्याकरिता तू विद्युतची मदत घे, म्हणजे तुम्हा दोघांना ते कण पावसाच्या थेंबांद्वारे सर्वदूर पसरविता येतील. "विष्णू पुढे म्हणाले.
“होय श्रीविष्णू.मी तुमच्या आदेशाप्रमाणे करेन... पण...” मरुत बोलतांना घुटमळला.
“मरुत, तुझ्या मनात काही शंका आहेत कां? तसे असले तर मला विचार.” विष्णूंनी विचारले.त्यांना त्यांच्या कार्यात कुठलीही अडचण नको होती.
“श्रीहरी, तुमच्या आज्ञेप्रमाणे मी कार्य करेनच पण मला असे वाटत होते की जर वरूण आमच्या सोबत असला तर आमचे कार्य आणखी सुलभ होईल.” मरुत नजर झुकवित उत्तरला.
“अरे हो खरंच. मलादेखील तुझं म्हणणं पटलं. तू, विद्युत आणि वरुण; तिघं मिळून ते कार्य अधिक कार्यक्षमतेने करू शकाल.” विष्णूंनी ताबडतोब त्यांच्या ब्लू स्ट्रीक कम्युनिकेशन द्वारे ब्रम्हांना संपर्क केला. ब्रम्हांनी त्यांना लगेच प्रतिसाद दिला.
“माधवा, कसे आहात? तुम्हाला माझ्यातर्फे काही मदत हवी आहे कां?” ब्रम्हांनी प्रेमळपणे विचारले.
“होय. ब्रम्हा.मला येथे निलमवर वरुणच्या मदतीची आवश्यकता आहे.तो दुसऱ्या काही कामात व्यस्त आहे कां?” विष्णूंनी विचारले.
“नाही,नाही. तो सध्या मोकळाच आहे.मी त्याला ताबडतोब निलमवर पाठवितो.तसाही तो निलमवर जाण्यासाठी अधीर झाला आहेच. त्याचे प्रिय मित्र मरुत आणि विद्युत तेथे कार्यरत असतांना तो येथे एकटा कसा काय राहणार?” ब्रम्हांनी स्मित हास्य केले. त्यांनी लगेच वरुणला बोलावून त्याला पृथ्वीवर जाऊन विष्णूबरोबर कार्य करण्याचा आदेश दिला.
वरूण ज्याक्षणी पृथ्वीवर पोहचला,त्याक्षणी तोपर्यंत निरभ्र असणारे आकाश काळवंडण्यास सुरुवात झाली.वरुणाच्या आगमनाने मरुत आनंदला.आकाशात विद्युल्लतांचे नृत्य सुरु झाले.सोसाट्याचे वारे वाहण्यास सुरुवात झाली आणि विष्णूंनी निर्देश केलेल्या नकाशातील ठिकाणावर पावसाचे टपोरे थेंब बरसण्यास सुरुवात झाली.विष्णूंनी सांगितलेले सूक्ष्म कण पसरविण्याचे कार्य त्या तिघांनी पूर्ण जोमाने सुरु केले होते.
वरुण,विद्युत आणि मरुत त्यांच्या कार्यास निघून गेल्यावर विष्णूदेखील त्यांच्या यानाकडे परतले.त्यांनी यानात प्रवेश करताच ते यान कार्यरत होवून परत वाळवंटाच्या भुसभुशीत वाळूत नाहीसे झाले.
आशिया खंडातील बऱ्याच भागात जोरदार वादळ येऊन पाऊस सुरु झाला. सिमेशेजारील देशात देखील पावसाचे आगमन झाले होते. जरी तो

परतीचा मॉन्सून असला तरी त्याचा जोर मात्र नियमित मॉन्सूनएवढाच होता.त्या पावसाने त्या मायक्रो बायोलॉजीकल संयंत्रातून निघालेले सूक्ष्म कण सर्वदूर पसरविले. त्या कणांनी विष्णूंच्या योजनेनुसार त्यांच्या कार्यास लगेच सुरुवात देखील केली.

****

प्रकरण २१

अमेरिकेचे राष्ट्राध्यक्ष त्यांच्या मनातल्या एकमेवाद्वितीय संमेलनाच्या तयारीस जोमाने लागले होते.त्यांना ते संमेलन एका अत्याधुनिक आण्विक पाणबुडीमध्ये घडवून आणायचे होते.त्यांनी त्या खास भेटीचे स्थळ अटलांटिक महासागरातील जिओमॅग्नेटिक न्युट्रल पॉइंट जवळ निवडले होते.पृथ्वीचा जिओमॅग्नेटिक न्युट्रल पॉइंट हा प्राईम मेरिडीयन आणि इक्वेटर या दोन रेखांचा काल्पनिक छेदन बिंदू होता.या बिंदूपासून पृथ्वीचा चुंबकीय उत्तर ध्रुव आणि दक्षिण ध्रुव समान अंतरावर होते.हा बिंदू अटलांटिक समुद्रातील गल्फ ऑफ गिनी या ठिकाणच्या समुद्रतळाच्या खाली वसलेला होता.त्या ठिकाणाचे अक्षांश आणि रेखांश $0^{o},0^{o}$ असे होते.

अमेरिकन राष्ट्राध्यक्ष एक वेगळया स्वभावाचे तरुण होते. त्यांना नेहमी नाविन्यपूर्ण गोष्टी आवडत.त्यांचे वागणे काहीवेळा अनाकलनीय वाटत असे. त्यांच्या प्रत्येक कृतीत काही खास अर्थ दडलेला असे जो फारच कमी लोकांना उमजत असे. बरेचसे लोक त्यांना विचित्र स्वभावाचा व्यक्ती समजत.

त्यांनी ती मिटिंग व्हर्जिनिया वर्गवारीच्या(क्लास) अत्याधुनिक आण्विक पाणबुडीत घेण्याचे ठरवितांना त्यांच्या संरक्षण मंत्र्यांशी चर्चा केली, तेंव्हा संरक्षण मंत्र्यांनी त्यांच्या त्या प्रस्तावावर नाराजी दर्शविली होती. त्यांच्या मते इतर महाशक्तींचे प्रमुख सामरिक दृष्टया महत्वाच्या पाणबुडीवर येणे राष्ट्रीय सुरक्षिततेच्या दृष्टीकोनातून अयोग्य होते. परंतु राष्ट्राध्यक्षांनी संरक्षण मंत्र्यांचे मत फेटाळून स्वतःचा निर्णय कायम ठेवला होता.मुख्य राष्ट्रांच्या प्रमुखांबरोबर इतर कोणीही व्यक्ती त्या मिटिंगला येणार नव्हती.अमेरिकन अध्यक्षांना या गोष्टीची खात्री होती की जे राष्ट्रप्रमुख मिटिंगसाठी येतील त्यांना पाणबुडीच्या सिक्रेट्स मध्ये काहीही रस असण्याचे कारण नव्हते.

गिनीच्या आखाती प्रदेशात मिटिंग ठेवण्यामागे आणखी एक महत्वाचे कारण होते. गिनीच्या आखातात अनेक ऑईल रिफायनरीज् होत्या.त्यामधून निघणारे कच्चे तेल तसेच प्रोसेस्ड तेल समुद्री मार्गाने जहाजांमधून वाहून नेले जात असे. बरेचदा त्या जहाजांवर सोमालियातील समुद्री चाचे हल्ला करून ती जहाजे पळवून नेत.ऑईल रिफायनरीज् या खाजगी कंपन्यांच्या असल्याने प्रत्येकवेळी त्यांना तेलवाहू जहाजांच्या संरक्षणाकरिता नौसेनेची मदत घेणे व्यवहार्य ठरत नसे. भारतीय

पंतप्रधानांनी चाचेगिरीच्या नियंत्रणाकरिता सुयोग्य कार्यशैली सुचविली होती.त्यांच्या विचारानुसार नौसेनेच्या चाचेगिरी वरील नियंत्रणाच्या विद्यमान कायद्यांमध्ये मुलभूत बदल करून त्यानुसार नौदलाचे सक्षमीकरण करणे जरुरीचे होते. त्यांनी त्याबाबतीतील त्यांचा अनुभव देखील इतरांसोबत वाटण्याची तयारी दर्शविली होती.त्याचप्रमाणे भारतीय पंतप्रधान गिनीच्या आखाती प्रदेशातील नौदलास भारतीय नौदलाची मदत देण्यास देखील तयार होते. या सर्व बाबी पाहू जाता गल्फ ऑफ गिनी हे मिटींगच्या दृष्टीने अत्यंत महत्वाचे ठिकाण होते.

अमेरिकेच्या परराष्ट्र सचिवांनी मिटींगची तारीख आणि वेळ सर्व संबंधित राष्ट्रप्रमुखांना कळविली.

पंतप्रधानांनी त्यांच्या प्रोटोकॉल अधिकाऱ्यास त्या मिटिंगसंबंधी आवश्यक त्या सूचना दिल्या. ती मिटिंग त्रिदिवसीय संमेलनाच्या स्वरूपात होती. पहिल्या दिवशी,पश्चिम आफ्रिकेच्या किनाऱ्यावर आगमन झाल्यावर त्यांना अमेरिकन नौदलाच्या जहाजातून समुद्रात नांगर टाकून त्यांची वाट पाहत उभ्या नॉर्थ कॅरोलिना या पाणबुडीकडे जावयाचे होते.

भारतीय पंतप्रधानांचे कॅमेरून रिपब्लिक या आफ्रिकी देशाच्या अध्यक्षांनी,तेथील यौंडे विमानतळावर स्वागत केले. त्यानंतर तेथे फ्रान्सचे अध्यक्ष,जर्मनीचे चान्सलर व इंग्लंडचे पंतप्रधान यांचे आगमन झाले. मिटिंगसाठी आलेल्या पाहुण्यांसाठी पश्चिम आफ्रिकेच्या किनाऱ्यालगत असलेल्या अमेरिकन नौदलाच्या जहाजावर जाण्याची व्यवस्था करण्यात आलेली होती. मिटिंगचे यजमान, अमेरिकन अध्यक्ष त्या सर्वांच्या स्वागतासाठी नौदलाच्या जहाजावर सिद्ध होते.तेथून ते सर्व नौदलाच्या छोट्या फ्रिगेटने नॉर्थ कॅरोलिना या पाणबुडीकडे निघाले. ती पाणबुडी नौदलाच्या जहाजापासून सुरक्षित अंतरावर पाण्याच्या पृष्ठभागावर डौलाने हेलकावीत होती.सर्वच पाहुणे अमेरिकन नौदलाची अत्याधुनिक पाणबुडी बघण्यासाठी उत्सुक होते.

नॉर्थ कॅरोलिना, ही पाणबुडी, गेल्याच वर्षी नौदलात सामील झालेल्या अत्याधुनिक पाणबुड्यांतील अत्यंत कुशल तंत्रज्ञानाचा नमुना होती.

तिची लांबी, तीनशे सत्त्याहत्तर फूट आणि व्यास चौतीस फूट होता.पाण्याखाली गेलावर तिचे वजन सात हजार आठशे एक्केचाळीस टन भरत असे.त्या पाणबुडीचा वेग पाण्याच्या खाली आठशे फूट गेल्यावर पंचेवीस नॉटस् प्रती तास एवढा होता. ती अडतीस प्रकारच्या निरनिराळ्या शस्त्रांनी तैनात होती.त्यामध्ये मार्क ४८ या नावाने ओळखल्या जाणारे अण्वस्त्र धारण केलेले मिसाईल्स देखील समाविष्ट होते.

त्या पाणबुडीवर एकूण एकशे चौतीस वेगवेळ्या हुद्द्यांचे अधिकारी कार्यरत होते.काही जांबाज अमेरिकन तरुणीदेखील नॉर्थ कॅरोलिनावर अधिकारी हुद्द्यांवर कार्यरत होत्या.

पाणबुडीवर पाहुण्यांचे आगमन होताच त्यांचे स्वागत रुबाबदार कॅप्टनने पुष्पगुच्छ देऊन केले.तो त्या पाणबुडीचा सर्वेसर्वा नियंत्रक होता.त्याने त्या सर्वांना पाणबुडीची आतून सैर करविली, सोबतच त्याचे त्या पाणबुडीच्या तांत्रिक क्षमतांबद्दल समालोचन देखील सुरु होते.नॉर्थ कॅरोलिना ही अशी आण्विक पाणबुडी होती जिला एकदा कार्यरत केल्यावर पुढील वीस वर्षे इंधनाची गरज भासणार नव्हती.त्या पाणबुडीतील अणू भट्टी सतत वीस वर्षे कार्यरत राहू शकत होती.

त्या पाणबुडीचे खास वैशिठ्य असे होते की ती खोल समुद्रात पाण्याखाली एकहजार फूटापर्यंत सहजपणे कार्यरत राहू शकत असे.आणीबाणी किंवा विशेष परिस्थिती उद्भवल्यास तिची पाण्याखाली जाण्याची क्षमता आणखी पाचशे फूट वाढवून एक हजार पाचशे फूटापर्यंत करता येऊ शकत असे.सर्वसाधारणपणे पाणबुडीमध्ये एक पेरीस्कोप नावाचे उपकरण असते ज्यामधून पाणबुडी पाण्याच्या खाली असतांना पाण्याच्या पृष्ठभागावरील निरीक्षण करता येऊ शकते.सर्वसाधारण पेरीस्कोपमधून एकावेळेस एकच व्यक्ती समुद्राच्या पृष्ठभागाचे निरीक्षण करू शकतो.परंतु नॉर्थ कॅरोलिनामध्ये ती व्यवस्था बदलवून त्याजागी कॉम्प्युटर स्क्रीनची योजना करण्यात आलेली होती ज्यामुळे पेरीस्कोपमधून दिसणारे दृष्य एकाचवेळी अनेक व्यक्तींना पाहता येऊ शकत होते.पाणबुडीच्या पुढल्या भागातून बाहेरील दृष्य बघण्याची सोय देखील त्या पाणबुडीत बरीच विकसित करण्यात आलेली होती. ते दृष्य एका दहा बाय सहा फूटांच्या मोठ्या एल.ई.डी. स्क्रीनवर पाहता येऊ शकत होते.त्यामुळे पाणबुडीच्या बाजूने जाणाऱ्या प्रत्येक बारीक सारीक वस्तूचे निरीक्षण करता येऊ शकत होते.

ते सर्व पाणबुडीची सफर करीत होते, पाणबुडी केंव्हा पाण्यात शिरली हे त्यांना जाणविले देखील नाही.पाणबुडी संथपणे पाण्याखालून तीनशे फुटाच्या खोलीवर प्रवास करीत होती. पेरीस्कोपचे कार्य सर्वांना समजावितांना कॅप्टनने पेरीस्कोपच्या पॅनेलवरील एक जॉयस्टिक अशा रितीने फिरविली ज्यामुळे पेरीस्कोपच्या दृष्याचा आवाका आणखी वाढला.समुद्राच्या पृष्ठभागावरून जात असलेले एक मोठे क्रुझर कॉम्प्युटरच्या स्क्रीनवर दृश्यमान झाले. दृष्य आणखी स्पष्ट दिसण्याकरिता कॅप्टन ने ते झूम करताच सर्वच आवाक झाले. क्रुझरच्या अप्पर डेकवरील प्रवाश्यांचे चेहरे देखील त्या स्क्रीनवर स्पष्टपणे दिसत होते.ते सर्व मौजमजा

करीत होते. त्यांना ही कल्पना देखील नव्हती की, कोणी त्यांच्या नकळत त्यांना न्याहाळत आहे.
कॅप्टनने सर्वांना अतिशय अभिमानाने सबमरीनच्या तळभागाबाहेरील, म्हणजेच समुद्रतळावरील दृष्य दाखविण्यास सुरुवात केली.निरनिराळ्या प्रजातींचे, वेगवेळ्या मनमोहक रंगांचे समुद्री जीव पाण्यात दिसत होते.
सबमरीनची सैर सर्वांसाठीच अतिशय मनोरंजक होती. त्या सबमरीन मधून प्रवास करीत असलेले राष्ट्रप्रमुख ज्या देशांचे नेतृत्व करीत होते त्या सर्वच राष्ट्रांकडे अत्याधुनिक वर्गवारीच्या सबमरीन्स होत्या, परंतु त्यांना कधीही त्यामधून असा प्रवास करण्याची सवड मिळालीच नव्हती.त्यामुळे त्यांना नॉर्थ कॅरोलीनातून प्रवास करतांना विशेष आनंद वाटत होता. तासाभराच्या माहीतीपूर्ण सहलीनंतर कॅप्टनने त्यांना एका खास दालनात नेले जेथे त्यांच्या चहापानाची, ड्रिंक्सची शाही व्यवस्था करण्यात आलेली होती.त्यानंतर त्यांना तेथे चर्चेकरिता सोडून कॅप्टन आपल्या नित्याच्या कामाकरिता निघून गेला.काहीवेळ अनौपचारिक चर्चेनंतर सगळेच व्ही.आय.पि.ज् आरामाकरिता आपापल्या केबिन्सकडे रवाना झाले. महत्वाच्या विषयांवरील चर्चा सायंकाळी आयोजित केलेली होती.
भारतीय पंतप्रधानांना त्यांच्या कार्यालयातर्फे एक विचित्र माहितीवजा संदेश देणारा फोन आला.शेजारच्या देशांमध्ये एका नव्याच साथीच्या रोगाची लागण झालेली होती.त्यांनी आरोग्य मंत्र्यांना भारतात बाहेरून येणाऱ्या प्रवाश्यांच्या प्रकृतीबाबत सजग राहण्याच्या सूचना दिल्या.भारतात तसली साथ आल्यास काय खबरदारी घेता येऊ शकेल याचा आढावा तयार करण्याच्या सूचना त्यांनी दिल्या.
पाच शक्तिशाली राष्ट्रप्रमुखांचे सम्मेलन सायंकाळी सातला एका विशेष कक्षात सुरु झाले.
फ्रान्सच्या अध्यक्षांनी चर्चेस सुरुवात केली. त्यांनी फ्रान्सवर तसेच इतर मित्र राष्ट्रांच्या जनतेवर झालेल्या दहशतवादी हल्ल्याचा निषेध करीत त्याबद्दल चिंता व्यक्त केली. अमेरिकेच्या प्रेसिडेंटनी दहशतवादास प्रोत्साहन देणाऱ्या देशांवर आर्थिक तसेच व्यापारी निर्बंध लादण्याचा प्रस्ताव ठेवला.अशा देशांना पायबंध घालण्यासाठी एकत्रितपणे सेनेची कारवाई करावी असेही त्यांनी सुचविले.भारताच्या पंतप्रधानांचे मत त्यांच्यापेक्षा वेगळे होते. ते म्हणाले,
“गेल्या काही वर्षातल्या घटना पाहू जाता आपणास असे दिसून येईल की, दहशतवादास प्रोत्साहन देणाऱ्या देशांवर अशा प्रकारच्या कृतीने विशेष फरक पडला नाही.आपण दहशतवादाचा समूळ नाश करण्यासाठी अशा

काही देशांवर सैन्याचे हल्ले देखील केले होते.त्याने काय झाले? काही काळ तेथील दहशतवाद मंदावला पण अनेक निर्दोष लोकांचा देखील विनाकारण बळी गेला. आपण केलेल्या सैनिकी कारवाईचे निमित्य करून दहशतवाद्यांनी तेथील लोकांना भावनिक चिथावणी दिली.त्याचाच आधार घेऊन दहशतवाद्यांनी वेगळया नावाने वेगळ्या देशातून त्यांचे संघटन अधिक जोमाने सुरु केले.या सर्वांचा परिपाक म्हणजे आज संपूर्ण जगास वेठीस धरण्याची क्षमता असलेली अतिरेकी संघटना. सद्य परिस्थितीत हे लक्षात घेणे जरुरी आहे की आता या अतिरेकी संघटनांनी धर्म बाजूस ठेऊन त्यांच्याही लोकांचा बळी घेणे सुरु केले आहे.त्यांचा विरोध एखाद्या विशेष धर्मास नसून केवळ त्यांच्या तत्वांना विरोध करणाऱ्यांना ते त्यांच्या तऱ्हेने शिक्षा देत आहेत. त्यांनी केवळ निरपराध लोकांनाच वेठीस धरलेले नाही तर ज्या देशातून ते कार्यरत आहेत तेथील राजकीय नेत्यांना देखील त्यांचे भय वाटू लागले आहे. हे सर्वात धोकादायक आहे.त्यामुळेच माझे असे मत आहे की जेथून दहशतवादी संघटना कार्य करीत आहेत त्या देशांवर निर्बंध लादण्याऐवजी आपण तेथील राजकीय इच्छाशक्ती त्यांच्याविरुद्ध बळकट करणे अधिक गरजेचे आहे.त्याकरिता आपण त्यांना हवी ती सकारात्मक मदत करावयास हवी.त्यामुळे त्या संघटनांना पळता भुई थोडी तर होईलच आणि निष्पाप जनताही त्यात भरडली जाणार नाही."

"हा प्रस्ताव नक्कीच विचार करण्याजोगा आहे.माझेही असेच मत आहे की अतिरेक्यांचा आणि दहशतवादाचा सामना करतांना आपण वेगळया पद्धतीने विचार करणे गरजेचे आहे.मी भारतीय पंतप्रधानांच्या विचारांशी सहमत आहे."जर्मनीच्या चान्सलरने आपले मत मांडले.इंग्लंडचे पंतप्रधान मात्र त्या गोष्टीशी सहजी सहमत होणे शक्य नव्हते. ते त्यांच्या प्रिय अमेरिकेच्या मताविरोधात जाण्याचा विचारही करू शकत नव्हते.त्यांनी विचारले,

"आपण त्या अतिरेकी संघटनांविरुद्ध एकजुटीने सैनिकी कारवाई करण्याचा विचार कां करत नाही?आपण सर्व मिळून एक शांतीसेना तयार करू आणि त्या उद्दाम अतिरेक्यांना शरण येण्यास भाग पाडू."

पण त्यांना इतरांनी सहमती दर्शविली नाही. फ्रान्सच्या अध्यक्षांनी देखील भारताच्या प्रस्तावास उचलून धरले.ते म्हणाले,

"जर्मनीच्या चान्सलरनी जे मत भारतीय पंतप्रधानांच्या प्रस्तावावर मांडले ते नक्कीच स्पृहणीय आहे.मी देखील त्यांच्या मतांशी सहमत आहे.जरी अतिरेक्यांनी माझ्या देशातील जनतेवर हल्ला करून त्यांचा बळी घेतला असला तरीही मी भारताच्या पंतप्रधानांच्या धोरणांशी सहमत

आहे.त्यामुळे एकतर आपण सामान्य जनतेची सहानुभूती गमावणार नाही, शिवाय आपणास नॉर्थ कोरिया सारख्या देशांवर देखील जगातील सर्व देशांतर्फे दबाव एकवटता येईल. दहशतवादास विरोध करू इच्छिणाऱ्या देशांच्या राजकीय पुढाऱ्यांना आपण मदत केल्यास जगातील इतर राष्ट्रांचा देखील आपल्याला पाठिंबाच मिळेल."

त्यावर अमेरिकन प्रेसिडेंटने आपले मत मांडून शिक्का मोर्तब केले.

"ठरलं तर मग. आपण आता या विषयावर आणखी चर्चा नं करता भारताच्या पंतप्रधानांच्या प्रस्तावाप्रमाणे आपल्या ठरावावर शिक्कामोर्तब करू." अमेरिकन प्रेसिडेंट हसतमुखाने उद्गारले.

"आपले इतर विषय आहेत: अंतराळ कार्यक्रमात सहकार्य, आपल्या सूर्यमालेतील इतर ग्रहावर जीवसृष्टीस अनुकूल वातावरणाचा शोध घेणे......"अमेरिकन प्रेसिडेंटनी इतर विषयांवरील प्रस्ताव मांडण्यास सुरुवात केली. बाकी सर्व सभासदांनी त्यांच्या अंतराळ कार्यक्रमासाठी एक संयुक्त ग्रुप करण्याचा प्रस्तावास एकमुखाने मंजुरी दिली.भारताचे पंतप्रधान मात्र जरा वेगळा विचार करीत होते.त्यांना हे माहित होते की सूर्यमालेत जीवसृष्टीस अनुकूल वातावरण असलेल्या ग्रहाच्या शोधात ऊर्जा व्यतीत करून काहीही हाती लागणार नव्हते.परंतु इस्रोच्या वैज्ञानिकांनी जे साध्य केले होते ते त्यांना तेवढ्यात जाहीर देखील करावयाचे नव्हते. त्यामुळे त्यांनी सर्व प्रस्तावांना त्यांची सहमती दर्शविली.सर्व प्रस्तावांवर ठराव करून त्याप्रमाणे एकत्रित कार्य करण्याचे ठरवून ती मिटिंग संपली. मिटिंगच्या यशस्वी सांगतेने सर्वच आनंदात होते.

पृथ्वीवर येऊ घातलेल्या भयंकर संकटाची भारताच्या पंतप्रधानांव्यतिरिक्त कोणासही कल्पना नव्हती.त्यांनादेखील नेमके कुठले संकट येणार आहे याची कल्पना नव्हती.त्या सर्वांनी रात्रीच्या शाही जेवणाचा आस्वाद घेतला आणि सकाळी ब्रेक फास्टच्या वेळेस पुन्हा भेटण्याचे ठरवून एकमेकांना निरोप दिला.

पंतप्रधानांनी त्यांच्या केबिनमध्ये परतल्यावर झोपण्यापूर्वी आपल्या कार्यालयास संपर्क साधून साथीच्या आजाराविषयी चौकशी केली. त्यांना जे कळले ते ऐकून ते विस्मयचकित झाले.

****

सबमरीनच्या शयनकक्षातील सकाळ आणि रात्र एकसारखीच होती. फरक केवळ घड्याळ दर्शवित असलेल्या वेळेचा होता.पाण्याखाली असतांना दिवसाचे चोवीस तास एकसारखेच भासतात.सर्व पाहुण्यांना सकाळचा चहा त्यांच्या केबिनमध्येच देण्यात आला होता. सर्व राष्ट्रप्रमुख नाष्ट्याकरिता एकत्र जमले. त्यांचा नाष्टा सबमरीनच्या वरिष्ठ अधिकाऱ्यांसोबत आयोजित करण्यात आला होता.त्या अधिकाऱ्यांसाठी एवढ्या सर्व बलाढ्य नेत्यांबरोबर नाश्ता घेणे ही अत्यंत अभिमानाची बाब होती.

नाश्ता घेत असतांना मिटिंगचे यजमानपद भूषविणाऱ्या अमेरिकन प्रेसिडेंटने सर्वांपुढे प्रस्ताव मांडला की,समुद्रात एक हजार फूट खोलीवर जाऊन आपण तेथे असलेले सागरी जीवन न्याहाळण्याचा आनंद घेऊ.त्यांना जगातील बलाढ्य नेत्यांसोबत लाखो टन पाण्याखाली जाऊन एक आगळावेगळा अनुभव घ्यावयाचा होता.परंतु पाणबुडीचा कॅप्टन मात्र त्याला सहमत नव्हता. प्रेसिडेंटने त्याला कारण विचारल्यावर तो त्यांचा मान राखीत विनयशिलतेने उत्तरला,

“प्रेसिडेंट सर, आपली ही पाणबुडी समुद्रात एकहजार फूट खोल जाण्यास सक्षम आहे. वेळ पडलीच तर आपण एक हजार पाचशे फूटापर्यंत देखील जाऊ शकतो. मला पाणबुडीच्या क्षमतेबद्दल अजिबात शंका नाही.

पण.. अर्ध्या अधिक जगातील अत्यंत महत्वाचे नेते आज येथे उपस्थित आहेत. अशा परिस्थितीत सुरक्षेच्या दृष्टीकोनातून मी हजार फूटापर्यंत जाण्याची जोखीम घेऊ इच्छित नाही.आपण पाचशे किंवा सहाशे फूटापर्यंत नक्कीच जाऊ परंतु कृपया मला एकहजार फूट खोल जाण्यास बाध्य करू नका.”

“ठीक आहे कॅप्टन. तुम्ही म्हणताच आहात तर आपण निदान सहाशे फूट खोलीपर्यंत जाऊ. माझ्या या मित्रांनी अटलांटिकच्या या भागातील समुद्री आश्चर्ये बघावित असे मला वाटते.आपण सहाशे फूट खोल पाण्यातून प्रवास करीत असतांना पाणबुडीच्या आजूबाजूच्या भागातील तसेच तळभागातून समुद्री प्राणी दिसतील याची मात्र व्यवस्था करा.

“होय प्रेसिडेंट सर.” कॅप्टन प्रेसिडेंटना सॅलूट ठोकीत उत्तरला. पाणबुडीच्या सभोवताली ३६०अंशातील प्रत्येक प्राणी अथवा वस्तू कोणत्या सेन्सरच्या सहाय्याने आतील मोठ्या कॉम्प्युटरच्या स्क्रीनवर दृश्यमान होतात ते कॅप्टनने सर्वांना सांगितले.ते अतिशय क्लिष्ट ,तांत्रिक वर्णन असल्याने सर्वांनी समजल्यासारखे दर्शवून माना डोलाविल्या.सबमरीनच्या वरील भागातील सेन्सरमुळे पाण्याच्या बाहेर येतांना चुकून एखाद्या जहाजावर

आदळण्याची शक्यता संपूर्णपणे टाळण्यात आलेली होती. तसेच तळ भागात असलेले सेन्सर्स समुद्र तळावर असलेल्या स्फोटकांपासून अथवा खडकांच्या सुळक्यापासून तिचे संरक्षण करण्यास सक्षम होते.
नॉर्थ कॅरोलीनावर असलेल्या सर्व प्रकारच्या तांत्रिक सोयींमुळे ती जगातील सर्व पाणबुड्यांमध्ये अव्वलस्थानी होती. त्या सर्व तांत्रिक बाबींबद्दल ऐकून सर्वच नेते त्यांचे कार्य पाहण्यासाठी अधीर झाले होते.
थोड्याच वेळात कॅप्टनने इंजिनरूम मधील क्रू ला सबमरीन सहाशे फूट खोलीवर नेण्याच्या सूचना दिल्या. सबमरीनने नोज डाईव्ह करीत खोल पाण्यात शिरण्यास सुरुवात केलेली सर्वांनाच जाणविली. सबमरीन पाण्यात किती खोलीवरून प्रवास करीत आहे ते एका डिस्प्ले स्क्रीनवर दिसत होते.बरोबर सहाशे फूट खोल गेल्यावर सबमरीन पुन्हा समतोल स्थितीस पोहचली.आता सर्व सेन्सर्स त्यांच्या पूर्ण क्षमतेने कार्य करीत होते. सर्व नेते ज्या ठिकाणी स्थानापन्न झालेले होते, त्याठिकाणी असलेल्या मोठ्या स्क्रीनवर सबमरीनच्या आजूबाजूचे तसेच खालचे दृष्य दिसत होते. त्या सर्वांपैकी कोणीही कधीच नं पाहिलेल्या समुद्री प्राण्यांच्या प्रजाती त्या स्क्रीनवर दिसू लागल्या.कॅप्टनला समुद्री प्राण्यांविषयी सखोल ज्ञान होते.

एक भयानक जबड्याचा अत्यंत मोठा मासा सबमरीनच्या दिशेने येत असलेला पाहून सगळयांना धडकी भरली. कॅप्टनने त्यांच्या चेहऱ्यावरील भीतीचे भाव बघून त्यांना शांत केले. तो फ्रील्ड शार्क मासा होता.त्याचा आकार एखाद्या लहान आकाराच्या पाणबुडी एवढा होता.परंतु त्या शार्कचे वैशिष्ठ्य असे होते की जोपर्यंत त्याला कुठल्याही प्राण्याच्या रक्ताचा वास येत नाही तोपर्यंत तो हल्ला करीत नाही असे कॅप्टन ने सर्वांना सांगितले.तो शार्क जसा आला तसाच पाणबुडीच्या बाजूने निघून गेला. काही वेळाने स्क्रीनवर एक प्रचंड आकाराचा खेकडा दृश्यमान झाला. त्याचे नाव जायंट स्पायडर क्रॅब असल्याची माहिती कॅप्टनने दिली.त्याचा आकार बारा फूट होता. थोड्यावेळाने एक छद्मी चेहऱ्याचा वूल्फ फिश बाजूने गेला. त्याचा चेहरा एखाद्या धूर्त प्राण्यासारखा भासत होता. रंगीबेरंगी मासे तर असंख्य प्रमाणात दिसत होते. समुद्र तळ त्यांच्या पाणबुडीपासून बराच खोल होता.अनेक समुद्री वनस्पतींच्या प्रजातीदेखील बघण्यासारख्या होत्या.

पाणबुडीचे सेन्सर्स एकहजार पाचशे फूटावरील प्राण्यांची तसेच ऑब्जेक्टसची चित्रे स्क्रीनवर दाखवीत होते.त्याठिकाणचा समुद्रतळ त्या सेन्सर्सच्या कक्षेत येत असल्याने त्याचीही चित्रणे स्क्रीनवर दिसू लागली.समुद्राच्या तळावरील प्राण्यांच्या हालचाली त्यांच्या नकळत

सबमरीन मधील प्रवाश्यांना दिसत होत्या.त्या प्राण्यांना पाण्यातून जात असलेल्या सबमरीनची चाहूल लागत नव्हती कारण त्यांच्यामधील अंतर बरेच होते.

भारतीय पंतप्रधानांना अचानक स्क्रीनवर एक पुसटशी आकृती दिसली.ते एक प्रचंड मोठ्या आकाराच्या इग्लूसारखे स्ट्रक्चर असावे.ते अस्पष्टपणे दिसत होते.परंतु ते स्ट्रक्चर नैसर्गिक नव्हते त्यामुळे ते त्यांच्या नजरेस खटकले.त्यांनी इतरांचेही लक्ष त्या आकृतीकडे वेधले. सर्वच ते पाहून चकित झाले. ते जे काही होते ते त्यांच्या पाणबुडीपासून बऱ्याच खोलीवर समुद्र तळावर स्थित होते.सबमरीनच्या शक्तिशाली सेन्सर्सने त्याची प्रतिमा मिळविली होती.पंतप्रधानांनी कॅप्टनला विचारले,

“येथे काही वेळ स्थिर राहून आपल्याला त्या वस्तूची स्पष्ट प्रतिमा पाहता येऊ शकेल कां?”

“ होय सर. कां नाही?” कॅप्टन ने तत्परतेने इंजिनरूमला सबमरीन तेथेच थांबवून स्थिराविण्याच्या सूचना दिल्या.त्याचबरोबर सेन्सर्स ऑपरेट करणाऱ्या ऑफिसरला ती इमेज आणखी मॅग्निफाय करण्यास सांगितले. सेन्सर्सच्या सॉनिक वेव्हज् ची तीव्रता वाढवून तसे करणे सहज शक्य होते.आता ते स्ट्रक्चर स्पष्टपणे दिसत होते. ती एका मोठ्या अर्धगोलाकार आकाराची रचना असलेली इमारत असावी.

“कॅप्टन, आपल्याला या ठिकाणाची अचूक खोली व अक्षांश रेखांश मिळू शकतील नं?” पंतप्रधानांनी विचारले.

“”होय सर.”कॅप्टन ने तत्परतेने की-बोर्डचा ताबा स्वतःकडे घेतला आणि काही कमांड्स दिल्या. ताबडतोब ते स्ट्रक्चर असलेल्या जागेची सर्व माहिती स्क्रीनवर आली. त्याठिकाणाचे को-ऑर्डीनेटस् 0º-0º असे होते आणि त्या स्थळावरील समुद्र तळाची खोली एकहजार पाचशे मीटर्स होती.ते ठिकाण सबमरीनच्या डायव्हिंग रेंजच्या बरेच बाहेर होते.परंतु त्यांना त्या स्ट्रक्चरचे बारकावे दिसू शकत होते.त्याचा व्यास दोनशे मीटर्स होता तर उंची शंभर मीटर्स होती.ते एका अनोख्या प्रकारच्या मटेरियलचे बनलेले होते आणि त्याचा रंग पांढुरका राखाडी होता.

“कॅप्टन त्या स्ट्रक्चरचे फोटोज घ्या. तेथे कोण काय करीत आहे याचा शोध घेण्यास आपल्याला त्याची मदत होईल.” प्रेसिडेंटने सूचना दिल्या.

“कॅप्टन आता थोड्यावेळापूर्वी तुम्ही सांगत होतात की, आपल्या सब मध्ये असे एक इक्विपमेंट आहे जे आपल्याला तिच्यापासून विलग करून हव्या त्या ठिकाणावर सोडून देता येते, आणि त्याद्वारे आपणास सिग्नल्स प्राप्त होऊ शकतात.आपण ते इक्विपमेंट येथे सोडू शकतो कां? आणि त्याद्वारे

आपणास त्या स्ट्रक्चरमध्ये काय हालचाली सुरु आहेत ते कळू शकेल कां?" अमेरिकन प्रेसिडेंट आता सावधतेने विचार करीत होते.
"होय प्रेसिडेंट सर." कॅप्टनने उत्तर दिले. तो प्रेसिडेंटच्या पुढील आदेशाकरिता त्यांच्याकडे पाहता होता. बाकी सर्व ते काय असावे याचा विचार करीत होते. तेवढ्यात..... एक भल्यामोठ्या आकाराचा, साधारण दोनशे मिटर व्यास असलेला हवेचा बुडबुडा त्या स्ट्रक्चर मधून पाणबुडीच्या दिशेने वेगाने आला आणि त्याने पाणबुडीस जोरदार धडक दिली.त्याच्या भयानक शक्तीमुळे पाणबुडी जोराने उसळली आणि तिरकी होऊन अनियंत्रित वेगाने समुद्राच्या पृष्ठभागाकडे ढकलली गेली. त्यामुळे सर्वांचा तोल जाऊन ते आडवे पडले. पाणबुडी उभ्या अवस्थेत समुद्राच्या पृष्ठभागाकडे वेगाने निघाली होती.कॅप्टनने धडपड करीत एक शाफ्ट पकडला आणि तो कसाबसा उभा राहीला. त्याने आणीबाणीच्या वेळी डागण्याची चार रॉकेट्स एका बटणाने डागली. ती रॉकेट्स पाणबुडीच्या पृष्ठभागाच्या काटकोनात डागली होती. त्यांच्या फोर्समुळे पाणबुडी पुन्हा आडवी होण्यास मदत मिळाली. पाणबुडी सरळ होऊ लागताच कॅप्टनने पाणबुडी वर नियंत्रण मिळविले. एकदा पाणबुडी नियंत्रणात आल्यावर त्याने फुल थ्रोटलच्या सहाय्याने पाणबुडी त्या धोकादायक स्थानावरून पूर्ण वेगाने दूर नेली.सर्वच नेते मंडळी उभे राहण्याची धडपड करीत होते पण अतिशय जास्त वेगामुळे त्यांना ते जमत नव्हते. ज्यावेळी पाणबुडीचा वेग स्थिरावला तेंव्हा ते नीट उभे झाले. पाणबुडी तेवढ्या वेळात समुद्राच्या पृष्ठभागापासून केवळ शंभर फूट अंतरावर येऊन पोहचली होती.
"अरे देवा,ते काय होते? आपल्यावर कोणी हल्ला केला कां?कॅप्टन, आपण सुरक्षित आहोत नं?" ब्रिटनच्या पंतप्रधानांनी थरथरत्या आवाजात विचारले. ते जाम घाबरलेले होते.
"होय सर, आपण सुरक्षित आहोत.सबमरीनला कुठलाही धोका झालेला नाही.ज्यामुळे आपण एवढ्या वेगाने फेकल्या गेलोत तो मिसाईलचा हल्ला नव्हता.ते काहीतरी वेगळंच होतं.पण सुदैवाने आपल्या सब ला काहीही डॅमेज झालेला नाही." कॅप्टनने त्यांना शांत करण्याचा प्रयत्न केला.त्याने सर्व व्ही.आय.पी.ज् ना आपापल्या केबिनमध्ये जाण्याची विनंती केली.त्याला त्याच्या पाणबुडीवर अतिमहत्वाच्या व्यक्तींना काही इजा पोहचू नये असे वाटत होते.
अमेरिकन प्रेसिडेंटने सर्वांना त्यांच्या केबिनकडे नेले. सर्व केबिनमध्ये शिरताच त्यांनी दार लावून घेतले.अचानक घडलेल्या त्या घटनेने सर्वच

गोंधळून गेले होते.फ्रान्सच्या प्रेसिडेंटने टेबलावरील ग्लास मधील पाण्याचा एक मोठा घोट घेतला आणि ते सोफ्यावर उसासा टाकीत बसले.

“ती भयानक गोष्ट काय असावी?आपल्याला त्याचा शोध घ्यावाच लागेल.एवढ्या दुरून त्यांना आपली चाहूल कशी काय लागली असेल?” अमेरीकन प्रेसिडेंट विचारात पडले होते. सर्वच त्या प्रकाराने हादरले होते. तेवढ्यात कॅप्टन ने केबिनच्या दारावर नॉक केले व तो आत आला.

“ प्रेसिडेंट सर, मी एक सुचवू कां?”कॅप्टनने घुटमळत विचारले.

“ बेधडक विचारा कॅप्टन, आम्ही सर्वच तुमच्यावर अवलंबून आहोत.” प्रेसिडेंट ने स्मित हास्य करीत उत्तर दिले. ते आता सावरले होते.

“मला असे वाटते की आपण जहाजाकडे परत जावे.आपण त्या गोष्टीचं उत्तर मिसाईलच्या हल्ल्याने देऊ शकलो असतो. पण मला ते योग्य वाटलं नाही. कारण की एकतर तो हल्ला होता किंवा आणखी काही हे आपल्याला माहित नाही. त्या घुमट स्ट्रक्चर मध्ये कोणी असावे याबद्दल देखील आपण साशंक आहोत.आपण नक्की काहीच ठरवू शकत नाही. कदाचित तो हवेचा बुडबुडा समुद्र तळातून काही भूगर्भातील हालचालींमुळे देखील निर्माण झाला असावा.” कॅप्टनने त्याचे मत सांगितले.

“ठीक आहे कॅप्टन, मला तुमचे म्हणणे पटते.आपल्याकडे त्या अज्ञात वस्तूचे को-ओर्डीनेटस आहेतच.आपण नक्कीच त्याचा तपास करू.मित्रांनो तुम्हाला काय वाटते?”प्रेसिडेंटने इतरांकडे अपेक्षेने पाहत विचारले.

“आम्ही तुमच्याशी सहमत आहोत.आपण त्याबद्दल जहाजावर ही चर्चा करू शकतो.”भारताच्या पंतप्रधानांनी सर्वांतर्फे सांगितले.

****

प्रकरण २२

पंतप्रधान त्या अवचित घटनेच्या दुसऱ्या दिवशी भारतात परतले. सर्व नेत्यांनी परतण्यापूर्वी एकमताने असे ठरविले की गल्फ ऑफ गिनीच्या समुद्र तळावरील त्या संशयास्पद वास्तूचा सखोल तपास करण्याचे कार्य एकत्रितपणे करावे. त्याकरिता सर्व नेते आपापल्या देशातर्फे एक सिक्रेट टीम पाठविणार होते, आणि सर्व टीम एकत्रितपणे त्या घटनेचा सखोल तपास गुप्तपणे करणार होत्या.

जहाजावर परतल्यावर त्यांनी पाणबुडीच्या घटनेवर बरीच चर्चा केली होती. जे घुमट स्ट्रक्चर त्यांनी पाहिले होते, ते निश्चितपणे एखादे समुद्री संशोधनाचे केंद्र नसून नक्कीच कुठल्यातरी संशयास्पद कारवायांचे केंद्र असावे असे त्या सर्वांना वाटत होते.त्यांच्या सबमरीनवर जो जबरदस्त शक्तिशाली हल्ला झाला होता, तो केवळ योगायोग किंवा अपघात नसावा. तो कुठल्यातरी अज्ञात शस्त्राद्वारे हेतुपूर्वक केलेला हल्लाच असावा याबद्दल कोणाचेही दुमत नव्हते. एक्स्पर्टसच्या निरीक्षणानुसार सबमरीनला कुठलीही हानी पोहचली नव्हती.पण ज्या वेगाने ती एवढ्या खोल पाण्यातून वरच्या बाजूस फेकल्या गेली होती तो केवळ अपघात असू शकत नव्हता. सात हजार आठशे पन्नास टन वजनाच्या सबमरीनला इतक्या सहजी ढकलणारा तो हवेचा बुडबुडा नक्कीच सामान्य नव्हता.त्याच्या शक्तीची भव्यता सगळयांनी अनुभवली होती. तंत्रज्ञांच्या मते, जर त्या बुडबुड्यात ती सबमरीन दाबल्या गेली असती तर नक्कीच तिचा चक्काचूर झाला असता.

सर्व नेत्यांना त्या घुमटा बद्दलच्या निरनिराळया शंकांनी ग्रासले होते. त्या सर्वांनी त्याच्या सखोल तपासाकरिता आपापल्या देशातील गुप्तचर यंत्रणांचा वापर करण्याचे ठरविले.

पंतप्रधानांनी विचारांच्या जंजाळातून बाहेर येत त्यांच्या सेक्रेटरीला फोन लावला व संरक्षण मंत्री आणि संरक्षण सचिवां बरोबर एक आपत्कालीन मिटिंग आयोजित करण्यास सांगितले.

मिटींगमध्ये पंतप्रधानांनी संरक्षण मंत्र्यांना त्यांच्या गल्फ ऑफ गिनीच्या प्रवासात घडलेल्या घटनेचा वृत्तांत कथन केला. समुद्र तळावर जी विचित्र वास्तू त्यांनी पाहिली होती तिचा एकत्रित तपास करण्याचा जो निर्णय सर्व जागतिक नेत्यांनी घेतला होता त्याबद्दलही पंतप्रधानांनी त्यांना

सांगितले.त्यांनी त्या स्थळाचे काही फोटोग्राफ्स आणले होते ते त्यांनी सर्वांना दाखविले.

“सर मला असं वाटतं की या गुप्त तपासकार्यासाठी आपण एम.आय.एस.च्या अधिकाऱ्यांना सहभागी करावे.जन.शर्मा आणि कर्नल रजत दहशत वाद्यांच्या कारस्थानांना उध्वस्त करण्यात एक्स्पर्ट आहेत. आपण त्यांना नेव्हल इंटेलीजन्सची मदत देऊ.”संरक्षण मंत्र्यांनी सुचविले.

“तुमचा प्रस्ताव उत्तम आहे. मला जन.शर्मा आणि कर्नल रजतच्या कार्यशैलीबद्दल खात्री आहे.हे कार्य ते नक्कीच उत्तमरित्या पार पाडतील.त्या दोघांना उद्या सकाळी माझी भेट घेण्यास सांगा.मी त्यांच्याशी याबद्दल बोलू इच्छितो.” पंतप्रधानांनी सूचना दिल्या आणि मिटिंग संपविली.

****

इंद्रजित दैत्य सहकाऱ्यांसोबत त्याच्या महत्वाकांक्षी प्रोजेक्टमध्ये व्यस्त होता. त्याचे कार्य अटलांटिकच्या तळावर असलेल्या शून्य डिग्री रेखांश अक्षांशाच्या ठिकाणावर अविरतपणे सुरु होते.ते सर्व एका अत्यंत भयंकर अशा वेगळया आणि अत्याधुनिक मोहिमेवर कार्य करीत होते.पृथ्वीवर आलेले सर्व दैत्य दल त्याठिकाणी एकवटले होते.त्यांना ते कार्य पुढील काही महिन्यातच संपन्न करावयाचे होते.इंद्रजितने त्या कामाची आखणी अनेक वर्षांपूर्वी केलेली होती.त्याच्या नियोजनानुसार अंमलबजावणी देखील अनेक वर्षांपासून सुरु होती. मानवांचा विष्णूलोकांशी संपर्क झाल्याचे कळल्यानंतर त्याला त्याचा प्रोजेक्ट कार्यरत करण्याची तारीख अलीकडे घ्यावी लागली होती.त्याने अनेक शक्तिशाली दैत्य सहकाऱ्यांच्या मदतीने पृथ्वीवरील दानवसंख्या मोठ्या प्रमाणात वाढविली होती. मानवांना या गोष्टीचा मागमूसही नव्हता.दानव त्यांच्या तारुण्यावस्थेत होते.त्यामुळे ते आता पूर्ण क्षमतेने कार्यरत झाले होते.दानवांनी मानवजातीस स्वतःच्या मर्जीचे गुलाम बनविण्यात यश संपादन केले होते.त्यांनी संपूर्ण मानवजातीस वेठीस धरले होते.जगातील दहशतवादी कारवाया दानवांचे कारस्थान होते.त्यांना त्यांच्या कुठल्याही कृत्यासाठी तर्कसंगतीची गरज नव्हती.दानव एखाद्या भयानक रोगाच्या साथीसारखे जगभर पसरले होते.मानवांची संपूर्ण कार्यशक्ती दहशतवादाशी लढा देण्यात खर्च होत होती.इंद्रजितच्या प्रोजेक्टमध्ये मानवांची लुडबूड चालणार नव्हती.तो मानवांचे लक्ष दहशतवादी कृत्याने विचलित करण्यात यशस्वी झाला

होता. संपूर्ण जगातील सर्व शक्ती मानवाने दहशतवादाचा सामना करण्यासाठी जुंपल्या होत्या. सर्वसाधारणपणे कोणीही मानव त्याच्या कार्यात नाक खुपसणार नाही असे इंद्रजितला वाटत होते.परंतु ही त्याची समजूत काही मानवांनी चुकीची ठरविली होती.त्या पाणबुडीवरील मानवांनी त्याच्या कामात नाक खुपसले होते.

'हे मूर्ख मानव दिवसेंदिवस जास्तीच जिज्ञासू होत चालले आहेत.मला त्यांना चांगला धडा शिकवावा लागणार आहे.ते स्वतःला जास्त शहाणे समजतात काय? विष्णूंशी संपर्क करतात काय?आता त्यांच्याकडे दुर्लक्ष करून चालणार नाही, अन्यथा ते माझ्या मेहनतीवर पाणी फिरविण्यात यशस्वी होतील.' इंद्रजित संतापाने लालीलाल झाला होता.त्याने त्यादिवशी जे गुप्त शस्त्र वापरून त्यांना पळवून लावले होते,त्याच्या परिणामामुळे तो समाधानी होता.त्याला ते हवेच्या दाबाचे अस्त्र वापरण्याची कल्पना ऐनवेळी सुचल्याने तो स्वतःवरच खुश होता. त्याने ते अस्त्र त्यापूर्वीही अनेक युद्धांमध्ये यशस्वीरित्या वापरले होते.तो हवेचा एवढा प्रचंड दाब होता, की जर त्याने तो प्रयोग जमिनीवर केला असता तर त्यामुळे एखादी मजबूत इमारत देखील क्षणात जमीनदोस्त झाली असती.ती मानवनिर्मित लोखंडी नळी(सबमरीन)त्याच्या प्रोजेक्टच्या ठिकाणावरून हाकलवून लावण्यासाठी तो हवेचा बुडबुडा पुरेपूर उपयुक्त सिद्ध झाला होता.इंद्रजितने त्याच्या सहकाऱ्यांशी संपर्क साधून कार्याचा आढावा घेतला.त्यांचे कार्य त्याच्या नियोजनानुसार व्यवस्थितपणे सुरु होते.त्यांची प्रगती समाधानकारक होती. त्यांच्या आश्वासनानुसार पुढील एखाद्या वर्षात तो प्रोजेक्ट कार्यरत होण्यात कसलीच अडचण नव्हती.

****

विष्णूंनी हवेत प्रसारित केलेले मायक्रो ऑर्गॅनिझम पावसामुळे सर्वत्र पसरले होते.ते सूक्ष्म कण त्यांच्या पूर्ण क्षमतेने कामास लागले होते. ते मायक्रोब्ज दानवांच्या डी.एन.ए.वर सरळ हल्ला करण्यासाठीच निर्माण करण्यात आलेले होते. त्यांचे निर्माण कार्य विष्णूंचे औषध शास्त्रज्ञ धन्वंतरी यांनी एका विशिष्ट परिस्थितीत केले होते.

दैत्य नेहमीच स्वर्गलोकावर हल्ले करीत.देवेंद्र, त्याचे शूरवीर शिलेदार व त्यांची युद्ध निपुण सेना दैत्यांचे हल्ले परतावून लावता लावता कंटाळून गेले होते.त्यामुळे देवेन्द्रानी विष्णूंची भेट घेऊन दैत्यांना नामोहरम

करण्याचा कायमचा उपाय शोधण्याची त्यांना विनंती केली.विष्णूंना परिस्थितीची जाणीव होती.दैत्यांचा सामना करता करता स्वर्गलोकाचा विकास मागे पडत चालला होता. त्यांनी त्यावर उपाय म्हणून एका अशा बायोलोजीकल अस्त्राची निर्मिती केली जे केवळ दैत्यांवर परिणामकारक होते. त्याच्या वापराने युद्धात दैत्यांचा विनाश सहजी करता येत होता आणि स्वर्गलोकाच्या सैन्याची हानी टाळता येऊ शकत होती.त्या अस्त्राच्या वापरानंतर बराच काळ दैत्य स्वस्थ राहिले पण नंतर त्यांनी एक नवीन शक्कल लढविली.त्यांनी दैत्य आणि हिंस्त्र प्राण्यांचा संयोग घडवून भयंकर संहारक शक्ती असलेले संकर निर्माण केले.त्या हिंस्त्र राक्षसांवर विष्णूंनी निर्माण केलेले बायोलॉजीकल अस्त्र कुचकामी ठरले व देवेंद्राच्या सैन्याचा पराभव झाला.

विष्णू आणि शिवाने त्यांच्या शक्तींना पाचारण केले आणि धन्वंतरींना त्या शक्तींचा वापर करून नवीन मायक्रोबियल शस्त्र निर्माण करण्यास सांगितले.त्या अस्त्राचे वैशिष्ठ असे होते की ते कुठल्याही प्रकारच्या हिंस्त्र संकरांच्या डी.एन.ए.वर हल्ला करून त्यांना नेस्तनाबूत करण्यास सक्षम होते. त्या संकरांव्यतिरिक्त त्याचा इतर कोणत्याही सजीवांवर काहीही दुष्परिणाम होत नव्हता. त्यामुळे इतर सजीवांना त्यापासून कोणताच धोका नव्हता. ते अस्त्र स्वर्गलोकांवर चाल करून येणाऱ्या हिंस्त्र संकरांवर अतिशय परिणामशाली ठरले होते व त्यामुळे देवेंद्र त्याच्या सैन्यासह दैत्यांचा सामना करण्यात यशस्वी ठरला होता.

विष्णूंनी ते अस्त्र देवेंद्राच्या स्वाधीन करून त्याला ते जपून ठेवण्यास सांगितले होते.जेंव्हा विष्णूंना निलमच्या वातावरणात त्याचा प्रयोग करण्याची वेळ आली आहे असे जाणविले, तेंव्हा त्यांनी ते देवेन्द्राकडून मागवून घेतले आणि त्याचा प्रसार निलमच्या वातावरणात केला.

****

आशिया खंडातील देशांमध्ये एका विचित्र साथीच्या आजाराने थैमान घातले होते. त्या रोगाची लक्षणे अनाकलनीय होती. कुठल्याही पूर्व लक्षणाशिवाय माणसे मृत्यमुखी पडत होती. रुग्णांचा इलाज करणाऱ्या डॉक्टरांचे मत होते की, सामान्य स्वास्थ्यासाठी आवश्यक असणाऱ्या वातावरणाच्या अभावामुळे व अस्वच्छतेमुळे ही साथ पसरली असावी.

परंतु काही दिवसात असे दिसू लागले की उच्चभ्रू वस्तीतील लोकांचाही त्या अज्ञात आजाराने बळी घेण्यास सुरुवात केली आहे.जी माणसे अतिशय आरोग्यदायी वातावरणात राहत होती ती देखील त्या रोगाच्या तावडीतून सुटली नव्हती. मुख्यत्वेकरून काही भ्रष्टाचारी राजकीय नेते, काही फिल्म कलाकार, शासकीय कार्यालयात काम करणारे मोठ्या हुद्यावरील भ्रष्ट अधिकारी हे त्या रोगाचे बळी ठरत होते.त्या आजारात रुग्णास अचानक ज्वर चढत असे, त्यानंतर उच्च ज्वराने रुग्णाच्या मेंदूवरील ताबा जाऊन इलाज करण्यापूर्वीच त्याचा मृत्यू होत असे.कुठलेही औषध अथवा इंजेक्शन त्या आजारावर प्रभावी ठरले नव्हते.आजारानी ग्रासलेल्या रुग्णांनी चहुकडील हॉस्पिटल्स भरून वाहू लागली होती. त्या रोगाने एकोणविसाव्या शतकात आलेल्या इन्फ़्लुएन्ज़ाच्या साथीची आठवण करून दिली होती. मृतांचा आकडा दिवसेंदिवस फुगत चालला होता.ती साथ जगातील इतर प्रदेशांमध्येही पसरत चालली होती.बराच शोध घेतल्यावर असे निदर्शनास आले होते की त्या अगम्य साथीची सुरुवात आफ्रिकेतील देशांपासून झाली होती. अमेरिकेतील काही देशात देखील त्या साथीचे रुग्ण आढळले होते.

सगळीकडे भीतीचे वातावरण पसरले होते.लोक एकमेकांना भेटण्याचेही टाळू लागले. सर्वसामान्य लोक अतिशय गोंधळले होते. मृत्यू कोणाचे दार कधी ठोठावेल या अनिश्चिततेत जगातील बरेचसे व्यवहार ठप्प झाले होते.डॉक्टर्स हतबल झाले होते. त्या आजारावर औषध शोधण्यासाठी मोठमोठाल्या रिसर्च इंस्टीट्युटस् त्यांच्यातर्फे अविरत प्रयत्न करीत होत्या,परंतु म्हणावे तसे यश कोणालाही गवसले नव्हते.डॉक्टरांच्या मते ही इतिहासातील सर्वात भयप्रद साथ होती. काही दिवसातच जगभरातील मृत्यू पावलेल्यांची संख्या दोनशे कोटींच्या वर जाऊन पोहचली.

सर्वांना भेडसावणारा अतिलोकसंख्येचा प्रश्न त्या साथीने निकालात काढला होता.वृद्ध लोक तर असे म्हणू लागले की, हा निसर्गाचाच कोप आहे.

अति लोकसंख्येमुळे जी शहरे तेथे राहण्यायोग्य राहिली नव्हती, ती आता आरामदायी व राहण्यास योग्य ठरू लागली होती.त्या साथीचे कोणीही स्वागत नक्कीच केले नसते, पण त्या साथीमुळे बहुतेक महानगरांमधील पॉप्युलेशन डेन्सीटी सामान्याहून कमीवर आणून ठेवली होती.

या सगळ्या गोष्टींचा चांगला परिणाम म्हणजे चोऱ्या, दरोडे,बलात्कार, दहशतवादी कारवाया इत्यादी सर्वच वाईट गोष्टी नगण्य म्हणण्याइतक्या कमी शिल्लक राहिल्या होत्या. वाईटातून चांगले घडते असे जे म्हणतात त्याचा प्रत्यय त्या साथीतून वाचलेल्यांना येत होता.

त्या अनाकलनीय रोगाची साथ जशी अचानक उद्भवली तशीच ती हळूहळू ओसरली देखील. अनेक तुरुंगात निरनिराळया नृशंस अपराधासाठी शिक्षा भोगणाऱ्या कैद्यांचा देखील त्या रोगाने बळी घेतला होता.बहुतेक तुरुंग ओस पडले होते.

इतिहासकारांनी व भविष्यवेत्त्यांनी त्या घटनेची नोंद,' निसर्गाने साधलेला समतोल ' अशा शब्दात केली.

****

विष्णूंनी त्यांचे सहकारी मरुत, विद्युत आणि वरूण यांच्या मदतीने पृथ्वीवरील त्यांचे कार्य समाधानपूर्वक संपन्न केले.

व्हेगाच्या हरित ग्रहावर दैत्यांनी हल्ला चढविला होता.ब्रम्हा आणि शिव त्यांच्या महत्वाच्या कार्यात व्यस्त असल्याने दैत्यांच्या हल्ल्यास परतवून लावण्याचे कार्य विष्णूंना स्वतःकडे घ्यावे लागले. इंद्रजितने पृथ्वीवरील कार्यापासून विष्णूंना विचलित करण्यात यश मिळविले होते.तो अशा कार्यात पारंगत होता.ती विशेष कला त्याने त्याचा मामा मारीच कडून प्राप्त केली होती.मारीचला विष्णूंनी त्याच्या दुष्कृत्याबद्दल शासन केले होते.

व्हेगाच्या हरितग्रहावरील हल्ल्याचे वृत्त कळताच विष्णूंनी त्यांच्या विशेष सेनेसह तिकडे प्रयाण करण्याचे निश्चित केले होते.त्यांनी मरुत,विद्युत आणि वरुणला संदेश पाठवून तडकाफडकी बोलावून घेतले आणि पृथ्वीवरून प्रस्थान करण्याची तयारी केली.

विष्णूंचे स्टारशिप हिंद महासागरातील निर्जन बेटावरून उड्डाण करण्यास सिद्ध होते. विष्णू आणि त्यांचे सहकारी जवळजवळ चार महिने पृथ्वीवर मुक्कामास होते.

मॉन्सून पुन्हा पुढील वर्षी येण्यासाठी महासागराकडे परतला होता. वरुणच्या पश्चात त्याची मुले, रिमझिम आणि वर्षा मानवांच्या सेवेसाठी निलमवरच मुक्कामी होती. काहीवेळेस ती दोघे उनाडपणे वागून नद्यांना अवकाळी पूर देखील आणित.

“मरुत, वरुण,विद्युत तुमची विष्णूलोकात परतण्याची तयारी झाली आहे नं? निलम वरील मुक्कामात तुम्हाला अपेक्षित आनंद मिळाला की नाही?”विष्णूंनी प्रेमळपणे विचारले.

“होय श्रीविष्णू.आम्हाला येथे खूप आनंद लाभला.आपण पुन्हा नजीकच्या भविष्यात येथे येणार आहोत नं?” मरुतला निलमवरून परततांना फारच अवघड वाटत होते.वरुणचे तसे नव्हते.एकदा काम झाल्यावर त्याला पृथ्वीवर रेंगाळण्यास आवडत नसे. विद्युत मात्र काही बोलला नाही.मरुतच्या सोबतीशिवाय तो काहीच करू शकत नव्हता.

“मरुत काळजी करू नकोस.आपल्याला निलमवर अजून बरेच कार्य करावयाचे आहे. हरीतग्रहावर आणीबाणी निर्माण झाल्याने आपल्याला येथून घाईने निघावे लागत आहे.” विष्णूंनी मरुतची समजूत काढली.

विष्णू स्टार शिपमध्ये स्थानापन्न झाल्यावर स्टारशिपने एक झोकदार गिरकी घेतली आणि दुसऱ्याच क्षणी ते चांदण्यांच्या मंद प्रकाशात रात्रीच्या उदरात गडप झाले.

विष्णूंच्या पृथ्वीभेटीची इंद्रजितला स्वप्नात देखील कल्पना आली नाही. त्याने पृथ्वीवर पेरलेल्या दानवांच्या नाशास विष्णूच कारणीभूत होते याची देखील त्याला अजिबात कल्पना आली नाही.विष्णूंनी त्याच्या प्रोजेक्ट स्थळास भेट देऊन त्याची गुप्तपणे पाहणी केली याचेही त्याला ज्ञान नव्हते.विष्णूंनी इंद्रजितच्या प्रोजेक्टची पाहणी केली तेंव्हा त्यांच्या मनात विचार आला होता की, इंद्रजितला सावध करण्याची ती योग्य वेळ नव्हती.त्यामुळे इंद्रजितला त्यांच्या भेटीची अजिबात खबर लागणार नाही याची त्यांनी सर्व प्रकारे खबरदारी घेतली होती.

विष्णू त्यांच्या सैन्यासह हरित ग्रहावर कूच करीत असल्याची बातमी मिळाल्यावर इंद्रजित पूर्णपणे निश्चिंत झाला.

****

पंतप्रधानांनी तिन्ही सेनादल प्रमुख आणि एम.आय.एस. प्रमुखांसोबत एक मिटिंग बोलाविली होती. जन. शर्मा आणि कर्नल रजत मिटिंग हॉलमध्ये स्थानापन्न झाले होते.थोड्याच वेळात तेथे एयर चीफमार्शल, अॅडमिरल आणि डायरेक्टर जनरलदेखील उपस्थित झाले. जन. शर्मांनी त्यांच्या सेनेतील वरिष्ठांचे अभिवादन केले.

ती मिटिंग खरेतर बऱ्याच आधी ठरविण्यात आली होती, परंतु गिनीच्या आखातातील समुद्रतळाचे निरीक्षण व तपास करण्याचे ठरलेले कार्य बाजूला पडल्याने मिटिंग देखील रखडली होती. संपूर्ण जगासमोर

साथीच्या रोगाचे भयानक संकट उभे ठाकल्याने बरीच महत्वाची कामे मागे पडली होती.सर्वच देश त्या भयंकर साथीने हादरले होते.जगातील कुठलाही देश त्या रोगापासून बचावला नव्हता.हिमालयातील काही भागात मात्र त्या साथीचा अजिबातच प्रादुर्भाव होऊ शकला नव्हता.त्या साथीने जगातील सर्वच वाईट घटकांचा अंत केला होता. दहशतवाद आता नामशेष होण्याच्या मार्गावर होता.जगातील भ्रष्टाचार संपुष्टात आला होता.सगळीकडील गुन्हेगारीचे प्रमाण तर एका टक्क्यापेक्षाही कमी झाले होते.या सर्व बाबींमुळे गल्फ ऑफ गिनीतील तपासासाठी गुप्तचर यंत्रणेची टीम पाठविण्याचे काम मागे राहिले होते.

पंतप्रधानांनी मिटिंग हॉलमध्ये पदार्पण केले आणि सर्वांनी उभे राहून त्यांचे अभिवादन केले. पंतप्रधानांनी खुणेनेच त्यांना बसण्यास सांगितले. ते उदगारले,

“माझ्या शूरवीर आणि सन्माननीय अधिकारी मित्रांनो,मी तुम्हाला येथे एका महत्वाच्या कारणाने बोलाविले आहे.ही मिटिंग खरेतर काही महिन्यांपूर्वी नियोजित केली होती परंतु साऱ्या जगास वेठीस धरणाऱ्या विचित्र साथीच्या आजाराने जी आणीबाणी निर्माण झाली होती त्यामुळे आपण उशिराने भेटत आहोत.देवाच्या कृपेने आणि आपल्या डॉक्टर्सच्या प्रयत्नांमुळे आता परिस्थिती नियंत्रणात आहे.

काही महिन्यांपूर्वी अमेरिकेच्या दौऱ्यावर असतांना मी अमेरिकन प्रेसिडेंट व इतर जागतिक नेत्यांसोबत गिनीच्या आखातास भेट दिली होती.आम्ही अमेरिकेच्या न्युक्लीयर सबमरीनने तो प्रवास केला होता.ज्यावेळी आम्ही समुद्राच्या आतून प्रवास करीत होतो............” पंतप्रधानांनी तेथे उपस्थित असलेल्या अधिकाऱ्यांना सबमरीनवर असतांना घडलेली घटना सविस्तरपणे सांगितली.त्या संशयास्पद ठिकाणाच्या संयुक्त तपासाचे कार्य हाती घेण्याचा जो ठराव जागतिक नेत्यांमध्ये झाला होता त्याचीही माहिती पंतप्रधानांनी सर्वांना दिली.ते एक संयुक्त कार्य असल्याने त्यामध्ये तिन्ही सेनादलांचा समावेश असणे आवश्यक होते.नेव्हल इंटेलिजंस आणि एयरफोर्स इंटेलिजंसच्या मदतीने एम.आय.एस.ने ते तपासकार्य करण्यासाठी टीम तयार करावी असे निर्देश पंतप्रधानांनी दिले.

“जन.शर्मा व कर्नल रजत त्या टीमचे नेतृत्व करतील.टीमच्या इतर मेम्बर्सची निवड करण्याचे संपूर्ण अधिकार मी त्यांना प्रदान करीत आहे. जन. शर्मा तुम्हाला याबाबतीत काही सुचवावयाचे आहे कां?”पंतप्रधानांनी त्यांचा अंतिम निर्णय जाहीर करून शर्मांना त्यांचे मत विचारले.

“नाही सर.आम्ही तुमच्या आदेशाचे तंतोतंत पालन करू. तुम्हाला ज्या जागेबद्दल आणि तिथे असणाऱ्या कारवायांबद्दल संशय आहे त्याचा एम.आय.एस.संपूर्ण छडा लावेल. नेव्हल आणि एयरफोर्स इंटेलिजंसच्या मदतीने एम.आय.एस.त्या प्रकरणाच्या मूळापर्यंत जाऊन तुम्हाला अपेक्षित असलेले तपास कार्य पूर्ण करेल याची मी हमी देतो.” जन.शर्मांनी आत्मविश्वासाने खात्री दिली.

“उत्तम.मला आपल्या संरक्षण दलातील अधिकाऱ्यांच्या क्षमतेबद्दल गर्व आहे.ही एक संयुक्त मोहीम असल्याने तिन्ही दलांतील अधिकारी यात संपूर्ण सहकार्य करतीलच याची मला खात्री आहे.त्या समुद्रतळावर कोणत्या गुप्त स्वरूपाचे कार्य सुरु आहे याचा आपल्याला पूर्ण तपास करावयाचा आहे.जन.शर्मा तुम्ही तुमच्या कार्याची रूपरेषा तयार करा आणि त्यासोबत माझ्याशी चर्चा करा.ती रूपरेषा निश्चित केल्यावर तुम्ही त्या कार्यास सुरुवात करावी.

एक अत्यंत महत्वाची बाब म्हणजे हे कार्य आपल्याला इतर देशांच्या सिक्रेट एजन्सीज सोबत करावयाचे आहे.आपल्या आणि त्यांच्या कार्यपद्धतीत फरक ही असू शकेल पण शेवटी त्या तपासातून जे काही निष्पन्न होईल ते महत्वाचे आहे हे सर्वांनी लक्षात असू द्यावे.” पंतप्रधानांनी सेनादलाच्या अधिकाऱ्यांबद्दल त्यांना असलेला गर्व व्यक्त केला.

****

मिटिंग संपल्यावर कर्नल रजत आणि जन.शर्मा पंतप्रधानांच्या कार्यालयाबाहेर पडले. पंतप्रधानांनी एम.आय.एस. आणि त्या दोघांवर दाखविलेल्या विश्वासामुळे त्यांची छाती अभिमानाने फुगली होती.

“रजत,मला असं वाटतं की आपण आपल्या तपास कार्याची रूपरेषा लगेच तयार करायला घेऊ व त्यावर पंतप्रधानांची मंजुरी घेऊन तडक कामास लागू.” जन.शर्मा नवीन कार्याबद्दल उत्साही होते. त्यांनी आणि रजतने नैनितालमधील षडयंत्र उध्वस्त करण्यात नेत्रदीपक यश मिळविले होते. त्यांना खात्री वाटत होती की तसाच आगळावेगळा अनुभव एकत्रित कार्य करतांना पुन्हा येईल.

पण..... त्यांना या गोष्टीची जरादेखील कल्पना नव्हती की यावेळी त्यांची गाठ अमानवी शक्तींशी आहे आणि त्यांचा सामना करणे त्यांच्याकरिता तेवढे सोपे असणार नव्हते.......

“सर, मला तुमचे म्हणणे पटते, पण मला असे वाटते की मी त्या ठिकाणच्या फोटोंचा अभ्यास करावा.तसेच नेमके त्या ठिकाणाचे काही वैशिष्ठ्य आहे काय याची काही माहिती मिळते काय ते बघावे.पंतप्रधानांनी जे कथन केले त्यावरून मला असे जाणवले की, ज्या अज्ञात शक्ती तेथे जे काही कार्य करीत आहेत ते साधारण नसावे.त्यांनी जगातील अत्याधुनिक सबमरीन तेथून पिटाळून लावली. त्या सबमरीन तर्फे प्रतिहल्ला होऊ शकतो याची त्यांना कल्पना असेलच, पण त्यांनी त्याची पर्वा नं करता एका क्षणात त्या सबमरीनला तेथून घालवून लावले. त्यांची पद्धत वरकरणी पाहतांना तो एक हल्ला वाटतच नाही तर तो एखादा अपघात किंवा नैसर्गिक घटना वाटते.त्याकडे दुसऱ्या दृष्टीकोनातून पाहिले तर तो एक प्राणघातक हल्ला होता हे दिसून येते.जे कोणी तेथे कार्य करीत आहेत त्यांना नक्कीच हे जाणविले असेल की ती सबमरीन तेथे काय करीत आहे? ते स्ट्रक्चर समुद्रतळावरील एकहजार पाचशे मिटर खोलीवर होते. एवढ्या अंतरावरून त्यांनी ज्या अचूकतेने व कल्पकतेने सबमरीनवर परिणामकारी हल्ला केला त्यावरून हे दिसून येते की त्यांच्याकडे किती अत्याधुनिक यंत्रणा असावी.ज्या ठिकाणी तो घुमट आहे त्या ठिकाणच्या वैशिष्ठ्याबद्दल आपण जाणून घेणे अतिशय आवश्यक आहे.आपले तपास कार्य सुरु करण्यापूर्वी आपल्यावर होणाऱ्या संभाव्य हल्ल्याकरिता आपण पूर्णपणे सज्ज असणे गरजेचे आहे.” रजतने सर्व शक्यतांचा विचार करीत जन.शर्मांना सबुरीने घेण्याचा सल्ला दिला. रजत किती हुशारीने सर्वंकष विचार करीत होता ! जन. शर्मांना रजतचे कौतुक वाटले.

“कर्नल तुझा विचार अगदी बरोबर आहे.त्या विषयावर सर्व बाजूंनी विचार करण्याच्या तुझ्या पद्धतीची मला दाद द्यावीशी वाटते. आपण तू म्हणतोस त्याप्रमाणेच करू या. तू तुझे होमवर्क कर. मगच आपण पुढे जाऊ.” जन.शर्मांना रजतच्या बुद्धिमत्तेचे कौतुक वाटले.

रजत संध्याकाळी लवकर घरी गेला. संपूर्ण दिवसभर त्याच्या डोक्यात मिटींगमधील चर्चेचे विचार घोळत होते.त्याला ही खात्री होती की, ते सर्वसाधारण तपासकार्य नव्हते.

रजतला सारखे असे वाटत होते, घुमट असलेल्या जागेचे काहीतरी वैशिष्ठ्य असावे.त्याच्या मनात असाही विचार आला की कदाचित सौरभ किंवा शिरीन त्यासंबंधी काही माहिती सांगू शकतील.

तो शुक्रवारचा दिवस होता त्यामुळे तपासकार्याची रूपरेषा ठरविण्यासाठी रजतच्या हातात दोन दिवस होते. पंतप्रधानांसोबत झालेल्या मिटिंग बद्दल किंवा त्याला प्रदान करण्यात आलेल्या नवीन आंतरराष्ट्रीय जबाबदारीबद्दल त्याने राजश्रीस काहीच सांगितले नव्हते. राजश्री सायंकाळचा चहा करण्यासाठी किचनमध्ये होती. रजत किचनमध्ये येत म्हणाला,

“राजश्री,एक नवीन बातमी आहे.मला एका इंटरनॅशनल असाईनमेंटच्या कामानिमित्य पश्चिम आफ्रिकेस जावे लागणार आहे.”

“वाव, मस्त बातमी आहे.शक्य असेल तर मीदेखील तुझ्यासोबत येईन.कॅमेरूनची किनारपट्टी अतिशय सुंदर आहे.तुझे काम झाल्यानंतर आपण तेथे जाऊ शकतो.”राजश्री उत्साहाने उद्गारली. रजतला वाटले,

‘ही तर अतिशय चांगली कल्पना आहे,पण एम.आय. एस. तशी परवानगी देईल काय?’ तो हसत उत्तरला,

“राजश्री डियर,आम्ही कुठल्या पिकनिकवर नाही जात आहोत.ते एक इंटरनॅशनल सिक्रेट असाईनमेंट आहे.इतरही देशांतील गुप्तचर यंत्रणांचे लोक सोबत असतील.मला नाही वाटत की आम्हाला मोकळा वेळ मिळेल.”

“तू नेहमीच असा निरुत्साही असतोस.जरा आठवून बघ आपण गेल्यावेळी कधी बाहेर गेलो होतो ते.आजकाल तू कामात इतका व्यग्र नाही आहेस पण तरीदेखील तू मला गेल्या महिन्यापासून बाहेर डिनरलासुद्धा घेऊन गेला नाहीस.”राजश्रीने तक्रारीच्या सुरात तिची नाराजी व्यक्त केली.ते बोलत असतांनाच डोअर बेल वाजली.

“यावेळी कोण असेल बरं? तुझ्याकडे कोणी येणार होते कां?” राजश्रीने दार उघडण्यास जातांना प्रश्नार्थक मुद्रेने विचारले.

“नाही. माझ्याकडे कोणीही येणार नव्हते. कदाचित कोणी शेजारी असतील.” रजत किचनमधून उत्तरला.

“ अरे बापरे,काय आश्चर्य आहे ! रजत कल्पना कर कोण असेल ते !!” राजश्री आनंदाने उद्गारली.

“कोण आहे?” रजतने किचनमधून हॉलकडे येत विचारले.सौरभ आणि शिरीनला पाहून त्यालादेखील सुखद आश्चर्याचा धक्का बसला होता.

“ अरे वा ! या या बहिणाबाई !!” रजतने पुढे होत त्याच्या लाडक्या बहिणीचे स्वागत केले.

“सौरभ, तू खरंच मनकवडा आहेस.मी तुला फोन करण्याचा विचार करीतच होतो आणि तू साक्षात इथे आलास.”रजत त्या दोघांना पाहून खूप आनंदला होता.

“त्याचं असं आहे, मला आणि सौरभला तुझी आणि राजश्रीची एवढी आठवण येत होती की आम्ही नं राहवून येथे निघून आलोत.”शिरीन आनंदाने उत्तरली.

सौरभ आणि शिरीन फ्रेश झाल्यावर, ते सगळे डिनरसाठी मौर्य शेरेटन मध्ये गेले.जेवण करून परत येतांना रजतने त्यांना तो एका गुप्त तपास मोहिमेकरिता पश्चिम आफ्रिकेस जात असल्याची बातमी दिली.त्याने सौरभला विचारले,

“सौरभ मागे तू मला जिओमॅग्नेटीझम विषयी बरेच काही सांगितले होतेस.गिनीच्या आखाताविषयी काही वैशिष्ठ्यपूर्ण माहिती तू मला सांगू शकशील कां? विशेष म्हणजे शून्य अंश रेखांश आणि शून्य अंश अक्षांश असलेल्या जागेविषयी तुला काही माहिति आहे कां?”

“रजत, काय झाले आहे? ही माहिती तू कां विचारतो आहेस? ती प्राईम मेरिडीयन आणि इक्वेटर एकमेकांना छेदणाऱ्या बिंदूचे ठिकाण असलेली जागा आहे.तो छेदन बिंदू किंवा पॉईंट ऑफ इंटरसेक्शन गल्फ ऑफ गिनीत आहे.त्या बिंदूस पृथ्वीचे सेन्ट्रल को-ऑर्डीनेटस असे देखील संबोधले जाते.त्या काल्पनिक बिंदूस जर पृथ्वीच्या पृष्ठभागाखाली तिच्या मध्यबिंदू पर्यंत खेचले तर तो जिओमॅग्नेटचा मध्यबिंदू असेल आणि त्याला जिओमॅग्नेटचा न्युट्रल पॉईंट असे देखील म्हणता येऊ शकते.” सौरभने रजतच्या प्रश्नाचे सविस्तर स्पष्टीकरण दिले.

“एम.आय.एस.आणि फ्रांस,अमेरिका, जर्मनी व ग्रेट ब्रिटन यांच्या गुप्तचर यंत्रणा मिळून एक संयुक्त ‘गुप्तचर टीम’ तयार करून त्या ठिकाणावर तपासकार्याकरिता पाठविण्यात येणार आहे.त्या टीमला शून्य अक्षांश, शून्य रेखांशावरील ठिकाणाचा गुप्तपणे तपास करावयाचा आहे.आपले पंतप्रधान त्यांच्या मागील परदेश दौऱ्यात पाच महाशक्तींच्या एका सम्मेलनात गिनीच्या आखातातील त्या बिंदूस भेट देण्यास गेले होते...........” रजतने त्या दौऱ्या दरम्यान घडलेल्या घटनेचे सविस्तर वृत्त सौरभ आणि शिरीनला ऐकविले. पंतप्रधानांनी एम.आय.एस. आणि तिन्ही सेनाप्रमुखांसोबत जी मिटिंग त्यादिवशी दुपारी घेतली होती, त्याचेही इतिवृत्त रजत ने सांगितले.

“ रजत हे सगळेच मला अजब वाटते आहे.जे संशयास्पद स्ट्रक्चर पंतप्रधानांनी बघितले ते नेमके त्या पॉईंट ऑफ इंटरसेक्शनवरच स्थित आहे.त्याचे नक्कीच काहीतरी विशेष कारण असणार.त्याचा आणखी कुठे संबंध आहे की काय? असे मला वाटू लागले आहे.त्याबद्दल मी तुला एक नवीन माहिति देतो.

इस्रोत एक अतिशय महत्वाची,ऐतिहासिक घटना घडून गेली आहे, जिच्याबद्दल जगातील कोणासही माहिती नाही.ती झेड वर्गवारीतील गोपनीय घटना आहे. संपूर्ण पृथ्वीवरील फक्त पाच व्यक्तींना त्या घटनेबद्दल माहिती आहे. शिरीन, सांगायचे कां?" सौरभने त्याचे वाक्य मधेच खंडित करीत शिरीनकडे पाहत विचारले.

" काय? कोणते सिक्रेट? ते आम्ही करणार असलेल्या तपास कार्याशी संबंधित तर नाही?" रजतने उत्सुकतेने विचारले.

" ते तुमच्या तपासाशी संबंधित आहे किंवा नाही हे आताच सांगता येणार नाही.पण ते असे एक गुपित आहे जे जगासमोर आले तर गोंधळाचे वातावरण निर्माण होईल.तुला हे ज्ञात आहेच की आम्ही ब्रदरहूड नेक्स्टडोर या सिक्रेट प्रोजेक्टवर कार्य करीत आहोत.त्यामध्ये आम्ही अंतराळातील अज्ञात संस्कृतीशी संपर्क साधण्यात यशस्वी झालो आहोत.पंतप्रधान त्याच अनुषंगाने इस्रोत आले होते.ही बातमी इस्रोच्या बाहेर कोणासही माहित नाही.त्यानंतर देखील आणखी काही अत्यंत महत्वाच्या घडामोडी घडल्या आहेत." सौरभने गंभीर मुद्रेने सांगितले.

"सौरभ शिरीन, तुमची कमालच आहे.तुम्ही आमच्यापासून देखील ते लपवून ठेवले? ही तर खरंच फार मोठी बातमी आहे. बरं आणखी काय घडामोडी झाल्या आहेत? ते कोण एलियन्स आहेत ज्यांच्याशी तुम्ही संपर्क साधला आहे? ते मानवांपेक्षा वेगळे असतीलच नं?" रजत आणि राजश्री ती बातमी ऐकून अतिशय उत्तेजित झाले होते.

" शांत हो भाऊराया.सौरभ तुम्हाला सारे सविस्तरपणे सांगेलच.या दोन महिन्यात अनेक घडामोडी घडल्या आहेत." शिरीन उत्तरली.

"रजत,राजश्री आम्हाला माफ करा.पण या सर्व गोष्टी फोनवर सांगणे अतिशय धोक्याचे होते.त्यामुळे यापूर्वी आमच्यापैकी कोणीही काहीच सांगितले नाही. शिवाय पंतप्रधानांनी गोपनीयतेची स्पष्ट सूचना दिली होती त्यामुळे ती बातमी अत्यंत गुप्त राखण्यात आली होती.

असो, मी आता सगळेच सविस्तरपणे सांगतो....." सौरभने अज्ञातांशी झालेल्या संपर्काबद्दल, व त्यानंतर विष्णूंसोबत झालेल्या व्हिडियो कॉन्फरन्सच्या प्रकरणाबद्दल सविस्तर कथन केले. पृथ्वीवर नजीकच्या भविष्यात येऊ घातलेल्या प्रलयंकारी संकटाच्या विष्णूंनी केलेल्या भविष्यवाणी बद्दलही सौरभने त्यांना सांगितले.रजत आणि राजश्री सौरभचे कथन कानात प्राण ओतून ऐकत होते.जेंव्हा सौरभने त्याचे बोलणे संपविले तेंव्हा ते दोघेही मंत्रमुग्ध झाले होते. विष्णूंनी सौरभ आणि शिरीनला पडलेल्या प्रश्नांची उकल स्वप्नात येऊन केली होती ते ऐकून तर

रजत आणि राजश्रीच्या चेह्ऱ्यावर एखादी अकल्पित गोष्ट प्रत्यक्ष पाहिल्याचे भाव उमटले.

"अरे देवा ! सौरभ, शिरीन तुम्ही दोघं तर आमच्यासाठी मूर्तिमंत आख्यायिकाच आहात. पृथ्वीच्या भविष्याचे तुम्ही दोघं आधारस्तंभ आहात." राजश्री आणि रजत अभिमानाने उद्गारले.

"सौरभ, मला पूर्ण खात्री आहे की,पंतप्रधानांनी पाहिलेल्या त्या चमत्कारिक वास्तूचे जिओमॅग्नेटीझमशी निश्चितच काहीतरी नाते आहे.मला मनापासून असं वाटतं आहे की आमच्या तपासकार्याच्या टीम मध्ये तुझा देखील समावेश असावा.पण जन. शर्मांना त्याकरिता कसे पटवावे, हे मला कळत नाही." रजतला त्यांच्या इन्व्हेस्टीगेशन टीममध्ये सौरभचा समावेश कसा करता येईल याचा प्रश्न पडला होता.सौरभ टीममध्ये असण्याने बराच फरक पडेल असे त्याला वाटत होते.

"ए सौरभ, तूं विष्णूंचे जे वर्णन केलेस त्यावरून मलादेखील त्यांना भेटण्याची तीव्र इच्छा होत आहे. तुमची व त्यांची जर पुन्हा भेट झाली तर ते शक्य होऊ शकेल कां?" राजश्रीने विचारले. तिला हे पक्के ठाऊक होते की तसे होणे अशक्यप्राय आहे.सौरभ ऐवजी रजत ने तिला उत्तर दिले,

"राजश्री, तू वेडी आहेस कां?विष्णूंना आपण भेटण्याचा प्रश्नच कुठे येतो? इस्रोतील या चौघांशिवाय कोणीच त्यांना भेटलेले नाही आणि कोणाला त्यांच्या भेटीविषयी माहिती देखील नाही."

सौरभ आणि शिरीनने त्यांचा विकेंड रजत आणि राजश्री सोबत वेगवेळया विषयांवर गप्पा गोष्टी करण्यात एन्जॉय केला.ते दोघे रविवारी सायंकाळच्या फ्लाईटने बंगळुरूस पोहचले.

नजीकच्या भविष्यात नियतीने त्यांच्याकरिता काय वाढून ठेवले आहे याची त्यांना पुसटशीही कल्पना नव्हती.......

****

प्रकरण २३

इंद्रजितने पृथ्वीवरून त्यांचे लक्ष हटविण्यासाठी हरितग्रहावर हल्ला घडविल्याचे विष्णूंना माहित होते. परंतु त्यांनी इंद्रजितला भ्रमात ठेवण्याकरिता तसे भासविले नाही. त्यांना इंद्रजितच्या मोहिमेविषयी साद्यंत माहिती होती. त्याचे कार्य कुठल्या टप्प्यावर आहे हे देखील विष्णूंनी स्वतः बघितले होते.त्यांना इंद्रजितला गाफील ठेऊन त्याच्यावर बारीक नजर ठेवणे जास्त योग्य वाटत होते.विष्णूलोकात परतल्यावर त्यांनी इंद्रजितच्या हल्ल्याचा सामना करण्यासाठी त्यांच्या सेनेतील शूरवीर योध्यांची एक तुकडी व्हेगाच्या दिशेने रवाना केली.

निलमवरील मायक्रोब्जच्या परिणामांकडे विष्णू बारकाईने लक्ष ठेऊन होते.तेथून येणाऱ्या बातम्यांमुळे ते समाधानी होते.मायक्रोब्जने दानवांवर योग्य परिणाम साधला होता.

इंद्रजित मात्र जग भरातील दानवांच्या प्रचंड प्रमाणातील मृत्यूने चक्रावून गेला होता.त्याला समजत नव्हते की हे काय चालले आहे. जगातील अनेक देशांमधून पेरलेले त्याचे दहशतवादी साथीच्या आजारात मृत्यमुखी पडले होते.जरी अनेक देशांच्या नेत्यांनी त्या मृत्युच्या तांडवाबद्दल शोक व्यक्त केला असला तरी इंद्रजितला हे पक्के माहित होते की ते त्यांचे नक्राश्रू होते.त्या साथीमुळे तो चिंताग्रस्त झाला होता. त्याच्या मोहिमेसाठी कार्य करणाऱ्या दानवांना त्याने एक प्रकारचे विशेष सुरक्षा कवच दिलेले होते त्यामुळे ते सर्व त्या रोगापासून वाचले होते.

विष्णूंना निलमवरील बलशाली नेत्यांनी इंद्रजितच्या कार्यस्थळा जवळ भेट दिल्याचे ज्ञात होते.त्यांना याची कल्पना होती की इंद्रजित मानवांविरुद्ध टोकाची भूमिका घेणार नाही. तसे करणे इंद्रजितला सध्यातरी परवडणारे नव्हते.त्याच्या प्रोजेक्टच्या दिशेने मानवी लक्ष आकर्षित होईल असे काहीही करण्याचा इंद्रजित विचार करणार नाही हे विष्णूंना पक्के ठाऊक होते.परंतु तरीदेखील त्यांना मानवांबद्दल चिंता वाटत होतीच. त्यांनी मरुतला बोलाविले.

"मरुत,मला मानवांबरोबर एक अर्जंट मिटिंग घ्यावयाची आहे. मानव इंद्रजितच्या प्रोजेक्ट साईटचे तपासकार्य हाती घेत आहेत.ते जर इंद्रजितच्या प्रोजेक्टच्या जवळपास गेले तरी इंद्रजितचे दैत्य त्यांच्यावर भीषण हल्ला करतील.त्या हल्ल्याची तीव्रता मानवी प्रतिकार क्षमतेच्या

आवाक्या बाहेरची असेल. अशा परिस्थितीत काही लोकांचे नाहक प्राण जाऊ शकतात. ते तसे होऊ नये असे मला वाटते.

"ठीक आहे श्रीहरी.तुम्ही म्हणता त्यानुसार मी एक संदेश तयार करतो आणि त्यांना पाठवितो. पण.... मी काही सुचवू कां?" मरुत खूप बुद्धिवान होता.त्याला हे कळत होते की विष्णूंना मानावांप्रती किती काळजी व प्रेम आहे.परंतु मानवांच्या चिंतेपोटी विष्णूंच्या जे ध्यानात येत नव्हते ते त्याच्या येत होते.

"मरुत तुला काय सुचवावयाचे आहे?" विष्णूंना मरुतला काय सुचवायचे आहे ते कळले नाही.

"श्रीहरी, मला हे दिसतं आहे की तुम्हाला मानवांच्या कल्याणाची किती चिंता आहे.त्यांच्या सुरक्षेबद्दल तुम्हाला वाटत असलेली काळजी देखील मला कळते. त्याकरिताच तुम्ही त्यांना इंद्रजितच्या प्रोजेक्ट साईटवर जाण्यापासून थांबविण्याच्या विचारात आहात.परंतु मला हे सांगा,जर मिटिंगमध्ये त्यांनी तुम्हाला असे करण्यामागचे कारण विचारले तर तुम्ही त्यांना नेमके काय उत्तर देणार आहात? तेथे काय सुरु आहे हे तुम्ही त्यांना थेट जसेच्या तसे सांगणार आहात कां? त्याचप्रमाणे तुम्ही जे काही ठरविले आहे त्याबद्दलही त्यांना आताच सांगणार कां?" मरुतने धैर्य एकवटून विष्णूंना विचारले.

विष्णूंना मरुतच्या प्रश्नाचे गांभीर्य लक्षात आले.मरुतने जे विचारले होते ते खरेच तर होते. इंद्रजित त्याच्या ध्येयपूर्तीपासून अजून बराच दूर होता. त्यामुळे तो कदाचित त्याच्या प्रोजेक्ट जवळ रेंगाळणाऱ्या मानवांवर प्राणघातक हल्ला करणारही नाही. मानवांचे लक्ष त्याच्याकडे आकर्षित झालेले त्याला नकोच होते. इंद्रजितला हे नक्कीच माहित असणार की, जी माणसे त्याच्या प्रोजेक्टच्या आसपास घुटमळत आहेत ती जगातील शक्तिशाली राष्ट्रांतर्फे आलेली आहेत.अशा परिस्थितीत संपूर्ण जगातील शक्ती त्याच्या विरुद्ध उभ्या ठाकलेल्या त्याला नक्कीच चालणार नव्हत्या. विष्णूंच्या साचेबद्ध नियोजनानुसार *अजून योग्य वेळ आलेली नव्हती.* तसेही दानवांच्या संपुष्टात येण्याने इंद्रजितच्या शक्तीचे खच्चीकरण झालेले होते. तो मानवांना त्रास देण्यासाठी त्याच्या कार्यातील शक्ती नजीकच्या भविष्यात तरी मानवांविरुद्ध नक्कीच खर्ची घालणार नाही. दैत्यांना मानवांचा विनाश करण्याच्या त्यांच्या मनसुब्याच्या शिखरापर्यंत जाऊ द्यावे. त्याचवेळी संपूर्ण शक्तीनिशी त्यांच्यावर हल्ला करावा. असा विचार विष्णूंनी केला.

“मरुत तुझे म्हणणे मला पटले.तू जे बोललास ते एकदम स्पष्ट सत्य आहे.” विष्णूंनी मरुतच्या हुशारीची दाद दिली.

****

पाच बलशाली राष्ट्रांनी ठरविल्याप्रमाणे आंतरराष्ट्रीय पातळीवर गिनीच्या आखातातील संशयास्पद वास्तूच्या गुप्त तपासासाठी एक संयुक्त टीम निर्माण केली.सर्वानुमते असे ठरले होते की, भारताचे जन.शर्मा त्या टीमचे नेतृत्व करतील. एम.आय.एस.ने दहशतवादाविरुद्ध जे शौर्य दाखविले होते त्याचे अमेरिकन गुप्तचर यंत्रणेने देखील कौतुक केले होते.त्यामुळे एम.आय.एस.च्या नेतृत्वाखाली कार्य करण्यास त्यांची हरकत नव्हती.रजतने गिनीच्या आखातातील त्या संशयास्पद वास्तूच्या स्थानाशी संबंधित सर्व माहितीचा सखोल आढावा घेतला होता.त्याचप्रमाणे त्या वास्तूच्या स्थानाचा जिओमॅग्नेटीझमशी काय संबंध असावा याचीही माहिती त्याने संकलित केली होती. रजतने जन.शर्मांना स्पेस सायंटीस्ट सौरभचे त्या टीममध्ये असणे किती महत्वाचे आहे ते व्यवस्थितरित्या पटविले होते. जन.शर्मा नैनितालच्या प्रकरणापासून सौरभला त्याच्या शौर्य व धडाडी बद्दल चांगलेच ओळखून होते.त्यांना सौरभच्या बुद्धिमत्तेची ही जाण होती. पंतप्रधानांसोबत तपास कार्याच्या रुपरेषेस अंतिम स्वरूप देतांना जन.शर्मांनी त्यांच्या टीममध्ये सौरभ व शिरीनचा समावेश करण्याबाबतची मंजुरी घेतली.

त्या टीममध्ये सौरभ,रजत,एयरफोर्स इंटेलिजन्सचे दोन अधिकारी,नेव्हल इंटेलिजन्सचे दोन अधिकारी, इस्त्रोतून शिरीन, एम्स दिल्लीतून इमर्जन्सी मेडिकल ऑफिसर डॉ.राजश्री व सर्वांचे नेतृत्व करण्याकरिता जन.सत्यपाल शर्मा असे नऊ सदस्य होते.

भारतीय टीम फ्रांस, अमेरिका जर्मनी आणि ग्रेट ब्रिटनच्या टीम्सना पॅरीस येथे येऊन मिळाली.तेथे त्यांची एकमेकांशी ओळख व कार्याची रूपरेषा ठरविण्याची मिटिंग झाली. अमेरिका, फ्रांस आणि ब्रिटनच्या टीम्समध्ये प्रत्येकी दोन दोन महिला सदस्य असल्याने शिरीन आणि राजश्रीस त्यांच्या वयोगटातील नवीन मैत्रिणी मिळाल्या.

त्या सर्वांची मिळून तीस सदस्यांची एक मोठी टीम तयार झाली.टीम मोठी झाल्याने त्यांनी एक आगळा वेगळा प्लान राबविला. ते सर्व एकत्रितपणे प्रवास करणार नव्हते कारण की तसे करणे म्हणजे त्यांच्यावर

हल्ल्यास सहजपणे निमंत्रण देण्यासारखे होते.त्यांनी प्रत्येकी दहा सदस्यांच्या तीन वेगवेगळया टीम्स करून स्वतंत्रपणे प्रवास करण्याचे ठरविले.

कॅमेरूनच्या यौंडे एयरपोर्टला उतरल्यावर ते सर्व दौआला येथील किनाऱ्यावरील रिसोर्टमध्ये टुरीस्ट म्हणून मुक्कामी गेले. दौआला हे एक अतिशय सुंदर आणि निसर्गरम्य किनारपट्टी लाभलेले टुमदार शहर होते. पश्चिमेस नितळ निळसर अटलांटिक महासागर तर पूर्वेस डोंगराळ भाग असे वैविध्य त्या शहरास लाभले होते. ते एक हॉट टुरिस्ट डेस्टिनेशन होते.

सर्व टीम मेम्बर्स मर्चंट नेव्हीने पुरविलेल्या छोट्या बोटींनी कॅमेरूनच्या किनाऱ्या पासून दूरवर समुद्रात उभ्या असलेल्या यू.एस. नेव्हीच्या मोठ्या जहाजावर गेले.त्या जहाजाच्या कॅप्टनने त्यांचे स्वागत केले. त्या सर्वांना कोणत्या ठिकाणी जावयाचे आहे याची कॅप्टनला सविस्तर माहिती होती.

“सौरभ आपण केंव्हा जाणार आहोत?” ॲमेलियाने विचारले. ॲमेलिया अमेरिकन टीममधील जियोमॅग्नेटीझम तज्ञ होती.

“आपल्याला कॅप्टनकडून डायव्हर प्लेन मिळाल्यावर आपण निघणार आहोत.” सौरभने सहजपणे स्मितहास्य करीत उत्तर दिले.

“मी तुझ्यासोबत येणार आहे.” ॲमेलिया निर्धाराने उत्तरली.

“ ओके. आपण जोड्या करू आणि त्यानुसार जाऊ.”सौरभ उत्तरला. छोट्या शक्तीशाली टू सीटर सबमरीन्सने समुद्र तळात खोलवर जाऊन तपास करण्याचा त्यांचा मानस होता.त्या सबमरीन्सना डायव्हर प्लेन असे नाव होते.त्याचा आकार एखाद्या छोट्या विमानासारखा असून त्याचे शक्तिशाली इंजिन्स बॅटरीवर कार्य करीत. आवाजविरहित डायव्हर प्लेन आकाराने जरी छोटे असले तरी ते अतिशय शक्तिशाली होते. समुद्रात दोन हजार मिटर खोलीपर्यंत जाऊन कार्य करण्याची क्षमता असलेले डायव्हर प्लेन पाण्याचा प्रचंड दाब सहन करण्याचा दृष्टीने बनविण्यात आलेले होते.त्याच्या कॉकपिटच्या काचेतून आजूबाजूचे दृष्य मोठ्या प्रमाणात दिसू शकत होते. त्यामध्ये स्वयंचलित फोटो व व्हिडियो रेकॉर्डिंगची व्यवस्था होती. त्याची स्वयंचलित यंत्रणा अशा रितीने तैनात करण्यात आली होती की ते चालविण्याकरिता विशेष ट्रेनिंग ची गरज नव्हती.

इन्व्हेस्टीगेशन टीमचे सर्व मेम्बर्स नेव्हल शिपवर जाऊन स्थिर स्थावर झाल्यावर जन.शर्मांनी त्यांना तपास कार्याची रूपरेषा पुन्हा समजावून सांगितली.त्यांनी दोन दोन मेम्बर्सच्या जोड्या केल्या होत्या. सौरभ सोबत शिरीन जाणार होती तर रजत सोबत राजश्री. ॲमेलिया सोबत अमेरिकन

टीम मेंबर होता.जन शर्मा स्वतः शिपवरून त्यांचे कार्य संचालित करणात होते.
सौरभ आणि शिरीनने हाय प्रेशर सूटस् परिधान केले व आवश्यक असलेले हेड गियर घालून ते त्यांच्या डायव्हर प्लेनमध्ये स्वार झाले. राजश्रीला खोल पाण्यात जाण्याची भीती वाटत असल्याने ती शिपवरच थांबली.
जसे त्यांचे डायव्हर प्लेन खोल समुद्रात शिरले तसे त्यांना निरनिराळ्या मनमोहक जलचरांचे दर्शन झाले. जास्त खोल गेल्यावर दिसणारे काही जलचर भयानक होते.परंतु ते त्यांच्या सबमरीनकडे विस्मयचकित होऊन पाहत त्यांच्यापासून अंतरावरून निघून जात होते. सबमरीनच्या नेव्हिगेशन सिस्टीमने त्यांना शून्य अंश अक्षांश, शून्य अंश रेखांश असलेल्या स्थानाकडे नेले.ते सर्व एकत्रितपणे नं जाता दोन दोन सबच्या छोट्या ताफ्यात होते. आणीबाणीच्या परिस्थितीत वापरण्याकरिता त्या सबमरीन्सना दोन शक्तिशाली टॉरपेडो ट्यूब्जची व्यवस्था होती.त्याद्वारे ते स्वतःचे संरक्षण करू शकत होते.सबमरीन संपूर्णपणे स्वयंचलित असल्याने त्यातून प्रवास व निरीक्षण करणाऱ्या प्रवाशांना काहीही करण्याची गरज नव्हती.सौरभ आणि शिरीन जसे खोल पाण्यात शिरले तसे त्यांच्या कानास प्रेशर ची जाणीव होण्यास सुरुवात झाली.एक हजार पाचशे मिटर गेल्यावर डायव्हर प्लेन धिम्या गतीने पुढे सरकू लागले. सौरभला ते प्रचंड घुमट स्ट्रक्चर त्यांच्या पुढे काही अंतरावर दिसू लागले. ते अगदी परिपूर्ण अर्धगोलाकार आकारचे होते.त्यांच्या डिस्प्ले स्क्रीनवर त्याला त्याचे आकारमान अगदी फूटपट्टीने मोजल्याप्रमाणे तंतोतंत कळले.त्याचा व्यास दोनशे मिटर्स होता तर उंची शंभर मिटर्स.ते एखाद्या दगडी शिल्पाप्रमाणे दिसत होते. त्याच्या पृष्ठभागावर काही ठिकाणी शेवाळ देखील जमलेले होते.सौरभने सबमरीन त्या घुमटाच्या जवळ नेली व त्याच्या चहुबाजूनी त्याचे निरीक्षण केले.त्याला तेथे काहीच संशयास्पद आढळले नाही. त्या घुमटामध्ये कुठेही अशी खिडकी किंवा झडप नव्हती ज्यामधून हवेचे प्रेशर रिलीज होऊ शकेल.त्याने त्या ठिकाणाच्या को ऑर्डीनेटसची नोंद केली. ते अचूकपणे शून्य अंश होते.त्याने त्या स्ट्रक्चरचे चहूबाजूंनी फोटोज घेतले. थोडा वेळ त्याच्या आजूबाजूला फिरल्यावर तो परतीच्या मार्गाला लागला.
त्याच्या पाठोपाठ रजतचे डायव्हर प्लेन त्या ठिकाणावर आले.त्यांनीही त्याचे चहुबाजूंनी निरीक्षण केले त्यांना देखील तेथे काहीही अनियमित अथवा संशयास्पद आढळले नाही.ते मानवनिर्मित शिल्प असावे पण बऱ्याच कालावधी पासून त्याकडे कोणीही फिरकले नसावे असा विचार

रजतच्या मनात आला. बाकीच्या टीम मेम्बर्सना देखील काहीही आढळले नाही.
इंद्रजितला जेंव्हा चाहूल लागली की मानव त्यांच्या वाहनांतून त्याच्या मोहिमेच्या स्थळाकडे येताहेत, तेंव्हा त्याने लगेचच त्या वास्तूस एका जुनाट दगडी वास्तूचे आभासी आवरण चढविले होते.त्याला त्याच्या कार्यापासून मानवांचे लक्ष दूर राहिलेलेच हवे होते. तसे पाहिले तर तो मानवांच्या ताफ्यावर सहजपणे हल्ला चढवू शकला असता, पण त्याला हे माहित होते की मानव त्याचा सामना करण्यास पूर्णतः असमर्थ होते. ते त्याचे काहीही बिघडवू शकत नव्हते.त्यामुळे त्याने आपली ऊर्जा मानवांवर खर्च करणे टाळले. ज्यावेळी तपास कार्य करणाऱ्या टीमच्या सबमरीन्स घुमटाच्या सभोवताली फिरत होत्या त्यावेळी इंद्रजित आत शांतपणे आपले कार्य करीत होता.
तपासकार्यातील शेवटचे मेम्बर्स जहाजावर परतल्यावर जन. शर्मांनी सर्वांच्या कार्याचा आढावा घेतला.कोणालाही काहीच संशयास्पद आढळले नव्हते. जन.शर्मांकडे त्यांची वेगळी योजना होती. त्यांनी नॉर्थ कॅरोलीनावरील निरनिराळया सेन्सर्स बद्दल ऐकले होते. त्यांनी त्याबद्दल पंतप्रधानांशी चर्चा करून त्या सेन्सर्सपैकी ज्या सेन्सर्सचा वापर करण्याचे ठरवित असतांना नॉर्थ कॅरोलीनावर हल्ला झाला होता ते सेन्सर नॉर्थ कॅरोलीनाच्या कॅप्टन कडून बोलावून घेतले होते आणि ते त्यांच्या सोबत जहाजावर आणले होते. ते एक असे डिटॅचेबल सेन्सर होते ज्याचा वापर करून त्या घुमटामधील हालचाली गुप्तपणे टिपता येऊ शकणार होत्या.त्यांनी रजतसोबत जाऊन ते सेन्सर त्या घुमटाजवळ ठेवण्याचे ठरविले.जन शर्मा आणि रजतने एक फेरी पुन्हा केली आणि त्यांनी ते सेन्सर त्या घुमटाजवळ नेऊन ठेवले.

परंतु त्यांना याची कल्पना नव्हती की ते तेथून गेल्यावर काही क्षणातच इंद्रजितने ते सेन्सर निकामी केले होते.
इन्व्हेस्टिगेशन टीम छोट्या छोट्या ग्रुप्समध्ये समुद्र किनाऱ्यावर परतली.त्यांचे प्रयत्न निष्फळ ठरले होते. यौंडे एयरपोर्ट वरून उड्डाण करणारी फ्लाईट काही तांत्रिक कारणांनी रद्द झाली होती त्यामुळे त्या सर्वांना दौआलाच्या रिसोर्ट मध्ये मुक्काम करण्या शिवाय पर्याय नव्हता.
दौआलाच्या बीचेस अत्यंत सुंदर आणि स्वच्छ होत्या.तेथील वातावरण अतिशय रम्य होते.रजत आणि सौरभने राजश्री व शिरीनसोबत त्या समुद्राच्या नितळ निळया पाण्याचा व वातावरणाचा आनंद घेण्याचे ठरविले.

सकाळ होत होती. सूर्य अजून क्षितिजावर आलेला नव्हता.ते सर्व किनाऱ्यावरील शितल हवेचा आनंद घेत होते. वातावरणातील ताजेपणाने सर्वच प्रफुल्लीत झाले होते.ते बीचवर फिरत समुद्राच्या लाटांचा आनंद घेत होते. तेथे फिरत असतांना सौरभला असे जाणवले की त्याठिकाणी तो पूर्वीदेखील आला होता.ते ज्या घुमटाचा तपास करण्यासाठी आले होते तो घुमट त्या किनाऱ्यापासून बऱ्याच अंतरावर समुद्र तळावर होता.बीचवर अनेक लोक सकाळच्या आल्हाददायक वातावरणाचा आनंद घेत होते.

"शिरीन, मला या ठिकाणी पूर्वीही आल्यासारखे वाटते.कदाचित एखाद्या स्वप्नात मी हे ठिकाण पाहिले असावे. मागे मी तुला माझ्या एका स्वप्नाबद्दल सांगितले होते, तुला आठवतं कां ते?" सौरभने शिरीनकडे अनुकूल प्रतिसादाच्या अपेक्षेने पाहिले.

" अरे सौरभ,तू आता स्वप्नांचा विचार कां करतो आहेस? जरा आजूबाजूला बघ. किती रोमँटिक वातावरण आहे. त्याचा आनंद घे नं ! तू जे स्वप्नात पाहिलं होतं ते याक्षणी महत्वाचं आहे कां?" शिरीनने त्याचे लक्ष वर्तमानाकडे वळविण्याचा प्रयत्न केला.राजश्रीचे लक्ष त्यांच्या बोलण्याकडे होते. तिने सौरभचे वाक्य अर्धवट ऐकले होते. ती मस्करीच्या मूडमध्ये होती. तिने विचारले,

"शिरीन, आपला हँडसम सायंटीस्ट इथल्या समुद्राविषयी काही वैज्ञानिक माहिती सांगतो आहे कां?"

"अगं तेच तर मी त्याला सांगायचा प्रयत्न करते आहे की, तुझ्या भूतकाळातील स्वप्नांच्या गोष्टी बाजूला ठेऊन इथल्या शांत सुंदर निसर्ग सौंदर्याचा आनंद घे नं !" शिरीन ने स्मित हास्य करीत उत्तर दिले.

सौरभला चांगलेच स्मरत होते की तो समुद्र किनारा आणि उसळत्या लाटांचा तो नितळ समुद्र त्याने यापूर्वीही पहिला होता.त्याला हे देखील आठवले की त्याने दूरवर समुद्रातून एक डोळे दिपविणाऱ्या ऊर्जेचा भयंकर अजस्त्र स्तंभ बाहेर येत असलेला पाहिला होता. त्याने त्या गोष्टींचा समन्वय साधण्याचा प्रयत्न केला. त्यांनी ज्या संशयास्पद घुमटाच्या तपासाचे कार्य हाती घेतले होते त्याचा व त्या ऊर्जास्तंभाचा एकमेकांशी काही संबंध होता कां? पण तसे म्हणावे तर त्या घुमटाच्या आजूबाजूला कुठल्याही आक्षेपार्ह हालचाली आढळल्या नव्हत्या.ते स्ट्रक्चर एकंदरीत निरुपद्रवी वाटत होते. त्याने ते कोडे सोडविण्यासाठी देवाला प्रार्थना केली.त्या स्वप्नाचा गर्भित अर्थ काय होता? त्या जागेचा पृथ्वीवर येऊ पाहत असलेल्या महाभयंकर संकटाशी काही संबंध होता कां? तो विचार मनात येताच सौरभ शहारला व एकदम एका जागी निश्चल उभा राहिला.

रजतने सौरभला विचारमग्न अवस्थेत एका जागी उभे राहिल्याचे पाहताच तो त्याच्या निकट गेला.

"सौरभ, काय झाले? तू बरा आहेस नं? कसला विचार करतो आहेस? काही घडलं आहे कां?" सौरभचा गंभीर चेहरा पाहून रजतने विचारले.

"काही नाही रे.हे ठिकाण मला स्वप्नात पाहिलेले आठवते आहे. मी त्याबद्दल शिरीनला सांगण्याचा प्रयत्न केला पण ती ऐकण्याच्या मनस्थितीत नव्हती. स्वप्नात या जागेबद्दल मी काय पाहिले तेच आठविण्याचा मी प्रयत्न करीत होतो.मला या जागेविषयी आतून काहीतरी जाणवते आहे. पण ते नेमके काय आहे हे मला समजत नाही आहे.मला असं वाटत आहे की आपल्या तपास कार्याच्या नजरेतून काहीतरी निसटले आहे. आपण एकदा पुन्हा तेथे जाऊन तपास करावयास हवा. हे शक्य आहे कां?" सौरभने चिंताग्रस्त स्वरात विचारले.

"सौरभ, आरमाराच्या जहाजास परत बोलावून सर्व व्यवस्था पुन्हा करविणे मला तर अशक्यच वाटते.पण तरीही मी जन. शर्मांशी त्याबाबतीत बोलेन. ते या सगळ्या गोष्टींना सहमती देतील असे मला वाटत नाही.कारण त्याकरिता कुठलेच पुरेसे निमित्य नाही आहे.तुला जी अनामिक चिंता वाटते आहे तिची तू काही तर्कसंगती देऊ शकशील कां?" जरी रजत सौरभच्या विचारांशी सहमत होता, तरी तपासकार्य पुन्हा सुरु करण्याविषयी जन. शर्मांना विनंती करतांना काहीतरी सुसंगत आणि तार्किक स्पष्टीकरण लागणारच होते. ते एका आंतर्राष्ट्रीय मोहिमेवर होते. हीच परिस्थिती जर भारतातील एखाद्या तपास कार्यात उद्भवली असती तर रजतने जनरलना सहज पटविले असते. पण तेथील परिस्थिती वेगळी होती.

बीचवरून रिसोर्टला परतल्यावर रजत सौरभसह जन. शर्मांना भेटण्यास गेला. जन. शर्मा त्यांच्या कॉटेज समोरील मोकळ्या जागी सकाळच्या कोवळ्या उन्हाचा आनंद घेत आरामखुर्चीवर पहुडले होते. त्यांनी त्या दोघांना येतांना पाहिले आणि आश्चर्याने विचारले,

"कर्नल, बीचवरील निसर्गसौंदर्याचा आनंद लुटण्याचे सोडून तुम्ही दोघे येथे काय करीत आहात?"

"सर सौरभला असं वाटतं की आपल्या तपासात काही निसटलं तर नाही? तो असं विचारत होता की आपण पुन्हा ......?" जन.शर्मांच्या चेहऱ्यावरील बदलते भाव बघून रजतने त्याचे वाक्य अर्धवट सोडले.

" सौरभ, तुला नक्की काय म्हणायचे आहे? तुझ्या मते आपण आपले कार्य कुठे अर्धवट सोडले? इतरांनी जे पाहिले त्यापेक्षा तुला काही वेगळे आढळले

कां? तसं असेल तर तू ताबडतोब जहाजावरच मला कां नाही सांगितलेस?" जन.शर्मांना कुठलीही गोष्ट पटविणे अत्यंत अवघड बाब होती. रजतला याच क्षणाची भीती वाटत होती.

" सर, माझा उद्देश तुमचा अवमान करण्याचा नाही. माझ्या मनात तुमच्याबद्दल पूर्ण आदर आहे. मला प्रामाणिकपणे एवढेच वाटते की, ज्यावेळी जागतिक नेत्यांनी ते संशयास्पद स्ट्रक्चर बघितले, त्यांच्या मनात असा विचार आला की त्यामधील गुप्त हालचालींच्या माहितीसाठी तेथे सबमरीन मध्ये असलेले सेन्सर सोडावे.ते तसा विचार करीतच होते एवढ्यात त्यांच्या सबमरीनवर प्रचंड प्रमाणात हवेचा दाब आला आणि त्यांची सब समुद्राच्या पृष्ठभागाकडे पिटाळून लावल्या गेली.त्याच कारणामुळे त्यांनी त्या जागेच्या पुनर्तपासणीचा विचार करून संयुक्त समितीची स्थापना केली.त्यानुसार आपण त्या जागेचे जवळून निरीक्षण केले.आपल्याला त्याठिकाणी काहीही संशयास्पद अथवा आक्षेपार्ह आढळले नाही.तेवढेच कशाला पण त्या घुमटामध्ये अशी कुठलीही जागा किंवा पोर्ट आढळून आले नाही जेथून सबमरीनवर हवेच्या रुपात शस्त्राचा हल्ला होऊ शकेल.हे विचित्र वाटत नाही कां?वास्तविक आपण त्या वास्तूच्या अगदी जवळ गेलो होतो.आणि तरीदेखील आपल्याला काहीच आढळले नाही. आपल्या नेत्यांच्या सबमरीनवर ज्या प्रकारे हल्ला झाला त्याप्रकारे आपल्या डायव्हर प्लेन्स वरही हल्ला होऊ शकला असता पण तसे झाले नाही.त्यामुळेच मला अस्वस्थ वाटत आहे.

माझ्या तर्कानुसार असे घडण्यामागे दोन कारणे असू शकतील.एक म्हणजे ज्या हवेच्या बुडबुड्याने सबमरीन फेकल्या गेली, तो बुडबुडा त्या घुमटामधून निघालाच नसेल. तो तयार होण्यामागे एखादे नैसर्गिक कारण असू शकेल. जसे समुद्रातील भूकंप किंवा एखादे तत्सम कारण. दुसरे कारण असेही असू शकेल की जागतिक नेते त्या घुमटाच्या जवळून जात असतांना तेथे जे काही कार्य सुरु होते, ते कार्य पूर्ण झाले असेल आणि ज्या कोणी तो हल्ला केला होता, ती माणसे तेथून पसार झाली असतील. मला दुसरा तर्क जास्त संयुक्तिक वाटतो.अशा परिस्थितीत आपण जर पुन्हा घुमटाचे काही अंतरावरून निरीक्षण केले आणि बघितले की कालपेक्षा काही वेगळे आढळते कां? मी बीचवर फिरत असतांना हा विचार माझ्या मनात आला आणि मी रजतला तुमची भेट घेण्याची विनंती केली." सौरभचे कथन प्रामाणिकपणाने ओतप्रोत भरलेले होते.जन. शर्मा सौरभचे कथन शांतपणे एकाग्रचित्ताने ऐकत होते.त्यांनी त्याच्या बोलण्यावर विचार केला. असे काहीतरी होतेच जे त्यांच्या तपास कार्यातून अलगदपणे निसटले होते.

जागतिक नेत्यांची सबमरीन नक्कीच नैसर्गिकपणे निर्माण झालेल्या हवेच्या बुडबुड्याने ढकलली गेली नव्हती.तो केवळ योगायोग नव्हता.जन शर्मांनी सौरभने मांडलेल्या मुद्द्यांवर चिंतन केल्यावर त्यांनादेखील तसेच वाटू लागले.

“ ठीक आहे सौरभ.आपण मर्यादित स्वरूपाच्या तपासकार्याचे काही जमते कां ते बघू.आपण केवळ आपल्या टीमपुरताच विचार करू. फ्रान्स आणि जर्मनीचे टीम मेम्बर्स एव्हाना निघूनही गेले असतील.अमेरिकन्स कदाचित असतील पण ब्रिटीश मेम्बर्स बद्दल सांगता येऊ शकत नाही.त्यामुळे हा पुनर्तपास आपण आपलेच करू. अमेरिकन आरमाराचे जहाज अजून गिनीच्या आखातून गेलेले नाही.मी त्यांच्या कॅप्टनला विनंती करून एका डायव्हर प्लेनच्या व्यवस्थेचे बघतो.तू आणि कर्नल रजत तेथे जाऊन नवीन काही आढळते काय ते पाहून या.” जन.शर्मांनी सौरभच्या प्रस्तावास संमती दर्शविली.

जन शर्मांनी दुसऱ्या दिवशी सकाळी तपासाची व्यवस्था केली.नेव्हीचे जहाज त्याच प्रदेशात होते. सौरभ आणि रजत कॅप्टनने पुरविलेल्या डायव्हर प्लेनमध्ये स्वार झाले. काल नजरेतून सुटलेले नवीन काही आढळते काय याचा शोध घेण्यासाठी त्यांनी समुद्राच्या खोल पाण्यात प्रवेश केला. अगदी एक हजार पाचशे मिटर एवढ्या खोलीपर्यंत जाण्याचा त्यांचा मानस नव्हता.ते एक हजार मिटर खोलीवर प्रवास करीत होते. तेथून तो घुमट त्यांच्या स्क्रीनवर अगदी स्पष्टपणे दिसू लागला.तो आदल्या दिवशी पाहिलेला घुमट नव्हताच. तो एक वेगळाच प्रकार होता.तो एक प्रचंड मोठा, षटकोनी आकाराच्या असंख्य बंद खिडक्या असलेला अर्धगोलाकार होता. मधमाशीच्या पोळयात जसे असंख्य षटकोन असतात तसे त्याच्या पृष्ठभागावर होते. ते षटकोनी आकाराचे पॅनल्स कुठल्यातरी अज्ञात साहित्यापासून बनलेले होते.त्यांचा रंग शुभ्र पांढरा होता.तो आतून प्रकाशमान असल्याचे भासत होते. एखाद्या अजस्त्र प्राण्याची छाती श्वासोच्छवास घेतांना जशी हालचाल करेल तशी त्या षटकोनांची लयबद्ध हालचाल होत होती.ते फुफ्फुसा प्रमाणे आतबाहेर हालचाल करीत होते. ते फारच भयावह दृष्य होते.सौरभ आणि रजत ते पाहून भयचकित झाले होते.त्यांची नजर त्या घुमटावर अशी खिळली जसे कोणी त्यांना संमोहित केले असावे.तो एखादा हिंस्त्र प्राणी असावा की काय असा विचार त्या दोघांच्या मनात चमकून गेला.

सौरभने प्रयत्नांच्या पराकाष्ठेने त्याची नजर तेथून हटविण्यात यश मिळविले व झटकन त्याच्या कॅमेऱ्याने त्या घुमटाचे क्लोज अप फोटोज

घेण्यास सुरुवात केली. त्याने पटापट तीन चार फोटोज घेतले. रजतकडे डायव्हर प्लेन चे नियंत्रण होते. त्या दरम्यान नकळतपणे ते आणखी दोनशे मिटर खोल गेले होते. डायव्हर प्लेन अचानक एखाद्या मोठ्या वस्तूची धडक बसल्याप्रमाणे हादरले.सौरभ आणि रजत अनामिक भीतीने शहारले. सौरभला कॉकपिटच्या ग्लास मधून जे दिसले त्यामुळे तो एकदम ओरडलाच.

"रजत, सांभाळ !" त्याला त्यांच्या सबमरीन दिशेने राक्षसी आकाराचे जायंट व्हेल्स चहूबाजूंनी येतांना दिसले.ते महाभयंकर प्रचंड आकाराचे होते. तेवढे महाकाय व्हेल्स त्याने आयुष्यात कधीही कुठेच पाहिले नव्हते.त्या व्हेल्सने त्यांची छोटी सबमरीन आरामात गिळंकृत केली असती. त्यांच्या सबमरीन कडे वेगाने येणारे ते व्हेल्स रजतच्या दृष्टीसही पडले होते. त्याने घाबरून सबमरीनचे थ्रोटल जीवाच्या आकांताने दाबले. त्याबरोबरच त्याने सूज्ञपणे सबमरीनची दिशा देखील समुद्राच्या पृष्ठ भागाकडे वळविली होती.ती सबमरीन जरी लहान असली तरी ती त्यांच्या अपेक्षेपेक्षा कितीतरी अधिक शक्तिशाली होती.ती त्या जागेवरून बंदुकीची गोळी निघावी अशा वेगाने निघाली.एका मिनिटाच्या आत तिने तब्बल पाचशे मिटर्सचे अंतर कापले होते.आता ते पृष्ठभागापासून सातशे मिटर्स खोलीवर होते.त्या महाकाय व्हेल्सनी त्यांचा पाठलाग सोडला नव्हता.परंतु सबमरीन ने अचानक घेतलेल्या वेगामुळे ते बरेच मागे पडले होते.रजतने सबमरीनचे थ्रोटल सोडले नाही त्याने त्याच वेगाने सबमरीनला पृष्ठभागाकडे दामटले. पुढील सव्वा मिनिटात ते एखाद्या व्हेलने पाण्याबाहेर झेप घ्यावी त्या वेगाने पाण्यातून बाहेर हवेत सूर मारून जोराने पाण्याच्या पृष्ठभागावर आपटले. ते त्यांच्या जहाजापासून सुमारे शंभर मिटर अंतरावर पाण्याबाहेर निघाले होते. ती सबमरीन पाण्यावर एखाद्या स्पीड बोटी सारखी वेगाने जाऊ शकत होती.रजत ने सबमरीनची दिशा जहाजाकडे वळविली आणि क्षणार्धात ते त्यांच्या सामान्य वेगाने जहाजाजवळ पोहचले.पोहचता पोहचता त्याने जहाजास ते येत असल्याचा सिग्नल दिला होता त्यामुळे जहाजावरून एक मोठ्या आकाराचा पिंजरा त्यांना वर उचलण्यासाठी सोडण्यात आला. त्या पिंजऱ्यात ती सबमरीन सहज समावली आणि वर उचलल्या गेली.आता ते सुरक्षित होते. सौरभ भीतीमुळे आणि पाण्याचा दाब अचानक कमी झाल्यामुळे थरथरत होता.रजत मात्र खंबीर होता.ते दोघं सबमरीनच्या बाहेर आले. जन. शर्मा जहाजावर त्यांची प्रतीक्षा करीत होते.त्यांनी त्यांच्या बायनॉक्युलरने त्यांना समुद्रातून बाहेर निघतांना पाहिले होते.रजत जसा सबमरीनच्या

बाहेर आला तसे जन. शर्मांनी त्याला चूप राहण्याची खूण केली.कॅप्टनने त्यांच्याकडे प्रश्नार्थक मुद्रेने पाहत विचारले,
" काय झाले? पाण्याखाली काही गडबड झाली कां? तुम्ही अत्युच्च वेगाने पाण्याबाहेर पडलात."
"नाही कॅप्टन काही गडबड झाली नाही.फक्त आम्ही जहाजाच्या कोऑर्डीनेटस चुकल्याने जरा घाबरलो आणि त्या गोंधळात थ्रोटल अधिक जोरात दाबल्या गेले.आम्हाला त्या सबच्या सुपर सॉनिक स्पीडची कल्पना आली नाही." रजत ने चाणाक्षपणे कॅप्टनच्या मनातील शंकेचे निरसन केले.
रजत, सौरभ आणि जन.शर्मा एका छोट्या बोटीने किनाऱ्याकडे निघाले. परतीच्या वाटेत कोणीही कोणाशी बोलले नाही.किनाऱ्यावर उतरून जेंव्हा बोट समुद्रात परतली तेंव्हा जन. शर्मांनी विचारले,
" कर्नल,काय झाले? मला खात्री आहे की तुम्ही काहीतरी भयानक पाहिले आहे.
" होय सर. सौरभची शंका खरी ठरली.समुद्राच्या तळावर एक महाभयंकर गोष्ट आम्ही पाहिली.अगदी सुदैवानेच आम्ही आमचा जीव वाचवून तेथून निसटलो....." रजतने पाण्याखाली बाराशे मिटर्स खोलीवर असतांना त्यांच्यावर गुदरलेला दुर्धर प्रसंग जन.शर्मांना कथन केला.तोपर्यंत सौरभ देखील धक्क्यातून सावरला होता. त्याने जन. शर्मांना पाण्याखालील प्रसंगाबद्दल सांगितले,
"सर तेथे जे कोणी कार्य करित आहेत, ते अतिशय कमालीचे हुशार आहेत. त्यांच्याकडे अत्याधुनिक तंत्रज्ञान देखील आहेच.काल त्यांनी त्याच्या मदतीने त्या घुमटास एका दगडी स्वरूपात परिवर्तीत केले होते.परंतु आज आम्ही बऱ्याच दुरून निरीक्षण करीत होतो त्यामुळे कदाचित आमची चाहूल त्यांना लगेच लागली नसावी. किंवा कदाचित ते त्यांच्या कामात व्यग्र असतील आणि त्यामुळेही त्यांचे लक्ष आमच्याकडे गेले नसेल.पण जसे आम्ही त्यांच्या पासून तीनशे मिटर्स च्या परिघात पोहचलो,तसा महाप्रचंड व्हेल्सच्या ताफ्याने आमच्यावर अचानक हल्ला चढविला.ते व्हेल्स कुठून अचानक प्रकट झाले ते आम्हाला कळलेच नाही.एवढे महाकाय आकाराचे व्हेल्स मी यापूर्वी कधीच बघितले नव्हते. त्यांनी आमच्यावर नुसताच हल्ला नाही केला तर त्यांनी आमचा पाठलाग देखील केला.ते लक्ष्याचा वेध घेण्याकरिता प्रशिक्षित असावे असे वाटत होते."
"बरे झाले तू पुन्हा तेथे जाण्याबद्दल माझ्याशी बोललास. त्यामुळे आपल्याला या नवीन गोष्टी तरी कळल्यात. आपण या घटनेबद्दल

पंतप्रधानांच्या कानावर घालूच.पण तोपर्यंत मात्र आपण त्याबद्दल कुठेही वाच्यता नं केलेली बरी." जन. शर्मांनी त्यांना सूचना दिल्या.

शिरीन आणि राजश्री रजतच्या स्वीटवर त्या दोघांची आतुरतेने वाट पाहत होत्या.ते दोघे सकाळीच तेथून निघाले होते आणि आता सायंकाळ होत आली होती.

"राजश्री,आता मला काळजी वाटतेय गं. आतापर्यंत त्या दोघांनी यायला हवं होतं.मला कळत नाही त्यांना एवढा उशीर कां झाला असावा?" शिरीनचा सूर चिंताग्रस्त होता.

"शिरीन, काळजी करू नकोस. ते बघ ते दोघं येताहेत." राजश्रीने त्या दोघांना स्वीटकडे येतांना खिडकीतून पाहिले होते.

रजत आणि सौरभ त्यांच्या रूममध्ये आले. दोघेही थकलेले दिसत होते.सौरभचा चेहरा तर पांढरा फटक दिसत होता.सौरभच्या चेहऱ्यावरून शिरीनला जाणविले की समुद्राखाली काहीतरी विचित्र घडले असावे.

"सौरभ काय झाले? तुम्हाला नक्कीच काहीतरी नवीन आढळले आहे.काय आढळले?" शिरीनने विचारले.

"अगं शिरीन, त्याला जरा दम तर घेऊ दे.तो आपल्याला सगळं काही सांगणारच आहे.हो नं सौरभ?" राजश्रीने शिरीनला समजावले.

" तसे काही विशेष घडलेले नाही. आम्हाला जरा घाईने समुद्रातून वर यावे लागले त्यामुळे हवेच्या दाबात अचानक फरक पडला. सौरभ त्यामुळे थकलेला दिसतो आहे." रजतने सौरभच्या थकव्याचे स्पष्टीकरण दिले.रजतच्या स्पष्टीकरणाने शिरीनचे समाधान झाले नाही. ती सौरभकडे पाहत म्हणाली,

"मला हेच सौरभच्या तोंडून ऐकायचे आहे."

"शिरीन,रजत जे सांगतो आहे ते सत्य आहे. आमच्या सबमरीनभोवती एक महाकाय व्हेल्सचा ताफा जमा झाला होता. त्यांना आमची सबमरीन कदाचित त्यांच्या भक्ष्यासारखी वाटली असावी.त्यांना चकविण्यासाठी आम्हाला अतिशय वेगाने समुद्राच्या पृष्ठभागावर यावे लागले.त्या अचानक झालेल्या दाबाच्या बदलाने माझा चेहरा तुला थकलेला भासला असेल." सौरभने रजतचे म्हणणे उचलून धरले.

दुसऱ्या दिवशी सायंकाळी ते सर्व दिल्लीस पोहोचले. तिसऱ्या दिवशी सकाळची पंतप्रधानांची वेळ घेण्याबद्दल जन.शर्मांनी त्यांच्या ऑफिसला आधीच सांगून ठेवले होते.

पंतप्रधानांनाही गिनीच्या आखातातील शोध कार्याच्या अहवालाबद्दल उत्सुकता होतीच. जन. शर्मा, रजत आणि सौरभ सोबत पंतप्रधानांच्या कक्षात शिरले पंतप्रधान त्यांची वाट पाहत होते.

जन.शर्मांनी तपासकार्याची सविस्तर माहिती त्यांना दिली. त्यानंतर सौरभच्या विनंतीनुसार त्यांनी जो पुन्हा तपास केला होता त्याबद्दल त्यांनी सांगितले.तो घुमट दुसऱ्या दिवशी किती विचित्र आणि वेगळा दिसत होता तसेच सौरभ आणि रजतवर व्हेल्सने केलेल्या हल्ल्याचेही शर्मांनी सविस्तरपणे कथन केले.

"या सगळ्या घटनांवरून हे अगदी स्पष्टपणे दिसून येते की त्या घुमटामध्ये काहीतरी भयंकर सुरु आहे.मला एक गोष्ट समजत नाही की त्या घुमटात काम करणाऱ्यांनी सबमरीनच्या दिशेने महाकाय व्हेल्स कसे काय पाठविले असतील?ती फारच गंभीर बाब आहे. रजतने त्या हल्ल्यातून सुटका करण्यासाठी दाखविलेले प्रसंगावधान प्रशंसनीय आहे.या नंतर घडलेल्या बाबींबद्दल आपणास इतर नेत्यांसोबत चर्चा करावी लागेल.त्यानंतरच आपण तेथे काय कार्यवाही करावयाची याची रूपरेषा ठरवू शकू." पंतप्रधान विचारपूर्वक बोलले. त्या सर्वांशी चर्चा करतांना पंतप्रधान सर्वांच्याच चेहऱ्यावरील भाव त्यांच्या तीक्ष्ण नजरेने टिपत होते.त्यांना असे जाणविले की सौरभला त्यांच्याशी काहीतरी बोलायचे आहे, पण तो सर्वांसमक्ष बोलू इच्छित नव्हता.त्यांनीच सौरभसाठी मार्ग मोकळा केला.

"सौरभ मिटिंगनंतर तू थांब.मला इस्रोतील प्रोजेक्ट विषयी बोलायचे आहे."

"होय सर." सौरभ समाधानाने उत्तरला.त्याला पंतप्रधानांशी एकांतात बोलण्याची इच्छा होती. विष्णूंच्या बरोबर झालेल्या मिटिंग बद्दल त्याला जन. शर्मा आणि रजतसमोर बोलता येऊ शकत नव्हते.

मिटिंग संपली आणि जन. शर्मा रजत सोबत निघून गेले.सौरभ पंतप्रधानांच्या सूचनेनुसार मागे थांबला.

"सौरभ मला असे वाटते की आपण विष्णूंसोबत मिटिंग करणे गरजेचे आहे.माझे अंतर्मन सांगते आहे की समुद्रतळावर जो घुमट आपण सर्वांनी पाहिलेला आहे तो अद्भुत व अमानवीय आहे.तुम्ही सर्व त्याठिकाणी शोध करण्यासाठी गेलात तेंव्हा तुम्हाला तो दगडी भासला. दुसऱ्या दिवशी तुम्ही तो लांबून पाहिला तेंव्हा एखाद्या अजस्त्र जिवंत प्राण्यासारखा दिसला. याचाच अर्थ असा आहे की तेथे कार्य करीत असलेल्यांना ती वास्तू एका प्रकारातून दुसऱ्या प्रकारात परिवर्तीत करण्याची क्लृप्ती अवगत आहे. आमच्या सबमरीनवर महाकाय हवेच्या दाबाचा हल्ला झाला तर

तुमच्यावर हिंस्त्र व्हेल्सचा. यावरून हे दिसून येते की जे कोणी तेथे कार्यरत आहेत त्यांना तेथे कोणाची लुडबूड नको आहे. विष्णू या बाबीवर काही सुचवितात काय ते आपण बघू.कदाचित त्यांना त्याबद्दल काही माहिती देखील असेल. गेल्यावेळी त्यांनी तसे संकेत दिले होते." पंतप्रधान अज्ञात संकटाच्या चाहुलीने चिंताग्रस्त झाले.

"सर, मलाही हेच वाटत होते.फक्त मी इतरांसमक्ष यावर बोलू शकत नव्हतो.मलादेखील या सर्व घटनेबद्दल विष्णूंशी बोलण्याची इच्छा आहे.मला तर असेही वाटत आहे की विष्णूंनी संकेत दिलेल्या प्रलयंकारी संकटाचा त्या संशयास्पद घुमटाशी संबंध असावा.जर असे असेल तर त्या संकटाच्या सामन्याकरिता आपण तयारीस लागावयास हवे." पंतप्रधान त्याच्या विचारांशी सहमत असल्याने सौरभला त्यांचा आधार वाटला व त्यामुळे त्याला आंतरिक समाधान मिळाले.

****

प्रकरण २४

पंतप्रधानांशी मिटिंग झाल्याच्या पुढील सकाळी सौरभ आणि शिरीन बेंगळूरूस परतले.सौरभ विचारात गुंतला होता.शिरीन मूकपणे त्याला पाहत होती.ते घरी पोहोचल्यावर तिने त्याचे मौन भंग करण्याचा प्रयत्न केला.

“सौरभ पंतप्रधानांनी तुझ्याशी काय चर्चा केली ते तू मला सांगितले नाहीस. पंतप्रधानांना इस्त्रोच्या काही विषयांवर तुझ्याशी चर्चा करायची होती असे रजत सांगत होता. काही विशेष चर्चा होती कां?” शिरीनने त्याला बोलते करण्याचा प्रयत्न केला पण सौरभ काहीच बोलला नाही.

“सौरभ मी बघते आहे, रजत बरोबर समुद्रतळावर जाऊन आल्यापासून तू शांत शांत आहेस.तेथे काय झाले ते रजत ने मला सांगितले नाही आणि तू देखील काहीच बोलत नाहीस.तू तुझ्या मनातील खळबळ माझ्याशी शेयर करणार नाहीस कां?तुला हे माहित आहे नं की जगातील कुठलीही समस्या आपण दोघं एकत्र बसून सोडवू शकतो.प्लीज मला सांग की कोणत्या विचारांनी तुला एवढे अस्वस्थ केले आहे?” शिरीनने त्याच्या केसात हात फिरवीत प्रेमाने विचारले. सौरभ तिच्या प्रेमळ प्रयत्नांना प्रतिसाद देण्यापासून स्वतःस रोखू शकला नाही.त्याने समुद्रतळावर काय काय घडले ते तिला सविस्तरपणे सांगितले.पंतप्रधानांशी त्याची काय चर्चा झाली तेही त्याने तिला सांगितले. त्या घुमटात काही अमानवीय शक्ती कार्यरत असाव्यात की काय याची त्यांना चिंता वाटत होती.

“ ओके. हे तर स्पष्टच आहे की जे कोणी समुद्र तळावर कार्य करीत आहेत ते त्यांचे कार्य जगासमोर उघड होऊ नये असा प्रयत्न करीत आहेत.दुसरी महत्वाची गोष्ट म्हणजे,ते त्यांचे कार्य लपविण्यासाठी सर्वसाधारण शस्त्रांचा वापर करीत नाही आहेत. कोणालाही त्यांच्याबद्दल काही कळू नये अशा रितीने ते त्यांचे संरक्षक कवच वापरत आहेत. ते वापरत असतांना ते कोणताच मागमूस मागे ठेवत नाहीत.त्यांची कार्य पद्धती सर्वथा वेगळी आहे. त्यांच्या परिघात प्रवेश करणाऱ्या लोकांवर हल्ला करण्याची त्यांची पद्धत आपल्याला समजली आहे. या सगळया गोष्टी आपल्याला विष्णूंशी चर्चा करतांना त्यांच्या कानावर घालाव्या लागतील.

पण मला असं म्हणायचं आहे की तुला आणि पंतप्रधानांना असं कां वाटतं की या समस्या सोडविण्यासाठी आपण विष्णूंची मदत घ्यावी? पूर्वी आपले प्रश्न आपण आपल्या पद्धतीने सोडवीत होतो. जवळजवळ सगळयाच

प्रश्नांची समाधानकारक उत्तरे आपल्यास सापडत देखील होती.असं असतांना आपण त्यांच्या मदतीवर अवलंबून कां राहायचं? एवढ्या प्रयत्ना नंतर आपला त्यांच्याशी संपर्क झाला आहे. यापूर्वी आपले कुठलेही प्रश्न सोडविण्यास ते कुठे उपलब्ध होते? अर्थात त्यांनी स्वतःच आपल्याला गेल्या मिटिंगमध्ये सांगितले आहे की ते आपणास मदत करतील. त्यामुळे आपण त्यांच्या मदतीची अपेक्षा करू शकतो.......

हे सर्व माझे विचार आहेत.आपण त्यांना मिटिंगमध्ये भेटण्याची विनंती नक्कीच करू शकतो.त्यांचे काय उत्तर येते यावरच आपण पुढे काय करायचे ते ठरवू शकू." शिरीन सर्व बाजूंनी विचार करीत होती.

ते ऑफिसला पोहचल्यावर सौरभने मूर्तींना पंतप्रधानांसोबत झालेल्या मिटिंगचा वृत्तांत सांगितला.पंतप्रधानांच्या निर्देशानुसार त्याने विष्णूंना व्हिडियो कॉन्फरन्स करिता विनंतीचा संदेश विष्णूलोकास पाठविला.

****

रावण, कंस, जरासंध, दुःशासन दुर्योधन आणि इतर कपटी दैत्य नेते पृथ्वीकडे प्रस्थानाच्या तयारीत होते.ते केवळ इंद्रजितच्या संदेशाची वाट पाहत होते.त्यांनी मानवांसोबत युद्ध करण्यासाठी भरपूर शस्त्र साठा जमवून ठेवला होता.त्यांना हे माहित होते की मानवांचा त्यांच्यासमोर टिकाव लागणार नाही.मानवांनी जरी कित्येक आधुनिक शस्त्र निर्माण केले असलेत तरी दैत्यांच्या शक्तीपुढे ते सारे निष्प्रभ ठरले असते.दैत्यांकडे युद्ध भूमीवरून हवे तेंव्हा अदृश्य होण्याची कला होती त्यामुळे ते शत्रूस सहजी नामोहरम करू शकत.त्या कलेबद्दल मानवांना माहित नव्हते.मानवांजवळ असलेली अण्वस्त्रे दैत्यांना घाबरवू शकत नव्हती कारण की दैत्यांकडे असलेले अतिवेगवान लेझर्स त्या अण्वस्त्रांचा क्षणात विध्वंस करण्यास सक्षम होते.दैत्यांना हरविणे मानवांसाठी अशक्यप्राय होते. इंद्रजित पृथ्वीवरील मोहिमेत त्याच्या वेळापत्रकाच्याही पुढे होता.तो त्याची सर्व हुशारी वापरून त्याला इच्छित असणारी प्रगती करत होता.मानवांना त्याच्या प्रोजेक्ट पासून दूर ठेवण्यात तो यशस्वी झाला होता.

विष्णूलोकाचे हेरगिरी करणारे सॅटेलाइटस दैत्यांच्या हालचालींवर सतत नजर ठेऊन होते. दैत्यलोकात अनेक मोठे दैत्य योद्धे एकत्रित झाल्याची बातमी विष्णूंपर्यंत पोहचली होती.त्यांनी शिवाशी संपर्क करण्याचे ठरविले. टेलीपथीने त्यांचे विचार शिवापर्यंत पोहोचले.

“माधवा,तुमची निलमची सैर कशी झाली? दैत्यांनी तेथे अनेक कपट कारस्थाने सुरु केल्याचे मला ज्ञात आहे.त्यांना शासन करण्याबाबत काही ठरविले की नाही अजून?”शिवना पृथ्वीवरील घडामोडींबद्दल अचूक माहिती होती.

“शिव, माझ्या माहितीनुसार दैत्य सेना पृथ्वीवर जोरदार हल्ला करण्याच्या तयारीत आहे.ते केवळ इंद्रजितच्या इशाऱ्याची प्रतीक्षा करीत आहेत.एकदा का त्याची मोहीम सफलरित्या कार्यान्वित झाली तर दैत्य अशा तऱ्हेने मानवांवर हल्ला करतील की आपल्याला दैत्यांना शासन करणे आणि त्याच वेळी मानवांचे संरक्षण करणे अवघड होऊन बसेल.मला असं वाटतं आहे की आपण आपले लढवय्ये निलमवर रवाना करून त्यांना युद्धासाठी तयार करून ठेवावे. त्यामुळे जेंव्हा युद्धाची वेळ येईल तेंव्हा आपण वरचढ असू.”विष्णूंनी त्यांच्या मनातील विचार मांडले.शिवांना देखील त्यांचे विचार पटले.

निलमवर मोठ्या प्रमाणात सैन्य पाठविण्याच्या दृष्टीने त्या दोघांनी एक सर्वसमावेशक योजना तयार केली. त्याच प्रमाणे ती योजना कार्यान्वित करण्याचा दिवस व वेळ देखील त्यांनी निश्चित करून ठेवले.ते सैन्यास निलमवरील वेगवेगळ्या निर्जन ठिकाणावर युद्धासाठी तैनात करून ठेवणार होते. योग्य वेळ येताच ते सैन्य दैत्यांवर विजेच्या लोळाप्रमाणे तुटून पडणार होते.

विष्णू शिवांशी संवाद संपवून समाधानाने बसले होते तेवढ्यात मरुत तेथे आला. त्याने पृथ्वीवरून आलेला मिटिंगची विनंती करणारा संदेश आणला होता.

“मरुत , त्यांना कळव की मिटिंग पृथ्वीवरील वेळेप्रमाणे वीस तासानंतर होईल.”विष्णूंनी त्याला सूचना दिल्या आणि ते त्यांच्या शाही प्रासादाकडे निघाले.निवासस्थानाकडे जात असतांना त्यांच्या मनात पृथ्वीवर झालेल्या दैत्यांबरोबरच्या शेवटच्या युद्धाचे विचार घोळत होते.ते युध्द त्यांनी पाच हजार सौर वर्षांपूर्वी केले होते.त्या युद्धात त्यांनी संपूर्ण दैत्यजमातीला पृथ्वीवरून घालवून लावले होते.बऱ्याच दैत्यांना त्यांनी स्वतः शासन केले होते तर काही दैत्यांना त्यांनी त्यांचा आवडता शिष्य असलेल्या अर्जुनाकरवी कठोर शासन करविले होते. युद्धातील असामान्य शौर्यामुळे अर्जुनास स्वर्गाच्या नागरिकत्वाने गौरविण्यात आले होते.अर्जुनास मात्र विष्णूलोकात निवास करण्याची इच्छा होती परंतू देवेंद्रने त्यास स्वर्गात राहण्याचा आग्रह करून त्याला तेथे ठेऊन घेतले होते. अर्जुन देवेन्द्राचा

मुलगा असल्याने त्याला आपल्या पित्याच्या शब्दास मान द्यावा लागला होता.
विष्णूंना असे वाटत होते की दैत्यांबरोबर होणाऱ्या पृथ्वीवरील युद्धात अर्जुन त्यांच्या बरोबर असावा. त्यांनी अर्जुनास टेलीपथीच्या माध्यमातून संदेश पाठविला.अर्जुनाने त्यांच्या संदेशास त्वरित प्रतिसाद दिला.
“माधवा, माझ्याकरिता काय आदेश आहे?मी तुम्हाला भेटण्यासाठी आतुर झालो आहे. मी तुम्हाला भेटण्यास लगेच येऊ कां?” अर्जुन आणि विष्णू अविभाज्य होते.अर्जुनाच्या भावविश्वात विष्णूंचे स्थान सर्वात अव्वल होते.तो त्यांना स्नेहाने ‘माधवा’ असे संबोधत असे.विष्णूंना देखील अर्जुन अतिशय प्रिय होता. ते त्याच्यावर आपल्या लहान भावाप्रमाणे प्रेम करीत.
“अर्जुन, नजीकच्या भविष्यातील माझ्या निलमच्या भेटीत तू मला सोबत हवा आहेस.आपल्याला तेथे दैत्यांसोबत निकराचे युध्द करावे लागणार आहे.त्या दृष्टीने तू पृथ्वीस भेट देण्याच्या तयारीत रहा.तू जर मोकळा असशील तर विष्णू लोकास ये. येथे तुझे स्वागतच आहे.तुझा मुलगा अभिमन्यू कसा आहे? त्याला सांग की मी त्याची आठवण केली होती.”विष्णूंनी प्रेमाने अर्जुन आणि अभिमन्यूची विचारपूस केली.अर्जुनास कुठल्याही युद्धात विष्णूंची साथ देण्यास आनंद मिळत असे.त्याने ताबडतोब दैत्यांसोबत होणाऱ्या युद्धासाठी आपल शस्त्र साठा संकलित करण्यास सुरुवात केली.त्याच्याजवळ अशी अनेक शस्त्रास्त्रे होती ज्यांचा सामना करणे कुठल्याही बलशाली दैत्यास शक्य नव्हते. अर्जुन दैत्यांकरिता एक मोठीच डोकेदुखी सिद्ध होऊ शकत होता. तो अजेय होता.
‘इंद्रजितला युद्धात मात देण्यासाठी अर्जुनाची निवडच योग्य आहे.’ विष्णूंच्या मनात विचार आला.
मरुतने विष्णूंचा संदेश निलमकडे रवाना केला.
सौरभ आणि शिरीन ला तो संदेश दुपारच्या वेळेस मिळाला.सौरभने लगेच मूर्ती व धवन यांना संदेश आल्याचे कळविले आणि धवन यांनी पंतप्रधानांना संपर्क करून दुसऱ्या दिवशी सकाळी मिटिंग असल्याचे कळविले.पंतप्रधानांना मिटिंग लवकरच होण्याची अपेक्षा असल्याने त्यांनी त्यांच्या व्यस्त कार्यक्रमांमधून एक संपूर्ण दिवस मोकळा ठेवला होता.ते विष्णूंना भेटण्यास आतुर होते.पंतप्रधान सकाळी नऊ वाजता इस्त्रोत होते. त्यांची विष्णूंबरोबर असलेली मिटिंग ठरलेल्या वेळेप्रमाणे सकाळी दहाला सुरु झाली.यावेळी विष्णू एका वेगळयाच भव्य दालनात स्थानापन्न झालेले होते.ते दालन वास्तूशास्त्राचा सुंदर नमुना होते.विष्णूंच्या कक्षाच्या भिंती शुभ्रधवल संगमरवरी दगडांच्या होत्या.त्यावर अतिशय सुंदर नक्षीकाम

केले होते. त्या कक्षास असलेल्या भव्य खिडक्यांमधून दिसणारे बाहेरील दृष्य मंत्रमुग्ध करणारे होते.स्वच्छ निळे आकाश आणि निळसर प्रकाशाचा व्याध सूर्य विष्णूंच्या मागील बाजूस असलेल्या खिडकीतून दिसत होता.त्या दालनाचे छत लाल चटक व सोनेरी रंग संगती वापरलेल्या रंगीत पेंटींग्ज ने सुशोभित केलेले होते.ते एखाद्या शाही प्रासादाचे दृष्य होते.

विष्णूंच्या चेहऱ्यावर त्यांचे नेहमीचे सर्वांना मंत्रमुग्ध करणारे स्मित हास्य होते. त्यांच्या प्रसन्न,तेजस्वी दर्शनाने सर्वांची मने प्रफुल्लीत झाली.

"सु-प्रभातम्." विष्णूंनी सर्वांना सुहास्यवदनाने अभिवादन केले.

"तुम्ही सर्वच माझ्याबरोबर निरनिराळ्या बाबींवर चर्चा करण्यासाठी उत्सुक दिसत आहात.कुठलाही आड पडदा नं ठेवता तुमच्या मनातील भावना माझ्यासमोर व्यक्त करा." विष्णूंनी मिटिंग मधील चर्चेस सुरुवात केली.

सर्वप्रथम पंतप्रधानांनी बोलण्यास सुरुवात केली.

"श्रीविष्णू, मला तुमच्याशी अनेक बाबींवर चर्चा करावयाची आहे.मी सर्व मुद्दे एक एक करून बोलेन.पण सर्वप्रथम मी संपूर्ण मानवजाती तर्फे तुमचे आभार मानतो.तुम्ही संपूर्ण ब्रम्हान्डाचे जगत्पालक आहात.तुमच्या अतिशय व्यस्त दिनक्रमातून तुम्ही आमच्या हाकेला इतक्या तत्परतेने धावून आलात यावरून तुमचा आमच्यावर किती स्नेह आहे हे दिसून येते. तुमच्याशी पुन्हा समोरासमोर भेट होत असल्याने, आम्ही खरोखरीच परम भाग्यवान आहोत हे मला जाणवते आहे.

आमच्या जगावर जी चमत्कारिक रोगाची साथ येऊन गेली त्याबद्दल काय बोलावे ते मला कळत नाही.जरी त्या साथीने प्रचंड प्रमाणात लोक मृत्युमुखी पडले असले तरी त्यामुळेच पृथ्वीवरील दुष्ट व अनाचारी प्रवृत्तींचा विनाश झाला.आमच्यापुढे उभे ठाकलेले अति लोकसंख्या वाढीचे संकट देखील त्यामुळे दूर झाले. हे देखील खरे आहे की त्या चमत्कारिक रोगाने फक्त दुष्ट प्रवृत्तीच्या लोकांचाच बळी घेतला.त्या सगळ्या घटनेला निसर्गाने केले स्व-संतुलन म्हणायचे कां? पृथ्वीवरील बलशाली देश लोकसंख्या नियंत्रणासाठी गुप्तपणे मायक्रोबियल स्वरूपाच्या उपायाची योजना आखीत होते, परंतु आता त्याची गरज भासणार नाही.मला हे पक्के ठाऊक आहे की माझ्या मनातील प्रश्नाचे उत्तर तुम्हाला माहित आहे. ती एक नैसर्गिक प्रक्रियाच होती की आणखी काही होते?" पंतप्रधानांनी हसतमुखाने प्रश्न केला.

विष्णू पंतप्रधानांचे कथन ऐकत होते. पंतप्रधानांचे बोलणे संपल्यावर त्यांनी उत्तर दिले.

“वत्सा पाच हजार वर्षांपूर्वी युद्धभूमीवर मी अर्जुनास जो उपदेश केला त्यातच तुझ्या प्रश्नाचे उत्तर आहे सत्प्रवृत्ती,दुष्प्रवृत्ती पाप आणि पुण्य ही सर्वच माझी निर्मिती आहे.मी हे सर्व कां निर्माण करतो असा प्रश्न जर तुला पडला असेल तर त्याचे उत्तर आहे की मनुष्याच्या जीवनावर नियंत्रणासाठी मला हे करणे क्रमप्राप्त आहे.आयुष्यात मानवास दुष्प्रवृत्तींचा सामना करण्याची वेळच आली नाही तर तो स्वतःचे बळ कसे वाढविणार? तो बलशाली होणारच नाही.जोपर्यंत मानव वाईटावर विजय मिळवीत नाही तोपर्यंत त्याला चांगल्या गोष्टींची किंमत कशी कळणार? सत्शील प्रवृत्ती तसेच दुष्ट प्रवृत्ती मानवाच्या मनातच घर करून राहत असतात. खरा पुण्यपुरुष तोच असतो जो मनातील दुष्प्रवृत्तींवर विजय मिळवून त्यांना कायमचे नामोहरम करतो. तुमच्या आयुष्याचा रथ सन्मार्गावर नेण्यासाठी मला हे सगळे करणे भागच आहे.

आयुष्यात तुम्हाला केवळ चांगल्या आणि उत्तमोत्तम गोष्टी मिळत गेल्या तर तुम्ही सुरुवातीस नक्कीच सुखी व्हाल.त्या सुखाची किंमत काही काळात नष्ट होईल आणि आयुष्य बेचव,निरस वाटण्यास सुरुवात होईल. पुराणातील एक कथा आठव. भोजनामध्ये जर तुला केवळ सर्व मिष्टान्नेच वाढण्यात आलीत तर ती तू खाऊ शकणार नाहीस.तुला त्याबरोबर काहीतरी तिखट, झणझणीत,आंबट खावेसे वाटेल. तसे जर नसेल तर ते भोजन कितीही उत्तम प्रतीचे असले तरी ते पूर्ण समाधान देऊ शकणार नाही.आयुष्याचेही तसेच आहे. दु:ख आहे म्हणून सुखाची किंमत आहे.

वाईट गोष्टी, वाईट प्रवृत्ती या नेहमीच मोठ्या भासतात. त्यांचे आयुष्य देखील मोठे असल्याचे भासते.परंतु असे मात्र नसते की त्या कायम टिकून राहू शकतील.चांगल्या गोष्टी, सत्प्रवृत्ती यांच्याकडे त्यांची जी सत्शील शक्ती असते, ती या वाईट गोष्टींवर विजय मिळविण्यासाठीच निर्माण केलेली असते आणि ती त्यावर विजय मिळविण्यास सक्षम असतेच.

त्या साथीचेही तसेच होते.तिने मानवांच्या आयुष्यातील केवळ वाईट प्रवृत्तीच गिळंकृत केल्या. सर्व वाईट शक्तींचे निर्दालन करणे काहीवेळा मानवास अशक्य होऊन बसते. यावेळेस ही तसेच झाले होते.मग मलाच माझ्या योजना वापराव्या लागतात.मला असे वाटते की तुला तुझ्या प्रश्नाचे उत्तर मिळाले असेल.” विष्णूंनी पंतप्रधानांकडे त्यांच्या नेहमीच्या सुहास्य मुद्रेने पाहत विचारले.पंतप्रधानांनी सहमतीने मान डोलाविली.त्यांना त्या साथीमागचे कारण कळले होते.

पुढील प्रश्न सौरभने विचारला.

" श्रीविष्णू ,मला एका अद्‌भुत गोष्टीबद्दल विचारावयाचे आहे.मी गेल्या काही दिवसांपूर्वी एक अत्यंत विचित्र गोष्ट बघितली. मला खात्री आहे की त्यासंबंधी माझ्या मनात असलेल्या शंकांचे तुम्ही निरसन कराल." सौरभने गिनीच्या आखातातील पंतप्रधानांच्या भेटीचा सविस्तर वृत्तांत विष्णूंना कथन केला.त्याच बरोबर त्याने स्वतः पाहिलेल्या त्या चमत्कारिक घुमटाबद्दल, त्याच्या वेगवेगळया आभासी रूपांबद्दल त्यांना सांगितले.

"श्रीविष्णू, ते नेमके काय होते? त्याचा संबंध पृथ्वीवर येऊ घातलेल्या भयानक संकटाशी तर नाही? त्या संकटाचा आम्ही कसा सामना करणार?" सौरभने त्याच्या मनातील शंका विचारली.

"सौरभ मला तुझ्याकडून जे अपेक्षित आहे तू त्याच मार्गावर वाटचाल करीत आहेस. मला तुझे कौतुक वाटते.आता मला जाणविले की मी संकेत दिल्याप्रमाणे भविष्यात पृथ्वीवर येऊ शकणाऱ्या संकटाबद्दल तुला किती काळजी वाटते.तू ज्याचे वर्णन केले आहेस ती एक अतिशय भयंकर वस्तू आहे. पंतप्रधान येथे आहेत त्यांनी देखील ते पाहिले आहे.

तुला आठवत असेल, मी तुला मागे संकेत दिले होते की पृथ्वीवर येणाऱ्या संकटाचा सामना करण्यासाठी तुला पंतप्रधानांचे पाठबळ लाभेल.

मी तुम्हा सर्वांना एक अत्यंत महत्वाची गोष्ट सांगू इच्छितो की, तुम्ही सर्व या पृथ्वीवर निरनिराळ्या ठिकाणी साठवून ठेवलेल्या सकारात्मक धनभारीत ऊर्जेस सक्रीय करण्याचे कार्य जागतिक नेत्यांच्या मदतीने त्वरित सुरु करा.ही ऊर्जा जगभरातील अनेक निरनिराळ्या ठिकाणी साठवून ठेवलेली आहे. त्यातील काही ठिकाणांबद्दल मी तुम्हाला सांगतो.

येथे बेंगळूरूमध्ये नंदीहिल्स नावाचा जो पर्वत आहे त्याठिकाणी ऊर्जेचे मोठे भांडार आहे. चिक्कगुब्बी येथील शक्तीस्थलास आमच्या काही सत्शील ॠषींनी बरीच ऊर्जा त्यांच्या तपोबलाने साठविली आहे. हिमालयात शम्बाला नावाचे एक गुप्त स्थान आहे तेथे तर ऊर्जेचे प्रचंड मोठे केंद्र आहे. कैलासात शिवाने मोठ्या प्रमाणात ऊर्जेची साठवण केलेली आहे.काशी येथील विश्वनाथाच्या कळसात देखल ऊर्जा स्त्रोत आहे.जेथे गौतम बुद्धास ईश्वरी ज्ञानाची प्राप्ती झाली त्या बोधगयेत देखील ऊर्जेचे वास्तव्य आहे. येशुख्रिस्ताने मानवाच्या उद्धाराकरिता ज्या जेरुसलेममध्ये जन्म घेतला होता त्या ठिकाणी ऊर्जेचे प्रचंड मोठे भांडार आहे.

इजिप्तमधील पिरामिड्‌स तर ऊर्जा वहनाची केंद्रेच आहेत.तेथे सर्व स्थानांवरील ऊर्जा एकत्रित होते.रियो डी जनेरिओ येथील टेकडीवर बाहू फैलावून उभ्या असलेल्या येशूच्या मूर्तीमध्ये देखील ऊर्जेचे स्त्रोत आहेत.

हिमालयातील बद्रिनाथाच्या परिसरात ऊर्जेचे भांडार आहे.अमृतसर स्थित सुवर्ण मंदिरात देखील संत महात्म्यांनी ऊर्जेचे संवर्धन करून ठेवले आहे.

पृथ्वीवर येणारे महाभयंकर विनाशकारी संकट निवारण्यासाठी या सर्व ठिकाणांवरील ऊर्जेची गरज भासणार आहे.

आर्यावर्तात ऊर्जेची अनेक केंद्रे एकवटलेली आहेत कारण की याच ठिकाणी अनेक सत्शील आत्म्यांनी मानव उद्धाराच्या कार्याकरिता आपले आयुष्य वेचले आहे. तुमची प्रखर इच्छाशक्तीच या ऊर्जेस सक्रीय करू शकेल."

विष्णूंनी त्यांना पुढील कार्याची रूपरेषा समजाविली. विष्णू धवन आणि मूर्तींना उद्देशून म्हणाले,

"मूर्ती, धवन तुम्ही जगभरातील तुमच्या वैज्ञानिक मित्रांना संपर्क करून त्यांना लाईट चॅनेलिंगच्या माध्यमातून ऊर्जेस सक्रीय करण्यास सांगा.सकारात्मक ऊर्जेस सक्रीय करणे हे या काळातील सत्शील आत्म्यांनी एकत्रितपणे करण्याचे महान कार्य आहे हे समजून तुम्ही सर्व या कार्यास लागा."

"श्रीहरी आम्ही सर्व तुमच्या आदेशानुसार कार्य करू पण, इतर देशातील लोक आमचे म्हणणे ऐकतील कां?" शिरीनने तिच्या मनातील शंका विचारली.

"होय बाळ.ते सर्व तुमच्या सोबत एकदिलाने कार्य करतील कारण की मी पृथ्वीवरील अनेक देशांमध्ये लाखो लाईट चॅनेलियर्स पूर्वीपासूनच सक्रीय करून ठेवलेले आहेत.त्यांना फक्त एका साखळीत गुंफण्याची गरज आहे.

तू सौरभच्या प्रत्येक सत्कार्यामागील प्रेरणा आहेस.तू त्याची साथ अशीच देत रहा.तो सर्व बिकट परिस्थितीवर मात करून पृथ्वीवर येणाऱ्या संकटास तोंड देण्यास सज्ज असेल. तुम्हा सर्वांचे प्रयत्न महत्वाचे आहेतच पण मी देखील तुमच्या बरोबरच असेन." विष्णूंनी त्यांच्या मनातील शंकांचे निरसन तर केलेच शिवाय त्यांचा आत्मविश्वास ही वाढविला.

पंतप्रधानांच्या मनात तरीही काही शंका होत्याच. त्यांनी विचारले,

"श्री विष्णू, आम्ही तुमच्या मार्गदर्शनाप्रमाणेच कार्य करू.परंतु पृथ्वीवर येणाऱ्या सर्वनाशी संकटाचा सामना करण्यासाठी एकट्या सकारात्मक ऊर्जेचा वापर पुरेसा असेल? आम्ही आमच्या जवळ असलेले इतर निर्णायक शस्त्र तैनात करून ठेवावेत कां? आम्हाला पृथ्वीवर कुठल्या प्रकारचे संकट येणार आहे ते माहित नाही. त्याचा मानवजातीवर काय परिणाम होईल त्यापासूनही आम्ही अनभिज्ञ आहोत. अशा परिस्थितीत लोकांचे प्राण वाचविण्यासाठी आम्हाला त्यांना सुरक्षित स्थळांवर स्थलांतरित करावे

लागेल कां?" पंतप्रधानांच्या स्वरात चिंता झळकत होती. विष्णूंनी त्यांची चिंता दूर करण्यासाठी त्यांना समजाविले,

"मला तुमची काळजी समजते.मी तुम्हाला सर्व रूपरेषा समजाविली आहे.त्यानुसार त्या संकटाचा सामना करतांना तुम्हाला जगाचे नेतृत्व करायचे आहे.तुम्ही तुमच्याकडे असलेले सर्वोत्तम सैन्यदल तयार ठेवाच.तुम्हाला जगातील इतर बलशाली देशाच्या नेत्यांना देखील अटलांटिक समुद्राच्या प्रदेशात त्यांचे सैन्यबळ एकत्रित करण्यासाठी सहमत करावे लागेल.ज्या स्थळावर तुम्हाला ती चमत्कारिक वास्तू दिसली होती त्या स्थळापासून काही अंतर राखून तुम्हाला सर्व निवडक सैन्य एकत्रित करणे योग्य राहील.तुम्ही तुमच्याकडील अत्याधुनिक शस्त्र जरूर तैनात करून ठेवा परंतु न्युक्लीयर वॉर हेड्स चुकूनही वापरण्याचा विचार करू नका त्याने तुमचीच बाजू कमजोर होईल.न्युक्लीयर वॉरहेड्सच्या वापराने पृथ्वीवर आणि पर्यायाने मानव जातीवर दूरगामी दुष्परिणाम होतील.त्यामुळे तुम्ही अण्वस्त्रांचा वापर करू नये.दुसरी गोष्ट म्हणजे सुरक्षेच्या दृष्टीने तुम्हाला लोकांना कुठेही हलविण्याची गरज पडणार नाही. अर्थात त्यादृष्टीने काय कृती करायची ते वेळ आल्यावर ठरविता येईल." विष्णूंना त्या प्रलयंकारी संकटाच्या परिणामांची कल्पना असावी असे दिसत होते. विष्णूंनी जे सांगितले त्याने पंतप्रधानांचे पूर्ण समाधान झाले नव्हते.त्यांनी विचारले,

"श्रीहरी,माझ्या मनात एक शंका तरीही शिल्लक आहेच. या सगळ्या कृतीनुसार कार्य करण्यास आम्हाला काही दिवस तरी लागतीलच. आमच्याकडे नेमके किती दिवस आहेत?" पंतप्रधानांना अचूक माहिती हवी होती. त्यांच्या मनात विचार आला की, आंतर्राष्ट्रीय स्तरावर सर्व सैन्यदले एकत्रित आणण्याकरिता काही वेळ तर लागणारच.त्याचप्रमाणे गिनीच्या आखातात सैन्य उतरविण्याकरिता सर्व बलाढ्य देशांच्या नेत्यांची सहमती मिळविण्यात ही काही वेळ जाणार होताच.त्याकरिता त्या सर्वांना संयुक्त तपास यंत्रणेने केलेल्या तपासाचा अहवाल देखील द्यावा लागणार होता. समुद्रावरील युद्ध प्रसंग उभा राहिल्यास भारतीय नौदल, फ्रान्सचे नौदल अमेरिकन नौदल व ब्रिटनचे नौदल मिळून परिस्थिती यशस्वीरित्या हाताळू शकतील असा विचार पंतप्रधानांच्या मनात आला.जर्मनीच्या नौदलास राखीव बलाच्या स्वरूपात तयार ठेवता येईल असेही त्यांना वाटत होते.हिंद महासागरातील भारतीय नौदलाच्या सबमरीन्स आणि विमानवाहू युद्धनौका गिनीच्या आखातात पोहचण्यास किमान आठ ते दहा दिवसांचा अवधी तरी लागणार होताच. त्यांच्या परिपक्व मनात अनेक

विचार येत होते. त्यांच्यातील सक्षम नेता जागृत झाला होता आणि तो सर्वंकष विचार करीत होता.

पंतप्रधानांच्या प्रश्नाच्या उत्तरादाखल विष्णू उत्तरले,

"काळजी करू नका. तुमचे सैन्य हलविण्याकरिता तुम्हाला पुरेसा वेळ मिळावा याची मी व्यवस्था करेन.सद्यस्थितीत एकच महत्वाचे कार्य तुम्हाला करावयाचे आहे आणि ते म्हणजे, इतर बलशाली नेत्यांशी चर्चा करून त्यांना त्यांचे सैन्य गिनीच्या आखातात नेण्यासाठी सहमत करणे.

मी सतत तुमच्या संपर्कात असेनच. तसेच गिनीच्या आखातातील समुद्रतळावरील हालचालींवर माझी सतत नजर आहेच.

मला हे माहित आहे की तरीही तुमच्या मनात एक प्रश्न आहेच.

' जगातील बलशाली नेते त्यांचे सामरिक दृष्टया महत्वाचे सैन्य कुठल्याही पुरेश्या कारणा शिवाय गिनीच्या आखतात स्थलांतरित करण्यास कां मान्यता देतील? तेथे काही संशयास्पद कारस्थान सुरु असल्याचे पुरेसे पुरावे नसतांना तेथे सैन्य कां न्यावयाचे हा प्रश्न तर ते नक्कीच विचारतील. त्यांना तर पृथ्वीवर येणाऱ्या सर्वनाशी संकटाबद्दल काहीही माहित देखील नाही.'

मी त्या गोष्टीची काळजी घेईन. गिनीच्या आखातात सैन्य हलविण्याची योग्य वेळ येईल, तेंव्हा तुम्हाला ते बरोबर कळेल.त्यावेळी तुम्हाला इतर देशांच्या नेत्यांना समजविण्याचा प्रश्नही उभा राहणार नाही." विष्णूंनी तेथे उपस्थित असलेल्या सर्वांच्या मनातील विचार वाचले होते.त्यांनी त्या सर्वांचे योग्य उत्तरांनी समाधान केले.

"मला असं वाटतं की एवढे आजच्या मिटिंगसाठी पुरेसे आहे.आपण एकमेकांच्या संपर्कात राहूच.आता तुमच्या मनातील सर्व शंकांचे समाधान झाले आहे नं?" विष्णूंनी अतिशय प्रेमळपणे विचारले.

"होय श्रीविष्णू. आम्ही तुमच्या मार्गदर्शनाप्रमाणे लगेच आमचे कार्य सुरु करू." पंतप्रधानांनी सर्वांच्या वतीने विष्णूंना आश्वस्त केले. मिटिंग संपली आणि विष्णू स्क्रीनवरून दिसेनासे झाले.

पंतप्रधान सर्वांना उद्देशून म्हणाले,

" तर मित्रांनो, आता आपल्या समोर स्पष्ट ध्येय आहे.आपण त्या दिशेने त्वरित मार्गक्रमण करण्यास सुरुवात करू.मी जगातील बलाढ्य नेत्यांशी संपर्क करतो. तुम्ही जगातील वैज्ञानिकांशी संपर्क साधून त्यांना लाईट चॅनेलिंग सुरु करण्यास सांगा.त्यामुळे जगभरातील सर्वच लाईट चॅनेलियर्स एका कडीने एकमेकांशी जोडले जातील. जगभर साठवून ठेवलेली ऊर्जा सक्रीय करणे हे एक मोठे कार्य आपल्याला करायचे आहे.

जसे मागे संपूर्ण जग आपण योगाच्या सहायाने एका माळेत जोडले होते, तसे यावेळी आपण ते ध्यानधारणेच्या सहाय्याने साध्य करू.ज्यावेळी जगातील जास्तीत जास्त लोक सकारात्मक ऊर्जेस सक्रीय करण्याच्या उद्देशाने एकाचवेळी ध्यान धारणा करतील,त्यावेळी आपले अवघड कार्य नक्कीच सुघड होईल." पंतप्रधानांनी ध्येयाच्या मार्गाकडे त्यांच्या पद्धतीने मार्गक्रमण कण्यास सुरुवात देखील केली होती.

तेथील सर्वच विष्णू बरोबर झालेल्या चर्चेमुळे ध्येयाने प्रेरित झाले होते.ते सर्व पूर्ण उत्साहाने आपापल्या कामास लागले.

****

प्रकरण २५

पंतप्रधानांनी मानव संसाधन विकास मंत्र्यांना आपल्या कार्यालयात बोलाविले. मानव संसाधन विकास मंत्री या उत्तरप्रदेशातील एक तरुण महिला होत्या. त्या तत्परतेने पंतप्रधानांच्या कार्यलयात उपस्थित झाल्या.पंतप्रधानांनी त्यांच्याशी चर्चेस सुरुवात केली.

" माझ्या मनात एक योजना आहे.योग गुरु श्री रामकृष्ण परमहंसांच्या जयंती निमित्याने मला आंतर्राष्ट्रीय स्तरावर सार्वजनिक ध्यानधारणेचा (मेडीटेशन) कार्यक्रम राबवायचा आहे. या कार्यक्रमांतर्गत जगभरातील सर्व ठिकाणचे मेडीटेटर्स लाईट चॅनेलिंगच्या माध्यमातून सकारात्मक ऊर्जेस सक्रीय करण्यासाठी ध्यानधारणा करतील.आपल्या देशात ध्यानधारणेची अनेक केंद्रे आहेत. तसेच अमेरिका, जर्मनी, ब्रिटन,नेपाल, थायलंड,जपान चीन एवढेच काय तर फ्रान्स मधेही ध्यानधारणा करणारे अनेक लोक आहेत.आपण आपल्या या उपक्रमास मोठ्या प्रमाणात जगभर प्रसिद्धी देऊ आणि विश्वातील लोकांना एकाच दिवशी एकाचवेळी मानवाच्या कल्याणासाठी ध्यानधारणा करण्याचे आवाहन करू. ही एक अत्यंत महत्वाची मोहीम आहे हे समजून ती यशस्वी करण्यासाठी जे काही प्रयत्न आवश्यक असतील ते लगेच सुरु करा.सर्व देशांच्या अँबेसडर्सना संपर्क करून या मोहिमेस मोठया प्रमाणात प्रसिद्धी देण्याबद्दल सूचना द्या."

"होय सर. आपण योजिल्याप्रमाणे होईल.या उपक्रमामुळे जगातील सर्व लोक एका माळेत गुंफल्या जातील.सकारात्मक ऊर्जेस सक्रीय करण्यासाठी त्याचा नक्कीच चांगला उपयोग होईल." मंत्र्यांनी पंतप्रधानांना ध्यानधारणा उपक्रमाच्या यशाची ग्वाही दिली आणि त्या तडक निघाल्या.

सार्वत्रिक मेडीटेशनच्या उपक्रमास मोठ्या प्रमाणात प्रसिद्धी दिल्या गेली. त्यांच्या आवाहनास जगातून सर्वच देशांमधून भरभरून प्रतिसाद आला.

पंतप्रधानांना जगातील सर्वच नेत्यांकडून मेडीटेशन कार्यक्रमात सहभागी होत असल्याचे ई-मेल्स आले. ते पाहून त्यांनी समाधानाने मान डोलाविली. त्यांचे एक महत्वाचे ध्येय साध्य झाल्यासारखेच होते.

दुसरे ध्येय साध्य करण्याचा दृष्टीने त्यांनी सर्व सैन्य दलप्रमुखांची आपत्कालीन बैठक बोलाविली.त्या मिटिंगमध्ये सर्व दल प्रमुखांबरोबर एम.आय.एस.ला देखील त्यांनी बोलाविले होते.

“जन.शर्मा,तुम्ही गिनीच्या आखातातील तपास कार्याचा अहवाल सर्व सदस्यांसमोर मांडा.” पंतप्रधानांनी मिटिंगमधील चर्चेस सुरुवात करीत आदेश दिला.

त्या मिटींगसाठी जन.शर्मासोबत रजत देखील उपस्थित होता. त्याने तयार केलेले सर्वसमावेशक सादरीकरण सर्वांना दाखविले.त्यामध्ये गिनीच्या आखातातील समुद्र तळावर काय काय घडले याचा सविस्तर वृत्तांत होता. जुनाट दगडी घुमटाचे शुभ्रधवल हनीकोम्ब मध्ये परिवर्तन झालेले पाहून सर्व स्तब्ध झाले. रजत आणि सौरभच्या सबमरीनवर व्हेल्सने केलेला हल्ला देखील व्हिडियो कॅमेऱ्याने चित्रित केला होता.ते दृष्य पाहून सर्वच हादरले. ते सादरीकरण संपल्यावर पंतप्रधानांनी बोलण्यास सुरुवात केली.

“माझ्या प्रिय अधिकाऱ्यांनो, तपासकार्यात काय घडले ते तुम्ही पाहिले.मला तुमच्याशी त्यासंबंधित एका योजनेबद्दल बोलावयाचे आहे.आपणास जर आपल्या विमानवाहू युद्धनौका गिनीच्या आखातात न्यावयाच्या असतील तर किती कालावधी अपेक्षित आहे?”

नौदलप्रमुखांसोबत असलेल्या सहाय्यकाने काही आकडेमोड केली.त्यानुसार नौदल प्रमुखांनी उत्तर दिले,

“सर आपणास तेथे युद्धनौका नेण्यास सर्वसाधारणपणे पंधरा दिवसांचा अवधी लागेल.परंतु मला असे वाटते की ठरल्यावेळी हिंद महासागरातून थेट गिनीच्या आखातासाठी कूच करण्या ऐवजी आपण दुसरा पर्याय वापरला तर?”

“तो दुसरा पर्याय काय आहे अॅडमिरल?” पंतप्रधानांनी विचारले.

“सर गिनीच्या आखातात सैनिकी कार्यवाही करणे ही एक संयुक्तिक योजना असेल.अमेरिकेचे नौदल देखील त्यात सहभागी असेल. मादागास्करला अमेरिकेच्या नौदलाचा कायमस्वरूपाचा तळ आहे. त्यामुळे आपण आधी कूच करून वेळेपूर्वीच त्यांना तेथे सामील होऊ शकतो. मादागास्करवरून गिनीच्या आखातात पोहचण्यास आपणास निम्माच अवधी लागेल.” अॅडमिरलने उत्तर दिले.

“हा चांगला प्रस्ताव आहे. आपण आपल्या पाच विमानवाहू नौकांसह तेथे कूच करू.आपली विमाने आवश्यक त्या सर्व शस्त्रांनी तैनात असतील. त्याशिवाय आपले सैन्यदेखील त्या नौकांवर असेलच.” पंतप्रधानांना अॅडमिरलचा प्रस्ताव आवडला.

“जनरल त्या सैन्य अधिकाऱ्यांमध्ये कर्नल रजतचा देखील समावेश करा.” पंतप्रधानांनी जन.शर्मांकडे पाहत आदेश दिले.

"होय सर." जन.शर्मांनी उत्साहाने उत्तर दिले.त्यांना कर्नल रजतच्या शौर्याचा आणि उच्च बुद्धिमत्तेचा अभिमान होता.संरक्षणाशी संबंधित कृतींमध्ये एम.आय.एस.चा समावेश केल्याने त्यांना समाधान वाटले.

"तुमच्या कृतीदलांचे नियोजन करून त्यांना तत्पर राहण्यासाठी तयार ठेवा. आपले सैन्यदल आपणास केंव्हाही गिनीच्या दिशेने हलविण्याची वेळ येऊ शकते."पंतप्रधानांनी तिन्ही सेनाप्रमुखांना निर्देश दिले आणि त्यांची मिटिंग संपली.

मिटिंग नंतर पंतप्रधानांनी अमेरिकेच्या प्रेसिडेंटशी संपर्क साधून त्यांना गिनीच्या आखातातील नवीन घडामोडींबद्दल साद्यंत माहिती दिली.अमेरिकन प्रेसिडेंटना त्यांच्या गुप्तचर यंत्रणेने तपासकार्याची माहिती दिली होतीच.दोन माहितींमध्ये फरक पडल्याचे पाहून प्रेसिडेंटने त्याचे कारण विचारले. पंतप्रधानांनी रजत आणि सौरभने पुन्हा दुसऱ्या दिवशी जाऊन केलेल्या तपासा बद्दल त्यांना सागितले.भारतीय पंतप्रधानांनी दिलेली माहिती ऐकून ते चकित झाले.संयुक्त सेनादल गिनीच्या आखातात पाठवावे लागणार असल्याचे ही संकेत पंतप्रधानांनी त्यांना दिले. ते ऐकून तर प्रेसिडेंट बुचकळ्यात पडले. त्यांनी बरोबर तोच प्रश्न विचारला ज्याचा विष्णूंनी मिटींगमध्ये संकेत दिला होता. प्रेसिडेंट ने विचारले,

"माय डियर फ्रेंड, गिनीच्या आखातातील इतक्या क्षुल्लक गोष्टीकरिता आपल्याला संयुक्त सेना तेथे नेण्याची काय गरज आहे? तुम्ही मला त्याचे पुरेसे कारण देऊ शकता काय?"

पंतप्रधानांनी त्यांच्या प्रश्नास आत्मविश्वास पूर्वक उत्तर दिले,

"आपल्याला जरी ती बाब सध्या अत्यंत क्षुल्लक वाटत असली तरी वेळ आल्यावर एका देशाच्या सैन्यादलासाठी तिचे नियंत्रण करणे अवघड होऊ शकते.माझ्यावर विश्वास ठेवा.आपल्याला सर्व प्रश्नांची उत्तरे योग्य वेळ येताच मिळतील." पंतप्रधानांच्या स्वरातील विश्वासर्हता प्रेसिडेंटने समजून घेतली आणि त्यांनी पुढे काही विचारले नाही.

पंतप्रधानांनी इतर बलशाली राष्ट्र प्रमुखानांही सर्व वृत्तांत कथन केल्यावर ते देखील गिनीच्या आखातात आपले निवडक सैन्य हलविण्यास राजी झाले. त्यांचे एक मोठे कार्य पार पडले होते. आता विष्णूंच्या संकेताची वाट पाहणे व त्यानुसार पुढील कार्य करणे हे त्यांच्या हातात होते.

****

विष्णूंनी सर्व महाशक्तींची मिटिंग विष्णूलोकात आयोजित केलेली होती.महाशक्तींचे सहाय्यक देखील त्या सभेसाठी निमंत्रित होते.ते एक विशाल संमेलन होते.मरुतकडे सर्व पाहुण्यांची व्यवस्था ठेवण्याचे कार्य होते.ते संमेलन विष्णूलोकातील प्रमुख राजधानी असलेल्या विष्णुपूर येथे एका गगनभेदी इमारतीच्या दोनशे पन्नासाव्या मजल्यावरील प्रचंड मोठ्या सभादालनात आयोजित केलेले होते.

ब्रम्हांसोबत वरुण आणि विद्युत तसेच त्यांचे इतर सहकारी आलेले होते तर शिवांसोबत कार्तिकेय आणि गणेश आले होते. देवेंद्र, अर्जून आणि अभिमन्यूस सोबत घेऊन आला होता.सर्वजण दैत्यांशी युद्ध करण्याच्या कल्पनेने उत्तेजित झालेले होते.त्यांनी दैत्यांचा पूर्ण बिमोड करण्याचा चंग बांधला होता.

संमेलनात त्यांची बसण्याची व्यवस्था एका भव्य लंबगोलाकार टेबलाभोवती अशा तऱ्हेने करण्यात आली होती की सर्वांचे चेहरे एकमेकांना दिसू शकतील. प्रत्येकजण आपापसात काहीतरी चर्चा करीत होता.सर्वच युद्ध आरंभ करण्याच्या घोषणेची वाट पाहत होते.

ब्रम्हा,शिव आणि विष्णूंनी सभागृहात आगमन केले.सर्वांनी उभे राहून त्यांना अभिवादन केले.

त्रिमूर्ती टेबलच्या मध्यभागी असलेल्या शाही आसनांवर विराजमान झाले. मध्यभागी विष्णू आणि त्यांच्या एका बाजूस ब्रम्हा तर दुसऱ्या बाजूस शिव. विष्णूंनी सर्वांना शांत करीत बोलण्यास सुरुवात केली.

“माझ्या आदरणीय बंधूंनो,आपण सर्व बऱ्याच कालावधीनंतर येथे भेटत आहोत.ही मिटिंग निलमवर दैत्यांशी होणाऱ्या युद्धाच्या तयारीचा आढावा घेण्यासाठी बोलाविली आहे. इंद्रजित आणि इतर बलशाली दैत्यांनी मानवजातीचा समूळ नाश करून निलमवर दैत्यांचे एकछत्री साम्राज्य स्थापन करण्याचे ठरविले आहे.त्यांनी यावेळेस एक अतिशय वेगळयाच प्रकारचे कारस्थान रचलेले आहे.मी दैत्यांच्या योजनेबाबत त्रिमूर्तीतील इतर महाशक्तींबरोबर सविस्तर चर्चा केलेली आहे. त्यांना दैत्यांच्या हेतूचे गांभीर्य कळलेले आहे. दैत्यलोकात रावणाच्या नेतृत्वाखाली इतर सर्व बलाढ्य दैत्य एकत्रित झालेले आहेत.स्वतः इंद्रजित निलमवर कब्जा करण्याच्या मोहिमेवर कार्यरत आहे. तो त्याच्या ध्येयपूर्तीच्या अगदी जवळ आहे. अपेक्षित ध्येय त्याच्या दृष्टीक्षेपात आहे. त्याची मोहीम कोणत्याही क्षणी पूर्णत्वास जाऊ शकते. आपण जर लगेच इंद्रजितवर हल्ला

चढविला तर त्याचे प्रत्युत्तर दैत्यलोकात सज्ज असलेले इतर दैत्य आपल्या ग्रहांवर हल्ले करून देतील.या शक्यतेचा विचार करून मी आणि शिवाने आमच्या मागील बैठकीत असे ठरविले आहे की इंद्रजितला संपूर्ण दैत्य बळ पृथ्वीवर एकवटवू द्यावे. मग त्याच्या दैत्यदलावर चहूबाजूंनी हल्ला करून त्यांना नेस्तनाबूत करावे.

आपणास पृथ्वीवर दोन मुख्य जबाबदाऱ्या पार पाडावयाच्या आहेत. आपणास दैत्यांवर हल्ला करून त्यांचा खात्मा करावयाचा आहे. त्याचबरोबर मानवांना दैत्यांच्या संभाव्य हल्ल्यापासून वाचवायचे आहे. मानवांवर हल्ले करून दैत्य आपले लक्ष वळविण्याचा प्रयत्न नक्कीच करतील. ही त्यांची नेहमीची युक्ती आहे.असे करण्यात ते जर यशस्वी झाले तर त्यांना जिंकणे आपल्यासाठी कठीण होऊ शकते.

ब्रम्हा आणि शिवाची संमती गृहीत धरून मी असे प्रस्तावित करितो की, आपण आपले सर्वोत्तम योद्धये व सैनिक निलमवर न्यावे. तेथे ते निर्जन स्थळांवर तात्पुरते वास्तव्य करून युद्धासाठी सज्ज राहतील.

मुख्य दैत्यांनी निलमकडे प्रस्थान केल्याची खात्रीलायक बातमी मिळाल्यावर मी आणि शिव पृथ्वीकडे प्रयाण करू. असे केल्याने दैत्यांना आमच्या अपरोक्ष आपल्या ग्रहांवर हल्ला करण्याची संधी मिळणार नाही.आपण आपल्या सैन्याचे तीन डिव्हिजन्स मध्ये विभाजन करू.पहिल्या डिव्हिजनचे नेतृत्व देवेंद्र करेल आणि त्याच्यासोबत कार्तिकेय व वरुण असेल.दुसऱ्या डिव्हिजनचे नेतृत्व माझ्याकडे असेल आणि माझ्यासोबत अर्जुन आणि मरुत राहील.तिसऱ्या डिव्हिजनचे नेतृत्व शिव करेल त्याच्या सोबत गणेश,अभिमन्यू आणि विद्युत असतील.दैत्यांवरील हल्ल्याची व्यूहरचना मी व शिव निलमवर आल्यावर आपण ठरवू.मी ब्रम्हांना विनंती करितो की ते युद्धादरम्यान आमच्या अनुपस्थितीत व्याध सूर्याच्या सूर्यमालेतील सर्व ग्रहांचे संरक्षण करतील.मी माझ्या मनातील योजना आणि प्रस्ताव सर्वांसमोर मांडले आहेत.कोणालाही त्याबद्दल काही शंका असतील किंवा काही सुचवावयाचे असेल तर कृपया आपले म्हणणे मांडावे." विष्णूंनी त्यांचे सर्वसमावेशक भाषण संपविले.त्यांचे बोलणे संपल्यावर शिवांनी एकच प्रश्न विचारला,

"केशव, आपल्याला आपले सैन्यदल निलमवर केंव्हा पाठवायचे आहे?" शिव ना नेमकी वेळ आणि दिवस यांची माहिती हवी होती. विष्णूंनी उत्तर दिले,

"मला मिळालेल्या माहितीनुसार इंद्रजित त्याच्या मोहिमेत वेळापत्रकापुढे आहे. रावण, कंस आणि इतर बलाढ्य दैत्यांनी त्यांच्या सैन्याची

दैत्यलोकात जमवाजमव केलेली आहे.ते सर्वच निलमवर कूच करण्यासाठी अधीर झालेले आहेत.इंद्रजित त्यांना मदतीसाठी काही महिन्यात बोलावू शकतो. प्रमुख बलशाली दैत्य निलमवर जाणार आहेत. दैत्यलोकातून त्यांचे प्रस्थान झाल्यावर इंद्रजितचा प्रकल्प कुठल्याही दिवशी कार्यान्वित होऊ शकेल. त्यामुळे मी असे सुचवेन की दैत्य लोकातील प्रमुख दैत्य तेथून प्रस्थान करण्याआधी आपण किमान एक डिव्हिजन निलमकडे रवाना करून देऊ. दुसरी डिव्हिजन त्यानंतर काही काळातच कूच करेल. प्रमुख दैत्य पृथ्वीवर पोहचल्याची वार्ता मिळताच मी व शिव तिसऱ्या डिव्हिजनसह लगेच तिकडे प्रस्थान करू. या आराखड्यानुसार आपण आपल्या पहिल्या डिव्हिजनमध्ये जाणाऱ्या सैन्याची शस्त्रास्त्रांसह लगेचच जमवाजमव करावयास हवी आणि लवकरात लवकर त्यांना पृथ्वीकडे रवाना करावयास हवे." विष्णूंनी त्यांच्या प्रस्तावाबद्दल सविस्तर स्पष्टीकरण दिले. देवेंद्र आणि त्याची सेना पृथ्वीवर जाण्यासाठी सज्ज होती.त्यांना दैत्यांशी युद्ध करण्याचा सर्वाधिक अनुभव होता. ते सर्वच दैत्यांशी दोन हात करण्यास आतुरले होते. त्यांना त्यांच्या जुन्या अपमानाचा बदला घ्यावयाचा होता.

"श्रीविष्णू, मी माझ्या सैन्यासह काही तासातच निलमकडे कूच करतो.मला दैत्यांना दाखवून द्यावयाचे आहे की हा देवेंद्र अजिंक्यच आहे." देवेंद्र पृथ्वीवर जाण्यासाठी अधीर झाला होता.

****

"रावण,मी काय बोलतो आहे त्याकडे तुझे लक्ष आहे कां? मला असं वाटतं की इंद्रजितला पृथ्वीवर ज्या कार्यासाठी पाठविले होते ते त्याच्या आवाक्याबाहेरचे आहे.त्याच्या ऐवजी मी माझे दल घेऊन गेलो असतो तर आतापर्यंत परिस्थिती आपल्या बाजूने वळविली असती.तू फक्त आम्हाला पृथ्वीवर राज्य करण्याची भ्रामक स्वप्ने दाखविलीत.मला आता तुझ्याच हेतूबद्दल शंका येतेय.तू दैत्यलोकांच्या कल्याणासाठी खरोखरीच काही करतो आहेस की, निव्वळ तुझ्या जादुई शक्तींनी आम्हाला संमोहित करून ठेवले आहेस? जर इंद्रजित तुझ्याशी संपर्क साधित नाही, तर मग तू त्यास संपर्क कां करीत नाहीस? मी आणि माझे समर्थक आता जास्त काळ वाट पाहू शकत नाही. जर तू पृथ्वीवर येणार नसशील तर मी तेथे जातो." दुर्योधन पृथ्वीवर जाण्यासाठी बेचैन झाला होता.त्याने रावण व

इंद्रजितच्या सद्भ्या हेतूंबद्दल शंका घेतल्याने रावण संतापाने लालीलाल झाला.तो त्याच्या आसनावरून उठला आणि दुर्योधनावर ओरडला,
“दुर्योधन, स्वतःच्या जिभेस लगाम घाल.हे विसरू नकोस की तू कोणाशी बोलतो आहेस.मी सर्वसामर्थ्यशाली रावण आहे. तुला इंद्रजितच्या शौर्याचा आणि बुद्धिमत्तेचा विसर पडला की काय? तू हेही विसरलास कां की त्याने अनेकदा देवेन्द्राचा युद्धात पराभव केला आहे? त्याला इंद्रजित हे नामाभिधान असेच प्राप्त झालेले नाही.तुला याही गोष्टीचा विसर पडलेला दिसतो की रामाबरोबर झालेल्या महायुद्धात त्याने त्याच्या जादुई शक्ती वापरून राम आणि लक्ष्मणाच्या नाकी नऊ आणले होते. अरे तू कोणाच्या हेतूंबद्दल शंका उपस्थित करतो आहेस?या रावणाच्या? ज्याने विष्णूला रामावतार घेण्यास भाग पडले त्या बलाढ्य रावणाच्या शुद्ध हेतूंबद्दल शंका घेण्याची हिम्मत तुझ्यात कुठून आली? माझ्याशी युद्ध करतांना राम देखील मला सहजी पराभूत करू शकला नाही. दैत्यलोकातील प्रबळ नेत्याचे स्थान मला केवळ योगायोगाने किंवा वंश परंपरागत प्राप्त झालेले नाही. ते मी माझ्या शौर्याने मिळविलेले आहे.तू तुझ्या काळात काय केले त्याचा मला येथे उल्लेख करायला लावू नकोस.तू केवळ एक वल्गना करणारा मूर्ख होतास.तुला श्रीकृष्णाचा चाणाक्षपणा कधीही कळू शकला नाही.तू तर येथे बोलूच नकोस. तू तुझे वाचाळ तोंड बंदच ठेव.” रावण अतिशय आक्रमकतेने दुर्योधनाचा अपमान करीत बोलला.
दुर्योधन चवताळून उठणार होता तेवढ्यात जरासंधाने त्याचा हात धरून त्यास खाली बसविले. तो फक्त दुर्योधनास ऐकू येईल अशा स्वरात पुटपुटला,
“दुर्योधना, शांत हो. रावण जे काही बोलत आहे ते कटू जरी असले तरी तेच सत्य आहे.त्याने त्याच्या शौर्याने काय काय केले हे तू जाणतोसच. त्याच्या शौर्यापुढे तू जे काही केले होतेस त्याला काय म्हणता येईल याचा तू स्वतःशीच विचार कर, आणि अतिउत्साहात प्रक्षोभक भाष्य करून येथील परिस्थिती आणखी बिघडवू नकोस.”
“रावण, आपण बोलत आहात ते खरे आहे. मी माझे शब्द मागे घेतो. मला माफ करा.मी केवळ चिंतेपोटी बोलून गेलो.”दुर्योधनाने माघार घेत रावणाची माफी मागितली.त्यामुळे रावण देखील शांत झाला.
रावणाने सर्व दैत्य समुदायास इंद्रजितच्या प्रकल्पाची साद्यंत वार्ता देण्यासाठी सर्व बलशाली दैत्यांची सभा बोलाविली होती.रावण आतुरतेने इंद्रजितच्या संदेशाची वाट पाहत होता.दैत्यलोकातील सर्वच दैत्य पृथ्वीवर जाण्यासाठी अधीर झाले होते. त्यांना दैत्यलोकातील बेचव आयुष्याचा

कंटाळा आला होता.दुर्योधनाने अतिउत्साहाने केलेल्या प्रक्षोभक भाष्याने रावण संतापला होता. दुर्योधनास रावणाच्या सामर्थ्याची कल्पना नव्हती असे नाही, परंतु रावणाचे संतप्त उग्र रूप पाहिल्यावर तो नरमला आणि त्याने रावणाची क्षमायाचना केली.

रावणाने आपल्या अत्युच्च वेगवान संदेश वहन प्रणालीद्वारे इंद्रजितशी संपर्क साधला.

“इंद्रजित, तुझे कार्य कुठवर आले आहे? आम्ही सर्व तुझ्या संदेशाची आतुरतेने प्रतीक्षा करीत आहोत.तुला तुझे कार्य पूर्ण करण्यास आणखी किती अवधी लागणार आहे?” रावणाच्या स्वरात धार होती.

“महामहीम, मी आपल्याशी संपर्क करणारच होतो.मी माझे पूर्ण प्रयत्न पणास लावले आहेत परंतु माझ्याकडे असलेल्या अपुऱ्या कार्यबळामुळे कामास वेळ लागतो आहे.पूर्ण वेगाने लागणारी ऊर्जा संपुष्टात आल्याने कामाची गती मंदावली आहे.तरीदेखील मी हे कार्य पुढील काही महिन्यात संपन्न करेनच.” इंद्रजित उत्तरला.

“तुझ्याकडील ऊर्जा संपुष्टात आली आहे तर मग तू मला याआधीच कां संपर्क नाही केलास? तुझे हे वागणे अनाकलनीय आहे.मला असे वाटते आहे की मी स्वतःच आता तेथे येणे गरजेचे आहे.आम्हाला तुझ्या प्रकल्पाच्या स्थळाचे ठिकाण दाखविण्यास तयार रहा.आम्ही एक दोन दिवसात येथून प्रयाण करू आणि एखाद्या महिन्यात पृथ्वीवर पोहचू.” रावणास इंद्रजितचा प्रकल्प संपन्न होण्याची घाई झालेली होती, कारण त्याला त्याच्या कुख्यात शक्तिशाली व उच्चाकांक्षी दैत्य दलास पृथ्वीवर कूच करण्यास झालेला विलंब आता असह्य होऊ लागला होता.त्याने तेथे उपस्थित असलेल्या बलशाली दैत्य नेत्यांना त्यांचे सैन्य तयार करून पृथ्वीकडे कूच करण्यासाठी सज्ज होण्यास सांगितले. ते सर्व मोठया संख्येने असल्यामुळे त्यांना अनेक स्टारशिप्सचा वापर करावा लागणार होता. स्टारशिप्सचे जे तंत्रज्ञान व्याधवासियांकडे होते ते दैत्यांकडे नव्हते.व्याध वासियांनी अंतराळात अवकाश बोगदे (वर्म होल्स)निर्माण करून त्यातून कल्पनातीत वेगाने प्रवास करण्याचे तंत्रज्ञान विकसित केलेले होते ,पण दैत्यांना ते अजून साध्य झाले नव्हते. नव्हते.वर्म होल निर्माण करण्यासाठी लागणारी ऊर्जा त्यांना तयार करीता येत नव्हती.दैत्यांकडे असलेले स्टारशिप्स हायपर स्पीडने म्हणजेच प्रकाशाच्या वेगाच्या कित्येक पट वेगाने प्रवास करू शकत.त्या शिपची प्रवासी वाहून नेण्याची क्षमता कमी असल्याने दैत्यांना अनेक स्टारशिप्सच्या सहाय्याने प्रवास करावा लागणार होता.त्यांचे स्टारशिप्स देखील इंधनासाठी वैश्विक ऊर्जेचाच वापर

करीत.परंतु वर्म होल उघडण्याचे तंत्रज्ञान नसल्याने त्यांना दैत्य लोकातून पृथ्वीवर पोहचण्यास अधिक कालावधी लागणार होता.
मिटिंग संपल्यावर दैत्यांचे नेते पृथ्वीवर हल्ला करण्याचा तयारीस लागले.

****

सौरभ आणि शिरीन विष्णूंसोबत झालेल्या मिटिंगमुळे आनंदात होते. विष्णूंनी सर्वांच्या शंकांचे समर्पक उत्तरांनी समाधान केले होते.त्या दोघांनी सकारात्मक ऊर्जेच्या भांडाराबद्दल बरेच वाचले होते.ते नेहमी त्याबाबतीत विचार करीत.त्यांच्या मनात एक मुलभूत प्रश्न होता.त्या सकारात्मक ऊर्जेचा वापर कसा आणि केंव्हा होणार होता? विष्णूंनी मिटिंगमध्ये ती शंका दूर केली होती.त्यांनी ती ऊर्जा सक्रीय करण्याची पद्धत त्यांना सांगितली होती.एकदा सक्रीय झाल्यावर ती ऊर्जा स्वयंचलितपणे कार्य करणार होती.सौरभ आणि शिरीन ध्यानधारणा व दैनंदिन कामे यामध्ये व्यस्त होते.
मूर्ती आणि धवन त्यांच्या जगभरातील शास्त्रज्ञ मित्रांना संपर्क करून सकारात्मक ऊर्जेस सक्रीय करण्याबद्दल आवाहन करण्यात व्यग्र होते. त्यांच्या प्रयत्नांना सगळीकडूनच उत्तम प्रतिसाद मिळत होता.जगातील बहुतांश वाईट प्रवृत्ती आधीच नाश पावलेल्या असल्याने उरलेल्या सत्प्रवृत्तींना एकत्रित गुंफणे तसे खूप अवघड नव्हते.त्या सगळया प्रक्रियेत एक महिना कधी उलटून गेला ते कळलेही नाही.
भारतीय नौसेनेची विमानवाहू जहाजे वायुसेनेचे शूरवीर पायलटस् व नौसैनिक घेऊन मादागास्करला पोहोचले होते. तेथे त्यांनी युनायटेड स्टेट्सच्या नौदलाबरोबर संयुक्त कवयातींना प्रारंभ केला होता.सर्वांमध्ये चैतन्य संचारले होते.सगळेच गिनीच्या आखाताकडे कूच करण्याच्या संकेताची वाट पाहत होते.परंतु काहीही नं घडता आणखी एक महिना तसाच उलटला.

****

देवेंद्र त्याच्या लढाऊ महाविरांसोबत अटलांटिक मधील निर्जन बेटावर शांत बसून होता. अर्जुनासोबत सैन्याची दुसरी डिव्हिजन देखील तेथे

डेरेदाखल झाली होती.त्यांना तेथे कुठल्याही कवायती अथवा हालचाली करण्यास विष्णूंनी मज्जाव केलेला होता कारण की दैत्यांना त्यांच्या तेथे असण्याची अजिबात खबर लागू नये असे त्यांना वाटत होते.शिव आणि विष्णूंना दैत्यांवर अचानक हल्ला करावयाचा होता.त्यांचे दैत्य लोकातील दैत्यांच्या हालचालींवर बारीक लक्ष होते.दैत्यांच्या संमेलनाचे इतिवृत्त त्यांना कळले होते.दैत्य सैन्य कुठल्याही क्षणी निलमकडे रवाना होईल हे त्यांना माहित होते.त्या गोष्टीची शिवाला किंवा विष्णूंना अजिबात चिंता नव्हती. त्यामागील कारणही तसेच होते. दैत्यांच्या स्टार शिप्सना पृथ्वीवर पोहचण्यास एक महिन्याचा अवधी लागणार होता तर विष्णू , शिव आणि त्यांच्या सैन्यास पृथ्वीवर काहीच तासात पोहचता येऊ शकत होते.

दैत्यांचे मुख्य शस्त्र वैज्ञानिक शुक्र यांच्या बुद्धीची आणि त्यांच्या वैचारिक क्षमतेची विष्णू आणि शिवांना पूर्ण कल्पना होती.शुक्र हा अतिशय बुद्धिवान शास्त्रज्ञ होता.त्याने व्याधवासियांशी भविष्यात होणाऱ्या महायुद्धाच्या दृष्टीने काही अनेक महाविनाशकारी शस्त्रे विकसित केली होती जी सामरिकदृष्ट्या अजिंक्य होती.त्या शस्त्रांना दृष्टीसमोर ठेवून शिव , विष्णू आणि ब्रम्हांनी अशी काही अस्त्रं विकसित केली होती जी दैत्यांच्या कोणत्याही शस्त्रांचा सामना करण्यास पुरेशी होती.त्यांचा वापर व्याधवासी युद्धात अंतिम पर्याय म्हणूनच करणार होते.

व्याधवासियांचे युद्धसदृश परिस्थितीत वापरण्याचे स्टारशिप्स हे सर्वसाधारण परिस्थितीत वापरण्याच्या स्टार शिप्सपेक्षा वेगळे आणि अधिक शक्तिशाली होते.युद्धासाठी वापरण्यात येणारे स्टारशिप्स हायपर ड्राईव्हने तैनात होते त्यामुळे ते कुठल्याही अतिवेगवान अंतराळ यानांचा पाठलाग करून त्यांचा पाडाव करण्यात सक्षम होते. त्या शिप्सवर अत्याधुनिक लेझर गन्स बसविण्यात आलेल्या होत्या. त्या गन्सच्या सहाय्याने शत्रूचे कुठलेही शिप क्षणार्धात नष्ट करता येऊ शकत होते.युद्धभूमीवर युद्ध करण्याचे दिवस आता इतिहासजमा झाले होते.दैत्य देखील जमिनीवर युद्ध करणारे सैन्य वापरेनासे झाले होते.त्यांच्याकडेही युद्ध यानांचा मोठा साठा होता.

विष्णूंनी पाण्याच्या पृष्ठभागाखाली होणाऱ्या युद्धासाठी योद्धयांची निवड काळजीपूर्वक केली होती.त्यांनी त्यांच्या स्टारशिप्स वर अनेक छोट्या पण शक्तिशाली सबमरीन्स सोबत घेण्याच्या सूचना मरुतला दिल्या होत्या.विष्णू आणि शिव पृथ्वीकडे प्रस्थान करण्यासाठी तयार होते. विष्णू पृथ्वीवर पुढे पाठविलेल्या योद्धयांच्या युद्ध सरावाचा आढावा घेत होते.ते त्यांच्या सॅटेलाईट्सने पाठविलेले व्हिडीयोज बघत होते.ते पाहिल्यावर

त्यांनी समाधानाने स्मितहास्य केले. सर्व त्यांच्या योजनेबर हुकुम सुरु होते.पृथ्वीवर पाठविलेल्या योद्धयांच्या डिव्हिजन्स मधील प्रत्येक योद्धा दैत्यांबरोबर युद्धासाठी उत्सुक होता.मरुत, शिव आणि विष्णूंच्या सेवेसाठी मागे थांबला होता.त्याने एक महत्वाची गुप्त माहिती आणली होती.विष्णूंच्या कक्षात प्रवेश करीत तो म्हणाला,

"श्रीविष्णू, दैत्य लोकावर हेरगिरी करीत भ्रमण करणाऱ्या आपल्या उपग्रहाने एक अत्यंत महत्वाचे चित्रण पाठविले आहे.त्यामधे काही महत्वाच्या लक्षणीय गोष्टी आहेत. तुम्हाला ते बघायचे आहे कां?" मरुतने उत्साहाने विचारले.

"होय मरुत. बघू या दैत्य लोकात काय हालचाली सुरु आहेत ते." विष्णूंनी मरुतला प्रोत्साहन दिले. मरुत ने एक रिमोट हाती घेऊन विष्णूंच्या कक्षातील भिंतीवर असलेला सायबरट्रॉन सुरु केला. तो एक अत्यंत आधुनिक कॉम्पॅक्ट स्वरूपातील सुपर कॉम्प्युटर होता. त्यावर उपग्रहाने पाठविलेले चित्रण त्रिमितीय(थ्री डायमेन्शनल) स्वरूपात पाहता येऊ शकत होते. त्याचा स्क्रीन सुरु झाला आणि दैत्यलोकात काय सुरु आहे ते दिसू लागले........

दैत्यांचे आठ मोठे स्टारशिप्स उड्डाण करण्याच्या तयारीत दिसत होते. त्यांच्या इंजिन्सच्या एक्झॉस्ट मधून मंद ज्वाला फरफरत होत्या. दैत्य सैनिक युद्ध सामुग्री आणि इतर आवश्यक सामुग्री त्या स्टारशिप्समध्ये असलेल्या सामानाच्या कम्पार्टमेंटस् मध्ये चढवीत होते.दुर्योधन, जरासंध आणि दुःशासन ते कार्य उत्साहाने करवून घेत होते.त्यांचे चेहरे एखाद्या पिकनिकवर जाण्याच्या कल्पनेने प्रफुल्लीत व्हावे तसे दिसत होते. सैनिकांनी त्यांचे कार्य संपविले आणि ते सर्व त्या स्टारशिपमध्ये आरूढ झाले. ज्या शिपने दैत्य महायोद्धये प्रस्थान करणार होते ते उड्डाणासाठी सज्ज होते. दुर्योधन, जरासंध आणि दुःशासनानी त्यामध्ये प्रवेश केल्यावर त्याची दारे बंद झाली.

एक छोटे विमान आकाशातून उतरले आणि त्यामधून रावण खाली उतरला.तो त्याच्या हातातील कम्युनिकेशन डिव्हाईसने काहीतरी बोलला आणि त्याच्यासाठी असलेल्या खास स्टारशिपकडे निघाला.तो अतिशय संतुलित मनस्थितीत दिसत होता.त्याने लेझरप्रूफ चिलखत परिधान केले होते.त्याने एखाद्या महावीराच्या आवेशात आपल्या शिपमध्ये प्रवेश केला. तो त्याच्या स्टारशिपमध्ये सेवाकांव्यतिरिक्त कोणासही नेत नसे. ते स्टारशिप युद्ध सामुग्री सहित सर्व आरामदायी सुखसोयींनी युक्त होते. निलमच्या प्रवासास एका महिन्याचा कालावधी लागणार असल्याने

त्याच्या आवडीच्या सर्व शाही खाद्यपेयांची व्यवस्था त्या शिपमध्ये केलेली होती. सर्व स्टारशिप्स उड्डाणासाठी सज्ज होते.त्यांना कंट्रोल टॉवरकडून उड्डाण संदेशाची प्रतीक्षा होती. रावणाच्या मुख्य स्टारशिपने उड्डाण केल्यावर इतर सर्व शिप्सने एका मोठ्या समुहात उड्डाण केले. सर्व दैत्यांनी पृथ्वी पादाक्रांत करण्यासाठी त्यांच्या प्रवासास सुरुवात केलेली होती.काही क्षणातच सर्व शिप्स प्रकाशाच्या कित्येक पट अधिक वेगाने अंतराळात लुप्त झाले.

विष्णूंनी ते चित्रण पाहिले आणि त्यांनी शिवांशी संपर्क साधला. त्यांनी शिवना सर्व प्रमुख दैत्यांनी पृथ्वी पादाक्रांत करण्याच्या हेतूने प्रयाण केल्याचे कथन केले.

दैत्य पृथ्वीवर पोहचण्यास भरपूर अवधी लागणार असल्याने शिव आणि विष्णू शांतपणे आपापल्या तयारीस लागले. त्यांचा पृथ्वीचा प्रवास काही तासांचाच असल्याने ते निश्चिंत होते.

****

प्रकरण २६

दिवसांमागून दिवस जात होते.कुठलीही नवीन घटना घडली नव्हती.देवेंद्र बेचैन झाला होता. त्याला मुळातच पृथ्वीवरील वातावरणात रहायला विशेष आवडत नसे.त्याला स्वर्ग लोकातील त्याच्या राजेशाही प्रासादात जो आनंद आणि मनाची शांती मिळत होती ती त्याला इतरत्र कुठेही मिळणे शक्य नव्हते.त्याच्या स्वर्ग लोकातील प्रासादात सर्वसाधारणपणे कोणीही प्रवेश करू शकत नव्हते.

ब्रम्हांनी व्याध ताऱ्याभोवती असणाऱ्या ग्रहांवरील लोकसंख्या कायम मर्यादित ठेवण्यात यश मिळविले होते.त्यामुळे व्याध वासियांना समाजात शिस्त राखणे शक्य झाले होते आणि त्यांच्या विकासाची गती नेहमीच वाढत गेली होती.व्याध वासियांना कधीच कोणावरही आक्रमण करून त्यांचे हक्क बळकाविण्याची लालसा नव्हती. परंतु ते अन्याय आणि असमानतेस कायम विरोध करीत.जेंव्हा जेंव्हा त्यांना कुठेही अन्याय आणि विषमता दिसून येई तेंव्हा तेंव्हा ते तेथे मध्यस्थी करून तेथील परिस्थिती संतुलीत करण्यात मदत करीत.

ब्रम्हा, विष्णू आणि शिवना सर्वच व्याधवासी सन्मान देत. कोणीही त्यांच्या शब्दाविरुद्ध जात नसे. हे मानाचे स्थान त्यांनी उच्च बुद्धिमत्ता, सर्जनशीलता, सहिष्णुता, प्रतिभा आणि सर्वांप्रती असलेल्या सकारात्मक वृत्तीने कमाविले होते.

पृथ्वीवर आलेले इतर महायोद्धये मात्र तेथील वातावरणाचा निर्भेळ आनंद घेत होते. गणेश आणि कार्तिकेयांनी तर त्यांच्या आवडत्या कैलासास भेट देऊन मौज मजा केली होती. तेथील वातावरण किती त्यांच्या हिमलोकासारखे आहे याचे त्यांना कौतुक वाटत होते.त्या दोघांनाही निलम वरील हवामानातील वैविध्य अतिशय भावत असे. वरुण आणि विद्युत त्यांच्या पृथ्वीवरील निवास करणाऱ्या कुटुंबियांना भेट देऊन आले होते. त्या दोघांनाही मरुतची उणीव जाणवत होती. त्याच्या अनुपस्थितीत ते पृथ्वीवर पूर्ण आनंद उपभोगू शकत नव्हते.

विष्णू सतत देवेंद्राच्या संपर्कात होते.प्रमुख दैत्यांनी दैत्यलोकातून पृथ्वीकडे प्रस्थान केल्याचे त्यांनी देवेन्द्रास कळविले होते. विष्णू देवेंद्र आणि त्याच्यासोबत असलेल्या इतर महावीरांशी संवाद साधित होते.

“देवेंद्र, कार्तिकेय, आणि अर्जुन मी काय सांगतोय ते नीट लक्ष देऊन ऐका.ज्यावेळी दैत्यांचे स्टारशिप्स पृथ्वीच्या वातवरणात प्रवेश करतील, तेंव्हा ते पृथ्वीवरील मानवांच्या रडार्स आणि उपग्रहांना चकवा देण्यासाठी ब्लॅक बॉडी प्रोटेक्शन कार्यरत करतील.असे केल्याने ते पृथ्वीवर उतरल्याचे मानवांच्या नजरेस येणार नाही. आपल्याला असे होऊ द्यावयाचे नाही. वातावरणावर लक्ष ठेवून असलेल्या मानवांच्या प्रणालीद्वारे दैत्यांचे पृथ्वीवरील आगमन त्यांना ठळकपणे कळायलाच हवे.त्यासाठी तुम्हाला एक अत्यंत महत्वाचे कार्य करावयाचे आहे.ज्याक्षणी त्यांचे स्टारशिप्स पृथ्वीच्या वातावरणात प्रवेश करतील त्याचवेळी तुम्ही तुमच्याकडे असलेल्या शुभ्रधवल लेझर्सचा मारा त्यांच्यावर करा.त्यामुळे त्यांनी वापरलेले ब्लॅक बॉडी प्रोटेक्शन क्षणार्धात निष्प्रभ होईल. दैत्यांना शुभ्रधवल लेझर्सच्या अस्तित्वाबद्दल काहीही माहिती नाही त्यामुळे त्यांना काय घडतेय ते काही कळणार नाही. मानवांना मात्र त्यांच्या पृथ्वीवर येण्याचे संकेत मिळतील.” विष्णू देवेंद्र आणि इतर प्रमुख महायोद्धयांसोबत विष्णूलोकातून वार्तालाप करीत होते. देवेंद्र आणि त्याचे सर्व सहकारी अटलांटिक मधील गिनीच्या आखाताजवळ असलेल्या निर्जन बेटावर तळ ठोकून होते.शून्य अक्षांश रेखांश असलेली जागा त्यांच्या तळापासून अगदी जवळच होती.विष्णूंनी देवेंद्र व इतरांना सावध केले आणि त्यांना पुढील कृतीचा आराखडा दिला.

सरतेशेवटी दैत्यांच्या येण्याची प्रतीक्षा संपुष्टात आली. देवेंद्र आणि कार्तिकियास विष्णूंचा संदेश आला की दैत्यांचे स्टारशिप्स पृथ्वीच्या जवळ पोहोचताहेत.देवेंद्र आणि कार्तिकेय तडक कामास लागले.त्यांच्या राहुटीत पोर्टेबल रडार यंत्रणा होती.त्या रडारवर त्यांना दैत्यांच्या स्टारशिप्सच्या ताफ्याचे स्थळ,अंतर आणि अचूक उंची कळली.स्टारशिप्सच्या ताफ्याने नुकताच पृथ्वीच्या मॅग्नेटोस्फियरमध्ये प्रवेश केला होता. ते पृथ्वीपासून एक हजार किलोमिटर अंतरावर होते.दैत्यांच्या सर्वच स्टारशिप्सनी ब्लॅक बॉडी प्रोटेक्शन कार्यान्वित केलेले होते त्यामुळे ते मानवनिर्मित उपग्रहांच्या चाणाक्ष नजरेस चकवून पृथ्वीच्या वातावरणात प्रवेश करण्याच्या तयारीत होते.परंतु देवेन्द्राकडे असलेली अत्याधुनिक रडार प्रणाली ब्लॅक बॉडी प्रोटेक्शन कार्यरत केलेल्या यानांना देखील अचूकरीत्या हेरण्यास सक्षम होती.

दैत्यांचे स्टारशिप्स अतिशय जास्त वेगाने प्रवास करीत होते.त्या वेगात जर ते पृथ्वीवरील समुद्राच्या पाण्यावर आदळले असते तर त्यांचे नुकसान नक्कीच होणार होते. त्याकरिता त्यांना वेग कमी करणे अत्यावश्यक

होते.इंद्रजितने रावणास पृथ्वीवर कोणत्या जागी उतरायचे याचे अचूक को-ऑर्डीनेटस् कळविलेले होते.ज्या ठिकाणी इंद्रजितने तो चमत्कारिक घुमट उभारला होता त्याच स्थळापाशी स्टारशिप्स उतरणे त्याला अपेक्षित होते.सर्व स्टारशिप्सने त्यांचा वेग पाचशे किलोमिटर प्रती तास एवढा कमी केला.आता ते पृथ्वीच्या वातावरणात प्रवेश करण्यास सज्ज होते. ते पृथ्वीपासून केवळ दोनशे किलोमीटर्स अंतरावर होते.त्याच अचूक क्षणी देवेंद्राच्या तंत्रज्ञांनी स्टारशिप्सचा वेध घेऊन त्यांच्यावर शुभ्रधवल लेझर बिम्सचा मारा केला. रावण आणि इतर सर्वच प्रवाशांना एक हलकासा धक्का जाणविला परंतु त्यांना असे वाटले की पृथ्वीच्या वातावरणातील हवेच्या दाबाचा तो परिणाम असावा.त्या स्टारशिप्सच्या कुठल्याही प्रणालीमध्ये शुभ्रधवल लेझर्सना ओळखण्याची क्षमता नव्हती.त्या सर्व दैत्यांना पुसटशीही कल्पना नव्हती की त्यांचे स्टारशिप्स मानवांच्या नजरेपासून दडून राहिले नव्हते. उपग्रहांनी तसेच विमानाच्या आणि जहाजांच्या रडार्सनी त्यांची नोंद घेतली होती एवढेच काय तर ज्यावेळी ते अटलांटिक मध्ये शिरले त्यावेळी समुद्राकडे पाहणाऱ्या लोकांच्या दृष्टीस पडले होते.

****

भारतीय नौदलाचे शूरवीर अधिकारी व जांबाज सैनिक आणि एयर फोर्सचे बुद्धिवान पायलटस् अमेरिकन आणि फ्रेंच नौदलासोबत अटलांटिक मधील गॅबन येथे संयुक्त कवायतीत व्यस्त होते.भारतीय सैन्य दलात एम.आय.एस.देखील तेथे महत्वाच्या स्वरूपात सामील होते. युद्धनौकांवरील जोशपूर्ण वातावरणाने रजतमध्ये देखील उत्साह संचारला.तो त्यांच्या नित्याच्या कार्यक्रमांमध्ये नियमितपणे भाग घेत होता. जिओमॅग्नेटिझम तज्ञ म्हणून सौरभची देखील तेथे नियुक्ती झालेली होती.तो भारतीय सेनेमध्ये नसल्याने युद्धनौकांवरील कवायतींमध्ये सामील होऊ शकत नव्हता. त्या मोहिमेत त्याची नियुक्ती वरिष्ठ स्पेस सायंटिस्ट या पदावर करण्यात आली होती. तो गिनीच्या आखातापासून जवळच असलेल्या किनारपट्टीवरील दौआला शहरातील नावाजलेल्या बीच रिसोर्टमध्ये थांबला होता.
शिरीन इस्रोतच होती. आणीबाणीच्या प्रसंगी विष्णूंशी संपर्क करण्याची वेळ आल्यास ते कार्य ती करणार होती.

गॅबन येथे असलेले जगातील सर्वश्रेष्ठ नौदलातील अधिकारी व सैनिक अतिवेगवान हल्ला परतविण्यासाठी प्रशिक्षित तर होतेच, शिवाय ते उत्साहाने पूर्णपणे भारून गेलेले होते.ते रात्रंदिवस सतर्क होते. ते सर्व गिनीच्या आखाताकडे कूच करण्याच्या संकेताची प्रतीक्षा करीत होते.त्या संयुक्त टीम मध्ये एकूण बारा अत्याधुनिक विमानवाहू जहाजे होती.त्या जहाजांवर अतिशय सक्षम अशी लेझर्सचा मारा करणारी यंत्रणा तैनात केलेली होती. ते शत्रूवर तुटून पडण्यात चित्त्याप्रमाणे चपळ होते. दिवस येत होते अन् जात होते. गॅबनच्या समुद्रात कवायती करीत असतांना एक महिना काहीही नं घडता निघून गेला.

नित्याप्रमाणे त्यांच्या सकाळच्या कवायती सुरु होत्या.तेवढ्यात अचानक सर्वच जहाजांच्या एरवी आळसावलेल्या रडार स्क्रीन्समध्ये एकदम नवचैतन्य आले.हल्ल्याची सूचना देणारे सायरन्स जोराने वाजण्यास सुरुवात झाली.रेडियोरूमच्या ऑफिसरने रडार स्क्रीनला 'मॅग्निफाय मोड' वर शिफ्ट केले.त्याला स्क्रीनवर जे दिसले ते पाहून तो आश्चर्याने दंग झाला.विचित्र, अनोळखी, उडती आकाश याने एका मोठ्या पक्षाच्या रचनेत त्यांच्याच दिशेने येत होती.त्यांचा वेग अतिशय जास्त होता.सर्वच जहाजांवर ते सिग्नल आलेले होते त्यामुळे एकदम गोंधळाचे वातावरण निर्माण झाले.युद्धनौकांवरील आर्टीलरी ऑफिसर्स त्या येणाऱ्या जत्थ्याकडे तोफांचा निशाणा साधण्याचा प्रयत्न करीतच होते. त्यांच्या मनात शंका होती की ते काय आहे? आणि त्यांच्यावर हल्ला करावयाचा की नाही? त्यांनी काही निर्णय घेण्याआधीच ती सर्व आकाशयाने त्यांच्या डोक्यावरून सर्रकन पुढे निघून गेली.त्यांच्या जहाजांच्या ताफ्यापुढे बरेच अंतर जावून सर्वच यानांनी समुद्रात सूर मारली आणि ती सर्व रडारच्या स्क्रीनवरून नाहीशी झाली. रडार ऑपरेटरला त्यांच्या समुद्रात प्रवेश करण्याच्या जागेचे को-ओर्डीनेट्स जेमतेम नोंद करता आले. ते होते, शून्य अक्षांश व शून्य रेखांश !! ते ठिकाण त्यांच्या जहाजांपासून समुद्रात पुढे जवळपास शंभर किलोमीटर्स अंतरावर होते.

सर्व जहाजांच्या कॅप्टन्सने एकमेकांशी संपर्क साधला आणि त्याचबरोबर त्या संपूर्ण ऑपरेशनच्या प्रमुखास संपर्क केला. भारतीय डायरेक्टर जनरल मिलिटरी ऑपरेशन (डी.जी.एम.ओ.) हे त्या सर्व संचालनाचे प्रमुख होते.ते भारतीय नौसेनेच्या एका जहाजावरून संपूर्ण ऑपरेशनचे नियंत्रण करीत होते. त्यांना सर्वांनी संपर्क साधताच त्यांनी सर्व युद्धनौकांना आणि विमानवाहू जहाजांना ज्या ठिकाणी ती अज्ञात याने समुद्रात शिरली होती त्या ठिकाणाकडे कूच करण्याचा आदेश दिला.त्यांनी

सर्वांना सूचना दिल्या की शून्य अक्षांश रेखांशापासून पाच किलोमिटरचे अंतर राखून लक्ष्याभोवती वर्तुळाकार व्यूहरचना करावी. सर्व ऑफिसर्स आणि सैनिकांमध्ये चैतन्य संचारले.त्यांनी आपापल्या जहाजांचा वेग वाढवून एका रेषेत निर्धारित लक्ष्याच्या दिशेने कूच केले. लक्ष्यापासून दहा किलोमीटर अंतर असतांना त्यांनी त्यांची रचना बदलविली. काही जहाजे पुढे निघाली तर काही जहाजांनी आपला वेग आवरला. शेवटी त्या सर्वांनी शून्य अक्षांश रेखांशाच्या बिंदूभोवती पाच किलोमिटरचे अंतर राखून एक भव्य वर्तुळाकार रचनेत प्रदक्षिणा करण्यास सुरुवात केली. तेथे पोहचल्यावर डी.जी.एम.ओ.नी सर्वांना त्यांच्या जहाजांवरील अत्याधुनिक लेझर गन्स लक्ष्याच्या दिशेने रोखून हल्ल्यास तयार ठेवण्याचे आदेश दिले.त्यांना अशी खात्री होती की समुद्रतळावरून केंव्हाही हल्ल्यास प्रारंभ होऊ शकेल.

****

इंद्रजितने सर्व दैत्यांचे आणि दैत्य सैन्याचे अटलांटिकच्या तळावर तयार केलेल्या विशेष स्टारशिप लँडींग प्लॅटफॉर्मवर हार्दिक स्वागत केले.दैत्यांचे सर्व स्टारशिप्स पाण्यात देखील पूर्ण क्षमतेने कार्य करीत असल्याने ते समुद्रात शिरल्यावर सबमरीनप्रमाणे इंद्रजितने दर्शविलेल्या जागेवर अचूक पोहचले होते. सर्व दैत्य महायोद्धयांना इंद्रजितने सन्मानाने त्याच्या कार्यस्थळाच्या घुमटामध्ये नेले.रावणाने तेथील कार्याच्या प्रगतीचा आढावा घेतला. तेथे येत असलेल्या अडचणींच्या कारणांवर त्याने काही उपायही सुचविले.तेथील कार्य करणारे त्यामुळे प्रभावित झालेले पाहताच रावणाने त्या मोहिमेचे संपूर्ण नियंत्रण स्वतःच्या हातात घेतले.त्याने त्याच्या खास पद्धतीने पटापट सर्वांना वेगवेळया सूचना देण्यास सुरुवात केली.तेथे असलेल्या सर्व दैत्य महायोद्धयांना प्रोत्साहित करणारे त्याचे भाषण अविस्मरणीय होते.

“माझ्या दैत्य वीरांनो आपल्याला व्याधवासियांनी जबरदस्तीने दैत्यलोकाच्या काळोख्या जंगलात डांबून ठेवले होते. आपल्याला त्यांनी सर्व उत्तम गोष्टींपासून वंचित करून ठेवले होते.आपल्या सर्वात आवडत्या निलम ग्रहापासून त्यांनीच आपल्याला दूर ठेवले.त्या धूर्त व्याधवासियांनी आपल्यावर केलेल्या अन्यायाला आपण आणि आपल्या अनेक पिढ्यांनी मुकाट्याने सहन केले.आता त्यांनी आपल्या सहनशक्तीचा अंत पाहण्यास

सुरुवात केलेली आहे. तुम्ही सर्वच दैत्य कुलाच्या उज्वल इतिहासाबद्दल जाणताच. आपल्या सुवर्ण युगात येथे पृथ्वीवर आपण सर्व मानवजातीवर राज्य केले होते.आपण मानवांना आपले गुलाम बनवून त्यांना आपल्या मनाप्रमाणे काम करण्यास भाग पाडत होतो.पण पुन्हा आपल्या सुखात व्याधवासियांनी माती कालविली.आपल्यावर जोर जबरदस्ती करून त्यांनी आपल्याला येथून हुसकून लावले. दैत्यांची ताकत दाखविण्याची वेळ आता आलेली आहे.आपण अशी एकाहून एक शक्तिशाली शस्त्रे विकसित केलेली आहेत ज्यांच्यासमोर त्या व्याधवासियांचा क्षणभरही टिकाव लागणार नाही. आपण सर्व एकत्रित आलो तर आपण त्यांना पळता भुई थोडी करू शकतो.तुम्ही सर्वांनी इंद्रजितच्या मार्गदर्शनाखाली आपल्या या गुप्त मोहिमेत बरेच महान कार्य केलेले आहे. आता मी आलो आहे. खुद्द रावण आता त्याच्या बलशाली दैत्य दलासोबत येथे कार्य करण्यास आलेला आहे. त्यामुळे आता धेयपूर्तीपासून कोणीही आपल्याला रोकू शकत नाही.एकदा का आपली ही मोहीम फत्ते झाली की मग ब्रम्हांडातील कोणीही आपल्याला पृथ्वीवरून घालवू शकणार नाही. पृथ्वी आपल्या मालकीची होती आणि आता ती फक्त आपल्याच मालकीची असेल.चला तर मग आपण सर्व नव्या जोमाने आपल्या कार्यपूर्तीस नवा वेग देऊ."

रावणाच्या जोशपूर्ण भाषणाने तेथे जमलेले सर्वच भारावून गेले. त्यांचा उत्साह शिगेला पोहचला होता.त्यांच्या जोशात आणखी भर टाकण्याच्या हेतूने जरासंधाने जोरदार घोषणा देण्यास सुरुवात केली.

"महाबली रावणाचा जयजयकार असो. दैत्य समूहाच्या एकतेचा जयजयकार असो." तेथे असलेले सर्व त्या जोशपूर्ण भाषणाने व घोषणांनी पुनरुज्जीवित झाले आणि नव्या दमाने कामास लागले.

****

विष्णूंना रावण दैत्य दलासहित पृथ्वीवर पोहचल्याची वार्ता मिळाली. शिव, अभिमन्यू आणि उर्वरित सैन्यासहित विष्णू पृथ्वीवरील दैत्यविरोधी मोहिमेवर निघाले.विष्णू आणि शिव स्टारशिपमध्ये विराजमान झाले आणि त्या स्टारशिपने पृथ्वीच्या दिशेने उड्डाण केले. मरुत आधीच त्याच्या स्थानावर बसलेला होता. इतर सर्व सैन्य दुसऱ्या स्टारशिपने त्यांच्यासोबतच निघाले होते.

मरुत पृथ्वीवर जाण्याच्या कल्पनेने आनंदला होता. स्टारशिप मधील प्रणालीने एक सिग्नल पाठविला आणि त्याच्या पुढील अंतराळातील वर्म होल उघडले.यानाने त्यामध्ये प्रवेश केला आणि क्षणार्धात ते अनंत वेगाने पृथ्वीच्या दिशेने प्रवास करू लागले.शिपच्या कमांडरने ब्लॅकबॉडी प्रोटेक्शन ऑपरेट केले.दोन तासांच्या आतच ते पृथ्वीच्या मॅग्नेटोस्फियर मध्ये प्रवेश करते झाले.

देवेन्द्रास त्यांच्या आगमनाची अचूक वेळ ठाऊक होती. त्याचे सर्व सैन्य जेथे पाडाव टाकून थांबलेले होते त्या निर्जन बेटावर त्याने विष्णू आणि शिवांच्या स्वागताची तयारी केली होती. रावणाचे स्टारशिप पृथ्वीवर पोहचल्यावर दोन तासांच्या अंतराने विष्णू शिवांसहित पृथ्वीवर पोहचले. देवेंद्रने अर्जुन,गणेश आणि कार्तिकिय सोबत त्यांचे स्वागत केले.

विष्णूंनी तात्काळ देवेन्द्राकडून व्याधवासी सैन्याचा आढावा घेतला.सर्व सैन्य दैत्यांवर हल्ला करण्यास आतुर झालेले होते.विष्णूंनी हे जाणले की दैत्यांवर हल्ला करण्याची हीच योग्य वेळ आहे.त्यांनी स्वर्ग लोक आणि हिमलोकाच्या महावीरांना युद्धासंबंधी सूचना दिल्या.देवेंद्राच्या नेतृत्वाखाली त्याच्या सैन्याने दैत्यांवर सर्वप्रथम हल्ला करावा असे विष्णूंनी सुचविले.

सर्वप्रथम हल्ला करण्याचा मान मिळाल्याने देवेंद्र आणि त्याचे महाबली योद्धे खुश झाले. देवेन्द्राजवळ सर्वंकष हल्ला करण्यास सज्ज असलेली अद्ययावत शस्त्र प्रणाली होती.त्यांनी विष्णूलोकातून पृथ्वीकडे प्रस्थान करतांना आपल्यासोबत अनेक छोट्या शक्तिशाली सबमरीन आणलेल्या होत्या.

देवेंद्र, कार्तिकेय आणि त्यांचे लढवय्ये सैनिक त्यांच्या छोट्या परंतु अतिशक्तीशाली सबमरीनमध्ये आरूढ झाले. त्या सबमरीन्स वास्तवात शक्तिशाली स्टार शिप्सच होते.ते आकाशात उडू शकत त्याचप्रमाणे खोल पाण्यात देखील तेवढ्याच वेगाने कार्य करू शकत. त्या स्टारशिप्स ,सब्ज दैत्यांकडे असलेल्या सबमरीन्सपेक्षा कितीतरी आधुनिक होत्या.त्या सर्व शिप्सवर अत्याधुनिक लेझरगन्स आणि इतर शक्तिशाली शस्त्र तैनात होती. देवेंद्रकडे त्याचे आवडते शस्त्र वज्र होते. त्याचा वापर करून कुठल्याही बलशाली दैत्यास तो क्षणात यमसदनास पाठवू शकत होता.वज्राच्या प्रहाराने त्याने त्यापूर्वीदेखील अनेक दैत्यांना मृत्युलोकास पाठविले होते.कार्तिकेयाजवळ त्याची खास अतिनील किरणांचा संहारक मारा करणारी लेझर गन होती. त्या लेझरच्या माऱ्यातून आजवर कोणीही

जिवंत वाचला नव्हता. शत्रूवर अतिनील किरणांचा मारा केल्यावर काय होत आहे ते कळण्याच्या आतच त्याचा मृत्यू होत असे.

सैनिकांच्या दुसऱ्या डिव्हिजनचे नेतृत्व सर्वशक्तीशाली विष्णू करीत होते.त्यांच्या ताफ्यात अजिंक्य महायोद्धा अर्जुन याचा समावेश असल्याने त्यांची शक्ती द्विगुणीत झाली होती. अर्जुनाकडे अद्वितीय शस्त्रास्त्रे होती. त्याचा सामना करणे कोणासही शक्य नव्हते.

विष्णूंनी घोंगावत जाणाऱ्या वादळाप्रमाणे व्यूह रचना केली होती. पहिल्या हल्ल्याने दैत्यांचे खच्चीकरण झाल्यावर ते त्यातून सावरण्याआधीच दुसरा हल्ला करण्याचा त्यांचा मानस होता.

देवेंद्र आणि त्याच्या सैन्याने निर्जन बेटावरून आकाशात उड्डाण केले आणि काही क्षणातच ते शून्य अक्षांश रेखांशाच्या स्थळावर पोहचले.तेथे पोहचताच त्यांच्या यानांनी समुद्रात सूर मारला.ते आता समुद्राच्या खोल पाण्यातून इंद्रजितने उभारलेल्या घुमटाकडे निघाले होते. ते त्या घुमटाच्या जवळ पोहचण्याआधीच त्या घुमटा बाहेर असलेल्या सेन्सर्सद्वारे आतील धोक्याची घंटा वाजण्यास सुरुवात झाली व आतील मोठ्या रडार स्क्रीनवर देवेंद्र आणि इतर महायोद्धयांच्या सबमरीन्स घुमटाकडे येतांना दिसल्या. रावणाने ताबडतोब त्याच्या दैत्य सैन्यास एकत्र करून देवेंद्राच्या हल्ल्यास प्रत्युत्तर देण्यासाठी सज्ज केले. त्याने व्याधवासीयांच्या हल्ल्यास उत्तर देण्यासाठी निवडलेल्या सैन्याचे नेतृत्व दुर्योधनास दिले.दुर्योधन त्या क्षणाची अतिशय आतुरतेने वाट पाहत होता. तो दैत्यांच्या गटातील सर्वात युद्धखोर दैत्य होता.तो त्याच्या सबमरीन मध्ये आरूढ झाला आणि इतर दैत्यसैनिक आपापल्या सबमरीन्समधून एका शिस्तबद्ध रचनेत निघाले. घुमटाचे मोठे द्वार उघडले आणि सर्व सबमरीन्स चवताळलेल्या लांडग्यांच्या कळपाप्रमाणे देवेंद्राच्या सैन्यावर तुटून पडण्यासाठी निघाल्या.

देवेंद्र, कार्तिकेय आणि त्यांचे सैन्यदल घुमटापासून पाचशे मिटरवर असतांनाच दुर्योधन आणि त्याच्या सैन्याने त्यांच्यावर कडवा हल्ला केला. दुर्योधन त्याच्या विस्फोटक लेझरगन सहित संपूर्ण तयारीनिशी देवेन्द्रावर चालून गेला.त्याने देवेन्द्रास द्वंदयुद्धाचे आव्हान दिले.सबमरीनच्या हेड फोनवर दुर्योधनाचे उन्मत्त आव्हान ऐकून देवेंद्र रागाने लालीलाल झाला.त्याने तेवढ्याच जोशाने त्याला कडक शब्दात प्रत्युत्तर दिले,

“दुर्योधना, माझ्याशी द्वंद करण्याचा विचारही मनात आणू नकोस. माझ्या वज्र लेझर्स पुढे तुझा क्षणभरही निभाव लागणार नाही.तू माझ्या पुढे येण्याचे दु:साहस करू नकोस.माझ्या वज्राच्या अग्नीसमोर तू कापसाप्रमाणे

क्षणभरात भस्मसात होशील. जा दुसऱ्या एखाद्या अनुभवी योद्धयास माझ्याशी टक्कर घेण्यासाठी पाठव.माझ्याबरोबर युद्ध करण्याचा दृष्टीने तू अजून अजाण बालक आहेस.तेंव्हा हे बालका, या अजेय देवेन्द्रास आव्हान देऊन तू आपल्या आयुष्याचा निष्कारण बळी देऊ नकोस."

देवेंद्राच्या प्रक्षोभक वक्तव्यास उत्तर देण्याऐवजी दुर्योधनाने त्याच्या सबमरीनवर आपल्या विध्वंसक लेझर्सचा मारा केला.जरी देवेंद्र दुर्योधनास आपल्या कटू धारदार वाणीने खिजवीत असला तरी तो सावध होता.त्याने आपली सबमरीन एका क्षणात वर घेतली आणि तत्क्षणी दुर्योधनाच्या सबमरीनवर घातक लेझर्सचा हल्ला केला.दुर्योधनाने देखील त्याचा हल्ला चुकविण्याचा प्रयत्न केला परंतु तो देवेन्द्रा एवढा चपळ नव्हता.देवेंद्राच्या निशाण्याने दुर्योधनाच्या सबमरीनला जबरदस्त नुकसान पोहचविले.

दुर्योधन आणि देवेन्द्रांचे युध्द सुरु असतांनाच व्याधवासी सैनिक आणि दैत्य सैनिक यांच्यात देखील तुंबळ युद्ध जुंपले होते.सर्वांच्या लेझर्सच्या एकमेकांवरील माऱ्याने समुद्रतळ ढवळून निघाला होता.एरवी भयानक असलेले जलचर तेथून आपला जीव वाचवून पळ काढू लागले. काही सबमरीन्स चक्काचूर झाल्याने त्यातील जखमी सैनिक पाण्यात पडले होते. काही मांसभक्षक जलचर त्यांच्यावर तुटून पडले. देवेंद्र जरी दुर्योधनाबरोबर द्वंदयुद्ध करीत असला तरी तो इतर दैत्यांवर देखील त्याच्या दाहक शस्त्रांनी हल्ले करीत होताच. त्याला एकाचवेळी अनेक योद्धयांच्या सबमरीन्स किंवा विमानांवर हल्ले करीत युद्ध करण्याची कला अवगत होती. तो व्याधवासियांचा खराखुरा बलाढ्य महायोद्धा होता.त्याने त्या चकमकीत दैत्यांच्या अनेक सबमरीन्सचा धुव्वा उडविला.ज्यावेळी त्याने दैत्य सैन्यास पळतांना पाहिले तेंव्हा त्याने त्याचे आवडते निर्णायक शस्त्र वज्र लेझर कार्यान्वित केले आणि पळणाऱ्या दैत्यांवर त्याचा मारा करून त्यांना यमसदनास रवाना केले.दुर्योधन देवेंद्राच्या दाहक माऱ्याने जेरीस आला होता. देवेंद्रने दैत्य सैन्यास पळवून लावल्यावर दुर्योधनावर आपले विध्वंसक वज्र लेझर रोखले आणि त्याला चेतावणी दिली,

"दुर्योधन, अजूनही तुला माझ्या विध्वंसक वज्रापासून स्वतःचा जीव वाचविण्याची संधी आहे.तू युद्धात माघार घेऊन येथून पळ काढ अन्यथा मला तुला मृत्युदंड देण्यावाचून पर्याय उरणार नाही."

दुर्योधनाचा भीतीने थरकाप उडाला. त्याने आयुष्यात देवेन्द्रासारख्या महाबलीचा सामना केलेला नव्हता. देवेंद्राने त्याचा शब्द खरा करण्याआधीच दुर्योधन तेथून अक्षरशः पाय लावून पळाला.आपल्या सेनापतीस पळतांना पाहून उरलेल्या दैत्यांचे अवसान गळाले आणि ते

देखील त्यांच्या सबमरीन्स वळवून पळायला लागले. परंतु स्वर्ग लोकाच्या सैनिकांना आता अधिकच जोर चढला होता. त्यांनी पळणाऱ्या दैत्यांचा पाठलाग करून त्यांचा खातमा केला. दुर्योधानासोबत आलेल्या बहुतांशी दैत्यांना देवेंद्र आणि त्याच्या शूरवीर सैनिकांनी यमलोकास धाडले होते.

दुर्योधन तेथून पलायन करून सरळ त्यांच्या तळावर परतला. देवेन्द्राशी युद्धात पराभूत झालेल्या दुर्योधनाने पडलेल्या चेहऱ्याने घुमटात प्रवेश केला.

रावण, इंद्रजित आणि इतर बलशाली दैत्य तेथे एका विचित्र कार्यात व्यग्र होते.एका प्रचंड मोठ्या आकाराच्या मशीनच्या सहाय्याने ते समुद्र तळाच्या आतील भूगर्भात एक राक्षसी अणकुचीदार ड्रीलने छिद्र करीत होते. ते एखाद्या अत्याधुनिक ऑईल रिग सारखे मशीन होते. त्यांची त्या कार्यात बरीच प्रगती झालेली दिसत होती.त्या ड्रीलचे टोक भूगर्भात खोलवर गेलेले होते. त्या ड्रील सोबत एक मोठ्या व्यासाची केबल त्या छिद्रामध्ये गेलेली दिसत होती. ज्याठिकाणी ते कार्य सुरु होते त्या ठिकाणाभोवती साखळी आणि खांब यांच्या सहाय्याने संरक्षक कुंपण तयार केलेले होते. त्या ड्रिलिंग रिगचे नियंत्रण बाजूला असलेल्या कंट्रोल पॅनेल मध्ये होते. रावण तेथे त्या खोदकामाच्या क्रियेच्या नियंत्रणात गुंतला होता.तेथे वापरण्यात आलेली सर्व यंत्रणा आणि मशिनरी इंद्रजितने दैत्यलोकातून आयात केलेली होती.त्या मशीनमध्ये वापरण्यात आलेले ड्रील कुठल्याही प्रकारचा कठीणात कठीण पृष्ठभाग छेदून पुढे जाण्यास सक्षम होते.पृथ्वीचे टणक कवच भेदून ते ड्रिल केंव्हाच पुढे गेलेले होते.त्या ड्रिल सोबत जोडण्यात आलेली पॉवर केबल लक्षावधी अँम्पियरचा करंट वाहून नेण्यास सक्षम होती.पृथ्वीच्या गर्भातील ऊर्जेचे अति उच्च व्होल्टेज आणि लक्षावधी अँम्पियरचा करंट पेलण्याच्या अंदाजानेच त्या केबलची योजना करण्यात आली असावी.

इंद्रजितचे उद्दिष्ट एकदम स्पष्ट होते.तेथे कार्य करीत असलेल्या दैत्यांना पृथ्वीच्या केंद्रस्थानी असलेले ऊर्जेचे भांडार उघडावयाचे होते.ते उघडल्यावर तेथे साठविलेली आणि अविरतपणे निर्माण होत असलेली विद्युत ऊर्जा त्यांना बाहेर काढावयाची होती. जिओमॅग्नेटीझमच्या प्रभावामुळे व पृथ्वीच्या अविरतपणे स्वतःच्या आसाभोवती फिरण्याने ऋणभारीत विद्युत ऊर्जा निर्माण होत होती.ती अतिशय प्रचंड प्रमाणातील विद्युत ऊर्जा होती. लोह व निकेल या अत्युत्तम चुंबकीय धातू पृथ्वीच्या गर्भात द्रव स्वरूपात होत्या.त्या द्रव स्वरूपातील धातूंचे तेथील तापमान पाच हजार अंश सेल्शियस एवढे अतिप्रचंड होते.त्या तापमानात

२८५

उष्णतेचे प्रवाह पृथ्वीच्या केंद्रस्थानाकडून वरच्या भागाकडे वाहत होते. वरचे आवरण अर्धवट द्रव आणि घन स्वरूपातील धातूंचे बनलेले होते.त्या प्रवाहामुळे त्या धातूंचे इलेक्ट्रॉन्स कायम कोअर मधून निघून आवरणाकडे प्रवाहित होत.त्यामुळे अविरतपणे प्रचंड प्रमाणात विद्युत करंट निर्माण होत होता.पृथ्वी स्वतःच्या आसाभोवती फिरत होती त्याच सोबत तिच्या कोअर मध्ये असलेल्या लोह आणि निकेल या धातुंमधे विद्युत प्रवाह प्रवाहित होत होता. या दोघांच्या एकत्रित परिणामाने जिओमॅग्नेटीझम निर्माण होऊन ते तसेच कायम राखण्यात मदत होत होती. पृथ्वीचे स्वतःभोवती फिरणे,तिच्या गर्भात विद्युत प्रवाह निर्माण होणे, तो प्रवाह केंद्रस्थानाकडून वरील आवरणाकडे प्रवाहित होणे आणि त्यामुळे जिओमॅग्नेटीझम निर्माण होणे या तीन क्रियांपैकी एक जरी नाहीशी झाली किंवा थांबविण्यात आली असती तर उरलेल्या दोन क्रिया आपोआपच नष्ट होणार होत्या.थोडक्यात काय, पृथ्वीच्या गर्भातील विद्युत ऊर्जा रिती केल्यास जिओमॅग्नेटीझम नष्ट होणार आणि विद्युत प्रवाहाचे निर्माण थांबणार. त्याच बरोबर पृथ्वीचे आसाभोवती फिरणेही संपुष्टात येणार होते.

पृथ्वीच्या गर्भातील महाप्रचंड ऊर्जा काढून ती आकाशाच्या दिशेने वळविल्यास ती पुढे अंतरिक्षात जाणार होती.त्या ऊर्जेच्या प्रभावाने इंद्रजित आणि रावण अंतराळातील अवकाश बोगदे उघडण्यात यशस्वी होणार होते. त्यांना जर त्या कार्यात यश मिळाले असते, आणि अवकाश बोगदे उघडले असते तर त्यांच्या नियोजनानुसार दैत्यलोकातील सर्व दैत्य एका क्षणात पृथ्वीवर येऊ शकणार होते.

त्यांनी त्या ऊर्जेस हात घालण्याचे कार्य जवळजवळ पूर्ण केले होते.त्यांचे कार्य पूर्णत्वास जाण्यासाठी अजून थोडेसे प्रयत्न आणि थोडासा अवधी यांची गरज होती.

त्याच क्षणी दुर्योधन त्याच्या चर्येवर 'पराभूत योद्धा' असे लेबल लेवून तेथे आला.

"दैत्यराज रावण, मला माफ करा.देवेंद्र खरोखरीच अजेय आहे.त्याने आपल्या सैन्याचा मोठ्या प्रमाणात नाश केला आहे.मी तुम्हाला नवीन सैन्यासह त्यांच्यावर हल्ला करण्याची विनंती करितो." दुर्योधन थरथरत्या घोगऱ्या आवाजात बोलला आणि जमिनीवर निपचितपणे कोसळला.

"इंद्रजित, मला याची कल्पना होती. माझ्या शूर पुत्रा आता तूच जाऊन त्या दुराग्रही इंद्राला चांगला धडा शिकव.त्याला तू असा इंगा दाखव की आयुष्यात पुन्हा त्याला आपल्याशी युद्ध करण्याची हिम्मत होऊ नये."

रावणाने त्याचे ड्रिलिंगचे कार्य थांबवीत इंद्रजितला आदेश दिला. इंद्रजितने तडक दैत्य सैनिकांचा नवीन ताफा घेऊन देवेन्द्रावर चाल केली.तोपर्यंत देवेंद्र घुमटाच्या दिशेने पुढे सरकण्यात यशस्वी झाला होता. तो त्यापासून केवळ दोनशे मिटर अंतरावर होता.इंद्रजितने त्याच्या सिग्नल सिस्टीमवर देवेन्द्रास सावध केले,

"देवेंद्र, तुला असे वाटत असेल की तू दैत्यांना पराभूत केले आहेस, तर तो तुझा भ्रम आहे. मी तुला द्वंदयुद्धासाठी आव्हान देतो.मला असं वाटतं की तू माझ्या हातून झालेला तुझा पराभव विसरला नसशील.तुला जर पुन्हा माझ्याकडून अपमानित व्हावयाचे नसेल तर लगेच शरण ये."

इंद्रजितची उन्मत्त वल्गना ऐकून देवेद्राने त्याच्या सबमरीनवर विध्वंसक लेझर्सचा मारा केला.परंतु इंद्रजित त्याच्या सब सहित तेथून अदृश्य झाला त्यामुळे देवेन्द्राचा वार खाली गेला.चिडून जाऊन देवेंद्राने इंद्रजित ज्या ठिकाणी होता त्या ठिकाणावर लेझर्सचा अंदाधुंद मारा केला.त्याचा काहीही परिणाम झाला नाही.इंद्रजितने त्याची सबमरीन देवेंद्राच्या सबमरीनच्या वर नेलेली होती आणि तो अदृष्यावस्थेतच होता. देवेन्द्रास याची कल्पना आली नाही.इंद्रजित आता वरचढ स्थानावर होता.त्याने त्याचे आवडते शस्त्र काढले आणि त्याचा वापर देवेद्राच्या सबमरीनवर केला. त्याच्या परिणामस्वरूप देवेंद्राच्या सबमरीन भोवती एक अतिशय मजबूत आणि अभेद्य असे जाळे पसरले.देवेंद्र एखाद्या हरीणासारखा इंद्रजितने फेकलेल्या जाळयात फसला होता. देवेंद्राने सबमरीनचे थ्रोटल जोराने दाबून त्या जाळयासह तेथून निसटण्याचा असफल प्रयत्न केला परंतू इंद्रजितने चपळाईने एक मजबूत भाला फेकून त्या जाळयास एका जागेवर स्थिर केले.देवेंद्रने त्याचे निर्णायक शस्त्र वज्र वापरण्याचा प्रयत्न केला, पण इंद्रजितच्या जाळ्याच्या प्रभावाने देवेंद्राचे हातपाय देखील बांधले गेले होते. इंद्रजितने आपली सबमरीन देवेंद्राच्या दिशेने वळविली त्याचा विचार देवेन्द्रास युद्धबंदी करण्याचा होता. त्याचक्षणी कार्तिकेय इंद्रजितच्या मागून त्याच्या शक्तिशाली सबमरीनने आला आणि त्याने इंद्रजितचे जाळे त्याच्या निलकिरण लेझरच्या सहाय्याने क्षणात तोडले.डोळयांची पापणी लवते नं लवते तोच कार्तिकेयाने देवेन्द्राची सबमरीन तेथून ओढून दूर नेली.त्याने देवेन्द्रास युद्धस्थलापासून बरेच लांब नेले.कार्तिकेयास जेंव्हा खात्री पटली की देवेंद्र सुरक्षित आहे, त्याने वेगाने परतून इंद्रजितवर त्याच्या अतिनिल किरण लेझर्सने हल्ला केला.इंद्रजित त्या लेझर्समधून निघणाऱ्या दाहक उष्णतेचा सामना करू शकला नाही.त्याने पळण्यास सुरुवात केली.पळता पळता त्याने त्याचे आवडते

अदृश्य होण्याचे तंत्र वापरण्याचा प्रयत्न केला पण कार्तिकियास त्याची पूर्व कल्पना असल्याने त्याने इंद्रजितच्या सबमरीनला शुभ्रधवल लेझर्सच्या झोतात बंदी केले. शेवटी इंद्रजित पराभूत होवून तेथून पळून गेला.कार्तिकेय देखील त्याचा पाठलाग करीत त्याच्या मागे गेला.ते दोघे घुमटापासून शंभर मिटर्स अंतरावर असतील त्याचवेळी अचानक समुद्रतळ जोराने हादरले. त्यांच्या सबमरीनच्या सभोवतालीचे पाणी एखाद्या महाकाय भोवऱ्याप्रमाणे ढवळले जाऊ लागले.युद्धात गुंतलेल्या सर्वांचे त्यांच्या सबमरीन वरील नियंत्रण सुटले.काय होतंय ते कोणालाच कळत नव्हते.तेवढ्यात एक डोळे दिपविणाऱ्या तेजस्वी ऊर्जेचा महाकाय स्तंभ इंद्रजित कार्य करीत असलेल्या घुमटाच्या छतामधून उत्सर्जित झाला आणि समुद्राच्या पृष्ठभागाकडे झेपावला.

****

अरुणोदय होत होता. सूर्य अजून क्षितिजावर येण्यास थोडा अवधी होता.पूर्व दिशा अरुणाच्या चाहूलीने लालीलाल झाली होती.समुद्र पक्षी भक्ष्याच्या शोधात पूर्वेकडे निघाले होते. अटलांटिक महासागरावरील अरुणोदय फारच सुंदर मनोहर भासत होता.

देवेंद्र, कार्तिकेय आणि त्यांच्या स्वर्गलोकाच्या सैन्याने मध्यरात्रीनंतर दैत्यांवर हल्ला केला होता.त्यांचे युद्ध गेल्या पाच तासांपासून सुरु होते.विष्णू व शिव अर्जुन, गणेश आणि अभिमन्यूसह दैत्यांवर हल्ला करण्यास सज्ज होते. युद्धस्थळाभोवती होणाऱ्या पाण्याच्या ढवळण्यावरून विष्णूंना युद्धाच्या तीव्रतेचा अंदाज आला होता.

“शिव, आता आपण हल्ला करावयास हवा.मला असे वाटते आहे की देवेन्द्रास आपल्या मदतीची गरज भासते आहे. आपण दोन छोट्या ताफ्यांमध्ये सैन्यास विभागून दोन बाजूंनी दैत्यांवर एकदम हल्ला करू. तुम्ही गणेश आणि अभिमन्यूसह हल्ला करा. मी अर्जुनासोबत दुसऱ्या बाजूने दैत्यांना घेरतो.” विष्णू उद्गारले.

“ठीक आहे तर मग आपण लगेच निघावयास हवे.” शिव त्यांच्या ध्यानाच्या स्थळावरून उभे राहत उत्तरले. ध्यानमग्न असतांना शिवांनी कैलास आणि हिमालयात साठविलेली धनभारीत ऊर्जा सक्रीय केली होती.ते त्यांच्या स्टारशिप वजा सबमरीन्स मध्ये आरूढ झाले आणि त्यांच्या स्टारशिप्सने निर्जन बेटावरून उड्डाण केले तेवढ्यात त्यांच्या पुढ्यातील समुद्राच्या

पाण्यातून एक महाकाय, डोळे दिपविणारा, अत्यंत तेजस्वी ऊर्जा स्तंभ प्रकट झाला.त्याचे तेज शेकडो सूर्याच्या तेजाहून अधिक होते. विष्णू आणि शिव ते दृष्य पाहून विस्मयचकित झाले.त्यांच्या स्टारशिप्सने पूर्ण वेग धारण केला आणि त्या ऊर्जास्तंभापासून काहीच अंतरावरील पाण्यात सूर मारला.

****

संयुक्त नौदलाचे सर्व अधिकारी आणि नौसैनिक रात्रभर सतर्क होते.ते शून्य अक्षांशाच्या केंद्रबिन्दूभोवती प्रदक्षिणा करीत त्यावर लक्ष ठेऊन होते.मध्यरात्रीनंतर त्यांनी काही यू.एफ.ओज.समुद्राच्या पाण्यात सूर मारतांना पाहिले होते. सर्व युद्धनौकांनी त्या संशयास्पद बिंदू पासून पाच किलोमीटर्सचे अंतर कायम राखले होते. रजत, डी.जी.एम.ओ.च्या जहाजावर होता.त्याचे लक्ष सतत रडारच्या स्क्रीनवर होते.त्यांच्या जहाजांवर पाण्याखालील हालचाली टिपणारे सोनार सेन्सर्स तैनात होते.त्या सेन्सर्सना पाण्याखाली जबरदस्त हालचाली सुरु असल्याचे सिग्नल्स मिळत होते.प्रत्येकास असे वाटत होते की कुठल्याही क्षणी पाण्यामधून त्यांच्यावर हल्ला होऊ शकेल. ती एक भयंकर तणावपूर्ण वातावरणाची दीर्घ रात्र होती.पहाटे पाच वाजता पूर्वेकडील आकाशाचे रंग उजळण्यास सुरुवात झाली.रात्रीचे काळेभोर आकाश आता लालसर गुलाबी दिसू लागले होते.सूर्योदयास अजून काही अवधी होता.अचानक जहाज एका प्रचंड धक्क्याने हादरले.ती समुद्रातील अजस्त्र लाट होती. समुद्रात साधारणतः अशा अजस्त्र लाटा अचानक निर्माण झालेल्या कोणीच बघितलेल्या नव्हत्या.त्यांचे जहाज वजनाने बरेच जड होते परंतु तरीही ते वादळात हेलकावे खाल्ल्या प्रमाणे हलत होते. दुसऱ्याच क्षणी त्यांच्या जहाजापासून पुढे काही अंतरावर एक प्रचंड महाकाय डोळे दिपविणाऱ्या ऊर्जेचा स्तंभ समुद्रातून बाहेर निघाला.तो एक अतिमहाकाय विजेचा लोळ वाटत होता. त्यामधून विजेच्या ज्वाला बाहेर उत्सर्जित होत होत्या.ते अतिशय भयप्रद दृष्य होते. ज्या ठिकाणी तो स्तंभ पाण्याबाहेर निघाला होता त्या ठिकाणाचे पाणी त्याच्या उष्णतेने उकळण्यास सुरुवात झाली,पाणी उकळण्याने निर्माण झालेल्या वाफेचे वातावरणातील थंडीमुळे तात्काळ ढगात रुपांतर होऊ लागले. सर्व जहाजांवरील सैनिकांना त्या ऊर्जास्तंभाची दाहक उष्णता जाणवत होती.ते सर्वच गोंधळले होते.

त्यांच्यापैकी कोणीही आयुष्यात असे दृष्य पूर्वी बघितले नव्हते.त्यांचा आपल्या डोळयावर विश्वास बसत नव्हता.भीतीपोटी सर्वांनी ताबडतोब आडोश्याकडे धाव घेतली. त्या ऊर्जा स्तंभातून निर्माण होणारा विजेचा चरचर आवाज कानास फारच भयंकर वाटत होता.तो स्तंभ सर्व जहाजांनी तयार केलेल्या वर्तुळाच्या केंद्रस्थानी होता त्यामुळे सर्व जहाजांना तो एकसारखाच भयंकर भासत होता.सर्व ते दृष्य पाहून भीतीने थिजून गेले.डी.जी.एम.ओ.ने सर्वांना आपापली जहाजे सुरक्षित अंतरावर मागे घेण्याच्या सूचना दिल्या.

****

सौरभ दौआला शहरातील किनाऱ्यावरील रिसोर्टमध्ये थांबलेला होता. ते ठिकाण शून्य अंश अक्षांश-रेखांश असलेल्या स्थळापासून बरेच लांब होते. तो सतत रजतच्या संपर्कात होता.त्यामुळे त्याला समुद्रावरील घडामोडींबद्दल अद्ययावत माहिती होती.आदल्या दिवशी सायंकाळपर्यंत काहीही विशेष घडलेले नव्हते.समुद्रातील घडामोडींबद्दल शिरीनशी बोलल्यानंतर तो झोपण्यास गेला होता.ती देखील सौरभ सोबत नसल्याने व इस्रोमध्ये काहीही काम नसल्याने कंटाळली होती.प्रत्येकजण काहीतरी घडण्याची प्रतीक्षा करीत होता.पण हे कोणालाच ठावूक नव्हते की नेमके काय घडणार आहे? आणि केंव्हा घडणार आहे? सौरभच्या मनात शिरीनशी झालेला संवाद घोळत होता.

"सौरभ गेल्यावेळी आपण जेंव्हा गिनीच्या आखातास भेट दिली होती, त्यावेळी आपण जेथे थांबलो होतो त्या ठिकाणाबद्दल तू काहीतरी सांगत होतास, पण मी तो तुझ्या नेहमीच्या स्वप्नांचा एक भाग असेल असे समजून तुझ्याकडे दुर्लक्ष केले होते. तुला तेंव्हा जे सांगायचे होते ते तू मला आता सांगू शकशील कां?" शिरीनने पश्चात्तापदग्ध स्वरात विचारले.

" शिरीन डियर, मी जे तुला त्यावेळी सांगण्याचा प्रयत्न करीत होतो ते तुला आता ऐकायचे आहे? तसे असेल तर ठीक आहे, मी सांगतो ऐक.

आपण ज्या बीच रिसोर्टमध्ये थांबलो होतो ते ठिकाण आणि ज्या बीचवर आपण फिरत होतो त्या बीचेस मला स्वप्नात पाहिलेल्या वाटत होत्या.आता देखील मी त्याच ठिकाणी थांबलो आहे. आणि आताही मला तीच विचित्र भावना आहे की मी याठिकाणी पूर्वीही आलो होतो.मी ही जागा स्वप्नात पाहिली होतीच.त्या स्वप्नात मी आणखीही अनेक विचित्र गोष्टी घडतांना

पाहिल्या होत्या. पण आता त्याचे काय? तुला आता त्या स्वप्नाबद्दल कां ऐकावेसे वाटते आहे?" सौरभने नैराश्यपूर्ण स्वरात विचारले.त्याला तिथे फारच एकटे वाटत होते आणि त्याक्षणी त्याला त्या स्वप्नाचा विचारही नकोसा वाटत होता.

"तसे काही विशेष नाही.मला त्या दिवशीची आठवण झाली म्हणून मी विचारले." शिरीनने स्पष्टीकरण दिले.

"खरं सांगू कां? ते एक अतिशय विचित्र स्वप्न होतं. जाऊ दे नं. मला या क्षणी तुझी खूपच आठवण येते आहे. मला असं वाटत आहे की तू जर माझ्यासोबत असतीस तर माझ्या मनाची जी घालमेल सध्या होत आहे ती तरी झाली नसती.पण...." त्याने वाक्य अर्धवट सोडले.

"हो तेही खरेच आहे. मला देखील तुझी फारच आठवण येते आहे. रजतची काही विशेष खबरबात? तो त्याची नेव्हीच्या जहाजावरची सफर एन्जॉय करीत असेल.त्याला नेव्हीमध्ये जाण्याची तीव्र इच्छा होती...." शिरीन उत्तरली.

शिरीनशी गप्पा मारल्यावर सौरभ मध्यरात्रीनंतर झोपला पण त्याला सकाळी पाचच्या पुढे झोप लागली नाही. फ्रेश होऊन तो नितांत सुंदर समुद्र किनाऱ्यावर फिरायला गेला.त्याला सकाळी मोकळ्या हवेत फिरण्याची आवड होतीच.

पूर्वेस आकाशांत निसर्गाने लालसर गुलाबी रंगाची उधळण केलेली होती.त्या सौंदर्याची तो मनोमन शिरीनच्या सौंदर्याशी तुलना करीत होता.त्याला शिरीन अतिशय प्रिय होती. तो तिच्या विचारात हरविला होता आणि समुद्राच्या पाण्याकडे पाहत यांत्रिकपणे बीचवर चालत होता.

अचानक आकाश असे उजळले जशी एकदम दुपार झाली असावी.एक भयानक महाकाय विजेचा लोळ दूरवरील समुद्रातून बाहेर आला होता.तो सातत्याने आकाशाच्या दिशेने झेपावत होता.पाण्याच्या ज्या ठिकाणावरून तो स्तंभ उगम पावला होता, त्या ठिकाणावरील पाणी उकळून वाफेचा ढग तयार होण्यास सुरुवात झाली होती.ते दृष्य पाहून सौरभ भीतीने थिजून गेला.हे तेच दृष्य होते जे त्याने स्वप्नात पाहिले होते आणि ज्याबद्दल शिरीन त्याला गेल्या रात्री विचारीत होती......

****

प्रकरण २७

विष्णू आणि शिवांनी तो ऊर्जेचा महास्तंभ समुद्रातून निघतांना पाहिला. विष्णूंच्या लगेच लक्षात आले की काय घडले असावे.त्यांचे स्टारशिप ज्यावेळी त्या स्तंभाकडे निघाले होते, त्याक्षणीच त्यांच्या मनात विचार आला की जी धनभारीत सकारात्मक ऊर्जा त्यांनी आणि त्यांच्या अनुयायांनी साठवून ठेवली आहे, तिला कार्यरत करण्याची हीच योग्य वेळ आहे. त्या ऊर्जेची अशाच प्रसंगासाठी साठवण केलेली होती.त्या ऊर्जास्त्रोतांचे सक्रीयीकरण विष्णू आणि शिवांच्या एकत्रित प्रयत्नांनेच शक्य होणार होते.विष्णूंनी तडक शिवना टेलीपथीद्वारे संपर्क केला.ते दोघे वेगवेगळया युद्ध यानांमध्ये आरूढ होते.

“शिव, आपल्याला या ऊर्जेच्या स्तंभाला निष्क्रिय करण्याकरिता धनभारीत ऊर्जेस ताबडतोब सक्रीय करणे गरजेचे आहे.मी तीन पर्यंत मोजेन. त्यानंतर आपण आपल्या विचारांच्या लहरी एकत्रितपणे प्रक्षेपित करू. तू तयार आहेस नं?”

“होय माधवा, मी तयार आहे.तू मोजण्यास सुरुवात कर.” शिवाने घाई घाईने उत्तर दिले.त्यांना त्यांच्या विचार लहरींचे प्रक्षेपण दैत्यासोबत युद्ध प्रारंभ करण्याआधी पूर्ण करणे आवश्यक होते.कारण की एकदा का बलाढ्य दैत्यांसोबत त्यांचे युद्ध सुरु झाले की ऊर्जेच्या सक्रीयीकरणा साठी त्यांना त्यांच्या विचारांना एकाग्र करणे अवघड होऊ शकले असते.

विष्णू आणि शिवानी पृथ्वीवर संचित केलेल्या ऊर्जेच्या दिशेने आपले विचार केंद्रित केले. विष्णूंनी अंक मोजण्यास सुरुवात केली, तीन, दोन,एक. त्या दोघांनी एकदम आपल्या विचार लहरी सर्व ऊर्जा स्त्रोतांच्या दिशेने प्रक्षेपित केल्या.सर्व ऊर्जा स्त्रोत पृथ्वीवरील सत्शील लोकांच्या एकत्रित ध्यान धारणेने सक्रीय झालेले होतेच. शिव आणि विष्णूंच्या विचार लहरींद्वारे मिळालेल्या चालनेने सर्व स्त्रोतांमधून धनभारीत सकारात्मक ऊर्जेचे अगणित कण बाहेर पडले आणि ते ऊर्जेच्या प्रमुख केंद्रांकडे मार्गस्थ झाले. ऊर्जेचे प्रमुख केंद्र इजिप्त मधील ग्रेट पिरॅमिडच्या गुरुत्वमध्याच्या ठिकाणी होते.चहुबाजूनी ऊर्जेचे अदृश्य कण पिरॅमिडच्या चारही उतरत्या बाजूंवर आदळून त्या केंद्रात शिरले.आणि ती संपूर्ण ऊर्जा एकत्रितपणे पिरॅमिडच्या शीर्ष भागामधून एका शक्तिशाली झोताच्या

स्वरूपात बाहेर पडली. आता धनभारीत ऊर्जा आणि इंद्रजितच्या प्रयत्नाने उत्सर्जित झालेली ऋणभारीत ऊर्जा यांचे अघोषित युद्ध सुरु होणार होते.
विष्णू आणि शिव अर्जुन, गणेश,व अभिमन्यू यांच्या सह दैत्यांवर दोन बाजूंनी चाल करून गेले.त्यांनी समुद्रतळावर पोहचताच आपल्या शक्तिशाली लेझर्सच्या माऱ्याने घुमटाचे वर्तुळाकार द्वार क्षणात उध्वस्त केले.व्याधवासी सैन्य घुमटात शिरताच रावण, इंद्रजित आणि त्यांच्या सैन्याने लेझर गन्सच्या सहाय्याने त्यांच्यावर प्रतिहल्ला सुरु केला.घुमटाचा मध्यभाग तेजस्वी ऊर्जास्तंभाने उजळला होता.विष्णू आणि शिवाने ऊर्जेचे उत्सर्जन करणाऱ्या मशीनचे नियंत्रण रावणाकडून मिळविण्याचा प्रयत्न केला.तेवढ्यात दुर्योधन आणि दु:शासनाने एकाचवेळी अभिमन्यूवर हल्ला केला.त्यांच्या घातक शस्त्रांनी त्याला जायबंद करण्याचा त्यांचा हेतू होता. दुर्योधन आणि दु:शासन अभिमन्यूस जीवे मारण्याचा प्रयत्न करणार आहेत हे अर्जुनाच्या तत्काळ ध्यानात आले.त्याने एका शक्तिशाली मिसाईलच्या माऱ्याने दुर्योधनाच्या सबमरीनला घुमटाबाहेर पिटाळले.त्यामुळे त्याची सबमरीन पाण्यात गटांगळ्या खात दूरवर निघून गेली.दु:शासनास त्याने घुमटाच्या दुसऱ्या दिशेस पिटाळले.

विष्णूंनी रावणास सरळ युद्धाचे आव्हान दिले.रावणाने ऊर्जा उत्सर्जन करणाऱ्या संयंत्राचे नियंत्रण जरासंधाकडे सोपविले, आणि तो विष्णूंबरोबर युद्ध करू लागला.रावण एक असामान्य योद्धा होता.त्याने विष्णूंच्या सबमरीनवर एक शक्तिशाली मिसाईल सोडले. ते मिसाईल एखाद्या ड्रील प्रमाणे सबमरीनला छेदून आत शिरण्याचा प्रयत्न करू लागले.परंतु विष्णूंची सबमरीन अशा प्रकारच्या हल्ल्यास तोंड देण्यास सज्ज असल्याने रावणाचा वार निष्फळ ठरला. विष्णूंनी रावणावर अतिशय जास्त फ्रिक्वेन्सी असलेले अल्ट्रासॉनिक लेझर डागले.त्याच्या लहरींच्या प्रभावाने रावणाची सबमरीन एखादा जबरदस्त धक्का बसल्याप्रमाणे गटांगळ्या खाऊ लागली. त्या शस्त्राचे वैशिष्ठ्य असे होते की त्याला प्रत्युत्तर नव्हते. रावणाचे त्याच्या सबमरीन वरील नियंत्रण सुटले.
तेवढ्यात कार्तिकियाच्या भयाने पळत सुटलेला इंद्रजित तेथे दाखल झाला.त्याच्या मागे कार्तिकिय होताच.
इंद्रजितने रावण आणि विष्णूंचे युद्ध सुरु असल्याचे पाहिले, आणि तो देखील विष्णूंवर हल्ला करणाच्या बेतात होता तेवढ्यात कार्तिकियाने आपले दुसरे शक्तिशाली लेझर वापरून त्याला जायबंदी केले.त्या लेझरच्या प्रभावाने इंद्रजित त्याच्या सबमरीनमध्ये निपचित पडला.

शिव आणि विष्णूंचे लक्ष रावणापासून दूर वळविण्यासाठी जरासंधाने काही दैत्य सैनिकांना समुद्राच्या पृष्ठभागावर घिरट्या घालीत असलेल्या मानवांच्या जहाजांवर हल्ला करण्याचा आदेश दिला.ते दैत्य तत्परतेने त्यांच्या सबमरीन वजा स्टारशिप्समध्ये आरूढ झाले, आणि क्षणात तेथून निघाले.मानवांना त्याची काहीच कल्पना नव्हती. शिव बेसावध मानवांचे रक्षण करण्यासाठी त्या दैत्यांच्या मागे निघाले.
रावण काही वेळातच सावरला आणि त्याने विष्णूंवर हल्ला करण्यास सुरुवात केली. विष्णूंवर इतर दैत्य देखील तुटून पडले. विष्णूंचे रावण आणि इतर दैत्यांबरोबर तुंबळ युद्ध सुरु होते.
कंसाने अर्जुनासोबत युद्ध सुरु करून त्यास चांगलेच गुंतवून ठेवले होते.कंसाने धूर्तपणे युद्ध करीत अर्जुनास घुमटापासून दूर नेले.त्या दोघांचे जोरदार युद्ध सुरु होते.
विष्णू रावणाबरोबर युद्ध करण्यात एकटेच गुंतले होते.त्यांना ऊर्जा उत्सर्जित करणाऱ्या संयंत्रावर नियंत्रण मिळवायचे होते; परंतु रावणाने त्याच्या युद्धकौशल्याने विष्णूंना तशी संधी मिळू दिली नाही.विष्णूंनी रावणास त्यांच्या सिग्नल रिसिव्हरवरून आव्हान दिले.
"रावण, मी तुला आणि तुझ्या दैत्यजमातीला दैत्यालोकात शांततापूर्वक राहण्याची संधी दिली होती. पण तुझे वर्तन बदलले नाही.तू मानवांच्या शांत आयुष्यात कां ढवळाढवळ करतो आहेस? मी तुला शेवटची चेतावणी देतो, तू जर तुझ्या दैत्य समूहासह लगेच शरण आला नाहीस तर मी तुम्हा सर्वांना अशा ठिकाणी पाठवून देईन जेथे तू आयुष्यभर पश्चात्ताप करशील."
रावणाने त्याचे कुप्रसिद्ध विकट हास्य केले, आणि तो उत्तरला,
"विष्णू, तू आपल्या मागील युद्धाच्या आठवणी विसरलास की काय? तेंव्हा मी जवळजवळ तुझा पराभव केलाच होता.दुर्दैवाने माझा भाऊ फितूर झाला आणि त्याच्या सहाय्याने तू युद्ध जिंकलेस.आता परिस्थिती बदलली आहे. मी आता आणखी बरीच शस्त्रे निर्माण केली आहेत.त्यामुळे सावध हो, आणि माझ्या शस्त्राच्या माऱ्यापासून स्वतःचे रक्षण कर." विष्णूंना आपल्या प्रक्षोभित वक्तव्याने आव्हान देत रावणाने त्याचे सर्वात शक्तिशाली शस्त्र चालविले.ती एक आसमंत गोठवून टाकणारी लेझर गन होती. तिच्या वापराने विष्णूंच्या सबमरीन भोवती असलेले पाणी एकदम गोठले. विष्णुंची सबमरीन त्यामध्ये फसली.विष्णूंना असल्या शस्त्राच्या वापराची पूर्व कल्पना होती.त्यांनी ताबडतोब त्यांच्या सबमरीनच्या आवरणात साठवून ठेवलेली उष्णता मुक्त केली.त्यामुळे सबमरीन भोवती तयार झालेले बर्फ क्षणार्धात वितळून गेले.ती उष्णता अतिशय जास्त दाहक

होती.त्या उष्णतेने केवळ विष्णूंच्या सबमरीन सभोवतीचे बर्फच वितळले नाही, तर त्या उष्णतेच्या झोतामुळे रावणाची सबमरीन घुमटाबाहेर फेकल्या गेली.

तोपर्यंत इंद्रजितला शुद्ध आली होती. ज्यावेळी रावणाने विष्णूवर गोठविणारे शस्त्र चालविले होते, त्यावेळी तो विष्णूंवर हल्ला करण्याच्या तयारीतच होता.रावणास विष्णूंच्या हल्ल्याने हतबल झाल्याचे पाहून इंद्रजित त्याच्या संरक्षणार्थ धावून आला.इंद्रजित निडर होता.त्याला विष्णूंसोबत युद्धाच्या परिणामांची तमा नव्हती.विष्णू त्याला एका फटक्यात यमसदनास धाडू शकले असते परंतु ते त्यांच्या शत्रूंना शरण येण्याची संधी देत.कोणत्याही शत्रूला सावध केल्याशिवाय ते मारीत नसत. इंद्रजितला त्यांच्या सबमरीनवर हल्ला करतांना पाहून त्यांनी त्याला सावध केले.

"इंद्रजित तुझ्या पित्यासारखा मूर्खपणा करू नकोस.तो वयोवृद्धावस्थेमुळे स्वतःचे संतुलन गमावून बसला आहे.तूच आता त्याला शरण येण्याचा सल्ला दे. तू तुझ्या दैत्य सैन्यासहित मला शरण आल्यास मी कोणाचेही प्राण घेणार नाही."

परंतु इंद्रजित मग्रूर होता. त्याला युद्धाच्या दुष्परिणामांची अजिबात भीती वाटत नव्हती.तो उद्दामपणे हास्य करीत उत्तरला,

"विष्णू, मला माझ्या धेयपूर्तीपासून कोणीही रोखू शकत नाही.तुम्हाला काय वाटते मी येथे सहलीवर आलो आहे? मी माझ्या ध्येयापासून केवळ काही हात दूर आहे.काही क्षणातच दैत्यलोकातील अवघे दैत्यदल येथे येईल.स्वतःच्या विजयाच्या खोट्या भ्रमात तुम्हीच राहू नये.ते दिवस आता विसरा जेंव्हा तुम्ही तुमच्या भावासोबत आमच्यावर कपटाने विजय मिळविला होता.आम्ही दैत्य आता अजेय झालो आहोत.मी तर असे सुचवेन की ताबडतोब येथून निघून जा, आणि आपल्या विष्णूलोकात जाऊन स्वस्थ रहा.हे मान्य नसेल तर माझा सामना करण्यास सज्ज व्हा." इंद्रजितने वल्गना करीत विष्णूंच्या सबमरीनवर एक अत्यंत शक्तिशाली मिसाईल डागले.विष्णूंना दैत्यांच्या आणि त्यातल्या त्यात इंद्रजितच्या सर्व शस्त्रांची पूर्ण माहिती होती.त्यांनी त्यांच्या निर्णायक ब्लू लेझरने इंद्रजितच्या सबमरीनवर पलटवार केला.ब्लू लेझर हे विष्णूंचे असे शस्त्र होते ज्याचा सामना करणे कोणालाही शक्य नव्हते.त्या शस्त्राने त्याचा अपेक्षित परिणाम साधला.इंद्रजित क्षणार्धात त्याच्या सबमरीनसह भस्मसात झाला.

रावणाच्या डोळयादेखत त्याच्या लाडक्या मुलाचा मृत्यू झाला होता; पण त्याच्या मृत्यूवर शोक करण्याऐवजी त्याने विष्णूवर अधिक तीव्रतेने हल्ला केला.

****

समुद्रातून अचानक उगम पावलेल्या महाकाय ऊर्जास्तंभाच्या दृष्याने भयचकित झालेले संयुक्त नौसेनेचे अधिकारी आणि सैनिक थोड्याच वेळात सावरले. त्यांनी ताबडतोब आपापल्या देशाच्या नेत्यांशी संपर्क साधला.भारतीय पंतप्रधानांनी डी.जी.एम.ओ.ना सतर्क राहण्याच्या सूचना दिल्या.त्याचप्रमाणे त्या दृष्याचे शक्य होईल तेवढे चांगल्या रीतीने चित्रित करण्याच्या सूचना दिल्या.पंतप्रधानांनी संयुक्त सेनेस संपूर्ण सतर्क राहण्यास सांगितले. तो महाकाय ऊर्जास्तंभ सर्वांच्या नजरेच्या आवाक्याबाहेर दूर आकाशातील ढगांच्या पलीकडे झेपावत चालला होता.त्याच्या भयानक तेजापुढे सकाळचा सूर्य अगदीच निस्तेज व फिकट भासत होता. त्या स्तंभाचे तेज सूर्याच्या किमान दहापट अधिक असावे. सर्व जहाजांवरील अधिकारी सतर्क होते. त्यांनी केलेल्या वर्तुळाकार रचनेच्या केंद्रबिंदूकडे त्यांचे सतत लक्ष होते. वेळ झरझर जात होता.

दुपारचा एक वाजला असेल, अचानक समुद्रातून विचित्र प्रकारचा आवाज येण्यास सुरुवात झाली. त्या आवाजाची तीव्रता वाढत गेली आणि काय घडतेय ते कळण्याच्या आत समुद्रातून विचित्र आकाराचे यू.एफ.ओज.वर्तुळाकार रचनेत बाहेर पडले. ते अतिवेगवान विमानांसारखे भासत होते.ते संयुक्त नौसेनेच्या सर्व जहाजांच्या दिशेने वेगाने मार्गक्रमण करीत होते. जहाजावरील नौसैनिकांना काही उमजण्याच्या आतच त्यांच्यावर त्या विमानांनी बॉम्ब हल्ले चढविले.त्यांच्या जहाजांपैकी एक जहाजास जास्त हानी पोहचली आणि त्याच्या वरील डेकला आगेने ग्रासले. ते यू.एफ.ओज.त्यांच्या डोक्यावरून वेगाने भरारत सर्व दिशांना निघून गेले व काहीअंतरावर जाऊन दिसेनासे झाले.अचानक झालेल्या हल्ल्याने सर्व क्षणभर गोंधळले परंतु त्यांनी ताबडतोब स्वतःस सावरले व त्यानंतर प्रतिहल्ला चढविण्यासाठी त्यांनी सर्व दिशांना त्यांच्या विध्वंसक लेझर गन्स रोखून ठेवल्या.

अमेरिकन जहाजांवरून एफ.१६ विमाने तर भारतीय जहाजांवरून एस.यू.३० सुखोई विमानांनी यू.एफ.ओज. गेलेल्या दिशेने उड्डाण

केले.दोन्ही हवाई दलांचे पायलटस् हवाई हल्ल्यांसाठी उच्च प्रशिक्षित होते.यू.एफ.ओज.त्यांच्यावर पुन्हा हल्ला करण्यासाठी परतण्याआधी संयुक्त एयर फोर्सचे स्क्वाड्रन्स सुपर सॉनिक स्पीडने त्यांच्या मागावर निघाले होते.दैत्यांची वॉरशिप्स मानवी एयर फोर्सच्या कुठल्याही विमानांपेक्षा अधिक वेगवान होती.पण मानवी पायलटस् कोणत्याही हवाई हल्ल्यास प्रत्युत्तर देण्याकरिता सज्ज होते.त्यांनी दैत्यांच्या वॉरशिप्सवर शक्तिशाली क्रूझ मिसाईल्सचा हल्ला इतक्या अचूकतेने केला की त्यांना आपली व्यूह रचना बदलणे भाग पडले.भारतीय आणि अमेरिकन पायलटसनी ३६०डिग्रीत दैत्यांच्या वॉरशिप्सवर असा जबरदस्त हल्ला केला की ते स्वतःचा बचाव करू शकले नाहीत.काही वॉरशिप्स नष्ट झाले तर काही पुन्हा हल्ला करण्यासाठी पळाले. तेवढ्यात आणखी काही नवीन व अत्याधुनिक प्रकारचे वॉरशिप्स त्यांच्या जहाजांच्या दिशेने येत असल्याचे पायलटस व जहाजांवरील गनर्सना दिसले. त्यांनी त्यांच्यावर हल्ला करण्यासाठी त्यांचा वेध घेतलाच होता; पण आश्चर्य म्हणजे नव्याने आलेल्या शिप्सने आधीच्या वॉरशिप्सवर जोमाने लेझर्सचा मारा करून त्यांना एकामागून एक असे पाडण्यास सुरुवात केलेली होती.पायलटस त्यांची युद्ध क्षमता पाहून हैराण झाले. त्यांनी एका बाजूस राहून त्यांचे युद्ध कौशल्य पाहणे पसंत केले.

आधी सारख्याच वॉरशिप्सचा आणखी एक ताफा अचानक आकाशात आला आणि त्यांनी जहाजांवर तुफानी बॉम्ब हल्ले करण्यास सुरुवात केली. पण यावेळी जहाजांवरील गनर्स तयारच होते त्यांनी त्यांच्या जवळील अत्याधुनिक लेझर्सने त्या शिप्सचा असा काही समाचार घेतला की त्यातील काहीच शिप्स त्यांच्या माऱ्यातून निसटू शकले.असे हल्ले तीन वेळा झाले.बहुतेक वॉरशिप्स नष्ट झाले होते.परंतु त्या धुमश्चक्रीत तीन जहाजे देखील नष्ट झाली.बुडणाऱ्या जहाजांवरील सैनिकांना उरलेल्या जहाजांवरील सैन्याने सुरक्षितरीत्या इतर जहाजांवर हलविले.

सायंकाळ होत आली होती.सूर्य पश्चिमेस कलला होता.काही वेळातच पश्चिम गोलार्धात रात्र होणार होती तर पूर्व गोलार्धात पुढील दिवस उगविणार होता.परंतु तसे झाले नाही.....

कारण की ऊर्जा स्तंभाच्या नेत्रदीपक तेजामुळे आसमंतात दुपार सारखा लक्ख प्रकाश होता.त्या स्तंभाचा व्यास आधीपेक्षा आणखी वाढला होता. बुडणाऱ्या जहाजांपैकी एक जहाज त्या स्तंभाकडे ओढले गेले आणि त्याच्या बुंध्याशी तयार झालेल्या भोवऱ्यात गरागरा फिरता फिरता त्याच्या

अवशेषांचा स्फोट होऊन ते त्यामध्ये अदृश्य झाले. ते दृष्य पाहून सगळेच थरारले.

****

न्यूयॉर्क हे जगातील सर्वात प्रसिद्ध शहर आहे.जरी जगात अनेक सुप्रसिद्ध शहरे असलीत तरी न्यूयॉर्कच्या गर्दीची सर इतर शहरांना येणे शक्य नाही.न्यूयॉर्क शहराचे असे काहीतरी वैशिष्ठ्य आहे, ज्यामुळे तेथे एकदा भेट देऊन गेलेल्यांना वारंवार तेथे यावेसे वाटत होते.या सर्व गोष्टींमुळे न्यूयॉर्क हे एक गर्दीचे शहर झाले आहे.तेथे रात्रंदिवस सारखीच गर्दी असते.त्यामुळे न्यूयॉर्क हे कधीही नं झोपणारे शहर म्हणून ओळखले जाऊ लागले.न्यूयॉर्क शहराच्या या ओळखीप्रमाणे तेथे असे अनेक भाग आहेत जे दिवसाच्या चोवीस तासात कधीच आळसावत नाहीत. तेथे लोकांचा उत्साह चोवीस तास भरभरून वाहत असतो.

अशाच सतत गर्दीचे ठिकाण म्हणजे टाईम स्क्वेअर जे मॅनहटन भागातील सर्वाधिक लोकाच्या आकर्षणाचे केंद्र होते.दिवसाच्या कुठल्याही वेळी तो भाग रंगीबेरंगी लाईट्स, उत्साही लोकांच्या गर्दीने फुललेला असायचा. बाहेरून आलेले लोक तेथे जास्त वेळ घालवीत असल्याने तेथील गर्दी कधीच कमी होत नसे.

न्यूयॉर्कच्या रहिवाश्यांची सकाळ नेहमीप्रमाणेच सुरु झालेली होती.दाटी वाटीने जाणारे लोक आपापल्या गन्तव्यास वेळेत पोहचण्याकरिता बसेस, कॅब्स किंवा ट्रेन्स पकडण्यासाठी अक्षरशः धावत होते.लोअर मॅनहटन मधील रस्ते देखील शिस्तीत लेन मध्ये जाणाऱ्या कार्स आणि कॅब्जने फुलले होते. ही नित्याचीच बाब होती.सबवे हे न्यूयॉर्क मधील बऱ्याच लोकांचे वाहतुकेचे आवडते साधन होते. त्यामुळे हजारो लोक गर्दीने सबवेमधून प्रवास करीत.

ती एक प्रसन्न सकाळ होती. आल्हाददायक सूर्यप्रकाशात हवीहवीशी वाटणारी ऊब होती.हिवाळा काहीच दिवसांवर येऊन ठेपला असल्याने हवेतील गारवा वाढण्यास सुरुवात झाली होती.त्यामुळे सकाळचे कोवळे ऊन सर्वांनाच आनंद देत होते.

अचानक ऊन्हाच्या कोवळेपणात बदल होवून ते दाहक भासू लागले.ग्लोबल वॉर्मिंगमुळे हवामानात असे अनाकलनीय बदल होत असत.दिवसाचे तसेच रात्रीचे तापमान असेच अचानकपणे विषम स्तिथीत

पोहचत असे.परंतु त्यादिवशी हवामान काही वेगळेच होते. रस्त्यावरून चालणाऱ्या लोकांना सूर्याची दाहकता असह्य वाटू लागली होती.गर्दीतील अनेकांनी सूर्याच्या नेत्रदिपक दाहकते पासून आपल्या डोळयांचे संरक्षण करण्यासाठी गॉगल्स लावलेले होते. वॉकवेवरील गर्दीत चाललेल्या एका स्त्रीने अचानक धावण्यास सुरुवात केली.तिचे ते धावणे विचित्र होते. धावताना ती किंचाळत होती.तिला त्या उष्णतेने तीव्र वेदना होत होत्या. ऊन्हापासून स्वतःचा बचाव करण्यासाठी ती एका दुकानाबाहेर असलेल्या शेडमध्ये थांबली आणि भीतीने स्वतःच्या हातांकडे बघू लागली. तिचे हात भाजल्यासारखे लाल दिसत होते.अचानक तिच्या हातांच्या कातडीवर भाजल्याचे फोड येण्यास सुरुवात झाली.ते पाहून ती भीतीने किंचाळली आणि भोवळ येऊन पडली. तिला तसे किंचाळतांना पाहून गर्दीतील काही लोक तिला काय झाले असावे ते बघण्यासाठी तिच्याभोवती जमले.

त्याचवेळी गर्दीतील अनेक स्त्रिया व पुरुष घाबरून आश्रयाच्या शोधात वेडेवाकडे पळू लागले.सगळेच भयचकित होऊन चेहऱ्यावर व हातांवर आलेल्या फोडांकडे पाहत होते. बरेच वृध्द लोक आश्रयासाठी धावतांना रस्त्याच्या मधेच कोसळले.भीतीने असे अचानक रस्ता क्रॉस करणारे लोक आडवे आल्याने शिस्तीत जाणाऱ्या वाहनांच्या चालकांना जोरात ब्रेक लावावे लागले. वाहनांच्या अशा अचानकपणे थांबण्याने मागील वाहने त्यांच्यावर आदळली. सूर्याचे तेज आता असह्य झाले होते. सूर्य आता एखाद्या रक्तिम वर्णाच्या महाभयानक राक्षसाप्रमाणे भासत होता. तो रस्त्यावरील गरीब लोकांचा घास घेण्यास सरसावला होता.ते अतिशय अनैसर्गिक व भयावह दृष्य होते.सूर्य त्यापूर्वी कधीही एवढा दाहक आणि भीतीदायक भासला नव्हता.

अचानक आणखी एक विचित्र घटना घडली. तो दिवसच विचित्र घटना घडण्याचा दिवस होता. आकाशाचा निळेपणा नाहीसा होऊन ते डार्क स्पेस प्रमाणे काळेशार दिसू लागले.सूर्याच्या पृष्ठभागातून प्रचंड ज्वाला बाहेर पडताना दिसू लागल्या. वातावरणातील उष्णता शिगेस पोहचली होती. त्याचे दुष्परिणाम लगेच दिसायला लागले. एक कारने अचानक पेट घेतला आणि तिच्या स्फोटामुळे आजूबाजूच्या वाहनांना देखील आग लागली.रस्त्यालगतच्या एका जुन्या इमारतीचे लोखंडी स्ट्रक्चर त्या भयानक उष्णतेने वितळण्यास सुरुवात झाली. थोड्या वेळापूर्वी आनंदाने जात असलेले लोक आता तळपत्या सूर्याच्या उष्णतेपासून बचाव करण्यासाठी सुरक्षित आश्रयाच्या शोधात वाट मिळेल

तिकडे धावू लागले. सर्वत्र गोंधळाचे वातावरण निर्माण झाले. त्यामुळे चेंगराचेंगरीत काही वृद्ध लोकांचा मृत्यू झाला.

जगातील ज्या शहरांमध्ये त्यावेळी दिवस होता तेथे न्यूयॉर्क सारखीच परिस्थिती उद्भवली होती.जवळजवळ अर्ध्या जगामध्ये एकाचवेळी गोंधळाचे वातावरण होते. दिवसाचे तापमान अचानक इतके कां वाढले असावे याचे सर्वांनाच कोडे पडले होते.गिनीच्या आखातातील अजस्त्र ऊर्जास्तंभाची खबर अजून बऱ्याच लोकांपर्यंत पोहचली नव्हती.

अमेरिकेचे प्रेसिडेंट जागोजागच्या अपघाताच्या आणि तापमान वाढीच्या बातम्यांनी काळजीत पडले होते.बऱ्याच ठिकाणचे दळणवळण अति उष्णतेने विस्कळीत झाले होते.इंटरनेट बंद पडले होते.बऱ्याच देशांचे कम्युनिकेशन सॅटेलाईटस् भस्मसात झाले होते त्यामुळे दळणवळण, टेलिफोन्स बंद झाले होते.बऱ्याच शहरातील इलेक्ट्रिक सप्लाय बंद झाल्याने तेथेही परिस्थिती नियंत्रणाबाहेर गेली होती. अनेक एयरपोर्ट वरील उभ्या असलेल्या विमानांनी अतीव उष्णतेने पेट घेतल्याने बाकीच्या विमानांची उड्डाणे रद्द करण्यात आली. सर्वप्रकाचे चलनवलन हळूहळू ठप्प होऊ लागले होते.

पोलीस आणि इतर सुरक्षा यंत्रणांनी सामान्य जनतेला आवाहन केले की, आवश्यकता नसेल तर त्यांनी आपापल्या घरातच बसून राहावे, बाहेर पडू नये.हवामान खात्याचे उपग्रह कुठलेच रिपोर्ट्स पाठवीत नव्हते.त्यांच्याशी पृथ्वीवरील स्टेशन्सचा संपर्क तुटला होता. सर्व गोंधळाचे कारण समजण्यासाठी अमेरिकन प्रेसिडेंट सतत हवामान तज्ञांच्या संपर्कात होते.तेवढ्यात त्यांना संयुक्त नौदलाकडून त्यांच्या हॉट लाईनवर गिनीच्या आखातात समुद्रातून उगम पावलेल्या अजस्त्र ऊर्जा स्तंभाची बातमी मिळाली. प्रेसिडेंटची हॉट लाईन सुरु असल्याने ते शक्य झाले. ती भयानक बातमी ऐकून प्रेसिडेंट हादरलेच. त्यांना त्याच क्षणी भारतीय पंतप्रधानांनी दिलेल्या सावधगिरीच्या इशाऱ्याची आठवण झाली.त्यांनी भारताच्या पंतप्रधानांशी संपर्क साधला.

ती परिस्थिती पृथ्वीवरील दिवस असलेल्या गोलार्धात एखाद्या महाप्रलयंकारी वणव्याप्रमाणे पसरली.

दक्षिण आफ्रिकेतील मोठाल्या जंगलांना वणव्याने ग्रासले.त्यामुळे तेथील वन्य प्राणी जवळ पासच्या शहराकडे धावू लागले.तेथील परिस्थिती आणखीच बिघडली. हे सर्व नेमके कशामुळे झाले असावे हे कोणालाच कळले नव्हते.......

****

जगातील विविध देशातून येणाऱ्या भयानक परिस्थितीचे रिपोर्टस् पाहून पंतप्रधान चिंतीत झाले होते. त्यांना हे जाणवत होते की विष्णूंनी ज्याचे संकेत दिले होते, ते विनाशकारी संकट पृथ्वीवर येऊन ठेपले आहे. त्यांनी डी.जी.एम.ओ.कडून शून्य अक्षांश रेखांशाच्या स्थानावरून आलेले रिपोर्टस, व्हिडीयोज बघितले होते.तो ऊर्जेचा अजस्त्र महाकाय स्तंभ अजून तसाच कायम होता.सर्व बलाढ्य राष्ट्रांनी गिनीच्या आखातात पाठविलेल्या सैन्याने काय करणे अपेक्षित होते? त्यांनी यू.एफ.ओ.चा हल्ला यशस्वीरित्या परतवून लावला होता आणि त्यांना नष्टही केले होते.पण तेथील परिस्थितीच्या नियंत्रणासाठी त्यांनी आणखी काय करावयास हवे होते? पंतप्रधान गोंधळले होते.अमेरिकेच्या प्रेसिडेंटनी त्यांच्याशी संपर्क साधून पश्चिम गोलार्धात उद्भवलेल्या महाप्रलयावर चर्चा केली होती, पण त्यावर उपाय कोणालाही सुचत नव्हता.

फ्रान्स आणि ब्रिटन मधेही अमेरीके सारखीच परिस्थिती होती. तेथील बरीच शहरे आपत्तीग्रस्त झालेली होती.सर्वच जागतिक नेते गोंधळले होते. पूर्व गोलार्धात रात्र असल्याने अजून ती परिस्थिती आलेली नव्हती. वेगाने येत असलेल्या संकटाच्या चिंतेने पंतप्रधान व्याकूळ झाले होते.त्यावरील उपाय योजना कोणाच्याही हाती नव्हती.

पश्चिम गोलार्धात सूर्यास्त होण्यास थोडाच अवधी होता.त्यानंतर काही क्षणातच पूर्व गोलार्धावर आणि आशिया खंडावरील देशांवर सूर्योदय होईल. त्यानंतर येथील परिस्थिती देखील पश्चिमेसारखीच होईल या विचारांनी पंतप्रधान चिंताग्रस्त झालेले होते.ते रात्रभर त्यांच्या ऑफिस मधेच बसून होते. भारतीय हवामान शास्त्रज्ञांकडून व इस्त्रोतील शास्त्रज्ञांकडून आलेले विविध अहवाल ते नजरेखालून घालीत होते.सूर्याच्या अचानक बदललेल्या वर्तनामागील कारणे अनाकलनीय होती.पृथ्वीस वाचविणे शक्य होईल की नाही? पर्यायाने मानवजातीचा समूळ नाश थांबविता येणार नाही कां? त्यांच्या मनात अनेक निराशाजनक विचार येत होते.संपूर्ण आयुष्यात त्यापूर्वी ते एवढे हतबल कधीही झाले नव्हते.

पहाटेचे चार वाजले होते.अजून दोन तासांनी सूर्योदय होईल आणि पृथ्वीच्या या गोलार्धात देखील तसाच विनाश होईल.या विचारांनी दु:खी झालेल्या त्यांच्या मनास काहीच सुचेनासे झाले होते.

घड्याळाचे काटे त्याच्या गतीने सरकत होते. सहा वाजले, पण आश्चर्य म्हणजे अजून सूर्योदय झालेला नव्हता. त्याचवेळी त्यांना इस्त्रोच्या अध्यक्षांचा फोन आला.

"सर एक विचित्र घटना घडलेली आहे. गेल्यावर्षी जसे झाले होते तसेच आताही घडले आहे." धवन उत्तेजित स्वरात बोलत होते.
"आपल्या जिओस्टेशनरी सॅटेलाइट्सची पोझिशन बदलली आहे. यावरून असं अनुमान निघतं की पृथ्वीची गती आणखी मंदावली आहे.आम्ही सर्व शक्याशक्यता पडताळून पाहत आहोत. पण जर खरंच असं झालेलं असेल तर आपल्याकडे पुढील काही दिवसांपर्यंत रात्रच असू शकेल ! पृथ्वीच्या या गोलार्धावर काही दिवस सूर्योदय होणार नाही.मला ही बातमी कशी व्यक्त करावी ते कळत नाही आहे. आपल्या गोलार्धातील लोकांना सुरक्षित स्थानी हलविण्यासाठी निसर्गाने आपल्याला दिलेली ही अतिरिक्त संधी तर नसावी?" धवन गोंधळलेल्या स्वरात बोलले.

****

शिवाने दैत्यांच्या वॉरशिप्सचा पाठलाग केला.वेळ पडल्यास मानवांचे दैत्यांच्या माऱ्यापासून संरक्षण करण्याच्या हेतूने त्याने काही सैन्य दलासह दैत्यांच्या मागोमाग समुद्रतळातील युद्ध स्थळ सोडले होते. मानवांनी संपूर्ण शौर्य दाखवित दैत्यांच्या वॉरशिप्सचा घेतलेला समाचार पाहून शिवास आनंद आणि समाधान वाटले. मानवांच्या मदतीसाठी त्याने दैत्यांचे काही वॉरशिप्स आपल्या सैन्याकरवी नेस्तनाबूत केले. मानवांनी दैत्यांच्या उरलेल्या वॉरशिप्सना समुद्रतळ दाखविल्याचे पाहून तो आनंदाने युद्ध स्थळाकडे परतला.
विष्णू अजूनही रावणासोबत युद्धात गुंतले होते.विष्णूंना रावणासोबत सातत्याने युद्ध करतांना पाहून, देवेंद्र सावरला. त्याचा आत्मविश्वास परतला आणि त्याने नव्या जोमाने दु:शासनावर हल्ला केला आणि त्याला बंदी केले.
रावण अजूनही विष्णूंपुढे टिकून होता.तेवढ्यात शिव तेथे आले.त्यांनी रावणास आव्हान दिले.
"रावण, तू गत इतिहासाकडून काहीच शिकलेला नाहीस.विष्णूंनी अजूनही तुझ्यावर पूर्ण तीव्रतेने हल्ला केलेला नाही.त्यांनी तुला संधी देऊनही तू शरण आला नाहीस.त्यावरूनच दिसते की तू किती उन्मत्त झालेला आहेस.आता मीच तुला चांगला धडा शिकविणार आहे. पुन:पुन्हा सुधारण्याची संधी देऊन देखील तुझ्या वर्तनात सुधार आलेला नाही.आता मी तुला कायमचाच नष्ट करून टाकतो.माझ्या विनाशकारी संतापाचा

सामना करण्यासाठी सिद्ध हो." शिव संतापाने लाल होत बोलले.परंतु रावण एवढा उन्मत्त होता की त्याक्षणी त्याला शिवाच्या संतापाचे गांभीर्य कळले नाही.शिवाने युद्धात भाग घेतलेला पाहून विष्णूंनी त्यांचे लक्ष जरासंधाकडे वळविले. जरासंध ऊर्जा उत्सर्जित करणाऱ्या संयंत्रास नियंत्रण करण्यात असफल झाला होता. ते संयंत्र पूर्णपणे नियंत्रणा बाहेर गेलेले होते. पृथ्वीच्या गर्भातून निघणारी ऊर्जा इतकी महाप्रचंड होती की तिच्यावर नियंत्रण ठेवणे कोणासही शक्य झाले नसते.विष्णूंनी जरासंधावर अल्ट्रासॉनिक लेझर्सचा मारा केला.जरासंध तो आघात सहन करू नं शकल्याने तात्काळ बेशुद्ध झाला.

जरासंध निपचित पडल्यावर विष्णूंनी ऊर्जा उत्सर्जन संयंत्र त्वरित ताब्यात घेतले.ऊर्जेचा महाकाय स्तंभ अवकाशाच्या दिशेने अविरतपणे झेपावित चालला होता. विष्णूंना त्या ऊर्जेमुळे पृथ्वीवर होत असलेल्या हाहा:काराची पूर्ण कल्पना होती.त्या ऊर्जेच्या पृथ्वीच्या गर्भातून बाहेर पडण्याने भविष्यात होणाऱ्या दुष्परिणामांची देखील त्यांना कल्पना होती. त्या ऊर्जेस लगेच नियंत्रणात आणणे किती गरजेचे आहे हे त्यांना चांगलेच माहित होते.त्यांनी आपली संपूर्ण शक्ती एकवटून ऊर्जा उत्सर्जन करणाऱ्या संयंत्राची कळ उलट्या दिशेने फिरविली. त्यामुळे ऊर्जेचे उत्सर्जन एकदम मोठ्या प्रमाणात कमी होऊन ते नैसर्गिक स्थितीवर येऊन पोहचले.विष्णूंनी पृथ्वीवर साठविलेल्या धनभारीत ऊर्जेस त्यांच्या आणि शिवांच्या विचार लहरींनी सक्रीय केले होतेच. सर्व ठिकाणावरील ऊर्जा इजिप्तमधील ग्रेट पिरॅमिडच्या गुरुत्वमध्याच्या ठिकाणी एकवटली होती.विष्णूंनी त्यांच्या विचारशक्तीने त्या ऊर्जेस पृथ्वीच्या गर्भातून उत्सर्जित होत असलेल्या ऊर्जा स्तंभावर एकत्रित होण्याचे आदेश दिले.

पिरॅमिडच्या शिर्ष भागातून धनभारीत ऊर्जेचा एक मोठा झोत बाहेर पडला आणि गिनीच्या आखातातील समुद्रात उगविलेल्या ऊर्जास्तंभाच्या दिशेने झेपावला. काही क्षणात त्या धनभारीत ऊर्जेच्या स्तंभाने पृथ्वीच्या गर्भातून निघालेल्या महाकाय ऊर्जास्तंभास सर्व बाजूंनी वेढले आणि त्याभोवती एखाद्या काटेरी वेलाप्रमाणे वेटोळे मारण्यास सुरुवात केली.धनभारीत ऊर्जेत विष्णूंची शक्ती देखील समाविष्ट असल्याने ती अधिक शक्तिशाली ठरली आणि काहीच वेळात दोन्ही ऊर्जा एकत्र होऊन पृथ्वीच्या गर्भात पुनर्स्थापित झाल्या.ज्याक्षणी ऊर्जास्तंभ पृथ्वीच्या केंद्रस्थानी लुप्त झाला त्याचक्षणी पृथ्वीची स्वतःच्या आसाभोवती फिरण्याची क्रिया पुन्हा नियमित गतीने सुरू झाली.

शिवाच्या लक्षात आले की रावण त्याचे ऐकणार नाही. त्यामुळे त्याने त्याच्याकडे असलेले महाशक्तिशाली निर्णायक शस्त्र त्याच्यावर रोखले.ते एक अतिशय वजनदार सर्वनाशी लेझर मिसाईल डागणारे शस्त्र होते. ते शस्त्र पेलण्याची शक्ती केवळ शिवातच होती.ते शस्त्र शिवाने सुद्धा क्वचित प्रसंगीच वापरले होते.त्या शस्त्रात शरीरच नव्हे तर आत्म्याचा देखील विनाश करण्याची ताकद होती.ब्रम्हांडात केवळ शिवांनाच ते शस्त्र वापरण्याचे अधिकार होते.इतर सर्व शस्त्रांच्या सहाय्याने ब्रम्हा, विष्णू किंवा बलशाली व्याधवासी कोणत्याही दैत्य अगर दानवाचे शरीर नष्ट करू शकत.पण आत्म्याचा विनाश करण्याचे अधिकार केवळ शिवाकडेच सिमित होते.शिवाने रावणास पुन्हा चेतावणी दिली.

"रावण, मी तुला शरण येण्याची शेवटची संधी देत आहे. मी यानंतर अजिबात दयामाया दाखविणार नाही."

रावण त्याची मानसिक शुद्ध हरवून बसला होता. त्याच्या मेंदूपर्यंत शिवाचे शब्द पोहचू शकत नव्हते. तो त्याच्या गर्वाने अति उन्मत्त झाला होता.त्याने वल्गना करीत शिवास प्रत्युत्तर दिले.

"मला तुझ्या दयेची अजिबात गरज नाही. मी कोणी भिकारी नाही.मी माझ्या आयुष्यात आजवर कोणालाही शरण गेलो नाही.मागे रामाबरोबरच्या युद्धात मला माझ्या भावाने दगा दिल्यामुळे मला ते शरीर त्यागावे लागले.परंतु आता मला दैत्य समुदायाला पृथ्वीवरील सर्व सुख सोयी उपलब्ध करून द्यावयाच्या आहेत.तो माझा दृढनिश्चय आहे.माझ्या निश्चयापासून कोणीही मला परावृत्त करू शकत नाही.अगदी तू देखील नाहीच."रावणाने शिवास प्रत्युत्तर देतानाच त्याच्यावर त्याचे ब्रम्हास्त्र डागले.शिव अतिशय सावध होता. त्याने ते ब्रम्हास्त्र त्याच्या जवळील लेझरच्या नेट मध्ये हवेतच पकडले आणि त्याला क्षणार्धात निष्प्रभ केले.ब्रम्हास्त्रास निष्प्रभ करण्याचे तंत्र केवळ त्रिमूर्तींनाच ज्ञात होते. रावणाचा उद्दामपणा आता शिवाच्या सहनशक्तीपलीकडे गेलेला होता. शिवाने त्याचे आत्मा विनाशक शस्त्र काढले आणि ते रावणावर डागले.

शिव खरोखरीच आत्मनाशी शस्त्राचा वापर करेल असे रावणास वाटले नव्हते. त्या शस्त्राच्या प्रभावाने त्याचे शरीर जागीच थिजले व त्याचा मृत्यू झाला. रावणाचा आत्मा धडपडून शरीराबाहेर पडला.तो तेथून निसटून जाण्याची शर्थ करू लागला.परंतु शिवाच्या शस्त्राचे कार्य अजून पूर्ण झाले नव्हते.त्या शस्त्राच्या उर्वरित प्रभावाने रावणाचा आत्मा छिन्नविछिन्न होऊन त्याचे सूक्ष्म धुलीकणांमध्ये रुपांतर झाले.ब्रम्हांडातील एखादा आत्मा नष्ट होण्याची ती पहिलीच वेळ होती.

रावणाच्या आत्म्यामधून एवढ्या प्रचंड प्रमाणात ऊर्जा उत्पन्न झाली की, त्यामुळे तेथे मोठा विस्फोट होऊन ज्या घुमटामध्ये ते युद्ध सुरु होते त्याच्या ठिकऱ्या उडाल्या.इंद्रजितने उभारलेले ऊर्जाउत्सर्जन संयंत्र देखील त्यामध्ये पूर्णपणे नष्ट झाले.दैत्यांनी पृथ्वीच्या उदरात केलेल्या विवरात आजूबाजूचे सर्व सामावून ते देखील पूर्णपणे पुरवत झाले. समुद्रतळाचा तो संपूर्ण भागच पुन्हा पूर्ववत झाला.आजूबाजूचे उरलेसुरले दैत्य त्या विस्फोटात ठार झाले.शिवाने रावणासच नव्हे तर त्याच्या दुष्प्रवृत्तीसही कायमचे नष्ट केले होते.

काही क्षणानंतर त्या स्फोटाने ढवळलेले पाणी स्थिर होवून पूर्वीप्रमाणे निर्मल व पवित्र झाले.विष्णूंनी सबमरीन बाहेर येत असलेल्या शिवाचे अभिनंदन करीत त्यास आलिंगन दिले.

देवेंद्र, अर्जुन, अभिमन्यू, गणेश आणि कार्तिकेय देखील तेथे जमले.त्यांनी बरेच दैत्य बंदी केले होते.विष्णूंनी त्या दैत्यांचा आणि त्यांच्या आत्म्यांचा ताबा घेतला आणि त्या सर्वांची त्यांच्या स्टार शिप्मधील एका सुरक्षित कोठडीत रवानगी केली.विष्णूंच्या मनात त्या सर्वांकरिता एक विशेष योजना पूर्वीपासून घोळत होती.........

****

सौरभ तो भयंकर ऊर्जा स्तंभ हताशपणे पाहत होता.समुद्रकिनाऱ्यावरील आजूबाजूचे लोक भीतीने सैरावैरा पळत होते.त्याला देखील तेथील वाढते तापमान व त्याचे इतर दुष्परिणाम असह्य होऊ लागले होते.त्याला असे एक ठिकाण माहित होते जेथे तो सुरक्षित राहू शकणार होता.ते त्या रिसॉर्टचे तळघर होते.तो घाईने रिसॉर्टकडे निघाला आणि त्याने तेथील तळघरात आश्रय घेतला.ती एकदम सुरक्षित जागा होती.दिवस पुढे सरकत होता. सौरभ निव्वळ हातावर हात ठेऊन बसण्याशिवाय काहीच करू शकत नव्हता.तळघराच्या खिडकीतून त्याला त्या ऊर्जा स्तंभाचे भयानक दृष्य दिसत होते. रिसॉर्टमधील टी .व्ही.वर त्याला जगभरातील दुर्घटनांचा वृत्तांत पाहण्यास मिळत होता. तेथील कम्युनिकेशन आश्चर्यकारकपणे सुरु होते. सूर्यास्त होत आला होता परंतु ऊर्जा स्तंभाच्या तेजामुळे अजूनही दुपार असल्यासारखेच भासत होते. घड्याळात सात वाजले. एक विचित्र बातमीने त्याचे लक्ष वेधले. भारतीय वैज्ञानिकांनी असा निष्कर्ष काढला

होता की पृथ्वीची गती बरीच मंदाविली होती आणि त्यामुळे पश्चिम गोलार्धात अजून काही काळपर्यंत दिवसच असणार होता.
सौरभला विष्णूंचे शब्द आठविले....... “ पृथ्वीवर येणाऱ्या महाभयंकर संकटात मानव जातीचा संपूर्ण विनाश देखील संभवितो.......”
सौरभला पूर्णपणे हतबल झाल्यासारखे वाटत होते. त्याने शिरीन व रजतशी संपर्क करण्याचा प्रयत्न केला पण नेटवर्क उपलब्ध नसल्यामुळे तो काहीच करू शकत नव्हता.त्याला केवळ पुढे काय घडते याची वाट पाहण्याशिवाय काहीच पर्याय नव्हता.
घड्याळाप्रमाणे सायंकाळच्या साडे आठच्या सुमारास त्या ऊर्जा स्तंभाचे तेज एकदम बरेच मंदावले.त्यानंतरचे दृष्य अधिकच विस्मयकारक होते. एक दुसऱ्या तेजस्वी ऊर्जेचा स्तंभ आकाशमार्गे आला आणि त्याने आधीच्या ऊर्जा स्तंभास एखाद्या वेलीप्रमाणे वेटोळे घालण्यास सुरुवात केली.काही क्षणातच ते दोन्ही ऊर्जा स्तंभ एकमेकात मिसळून पूर्वीचा ऊर्जा स्तंभ समुद्रातून जेथून आला होता, तेथेच लुप्त झाले.
ऊर्जा स्तंभ समुद्रात दिसेनासा झाल्यावर काही क्षणात पृथ्वीची गती पुन्हा पूर्ववत झाली.थोड्याच वेळात दिवस मावळला आणि रात्र झाली.
संयुक्त नौसेनेच्या जहाजावरील लोकांनी देखील ऊर्जा स्तंभ समुद्रात लुप्त होताना पाहिला. पण त्यांना भीती वाटत होती की पुन्हा आणखी काही नवीन घडते की काय? सुदैवाने तसे काहीही नं घडता पृथ्वीची गती पूर्ववत झाल्याने जे सॅटेलाइट्स सुस्थितीत होते, त्यांच्या माध्यमातून कम्युनिकेशन नेटवर्क पुनर्स्थापित करण्यात भारतीय इंजिनियर्सने यश मिळविले.

****

संयुक्त नौसेनेच्या युद्धनौकेवरून, डी.जी.एम.ओ.नी भारताच्या पंतप्रधानांशी संपर्क साधला. ते अतिशय उत्तेजित झालेले होते.
“सर, सरतेशेवटी मानवजात सर्वनाशापासून वाचली. तो महाभयंकर ऊर्जास्तंभ समुद्रात नाहीसा झाला......” त्यांनी दिवसभरातील सर्व घडामोडींचे साद्यंत वर्णन पंतप्रधानांना कथन केले.
पंतप्रधानांनी त्यांना पुढील आदेशापर्यंत तेथेच राहण्याची सूचना दिली. पंतप्रधानांनी तडक अमेरिकेच्या प्रेसिडेंटशी संपर्क साधला.अमेरिकेत तसेच पश्चिम गोलार्धातील इतर देशांनी त्यांच्या नागरिकांना बेसमेंटमध्ये हलवून

त्यांचे प्राण वाचविले होते. सर्वच देशातील अपघातात बरेच लोक मृत्युमुखी पडले होते. मालमत्तेचेही बरेच नुकसान झालेले होते परंतु आता परिस्थिती बरीच नियंत्रणात आली होती.
जगभरातील परिस्थिती सुधारल्याचे ऐकून पंतप्रधानांनी सुटकेचा निश्वास टाकला. त्यांनी लगेच इस्रोत धवन आणि शिरीनशी आपल्या वैयक्तिक हॉट लाईनवर संपर्क साधला व त्यांना विष्णूंना एक अर्जंट मिटिंग करिता विनंतीचा संदेश देण्यास सांगितले.
शिरीन ने त्वरित विष्णूंना संदेश पाठविला. आश्चर्य म्हणजे विष्णूंचा तिच्या संदेशास लगेच प्रतिसाद आला. त्यांनी संदेश दिला की ते जगातील सर्वच नेत्यांशी भेटून बोलू इच्छित होते. त्यांनी त्याकरिता सर्व नेत्यांशी चर्चा करून सर्वांना सोयीची असलेली तारीख आणि वेळ त्यांना कळविण्यास सांगितले.
शिरीनला विष्णूंतर्फे एवढ्या जलद प्रतिसादाची अपेक्षा नव्हती. त्यांचे उत्तर पाहून ती आश्चर्यचकित झाली.तिने ताबडतोब धवनच्या संमतीने विष्णूंचे उत्तर पंतप्रधानांना कळविले.सर्व देशांच्या नेत्यांशी जर विष्णूंनी चर्चा केली तर ती एक आगळीच घटना ठरणार होती.
पंतप्रधानांना देखील विष्णूंना सर्व देशांच्या नेत्यांना भेटण्याची इच्छा असल्याचे ऐकून आश्चर्य वाटले. ते वास्तविक व्याध वासियांशी झालेल्या संपर्काबद्दल सर्व जगासमोर जाहीर करण्याचा विचार करीत होते. ते त्याबद्दल विष्णूंची परवानगी देखील मागण्याचा विचार करीत होते, पण विष्णूंनी त्यांचा प्रश्नच सोडविला होता.पंतप्रधानांच्या मनात अनेक प्रश्न घोळत होते, ज्यांचे उत्तर केवळ विष्णूच देऊ शकणार होते.

गिनीच्या आखातातील घटना आणि पश्चिम गोलार्धात घडलेल्या दुर्घटना होऊन एक महीना उलटला. पश्चिम गोलार्धातील लोक पृथ्वीवर आलेल्या सर्वनाशी संकटातून सावरले होते. ख्रिसमस आला आणि पश्चिमेकडील लोक पुन्हा नवीन उत्साहाने आनंदोत्सव साजरा करण्याच्या तयारीस लागले.संयुक्त नौसेनेस आपापल्या देशात परत बोलाविले गेले.

पंतप्रधानांनी सर्व जागतिक नेत्यांचे एक भव्य संमेलन बेंगळूरूमध्ये आयोजित करण्याचे ठरविले. गिनीच्या आखातात नेमके काय घडले व ते कशामुळे घडले याबद्दलचा घटनाक्रम सर्वांसमोर उलगडणे हा ते संमेलन आयोजीत करण्यामागील उद्देश होता.
अमेरिकेच्या प्रेसिडेंटना त्या संमेलनाबद्दल ऐकून आनंद वाटला कारण की त्यांना हे पक्के माहित होते की जे संकट पृथ्वीवर येऊन गेले होते, त्याबद्दल नेमकी अचूक माहिती भारतीय पंतप्रधानांशिवाय इतर कोणाजवळ नाही.

काही देशांच्या नेत्यांना ते संमेलन अयोग्य वेळी आयोजित होत आहे असे वाटले पण तरीही त्यांनी त्या संमेलनाला येण्याची तयारी दर्शविली.

जगातील सर्वच नेते गिनीच्या घटनेबाबत अजूनही गोंधळलेल्या मनस्थितीत होते. सर्वांनाच भारतीय पंतप्रधानांना त्या घटनेबद्दल अशी नेमकी कोणती माहिती असावी ? याची उत्कंठा लागली होती.

****

प्रकरण २८

जिओमॅग्नेटीझम संपूर्ण जगातील नेत्यांचे बेंगळूरूत आगमन झाले होते. भारताच्या पंतप्रधानांनी जगातील सर्व देशांच्या नेत्यांचे सर्वात मोठे असे महासंमेलन इस्त्रोच्या परिसरात आयोजित केलेले होते. एक भव्य आणि आरामदायी वातानुकुलीत शामियाना विशेष करून त्या संमेलनाकरिता उभारण्यात आला होता.तो डिसेंबर महिन्याचा शेवटचा दिवस होता.जगातील सर्व नेत्यांसोबत नववर्षदिन साजरा करण्याचा पंतप्रधानांचा मानस होता.संपूर्ण जगच एका महाभयंकर संकटातून बचावले होते.जरी त्या संकटाने बऱ्याच लोकांचा बळी घेतला असला, तरी मानववंश समूळ नाशापासून वाचला होता.

त्या संमेलनाचे प्रमुख पाहुणे कोण असणार ते मात्र पंतप्रधानांनी गुपित ठेवले होते.

इस्त्रोतील सर्वच संमेलनास येणाऱ्या पाहुण्यांच्या सरबराईसाठी झटत होते. ते एक अद्वितीय संमेलन होते.भारताच्याच नव्हे तर पूर्ण जगाच्या इतिहासात एक नवीन अध्याय त्या दिवशी रचला जाणार होता.सौरभ, शिरीन,मूर्ती आणि रजत आपल्या टीमसहित अति महत्वाच्या पाहुण्यांच्या व्यवस्थेच्या अग्रस्थानी होते.सौरभकडे विष्णूबरोबर होणाऱ्या व्हिडियो कॉन्फरन्सचे व्यवस्थापन होते.शिरीनकडे सर्व पाहुण्यांच्या स्वागताचे आयोजन होते.

इस्त्रोच्या व्यवस्थापनाने गिनीच्या आखातातील शौर्याकरिता रजतला विशेष निमंत्रण दिले होते.

सर्व नेत्यांचे इस्त्रोच्या कॅम्पसमध्ये आगमन झाले.पंतप्रधानांनी सर्वांचे स्वागत केले. धवन यांनी सर्व पाहुण्यांना संमेलनाच्या शामियान्यात नेले.

सर्व नेत्यांच्या बसण्याची उत्कृष्ट व्यवस्था मूर्तीच्या टीमने केलेली होती.प्रत्येकाच्या पुढे असलेल्या टेबलवर एक मायक्रोफोन लावलेला होता. अतिशय सुंदर, भव्य मंच संमेलनाच्या अग्रस्थानी उभारण्यात आला होता.त्याचे निर्माण भारतातील सुप्रसिद्ध वास्तुतज्ञांनी केले होते.

मंचाच्या उजव्या बाजूस नेत्यांच्या भाषणासाठी एक उंच पोडीयम उभा केलेला होता. अंतर्वक्र आकाराचा भव्य एल.ई.डी. स्क्रीन मंचाच्या दर्शनी भिंतीवर लावलेला होता.त्या स्क्रीनवर संमेलनाचे मानचिन्ह दृष्यांकित होत होते.ते मानचिन्ह एकता,प्रेम आणि सद्भावना यांचे प्रतिक होते.ते चिन्ह एक अतिशय सुंदर पिसारा फुलविलेल्या सप्तरंगी मयुराचे होते.

सभादालनात आलेल्या पाहुण्यांचे स्वागत शिरीन आणि तिची टीम सुहास्यवदनाने टपोऱ्या लालगुलाबांचा पुष्पगुच्छ देऊन करीत होती.सर्व पाहुणे स्थानापन्न झाल्यावर पंतप्रधानांनी स्वागताचे भाषण देण्यासाठी मंचाचा ताबा घेतला.

"माझ्या प्रिय बंधू आणि भगिनींनो,आज या एकमेवाद्वितीय सम्मेलनात तुम्हा सर्वांचे स्वागत करतांना मला आनंद होत आहे.आज वर्षाचा शेवटचा दिवस आहे.सरत्या वर्षात आपण फार मोठ्या सर्वनाशी संकटाचा सामना केला आहे.ज्या स्त्री,पुरुष आणि मुलांनी त्या महाप्रलयात आपले प्राण गमाविले त्या सर्वांना मी आदरांजली अर्पण करितो.आपण सर्व एका भयंकर दु:खदायी घटनेतून गेलो आहोत.अशी परिस्थिती निर्माण झाली होती की असे वाटले आता मानव जातीचा समूळ नाश होतो की काय? परंतु आपण सर्वांनी धैर्याने संकटाचा सामना करून त्यावर मात केली आहे.असे जरी असले तरी गिनीच्या आखातातील अभूतपूर्व घटना एक गूढच आहे. तेथे जे घडले ते नेमके का घडले हे कोणीही सांगू शकत नाही. ते सर्व कां घडले आणि कसे काय थांबले, हे कोणीच जाणत नाही.त्यादिवशी निर्माण झालेल्या परिस्थितीने आपल्या सर्वांना ही जाणीव करून दिली की निसर्गापुढे मानव किती हतबल आहे. मानवजातीचा कधीही विनाश होऊ शकतो.त्यादिवशी निसर्गानेच आपल्या सर्वांना महत्वाचा संदेश दिला की आपण सर्वांनी एकात्मता, प्रेम आणि सद्भावना याकरिता एकत्र येणे जरुरीचे आहे.आपल्या एकत्र येण्यानेच मानवाचे जीवन सुख,शांती आणि प्रेमाने ओतप्रोत होऊ शकेल.

दहशतवादामुळे निर्माण झालेल्या अस्थिर आणि स्फोटक परिस्थितीच्या भयानक दु:स्वप्नातून आपण सुखरूपपणे बाहेर निघालो आहोत.गेल्यावर्षी अचानकपणे उद्भवलेल्या गूढ रोगाच्या साथीने जगातील संपूर्ण दुष्प्रवृत्तींचा नाश केला.आपणा सर्वांच्या मनात अनेक अनुत्तरीत प्रश्न आहेत.आज येथे मला सर्वांना एकच आवाहन करायचे आहे की आपण सर्वांनी एकात्मता, प्रेम आणि एकमेकांविषयी सद्भावना यावर आधारित नवीन विश्वाची सुरुवात करावी.आपण सर्व हे विसरून जाऊ या की आपणा सर्वांना आपल्या देशांच्या अदृश्य सिमारेखांनी एकमेकांपासून वेगळे केलेले आहे.आज आपण सर्व एकाच नात्याच्या धाग्याने बांधून घेऊयात आणि ते म्हणजे विश्वबंधुत्व.आपले ज्ञान, समृद्धी आणि आनंद जर आपण सर्वांनी मानवाच्या कल्याणासाठी एकत्रितपणे वाटून घेतले तर आपण ज्याची स्वप्ने पाहत आहोत,अशी अतर्क्य वैज्ञानिक प्रगती करणे आपणास अशक्य नाही.

अनेक युगांपासून आपण पृथ्वीपासून दूरवर वसलेल्या अज्ञात परंतु अतिप्रगतीशील संस्कृतीच्या शोधात आहोत.खरे पाहीले तर आपण त्या संस्कृतीस *अज्ञात* म्हणणेही चूक आहे.आपणा सर्वांचा एका शक्तीवर विश्वास आहे. आपण त्या शक्तीस देव,अल्ला,गॉड-अल्-माईटी,मसिहा इत्यादी नावाने संबोधतो.
आपण ज्या धर्मांचा स्वीकार केलेला आहे त्या सर्व धर्मांत मानव कल्याणहेतू, प्रेम,शांतता आणि एकमेकांविषयी सद्भावना यांचाच सुविचार मांडला आहे.
सुख आणि ऐश्वर्य यांच्यामागे अविरतपणे धावतांना आपण एक अतिशय महत्वाची गोष्ट मात्र विसरून गेलोत आणि ती म्हणजे एकमेकांविषयी आदरभावना आणि प्रेम.अज्ञातांच्या शोधात आपण ज्ञात असलेल्या गोष्टींना विसरत चाललो आहोत.
तुम्हाला वाटत असेल की, मी असे कोड्यात काय बोलतो आहे? परंतु माझ्या मित्रांनो मी कोड्यात बोलत नाही आहे. मला येथे ठळकपणे नमूद करावेसे वाटते की आपण सर्वच आत्मपरीक्षण करण्यास विसरत चाललो आहोत.आत्मपरीक्षणाने आपणास हे समजून येईल की आपण कुठल्या गोष्टीच्या शोधात आहोत,आणि आपल्यास काय गवसले आहे. आपल्या स्वागताचे भाषण आणखी नं लांबविता, मला अशी एक गोष्ट येथे जाहीर करावयाची आहे जिच्या शोधात तुम्ही सर्वच आहात.
येथे उपस्थित असलेल्या पाहुण्यांसाठी अतिशय सनसनाटी बातमी आहे. मला हे जाहीर करतांना अत्यंत आनंद होत आहे की, आम्ही आपल्या आकाश गंगेतील अतिप्रगत संकृतीशी संपर्क साधण्यात यशस्वी झालो आहोत. ती संस्कृती व्याध ताऱ्याच्या ग्रहमालेत वसलेली आहे." पंतप्रधानांनी केलेली अनपेक्षित घोषणा ऐकून सर्व उपस्थितांमध्ये एकच खळबळ माजली.
सर्व एकमेकांशी बोलत होते. 'हे कसे काय शक्य आहे?' 'आम्ही इतके दिवस जे करू शकलो नाही, ते यांना कसं काय शक्य झालं?' एक नं अनेक प्रश्न सर्वांच्या मनात उमटले.पाहुण्यांपैकी चीनचे अध्यक्ष त्यांच्या जागेवर उभे राहिले आणि त्यांनी उपरोधिक स्वरात विचारले,
"मित्रा, स्वप्नातून जागा हो. तुझ्या या अतिरंजित घोषणेस कोणीही सत्य मानावे असा एखादा तरी पुरावा तुझ्याकडे आहे कां?" त्यांनी आजूबाजूस समर्थनाकरिता नजर फिरविली. त्यावर कोणीही काही प्रतिक्रिया व्यक्त करण्याआधीच पंतप्रधानांनी सौरभला मंचावर बोलाविले.

"विष्णूंना मिटिंग साठी बोलाव." ते त्याच्या कानात कुजबुजले.
सौरभने ताबडतोब स्क्रीनच्या बाजूस पूर्वीपासून आणून ठेवलेल्या कॉम्प्युटर टर्मिनलवरून विष्णूंना संदेश पाठविला. क्षणार्धात त्याच्या संदेशास विष्णूंचे उत्तर आले. त्यांनी त्याला काही क्षण वाट पाहण्याचे सुचविले होते. मिटींगमधील बऱ्याच लोकांची चुळबूळ सुरु झाली.ब्रिटनचे पंतप्रधान तर जागेवरून उठण्याच्या तयारीतच होते, पण ते पुन्हा धपकन त्यांच्या खुर्चीत बसले. बाहेरून येणाऱ्या विचित्र घोंघावणाऱ्या आवाजाने सर्वांचे लक्ष वेधले.तो आवाज शामियान्याबाहेर असलेल्या हेलीपॅडच्या दिशेकडून येत होता.
इस्रोच्या कॅम्पसमध्ये एक भरपूर मोठे हेलीपॅड बऱ्याच दिवसांपूर्वी तयार करण्यात आले होते. इस्रोस भेट देणाऱ्या अतिमहत्वाच्या व्यक्तींच्या सोयीसाठी त्याची योजना केलेली होती. तेथे दोन मोठाले हेलिकॉप्टर्स एकाचवेळी उतरू शकतील अशी व्यवस्था होती.ते हेलीपॅड उत्तम स्थितीत ठेवलेले होते.जेथे जागतिक नेत्यांचे संमेलन सुरु होते त्या ठिकाणापासून हेलीपॅडचे अंतर पाचशे मिटर होते. शामियान्याच्या दोन्हीबाजूंना मोठाल्या खिडक्या असल्याने सर्व पाहुण्यांना त्यांच्या डाव्याबाजूस असणारे हेलीपॅड दिसत होते.सर्वांनी त्यादिशेस माना वळविल्या. त्यांनी जे पाहिले ते केवळ अविश्वसनीय होते.एक मध्यम आकाराचे अवकाशयान हेलीपॅडवर उतरत होते.त्या यानाच्या खालील भागात असलेल्या कोनाकृती एक्झॉस्ट मधून चंदेरी रंगाची तेजस्वी ज्वाला फरफरत होती.ते यान अष्टकोनी आकाराचे होते. आकाराने ते एखाद्या मोठ्या हेलिकॉप्टर पेक्षाही मोठे होते.त्याला उतरण्यासाठी चाके नव्हती. ते सरळ उभ्या स्थितीत उतरत होते. जमिनीपासून दहा बारा फुटांच्या अंतरावर आल्यावर त्याच्या खालील भागातून तीन मजबूत पाय बाहेर आले आणि ते त्या आधारावर अलगदपणे उतरले.एक धातूचा जिना त्याच्या एका भागातून बाहेर सरकला आणि हेलीपॅडवर स्थिरावला. त्यानंतर अष्टकोनी आकाराच्या पृष्ठभागातील जिन्याच्या वरील एक भाग अलगद बाजूला सरकून तेथील दार उघडले.
आता त्या संमेलनाच्या शामियान्यात कोणीही उरले नव्हते. सर्वजण आपली जागा सोडून हेलीपॅड जवळ जमले होते. ते सर्व त्या अनोळखी यानाकडे आश्चर्यचकीत होऊन बघत होते.कोणाचाही आपल्या डोळयावर

विश्वास बसत नव्हता. भारताच्या पंतप्रधानांनाही आपण स्वप्न तर बघत नाही ना? असे वाटले.
एक तेजस्वी ऊंच मजबूत देहयष्टीचा पुरुष त्या यानामधून डौलाने बाहेर आला.त्याचे व्यक्तिमत्व असाधारण होते.तो सर्वसाधारण माणसांपेक्षा उंचीने जास्त होता.त्याची उंची साधारण साडेआठ फूट असावी.तो दिसण्यास अतिशय देखणा होता.त्याच्या चेहऱ्यावर वेगळेच असामान्य तेज होते.बाहेरच्या उन्हात त्याची काया तेजाने लखलखत होती.त्याचा चेहरा मंत्रमुग्ध करणारा होता.त्याचे टपोरे काळेभोर पाणीदार नेत्र कमळाच्या पाकळयांसारखे अतिशय सुंदर होते.त्याने सोनेरी रंगाचे कपडे परिधान केले होते, आणि डोक्यावर एक मुकुटासारखी कॅप घातलेली होती जी उन्हामुळे चमकत होती.अतिशय डौलदारपणे झरझर चालत तो सर्व उभे असलेल्या ठिकाणी आला. तेथील सर्वच त्याच्याकडे आ वासून मंत्रमुग्धपणे पाहत होते. कोणालाही एक शब्द देखील सुचत नव्हता.पंतप्रधान त्या धक्क्यातून लगेच सावरले. त्यांच्या लक्षात आले की ज्यांना ते दोनवेळा व्हिडियो कॉन्फरन्स मिटिंगमध्ये भेटले होते, तेच विष्णू साक्षात तेथे आलेले होते.
पंतप्रधान लगबगीने पुढे गेले आणि त्यांनी खाली वाकून विष्णूंना अभिवादन केले.विष्णूंनी त्यांचे खांदे धरून त्यांना खाली वाकण्यापासून रोखले आणि प्रेमाने त्यांच्या खांद्यावर थोपटले. त्यांनी स्मितहास्य करीत सर्वांकडे पाहिले. त्यांचे हास्य सर्वांना खिळवून टाकणारे होते.
पंतप्रधानांनी त्यांना संमेलनाच्या शामियान्याच्या दिशने नेले.सर्वजण त्यांच्या मार्गातून यांत्रिकपणे बाजूला झाले.विष्णू संमेलनाच्या मंचाकडे जाऊ लागताच सर्वजण त्यांच्या संमोहित अवस्थेतून थोडे सावरलेआणि ते त्यांच्या मागे चालू लागले. शामियान्यात पोहोचताच सर्व आपापल्या जागी स्थानापन्न झाले.
हे सर्व घडत असतांना मंचावर कोणीतरी प्रसंगावधानाने तीन शाही खुर्च्या मांडल्या होत्या.पंतप्रधानांनी विष्णूंना मध्यभागी असलेले आसन ग्रहण करण्याची विनंती केली. ते विष्णूंशी हलक्या आवाजात बोलले,
“श्रीहरी, तुमच्या स्तुतीकरिता माझ्याजवळ योग्य शब्द नाहीत.मी येथील उपस्थितांना तुमचा परिचय काय करून देणार? मी तुम्हाला सविनय विनंती करतो की तुम्हीच ते करावे.”
“ठीक आहे.त्यांनी माझी जशी त्यांच्या मनात कल्पना केली असेल,तसेच मी त्यांच्यापुढे स्वतःस व्यक्त करतो.”विष्णू प्रेमळपणे उत्तरले, आणि ते पोडीयमकडे वळले. विष्णूंनी बोलण्यास सुरुवात करण्यापूर्वी पंतप्रधानांनी

सौरभ आणि शिरीनला विष्णूंचे स्वागत करण्यासाठी खुणाविले. सौरभ आणि शिरीन झट्कन मंचावर आले आणि त्यांनी अतिशय सुंदर कमल पुष्पांचे हार घालून विष्णूंचे स्वागत केले.ते हार त्यांनी प्रमुख पाहुण्यांसाठी तयारच ठेवले होते.दोघांनीही विष्णूंना वाकून नमस्कार केला.विष्णूंनी त्या दोघांना यशस्वी होण्याचे आशीर्वाद दिले.त्या दोघांना विष्णूंचे स्वागत करण्याची संधी मिळाल्याने अतिशय आनंद झाला होता.

विष्णू पोडीयमच्या मागे भाषणासाठी उभे राहिले.त्यांच्या उंचीच्या मानाने पोडीयमची उंची कमी होती. विष्णूंना त्यांचे भाषण देण्याकरिता मायक्रोफोनची गरज नव्हती. त्यांच्या धीरगंभीर वाणीत ब्रम्हान्डाच्या कुठल्याही कोपऱ्यात पोहचण्याची क्षमता होती.त्यामुळे त्या शामियान्यातील शेवटच्या व्यक्तीपर्यंत त्यांचा आवाज पोहचणे सहजच शक्य होते.त्यांनी त्यांच्या स्वर्गीय स्वरात बोलणे सुरु केले.

“माझ्या प्रिय पृथ्वीवासियांनो, मी तुम्हा सर्वांना येथे पृथ्वीवर भेटून अत्यंत आनंदित झालो आहे. मी तुम्हाला माझा परिचय करून देतो. मी व्याधताऱ्याच्या ग्रहमालेतून आलो आहे. मला संपूर्ण ब्रम्हांडात विष्णू या नावाने ओळखले जाते.मी व्याधाच्या ग्रहमालेतील विष्णूलोक या ग्रहाचा संचालक आहे.तुम्हाला माहित असेल की व्याध आणि पृथ्वी यामध्ये साडेआठ प्रकाशवर्षे अंतर आहे.तुमच्या सूर्यमालेत जसे नऊ ग्रह आहेत, तसेच आमच्या सूर्यमालेत सहा ग्रह आहेत.आमच्या सर्व ग्रहांवर विविध प्रकारची लोकवस्ती आहे.आपण त्या अनावश्यक बाबींच्या खोलात जाणे येथे अपेक्षित नाही.तो माझ्या येथे येण्यामागचा उद्देश नाही.आम्हा व्याध वासियांना मानवजातीबद्दल अनेक युगांपासून, तुमच्या पुरातन पूर्वजांपासून कायम प्रेम वाटत आले आहे.मानव हा कायम समाजप्रिय राहिलेला आहे. तुम्ही तुमच्या सूर्यमालेत जीवनाच्या शोधात आहात. एकमेकांबद्दलच्या प्रेमाने सद्भावनेने मानवजातीचा नेहमीच विकास होत आला आहे.एकमेकांबद्दल प्रेमभावना नसेल तर तुम्ही आनंदाने जगू शकणार नाही.भारताच्या पंतप्रधानांनी मानवजातीस सुख, समृद्धी आणि मानसिक शांतता मिळावी या दृष्टीकोनातून तुम्हा सर्वांना आज येथे एकत्रित केले आहे. तुमच्या मनात अनेक प्रश्न आहेत. मी तुम्हा सर्वांना त्यांची समर्पक उत्तरे देणार आहे.माझा येथे येऊन तुम्हाला भेटण्यामागील उद्देशच तो आहे.भारतीय लोकांचाच माझ्याशी संपर्क कां होऊ शकला? येथे उपस्थित असलेल्या या दोन तरुण शास्त्रज्ञांनी त्यांच्या मनात निर्माण झालेल्या अनाकलनीय प्रश्नांची उत्तरे शोधण्याचे जे प्रामाणिक अंत:करणाने प्रयत्न केलेत त्यामुळेच हे शक्य झाले.त्यांच्या मनात पृथ्वीपासून दूर

अंतराळातील प्रगतीशील संस्कृतीच्या अस्तित्वाबद्दल शंका कधीच नव्हत्या.त्यांना हे नेहमीच माहित होते की, अशी अतिप्रगत संस्कृती अस्तित्वात आहेच आणि त्यांना ही देखील खात्री वाटत होती की, आज नं उद्या त्यांना त्या संकृतीस संपर्क साधण्यात यश मिळेलच.तो त्यांच्या मनातील यशाबद्दलचा दुदर्म्य आत्मविश्वास विश्वास होता. दुसरी अतिशय महत्वाची बाब म्हणजे, त्यांनी जे प्रयत्न आमच्याशी संपर्क साधण्यासाठी राबविले, ते पूर्णपणे निस्वार्थी उद्देशाने केलेले होते.त्यांना कुठल्याही प्रसिद्धीची किंवा वैयक्तिक फायद्याची आस कधीही नव्हती. हा येथील तरुण सौरभ जो आहे, त्याला कायम मानवजातीच्या भविष्याची चिंता वाटत होती. त्याच्या या सकारात्मक भावनेमुळे मला त्याच्या ध्येयपूर्तीसाठी मार्ग दाखविणे भागच होते. भारताच्या पंतप्रधानांच्या मनात देखील मानवकल्याणाची सद्भावना कायम जागृत होती. त्यामुळेच त्यांनी तुम्हा सर्वांना आज येथे आमंत्रित केले आहे. या व्यक्तीस पृथ्वीवर दिवसेंदिवस वाढत चाललेल्या दहशतवादाबद्दल कायम चिंता वाटत होती. तुमच्या मनातील सर्वात मोठी उत्कंठा मला समजते. तुम्हाला प्रश्न पडले आहेत की पृथ्वीवर जे सर्वनाशी महाभयंकर संकट आले होते, त्याचे काय कारण होते? त्या संकटामागे कोणाचा हात होता? त्याचे निवारण कसे काय झाले? माझ्याकडे या सगळ्या प्रश्नांची उत्तरे आहेत.

तुम्ही संपूर्ण पृथ्वीतलावरील मानवजातीचे बुद्धिमान नेते आहात. तुम्हाला काही तांत्रिक गोष्टींचे देखील ज्ञान असणे आवश्यक आहे.तुमच्या या पृथ्वीस, जिला आम्ही व्याधवासी स्नेहाने निलम असे संबोधितो, एक अतिशय आश्चर्यकारक व अमूल्य देणगी मिळालेली आहे. ती म्हणजे तिचे जिओमॅग्नेटीझम(भू-चुंबकत्व)! पृथ्वीचा गाभा हा द्रवरूपी लोह आणि निकेलचा बनलेला आहे. हे धातू द्रवस्वरूपात असण्यामागील एक कारण म्हणजे तेथील उष्णता आणि दुसरे म्हणजे पृथ्वीच्या गाभ्यावर असणारा बाह्य भागाचा प्रचंड दाब. उष्ण लोह द्रव स्वरूपात असल्याने त्यातील उष्णतेचे प्रवाह केंद्रबिंदू पासून वरील आवरणाकडे वाहतात.त्यासोबत प्रवाहित होणाऱ्या ईलेक्ट्रॉन्समुळे विद्युत प्रवाहाची निर्मिती होते.ती सर्व विद्युत ऊर्जा पृथ्वीच्या केंद्रस्थानी साठविली जाते.ती ऊर्जा एवढ्या प्रचंड प्रमाणात आहे की तिच्या सहाय्याने संपूर्ण जगास हजारो वर्ष चोवीत तास विजेचा पुरवठा केल्या जाऊ शकेल. त्या ऊर्जेमुळे जिओमॅग्नेटीझम उत्पन्न होते.पृथ्वी तिच्या आसाभोवती सातत्याने फिरत असल्याने जो डायनॅमो इफेक्ट निर्माण होतो त्यामुळे ते जिओमॅग्नेटीझम कायम राखण्यास मदत होते. आपण उलट दिशेने विचार केल्यास आपल्याला असे दिसून

येईल की जर पृथ्वीच्या गर्भातील ऊर्जा काढून घेतली तर केवळ पृथ्वीचे स्वतःच्या आसाभोवती फिरणेच बंद होणार नाही, तर तिचे जिओमॅग्नेटीझम देखील नष्ट होऊन जाईल. जिओमॅग्नेटीझम हे पृथ्वीवरील जीवनावश्यक घटकांमधील एक महत्वाचा घटक आहे. जितके प्राणवायू आणि पाणी जीवनास अत्यावश्यक आहेत, तेवढेच जिओमॅग्नेटीझम देखील आवश्यक आहे. या मॅग्नेटचे दोन ध्रुव आहेत. त्यांच्या केंद्रबिंदूस आपण न्युट्रल असे संबोधितो.त्या बिंदूवर मॅग्नेटीझम सर्वात कमी असते.पृथ्वीमधील ऊर्जा जर काढावयाची असेल तर ती त्या बिन्दूवरून काढणे त्यातल्या त्यात सोपे आहे.बाह्य अंतराळातील काही असे उच्चाकांक्षी घटक होते की ज्यांना पृथ्वीवरून मानवजातीचे अस्तित्व संपवून पृथ्वी स्वतःच्या ताब्यात घ्यावयाची होती. त्यांना आपण दैत्य असे म्हणतो.दैत्यांना पृथ्वीवर स्वत:ची वस्ती वसवायची होती.त्या दैत्यांचा उल्लेख तुम्हाला तुमच्या धार्मिक ग्रंथांमध्ये आढळेल.त्यांनी पूर्वीदेखील अनेकदा पृथ्वीवर आक्रमण करून मानवास त्यांचे गुलाम केले होते.ते दैत्य तंत्रज्ञानात मानवांहून अधिक प्रगत आहेत.तुमच्या आण्विक शस्त्रांनी त्यांच्यावर विजय मिळविता येऊ शकत नाही. त्यांनी आम्हा व्याधवासियांना देखील युद्धात काही वेळा पराभूत केले होते. आम्ही त्यांना दैत्यलोक नावाच्या ग्रहावर अडकवून ठेवले होते.त्या ग्रहावर अगदी मुलभूत सोई सुद्धा त्यांना मिळू नयेत अशी आम्ही व्यवस्था केली होती.त्यामुळे ते नेहमी अशा चांगल्या व सुखकारक ग्रहाच्या शोधात होते, जेथे त्यांना त्यांची वसाहत वसविता येईल.आपले इप्सित साध्य करण्यासाठी त्यांनी आंतरनक्षत्र मंडळात प्रवास करू शकणारे स्टारशिप्स निर्माण केलेत.त्यांनी यावेळी पृथ्वीवरून मानवाचे अस्तित्व मिटविण्याची एक अतर्क्य योजना आखली होती.त्यांना हे माहित होते की मानव वातावरणाच्या संरक्षक कवचाशिवाय पृथ्वीवर जिवंत राहू शकणार नाही.त्यामुळे त्यांनी पृथ्वीचे वातावरणच नष्ट करण्याची योजना आखली. मानवांचा विनाश करण्याचे उरलेले कार्य सूर्य त्याच्या दाहकतेने पूर्ण करणार होता.त्या उद्देशाने त्यांनी पृथ्वीच्या गर्भातील ऊर्जा काढण्याचे ठरविले.

त्याकरिता त्यांनी चाणाक्षपणे गिनीच्या आखातातील शून्य अक्षांश रेखांशाची जागा निवडली.याच ठिकाणी पृथ्वीच्या केंद्रात जिओमग्नेटिक न्युट्रल पॉइंट देखील आहे.त्यांनी त्यांचे कार्य तेथे बऱ्याच कालावधीपासून सुरु केले होते.तेथील त्यांच्या कार्याबद्दल केवळ योगायोगाने येथे उपस्थित असलेल्या काही नेत्यांना शंका आली.त्यानंतर तुम्ही तेथे तपासकार्य सुरु

केले,त्याबद्दल पुढे काय झाले हे मी सांगण्याची गरज नाही. दैत्यांनी तेथील कार्याची गती वाढविण्याकरिता दैत्यलोकातून आणखी दैत्यबळ आणले. शेवटी त्यांनी त्यांचे इप्सित साध्य करण्यात बऱ्याच अंशी यश देखील मिळविले.त्यांनी पृथ्वीच्या गर्भातील ऊर्जा केंद्र उघडण्यात यश मिळविले. हे सर्व करण्यामागे त्यांचे अनेक उद्देश होते.सर्वप्रथम पृथ्वीवरील वातावरण नष्ट करून मानवजातीचा समूळ नाश करणे, दुसरे म्हणजे पृथ्वीच्या गर्भातून उत्सर्जित झालेल्या ॠणभारीत ऊर्जेच्या सहाय्याने अंतराळातील प्रवासात शॉर्टकट साध्य करणारे वर्म होल्स उघडून दैत्य लोकातून उरलेले सर्व दैत्य पृथ्वीवर आणणे.

मी सर्वप्रथम तुम्हाला हे समजावितो की दैत्य मानवांचा समूळ नाश कसा करणार होते? पृथ्वीच्या आत असलेल्या जिओमॅग्नेटमुळे पृथ्वीभोवती चुंबकीय क्षेत्र तयार होते हे तुम्हा सर्वांना ज्ञात आहेच. ते क्षेत्र पृथ्वीपासून पासष्ट हजार किलोमिटर पर्यंत विस्तारित झालेले आहे.त्यामुळे मॅग्नेटोस्फियर नावाचे आवरण तयार झालेले आहे.हे आवरण अंतराळातून पृथ्वीकडे येणाऱ्या वैश्विक कणांपासून पृथ्वीचे संरक्षण करते.सूर्याच्या चुंबकीय क्षेत्रामुळे सौर वारे, वादळे तयार होत असतात.सूर्याच्या ज्वाळा देखील सूर्याच्या पृष्ठभागापासून बऱ्याच दूरपर्यंत झेपावीत असतात.परंतु, मॅग्नेटोस्फियरच्या कवचामुळे या सर्व घातक गोष्टी अंतराळातून पृथ्वीवर येऊ शकत नाहीत त्या वरच्यावरच परावर्तीत होतात.तुम्हाला जो नॉर्दन लाईट्स नावाचा परिणाम माहित आहे तो या सौर लहरींच्या वातावरणातून परावर्तीत होण्यामुळेच दिसत असतो.

मॅग्नेटोस्फियर जर नसते,तर पृथ्वीवरील पाणी,सर्व वायू, प्राणवायू,आणि इतर जिवनावश्यक घटक सूर्याच्या उष्णतेने आणि वैश्विक कणांच्या माऱ्याने नष्ट झाले असते. तुमच्या ग्रहमालेतील मंगळ ग्रह तसेच इतर ग्रहांच्या बाबतीत हे पूर्वीच झालेले आहे.त्यामुळे मॅग्नेटोस्फियरचे अस्तित्व हे मानवाच्या अस्तित्वासाठी प्राणवायू एवढेच महत्वाचे आहे.दैत्यांनी ऊर्जा केंद्र खुले केल्यामुळे गिनीच्या आखातात तो महाभयंकर प्रलयंकारी ऊर्जास्तंभ निर्माण झाला होता.पृथ्वीच्या गर्भातील ऊर्जा निघून गेल्यामुळे जिओमॅग्नेटीझम बऱ्याच अंशी क्षीण झाले,आणि परिणामस्वरूप मॅग्नेटोस्फियर देखील क्षीण झाले. ते क्षीण झाल्याबरोबर सूर्याची तीव्र किरणे पृथ्वीचा घास घेण्याकरिता झेपावली. वैश्विक कण देखील पृथ्वीवर येऊन आदळण्यास सुरुवात झाली.या सगळया गोष्टींचे परिणाम तुम्ही पश्चिम गोलार्धातील देशात पाहिलेले आहेतच. पूर्व गोलार्धात देखील तेच

दुष्परिणाम दिसले असते पण चुंबकत्व हरविल्याने पृथ्वीची गती मंदाविली आणि पूर्व गोलार्ध वाचले.
सर्वांना हे आठवत असेल की भारताच्या पंतप्रधानांनी तुम्हा सर्वांना ध्यानधारणेद्वारे सकारात्मक ऊर्जेस कार्यान्वित करण्याचे आवाहन केले होते. जगातील सर्वच देशातून ते कार्य सामायिकपणे करण्यात आले होते.त्या गोष्टींचा सुपरिणाम आम्ही व्याध वासियांनी पृथ्वीवर पूर्वीपासून साठवून ठेवलेल्या धनभारीत ऊर्जेस कार्यान्वित करण्यात झाला.ही सर्व धनभारीत सकारात्मक ऊर्जा पृथ्वीच्या गर्भातून निघालेल्या ऋणभारीत ऊर्जेस निष्क्रिय करण्यासाठी आवश्यक होती.दैत्यांचा सामना करण्यासाठी मी देखील माझे सैन्य विष्णूलोकातून येथे आणले होते.परंतु,पृथ्वीवरील लोकांनी सद्भावनेने जी ध्यान धारणा केली आणि त्यामुळे जी सकारत्मक ऊर्जा सक्रीय झाली तिचे महत्व अधिक आहे. त्या ऊर्जेनेच तो महाभयंकर ऊर्जास्तंभ पृथ्वीच्या पोटात परत धाडण्यात महत्वाची मदत झाली.जगातील सर्व लोकांना एकत्रित करून सकारात्मक ऊर्जेस कार्यान्वित करण्याचे संपूर्ण श्रेय भारताच्या पंतप्रधानांना जाते.
अशा रीतीने पृथ्वीवरील मानवाचा समूळ नाश करण्याचे दैत्यांचे मनसुबे तुमच्या एकत्रित प्रयत्नाने उधळणे शक्य झाले." विष्णूंनी त्यांचे सर्वसमावेशक कथन संपविले.

संमेलनात उपस्थित असलेल्या एका देशाच्या प्रमुखाने विष्णूंना प्रश्न केला.तो सिरीया या इस्लामिक देशाचा लष्करप्रमुख होता.त्याचे विचार सर्वांपेक्षा वेगळे होते.
"तुमच्या सर्व कथनावरून असे भासते की तुम्हाला मानवाच्या कल्याणाची सदैव काळजी असते.तुम्ही एवढ्या प्रगत संस्कृतीतील आहात, शिवाय तुम्ही पृथ्वीपासून इतक्या दूर अंतरावर राहता, तर मग तुम्हाला पृथ्वीवरील मानवांविषयी चिंता करण्याचे कारणच काय?" सिरीयन प्रेसिडेंटने खोचक प्रश्न केला. त्याच्या चर्येवरून असे दिसत होते की विष्णूंच्या कथनावर त्याचा अजिबात विश्वास नव्हता.विष्णूंने स्मितहास्य करित त्याच्याकडे पाहिले आणि ते उत्तरले,
"माझ्या प्रिय वत्सा,तुझ्या प्रश्नाने मला इतिहासपूर्व काळात नेले. मला मानवजातीच्या कल्याणाची चिंता कां वाटते? मी तुला एक साधा प्रश्न विचारतो.तुला मुले आहेत? मला हे ज्ञात आहे की तुला पाच चांगली सुदृढ मुले आणि तीन सुकन्या आहेत.तुला त्यांच्या भविष्याची काळजी वाटत

नाही कां? तुझी मुले तुझ्या डोळ्यासमोर नसलीत आणि बराच वेळ त्यांच्याबद्दल काहीच समजले नाही,तर तू काळजीत पडत नाहीस कां? मी अतिप्रगत संस्कृतीतून आहे, आणि तू जसे म्हणालास तसा मी तुमच्यापासून अतिशय दूर आहे; पण तुला माझे अस्तित्व तुझ्या हृदयात जाणवत नाही कां?"

विष्णू ज्यावेळी सिरीयन प्रेसिडेंटला उत्तर देत होते, सिरीयन प्रेसिडेंट त्यांचे ते रूप पाहून बुचकळ्यात पडला.त्याला हे उमजले की ज्या व्यक्तीला त्याने उद्दामपणे प्रश्न विचारला होता ती व्यक्ती दुसरी तिसरी कोणी नसून तो ज्यास लहानपणापासून वंदन करीत होता तो साक्षात अल्ला त्याच्या अजाण प्रश्नास उत्तर देत होता.बाहेरील अंतराळातून आलेल्या व्यक्तीला अल्लाह च्या स्वरूपात पाहून तो विस्मयचकित झाला. तो स्वतःच्या जागेवरून उठला आणि बाजूस असलेल्या मोकळ्या जागी जमिनीवर नमाज अदा करण्याच्या स्थितीत बसला. त्याच्या अश्रूंचा बांध फुटला.विष्णूंकडे पाहत दोन्ही हात पसरवित तो उदगारला,

"अल्लाह मी खरोखरीच अजाण, मूर्ख मनुष्य आहे.मी तुम्हाला ओळखू शकलो नाही.तुम्ही माझ्या अंतरात्म्यास निद्रेतून जागृत केले आहे.मला माझ्या अज्ञानाची अत्यंत शरम वाटते आहे.तुमच्या दिव्य दर्शनाने माझ्या आत्म्याचे तुम्ही खऱ्या अर्थाने शुद्धीकरण केले आहे. तुम्ही मला प्रकाशाची वाट दाखविली आहे.मी आता या नश्वर जगातून अंतिम शांतीच्या व मुक्तीच्या शोधात जाण्यास तयार आहे.मला आता या जगातील कुठलीही बंधने जखडू शकत नाहीत."

त्या संमेलनातील इतर मुस्लीम नेत्यांच्या डोळ्यासमोर देखील तेच दृष्य होते.त्यांनाही अल्लाह चे दिव्य दर्शन झाले होते.त्यांच्या सर्वांच्या मनात एकच अपराधाची भावना जागृत झाली होती आणि ती म्हणजे त्यांनी आयुष्यभर अल्लाहच्या इबादतीसाठी काहीच वेळ व्यतीत केला नाही.जे काही त्यांनी आतापर्यंत केले होते ते निव्वळ एक वरकरणी ढोंग होते.सर्व मुस्लीम नेत्यांसाठी ते एक दिव्य दृष्य होते.परंतु इतर धर्माच्या नेत्यांना मात्र विष्णू त्यांच्या मूळ स्वरूपातच दिसत होते.

व्हॅटीकन सिटीचे धर्मगुरू आर्चबिशप देखील तेथे आलेले होते. त्यांच्या मनात मानवजातीबद्दल प्रेम आणि सद्भावना होती त्यांनी बोलण्यास सुरुवात केली.

" सर,तुम्ही आताच उल्लेख केला की मानव हा समाजप्रिय प्राणी आहे. एकमेकांवर प्रेम केल्याने आणि एकमेकांविषयीच्या सद्भावनेने च मानवाचे उत्थान झालेले आहे.मानवाच्या आयुष्यात प्रेम जर नसेल तर तो जगूच शकणार नाही.एकमेकांविषयी द्वेष आणि सूडभावना जर त्याच्या मनात असेल तर मानवाचे पतन होण्यापासून राहणार नाही.माझे देखील हेच मत आहे.हेच मानवधर्माचे तत्व आहे.परंतु मला एक प्रश्न पडला आहे, जर तुम्हाला हे माहित होते की, दैत्य मानवाच्या सर्वनाशाकरिता घातक योजना राबवीत आहेत, तर मग तुम्ही त्यांना आधीच अटकाव कां केला नाही? पृथ्वीवरील काही गरीब लोकांचे प्राण जाण्याआधी तुम्ही दैत्यांना शासन कां नाही केलेत? दैत्यांनी पृथ्वीच्या गर्भातील ऊर्जा बाहेर काढेपर्यंत तुम्ही कां वाट पाहिलीत?"

" माय डियर सन, माझ्या लेकरांच्या हृदयात प्रकाश पाडण्याकरिता मला किती कष्ट आणि वेदना सहन कराव्या लागल्या होत्या ते तू विसरलास कां? अंतरात्म्याच्या चिरंतन शांततेची किंमत माझ्या लेकरांना कळण्यासाठी मला त्यावेळी ते सारे करणे भाग होते.प्रत्येक चांगल्या गोष्टीसाठी ठराविक किंमत मोजावीच लागते.प्रत्येक चांगल्या आणि वाईट गोष्टीं कळसास पोहचल्याशिवाय लय पावू शकत नाहीत.कुठलीही गोष्ट अढळ नाही.फक्त बदल हेच अंतिम सत्य आहे.सुवर्णास देखील त्याची खरी चमक प्राप्त करण्याकरिता सोनाराच्या भट्टीच्या उष्णतेस सामोरे जावे लागते.दैत्यांनी मानवजातीच्या विनाशाचा विचार केला तेंव्हाही मी दैत्यांना त्यांच्या कृत्यापासून थांबवू शकलो असतो.पण त्या परिस्थितीत मला अपेक्षित असलेले शासन मी त्यांना करू शकलो नसतो. त्यांनी मानवजातीस वेगवेगळ्या मार्गांनी त्रास देणे सुरूच ठवले असते.मला जास्तीजास्त दैत्यांना शासन करून मानवजातीस मोठ्या कालावधीकरिता चिंतामुक्त करावयाचे होते त्यामुळे काही लोकांच्या मृत्यूचे अप्रिय दृष्य मला पाहणे भागच होते.तू जे म्हणतोस तसे ते गरीब लोक मृत्युमुखी जरी पडले असले तरी त्यांचा अंतिम मुक्तीचा मार्ग मी त्यांना दाखविला आहे. ते जन्ममृत्यूच्या चक्रातून मुक्त झाले आहेत. त्यांच्याबद्दल तू दु:ख करू नयेस असे मला वाटते."विष्णूंनी आर्चबिशपने विचारलेल्या शंकेचे समाधान केले. आर्च बिशपच नव्हे तर तेथे उपस्थित असलेले जास्तीत जास्त नेते क्रिश्चन धर्माचे होते.त्या सर्वांना विष्णू जिजस् ख्राईस्टच्या रुपात दिसत होते. ते सर्वच आपल्या जागेवरून उभे राहिले. त्या सर्वांच्या मुखातून एकच उद्गार बाहेर पडत होते.

"होली ख्राईस्ट! ओ जिजस आम्हाला या नश्वर जिवनातून मुक्ती दे.आम्ही आतापर्यंत अगणित पाप केले आहे आम्ही सर्व आमच्या पापांचे कन्फेशन तुमच्यापुढे करीत आहोत.आम्हाला माफ करा.आमच्या आत्म्यांना तुमच्या दिव्य आशिर्वादाच्या प्रकाशाने पावन करा!!"

येशूच्या स्वरूपातील विष्णू शांत मुद्रेने उद्गारले,

"आमेन !!!"

****

प्रकरण २९

तेथे सुरु असलेल्या जागतिक संमेलनाचे स्वरूप बदलून आता ते एक सर्वधर्मांचे धार्मिक सम्मेलन झाले होते.तेथे उपस्थित असलेल्या प्रत्येकास आपापल्या पूज्य दैवतास भेटण्याचा दैवी अनुभव प्राप्त झाला होता.तरीही काही लोक गोंधळलेले होते.त्यांच्या मनात काही शंका होत्याच.त्यापैकी एकाने विचारले,

"तुम्ही आतापर्यंत जे काही सांगितले, ते ऐकून मी गोंधळून गेलो आहे.आम्ही मानव ज्यांना अनेक युगांपासून आपापल्या परीने पूजत आलो आहोत ते सर्वशक्तिशाली देव तुम्हीच आहात काय? असे जर असेल तर, ज्याअर्थी तुम्ही आम्हाला भेटण्यास आलात, त्याअर्थी आमच्या मुक्तीचा क्षण आला आहे कां? देव नेहमी काही नं काही चमत्कार करतात. तुम्ही चमत्कार कसे करता ते आज आम्हाला येथे दाखवू शकाल कां?"

विष्णूंनी प्रश्न विचारणाऱ्या व्यक्तीकडे पाहत स्मितहास्य केले.तेथे आल्यापासून त्यांना त्या प्रश्नाची अपेक्षा होती.कोणाच्याही मनात हा प्रश्न कां आला नाही याचे त्यांना आतापर्यंत आश्चर्य वाटत होते.ते उत्तरले,

"मी येथे आल्यापासून याच प्रश्नाची वाट पाहत होतो.तुझ्या या प्रश्नाचे सरळ उत्तर देण्याऐवजी मला ते तुझ्याकडूनच जाणून घ्यावयाचे आहे.तुम्ही देव कोणास मानता?तू देवाचे वर्णन करू शकशील कां?"

"होय कां नाही? देव अशी एक असामान्य शक्ती आहे जिच्याकडे मनात येईल ते निर्माण करण्याची शक्ती आहे. त्याने पृथ्वीवर जीवन निर्माण केले आहे.सर्व जीवांचा आत्मा त्यानेच निर्माण केलेला आहे. कारुण्य भावाने प्रार्थना केली असता जो मानवाच्या समस्या, यातना दूर करू शकतो, तो देव.

जो मानव देवांची मनापासून आराधना करतो देव त्याच्यावर प्रसन्न होऊन त्याच्या इच्छा पूर्ण करतो. तो अविनाशी आहे.तो अजन्मा आहे. देव त्याला हवे तेंव्हा पृथ्वीस भेट देऊ शकतो. तो क्षमाशील आहे जर तो प्रसन्न झाला तर मानवास वरदानही देतो.तो कुठलेही चमत्कार करू शकतो. जसे एका जागेवरून अदृश्य होऊन दुसऱ्या जागी वेगळया रुपात प्रकट होणे. देव सदैव दयाळू असतो. मानवाने केलेली सगळी सत्कर्मे देवापर्यंत पोहचतात.मानवाने केलेल्या दुष्कर्मांचे फळ देव त्याला त्याच स्वरूपात देतो.हे झाले देवाबद्दल.

माझे इतरही प्रश्न आहेतच. पुनर्जन्म असतो कां? मानवाने केलेल्या दुष्कर्मांचे फळ भोगण्यासाठी त्याला पुनर्जन्म घ्यावा लागतो कां? आम्ही आयुष्यात एकही दुष्कर्म केले नसेल तर आम्ही मुक्ती प्राप्त करण्यास योग्य आहोत कां?" त्या व्यक्तीने विचारले. विष्णू त्याचे प्रश्न लक्ष देऊन ऐकत होते.त्यांनी अतिशय प्रेमळ हास्य करीत त्याच्या प्रश्नांचे उत्तर दिले.

"माझ्या मुला, खरोखरीच तू आयुष्यातील दैवी क्षणाच्या शोधात आहेस.मला तुझ्या धडपडीचे कौतुक वाटते.मी तुझ्या मनातील सर्व शंकांचे समाधान करेन.

आम्ही व्याधवासी सर्व शक्तिशाली आहोत यात शंकाच नाही.आम्ही सर्व गोष्टींच्या हव्यासावर पूर्ण नियंत्रण मिळविलेले आहे. आम्हाला कुठल्याही ऐहिक सुखाची इच्छा नाही. आम्हाला कुठल्याही गोष्टीच्या प्राप्तीबद्दल लालसा नाही. वैज्ञानिक प्रगतीचा विचार केला तर आम्ही मानवांपेक्षा कित्येक युगं प्रगत आहोत.आम्हीच पृथ्वीवर जीवन आणि विशेषकरून मानववंश निर्माण केलेला आहे. पृथ्वीप्रमाणे इतर बऱ्याच ग्रहांवर आम्ही जीवन निर्माण केले आहे.ते तेथील परिस्थितीनुसार वेगवेगळया स्वरुपात आहे.आम्ही मानवाच्या मेंदूचा विकास वेगवेगळया काळातील परिस्थितीनुसार केला आहे.त्या गोष्टीला भरपूर वेळही आम्ही घेतला. तू म्हणालास त्याप्रमाणे आम्ही पृथ्वीस अनेकदा भेटी दिल्यात. जेंव्हा आम्हाला इच्छा होते तेंव्हा आम्ही येथे येत असतो.आम्ही सर्वच व्याधवासी दयाळू आहोत यात शंका नाही.आम्ही कोणासही क्षुल्लक अपराधासाठी शिक्षा करीत नाही. आम्ही त्याला त्याचे आचरण सुधारण्याची संधी देतो. पाप आणि पुण्याविषयी सांगायचे झाले तर मानवाचे जीवन सुकर आणि शांततामय व्हावे आणि त्याने अंतिम मोक्षपद प्राप्त करावी याकरिता आम्ही आयुष्याचे काही नियम आखून दिलेले आहेत.आम्ही केवळ सत्कर्मांना पुरस्कृत करतो. सर्वांना एकमेकांविषयी प्रेम असावे हे आमच्या शिकवणीचे प्रमुख तत्व आहे. द्वेष, लालसा,तिरस्कार,असूया,आणि हिंसा या गोष्टींबद्दल आम्हाला चीड आहे. या सर्व दैत्यप्रवृत्ती आहेत.सत्कर्मांविषयी सांगायचे झाले तर मी असे म्हणेन की जर तुम्ही आयुष्यात सत्कर्मेच केलीत तर आम्ही तुम्हास जन्म घेतांना प्रदान केलेले विविध कोष जसे, आनंदमय कोष, ज्ञानमय कोष, विज्ञानमय कोष,प्राणमय कोष आणि अन्नमय कोष तुम्ही पूर्णपणे निर्मळ राखू शकाल. असे निर्मळ चारित्र्य असलेल्या व्यक्तीस खचितच जन्म मरणाच्या चक्रातून मुक्ती मिळतेच व त्यांना मोक्ष मिळतो. अशा निर्मळ आत्म्यांना आम्ही स्वर्गलोक किंवा विष्णूलोकात देखील जागा प्रदान करतो. ते त्यांच्या

सत्कर्मांच्या संचयावर अवलंबून असते.तुमच्या पूर्वजांनी सत्कर्म केलेली असतील तर ती तुमच्या पिंडामधेही परावर्तीत होतात.या गोष्टी तुमच्या संस्कारातून तसेच वर्तनातून प्रतिबिंबित होतात. तसेच दुष्कर्मांच्या बाबतीत देखील आहे. तुम्ही जर दुष्कर्म करीत आयुष्य कंठीत राहिलात तर केवळ तुम्हालाच नव्हे, तर तुमच्या वंशजांना देखील त्याचे दुष्परिणाम भोगावे लागतात. एखाद्या अजाण बालका सभोवती जर कायम दुष्कृत्यांचेच वातावरण असेल तर त्यावरही तसेच संस्कार घडतात. दुष्कर्मांमुळेच मनुष्य जन्म-मृत्युच्या चक्रात अडकून राहतो.तुम्ही या जन्मात जी दुष्कर्म करीत आहात त्याचा हिशोब चुकता करण्यासाठी तुम्हाला पुढील जन्म देखील घ्यावा लागू शकतो. ते तुम्ही केलेल्या दुष्कर्मांच्या व्याप्तीवर अवलंबून आहे. मानवांना ज्या जन्मात केलेली दुष्कृत्ये त्याच जन्मात फेडावी लागतात.याला काही अपवाद आहेत.
देवत्व प्राप्त होण्याविषयी तू जे बोललास ते पूर्ण सत्य नाही. मनुष्यास देवत्व प्राप्त होणे म्हणजे काय? तो देवामध्ये विलीन होणे.मानवाने त्याच्या आयुष्यात केवळ आणि केवळ सत्कर्म केलेली असतील, त्याने पीडितांना मदत केली असेल, संकटात सापडलेल्यांची नि:स्वार्थपणे सेवा केली असेल, तर तो आमच्या आत्म्यात विलीन होतो.
चमत्कारां विषयी बोलायचे झाले तर,आम्ही जी वैज्ञानिक प्रगती केलेली आहे ती तुमच्या दृष्टीने कल्पनातीत आहे.त्यामुळे जे आम्ही तंत्रज्ञानांनी करू शकतो त्याला तुम्ही चमत्कार असे म्हणता.मी एक अत्यंत साधी गोष्ट तुला दाखवितो.ती गोष्ट तुझ्याकरिता चमत्कार असेल पण माझ्यासाठी ती नित्याची बाब आहे." विष्णूंनी त्यांचा हात स्पेस शिपच्या दिशेने पुढे केला आणि काहीतरी पुटपुटले.क्षणार्धात त्यांच्या हातात एक लॅपटॉप सारखे परंतु त्यापेक्षा अत्याधुनिक असे उपकरण आले.त्यांनी हवेत हात फिरविल्यावर एक आभासी पडदा निर्माण झाला आणि त्यावर त्यांनी सर्वांना दैत्यांबरोबर झालेल्या युद्धाचे चित्रण दाखविले. सर्वजण ते भयंकर युद्ध पाहून थक्क झाले.विष्णू सर्वांना उद्देशून पुढे बोलले,
" मी तुम्हा सर्वांना विश्व बंधुत्वाच्या भावनेने आचरण करण्याचे आवाहन करतो आहे. एकमेकांचा आदर करा, प्रेम आणि सद्भावना सदैव आचरणात आणा.आत्मसंतुष्ट वृत्ती आचरणात आणा.असे केल्याने तुमचे आयुष्य आनंदात आणि शांततेत जाऊ शकेल.आयुष्यातील ताण तणाव निघून गेल्यामुळे तुम्ही खुल्यामनाने तुम्हाला अपेक्षित असलेली वैज्ञानिक प्रगती करू शकाल.तुमच्या या पृथ्वीवर तुम्हाला स्वर्ग सुखाचा अनुभव मिळेल.जीव सृष्टीच्या शोधात तुम्ही ब्रम्हांडातील इतर ग्रहांना अवश्य भेटी

देऊ शकाल. परंतु एवढेच सदैव ध्यानात असू द्या,कुठल्याही ग्रहावरील जीवसृष्टीवर आपले वर्चस्व गाजविण्याचा उद्देश ठेऊ नका.दैत्यांच्या याच प्रवृत्तीमुळे त्यांचा नाश झाला आहे. हे लक्षात असू द्या.प्रत्येक जीवाची निर्मिती करण्यामागे काहीतरी विशिष्ठ उद्देश असतो. त्यामुळे प्रत्येकास आपले जीवन सुखाने,आणि शांततेने जगण्याचा अधिकार आहे हे मर्म ज्याने जाणले, तोच खरा श्रेष्ठ व्यक्ती आहे हे लक्षात असू द्या."

विष्णूंनी तेथे असलेल्या सर्वांच्या मनातील शंकांचे समाधान केले.सर्व नेत्यांच्या मनातील वेगवेगळया शंकांचे निरसन करीत असतांना विष्णू भारताचे पंतप्रधान आणि त्यांच्या सहकार्यांकडे अपेक्षेने पाहत होते. पंतप्रधानांना देखील त्यांच्या बालपणापासून पडलेले प्रश्न विष्णूंना विचारावयाचे होते, परंतु ते त्या संमेलनाचे यजमान असल्याने सर्व पाहुण्यांचे समाधान झाल्याशिवाय आपले प्रश्न विचारणे त्यांना योग्य वाटत नव्हते. ते त्यांच्या इस्रोतील सहकार्यांसोबत होते. त्यांना बालपणापासून असलेली तीव्र इच्छा त्यांनी विष्णूंसमोर मांडली.

"श्रीहरी, सौरभ आणि शिरीनच्या प्रयत्नांनी तुमच्याशी संपर्क करणे शक्य झाले.आज तुमचे प्रत्यक्ष दर्शन देखील झाले.माझे काहीही पूर्व संचित नसतांना तुमचे साक्षात दर्शन होणे यासारखे महत्भाग्य आणखी दुसरे काय असणार? पण तरीही माझ्या लोभी मनास एक इच्छा सतावते आहेच.ती माझी इच्छा तुम्ही पूर्ण कराल कां? श्रीहरी, मी अगदी बालपणापासून तुमचे मुरलीधर स्वरूप पूजत आलो आहे.कृपा करून मला तुम्ही साक्षात मुरलीधर स्वरूपात दर्शन द्यावे."

विष्णूंनी सुहास्य वदनाने पंतप्रधानांकडे पाहिले.त्यांच्या नजरेत प्रेमभावना ओतप्रोत भरलेली होती.ते हळुवार प्रेमळ स्वरात बोलले,

"माझ्या प्रिय वत्सा,तू मानव कल्याणाचे अतिशय मोठे कार्य केले आहेस. मानवावर सर्वनाशी संकट येत आहे हे तुला समजल्यावर तू अथक प्रयत्न करून जगातील सर्व ध्यान धारकांना एकत्र करून सकारात्मक ऊर्जेस सक्रीय केलेस. त्याकरिता तू तुझे कल्पना कौशल्य कामी लावले. तुला हे ही माहित नव्हते की कुठल्या प्रकारचे संकट येणार आहे.तरी देखील तू जगातील सर्व बलाढ्य नेत्यांना तुझ्या समृद्ध विचारांनी एकत्र गुंफून गिनीच्या आखातात सैन्य बळ एकत्रित केले. या सर्व गोष्टी तुझ्यातील मानवांविषयी असणाऱ्या अथांग प्रेमामुळेच तू केलेल्या आहेस.तू हे कार्य केल्यामुळेच दैत्यांचा सामना करून पृथ्वीच्या गर्भातून अनाहूतपणे बाहेर आलेली ॠणभारीत ऊर्जा परत तिच्या मूळ स्थानावर प्रस्थापित करणे

मला शक्य झाले. तू हे सर्व कार्य करून, मला अर्जुनासारखा प्रिय होण्याचा मान प्राप्त केला आहेस.

तू जरी म्हणत असलास की तुझ्या पूर्व संचिता शिवाय तुला माझे दर्शन झाले, परंतु तसे नाही.तुझ्या मनातील सद्भावना या अतुलनीय आहेत. सौरभ आणि शिरीनने जसे कुठलेच वैयक्तिक लाभाचे उद्दिष्ट नं ठेवता माझ्याशी संपर्क करण्याचे कार्य केले, तसेच तू देखील कुठलाही स्वार्थ नं ठेवता मानव कल्याणाचे कार्य करीत आहेस. हे अतिशय मोठे सत्कर्म आहे. तू भारतात असलेल्या जाती,वंशाधारित समाजव्यवस्थेचे निखंदन करावेस असे मला वाटते. हे महान कार्य तुझ्या हातून घडविण्याचा तू संकल्प कर. तुझ्या कार्यात मी तुला पूर्ण मदत करेन."

विष्णू जेंव्हा बोलत होते, तेंव्हा त्याचे स्वरूप पूर्णपणे बदलून ते पंतप्रधानांच्या मनात ठसलेल्या मुरलीधर रुपात त्यांच्या समोर तसेच उभे होते.त्यांचे ते दिव्य स्वरूप तसेच होते, पंतप्रधानांच्या मनात जशी त्यांची प्रतिमा होती.

ते स्वरूप अवर्णनीय सुंदर,मनोहर होते. अत्यंत देखणा युवा श्रीकृष्ण सोनेरी पितांबर परिधान करून त्यांच्या समोर होता.त्याच्या संपूर्ण कायेभोवती एक दिव्य निळसर तेजाची आभा पसरली होती.

त्याचे मोठे काळेभोर पाणीदार डोळे कमळाच्या रेखीव पाकळयांसारखे अप्रतिम सुंदर होते.त्या डोळयात प्रेमभावना ओतप्रोत भरलेली होती. त्याच्या हातात तीच बासरी होती जिने सगळया गोकुळाला आपल्या स्वर्गीय स्वरांनी वेड लावले होते. त्याने दाट काळया कुंतलावर अप्रतिम सुंदर सोनेरी मुकुट परिधान केलेला होता. त्या मुकुटाच्या अग्रभागी एक सुंदर टवटवीत मोठे मोरपीस होते जे वाऱ्याने हळुवार डोलत होते.शुभ्र फुलांची ताजी टवटवीत वैजयंती माला त्याच्या सुरई सारख्या रेखीव गळयाची शोभा द्विगुणीत करीत होती.त्याचे कोमल बोल वेणुनादाप्रमाणे मन मोहून घेत होते.त्याचे निरागस हास्य संमोहित करणारे होते. त्याचा चेहरा तेजाचे मूळस्वरूप भासत होता.त्याच्या चेहऱ्यावरील तेजाचे वर्णन करायचे झाल्यास, हजारो सूर्य एकाचवेळी उगविले असता त्यांचे जे तेज होईल ते तेज श्रीकृष्णाच्या चेहऱ्यावर होते.तरीही त्या तेजात एक वेगळीच शितलता होती ज्यामुळे पंतप्रधानांचे डोळे दिपण्यापासून राहिले होते. अन्यथा त्यांना त्यांच्या मनातील श्रीकृष्णाचे दर्शन झाले नसते. पंतप्रधानांच्या संपूर्ण शरीरावर रोमांच फुलले. त्यांनी क्षणार्धात श्रीकृष्णाच्या सुंदर, अग्रभागी निमुळत्या होत गेलेल्या पावलांवर आपले मस्तक टेकविले.त्यांच्या मनातील अथांग प्रेमाने श्रीकृष्णाच्या पावलांवर

अश्रूंचा अभिषेक केला.त्यांच्या मनात अशी भावना दाटून आली की देवा,माझा जन्म सफल झाला आहे. आता मला याच क्षणी मुक्ती दे.
विष्णूंचे प्रेमळ बोल ऐकून पंतप्रधानांचे हृदय भरून आले होते. विष्णूंनी त्यांचे खांदे धरून त्यांना उभे केले.पंतप्रधान पुढे बोलले,
"भगवंत, आपण मला सांगितलेले काही शब्द माझ्या मूढ बुद्धीने ग्रहण केले आहेत.मला देखील अत्यंत प्रमाणिकपणे असे वाटते की भारतात अनादी काळापासून चालत आलेली जाती-वंश परंपरा मोडून काढावी.माझ्या मनात भीती आहे की ज्या जातीव्यवस्थेची मुळे समाजात खोलवर रुतलेली आहेत,ती निखंदून काढणे मला शक्य होईल कां?"
विष्णू, पंतप्रधानांच्या दोन्ही खांद्यांवर हात ठेवीत बोलले,
"माझ्या प्रिय वत्सा,अर्जुन देखील महाभारत युद्धाच्या प्रारंभी असाच संभ्रमात पडला होता.तो त्याला जो उपदेश मी केला होता, तोच मी तुला करतो आहे.
कर्मण्येवाधिकारस्ते मा फलेषु कदाचन ।
मा कर्मफलहेतुर्भूर्मा ते सङ्गोऽस्त्वकर्मणि ॥
वत्सा,तुला कर्म करावयाचे आहे, परंतु त्या कर्मापासून तू फलेच्छा धरू नकोस.कारण की कर्मफलावर तुझा अधिकार नाही आहे. स्वतःस त्या कर्मफलाकरिता कारणीभूत धरू नकोस.
तुला विरोध होईल, तुझ्या मार्गात अडचणी येतील अशी भावना मनात ठेवून निष्क्रिय नं होता,कर्मफलेच्छारहित आपले विहित कर्म करीत रहा. कर्मफलाची आसक्ती दु:खास कारणीभूत होते. असे आसक्तीविरहित कर्म तुला तुझ्या अपेक्षित यशाच्या मार्गावर घेऊन जाईल.तू एक नवीन क्रांती सुरु करणार आहेस हे लक्षात ठेव. तुझ्या कर्माचे फळ तू माझ्यावर सोडून दे. मी तुझ्या कर्मांच्या वृक्षास यशाच्या फळांनी समृद्ध करेन. तेंव्हा हे वत्सा आर्यावर्तास जातीयवाद आणि वंशवादाच्या जोखडातून मुक्त कर.मी तुला तुझ्या ध्येयाचा मार्ग दाखवेन.तू तुझे लोक कल्याणाचे कार्य अविरतपणे करीत रहा आणि ते मला अर्पण कर.त्याच्या सशक्त फळाची जबाबदारी देखील तू मलाच अर्पण कर. तुझ्या प्रयत्नास यश देणे ही माझी जबादारी असेल." विष्णू अतिशय स्नेहभावनेने बोलत होते.पंतप्रधान विष्णूंच्या उपदेशाने आणि त्यांच्या श्रीकृष्ण रूप दर्शनाने कृतकृत्य झाले. त्यांनी पुन्हा विष्णूंच्या पदकमलांवर आपले शिर्ष टेकविले.
इस्रोचे अध्यक्ष धवन विष्णूंकडे अपेक्षेने पाहत होते.त्यांना देखील त्यांच्या मनातील काही गोष्टी विष्णूंना विचारायच्या होत्या.परंतु ते पुढे येण्यास

कचरत होते.विष्णूंना त्यांच्या मनातील गोंधळ कळत होता. त्यांनी त्यांना जवळ बोलाविले आणि म्हणाले,
"माझ्या वत्सा, तुझ्या मनात जे आहे ते मला विचार. मनातील गोष्टी मनात साठवून ठेवून त्यापासून निर्माण होणाऱ्या तणावाचे साधन होऊ नकोस."
"श्री विष्णू,आपण जगन्नियन्ते आहात.मी आपणास शरण आलो आहे.माझ्या हातून अजाणतेपणे ज्या काही चुका झाल्या असतील, त्या आपण मोठ्या मनाने माफ कराव्यात.मागे आपल्या व्हिडियो कॉन्फरन्स दरम्यान आपण संकेत दिले होते की सुख, आणि शांततेसाठी आम्हाला दुसऱ्या एखाद्या ग्रहावर स्थलांतरित होण्याची आवश्यकता भासणार नाही.ती अविनाशी चिरंतन शांतता आणि प्रेम आम्हास येथे पृथ्वीवरच उपलब्ध होईल.ते कसे काय होईल ते कृपया मला सांगावे." धवनने त्यांच्या मनातील शंका विष्णूंपुढे मांडली.
"माझ्या प्रिय मुला, तुझ्या मनातील जी शंका आहे, ती येथे उपस्थित असलेल्या सर्वांच्याच मनात आहे.त्याचे उत्तर मी सर्वांशी एकत्रितपणे संवाद करतांना देईन." विष्णूंनी प्रेमळपणे सांगितले. रजत देखील तेथे असल्याने त्यालाही विष्णूंशी बोलावयाचे होते.परंतु विष्णूंशी त्याचा याआधी संपर्क झालेला नव्हता.त्यामुळे तो त्यांच्याशी बोलण्यास घुटमळत होता. विष्णूंना त्याच्या मनातील घालमेल कळत होती. त्यांनीच त्याला सांगितले,
"रजत, बाळ, तुझ्या मनात काही शंका असतील तर त्या तू मला निःसंकोचपणे विचार."
रजतने विष्णूंना प्रार्थना केली,
"श्रीहरी,मला स्वतःसाठी काहीच मागण्याची इच्छा नाही.आपले दर्शन झाले,आपल्याशी प्रत्यक्षपणे संवाद साधण्याची संधी मिळाली हे माझे महत्भाग्य आहे. सौरभ आणि शिरीन हे दोघेही मला अतिशय प्रिय आहेत.तुमची त्यांच्यावर कृपा आहे यात मला शंका नाही. परंतु तरीही माझी तुम्हाला अशी प्रार्थना आहे की त्या दोघांवर कुठलेही संकट येऊ नये.एखादे अपरिहार्य संकट आल्यास तुम्ही त्यांचे संरक्षण करावे."
"रजत, शिरीन आणि सौरभ विषयी तुला वाटणारे प्रेम हे अतिशय नैसर्गिक आहे.त्यांच्या भविष्याविषयी तू अजिबात चिंता करू नकोस. त्यांना आयुष्यात अजून भरपूर कार्य करावयाचे आहे. सर्व प्रकारच्या संकटापासून मी त्यांचे सदैव संरक्षण करेनच."विष्णू प्रेमाने मधुर हास्य करीत उत्तरले.

त्यानंतर त्यांनी सौरभ आणि शिरीनला जवळ बोलाविले.ते दोघेही त्यांच्या मनात वादळाप्रमाणे घोंघावित असणारे अनेक प्रश्न

विष्णूंना विचारण्यासाठी आतुर झाले होते. ज्या विष्णूंची त्यांनी बालपणापासून पूजा केली होती, ज्या विष्णूंशी त्यांनी अथक प्रयत्नांती संपर्क साधला होता, ते दिव्य विष्णू साक्षात त्यांच्या समोर होते.त्या दोघांनीही बोलण्यास सुरुवात केलीच होती, की विष्णू बोलले,

"माझ्या बाळांनो,मला तुमच्या मनातील प्रश्नांचे ज्ञान आहे.ती आपली वैयक्तिक बाब आहे.मी स्वतंत्रपणे तुम्हा दोघांच्या शंकांचे समाधान करेन.मला प्रथम येथे उपस्थित असलेल्या इतर लोकांच्या शंकांचे समाधान केले पाहिजे.मी तुम्हाला टाळतो आहे असे वाटून घेऊ नका.मी सदैव तुमच्या सोबतच आहे."

सौरभ आणि शिरीन लहान मुलांसारखा हिरमुसला चेहरा करीत जागेवर जाऊन बसले.विष्णूंनी पुन्हा संमेलनास संबोधित करण्यास सुरुवात केली.त्यांनी सर्वांवर एक दृष्टीक्षेप टाकला आणि विचारले,

"मानवांना दैत्यांपासून वाचविण्यासाठी मी जी कृती केली त्याबद्दल तुमच्या मनात आणखी काही शंका आहेत कां?"

"नाही, श्रीविष्णू. आपण आम्हाला जे ज्ञान दिले त्याने आमच्या सर्व शंका दूर झाल्या आहेत.परंतु आम्हाला तुमच्याकडून आणखी उपदेशाची आशा आहे." सर्व एकस्वरात उद्गारले.आपण ज्या दैवतास लहानपणापासून पूजित होतो त्याला प्रत्यक्षपणे भेटून सर्वच मंत्रमुग्ध झाले होते. विष्णूंनी पुढे बोलण्यास आरंभ केला...

"मानवजातीच्या समूळ विनाशाची शक्यता होऊन आलेल्या महाभयंकर संकटातून पृथ्वी नुकतीच वाचली आहे.हे सर्व तुमच्या सत्कर्मांवरील अढळ विश्वासामुळे साध्य झाले.तुमचे भविष्य आणखी समृद्ध व्हावे याकरिता मी तुम्हाला आणखी काही गोष्टी सांगणार आहे.आपण जर मानव इतिहासात डोकाविले तर आपल्याला असे आढळून येते की मानव त्यावेळी सातत्याने प्रगती करिता होता.त्याने एकीच्या बळावर अनेक कठीण संकटांवर मात केली होती.एकीच्या महत्वाबद्दल आणखी विस्ताराने सांगणे मला आवश्यक वाटत नाही, कारण ते तुम्ही सर्व चांगले जाणता.

पुरातन काळी,जवजवळ पाच हजार वर्षांपूर्वी आम्ही व्याधवासी पृथ्वीवर नियमितपणे येत असू.मानव त्यावेळी पूर्णपणे विकसित झालेला नव्हता. त्यांचे जीवन सुरळीतपणे चालावे यासाठी काही गोष्टी आम्ही त्यांना पुरवीत होतो.पृथ्वीवरील विविध भागांना आम्ही भेटी देत होतो.तुम्हाला अजूनही ज्यांचे कोडे सुटलेले नाही अशा बऱ्याच गोष्टी आम्ही त्याकाळी पृथ्वीवर निर्माण केल्या होत्या.उदाहरणच द्यायचे तर पिरॅमिड्स ! त्यांच्या बांधकामातील अचूकता, त्यासाठी वापरण्यात आलेले अवजड दगड, त्यांचे

अचूक जोडकाम, इत्यादींचे कोडे इतिहास संशोधकांना उलगडलेले नाही.ही शिल्पं केवळ इजिप्तच्या सम्राटांच्या कबरी नाहीत.त्यातील अत्यंत महत्वाची बाब आजही मानवांना ज्ञात नाही, ती म्हणजे पिरॅमिड्स ही ऊर्जा संवर्धनाची केंद्रे होती. पिरॅमिड्सची रचना ही परिपूर्ण भूमितीय रचना आहे.त्याच्या गुरुत्व मध्याच्या ठिकाणी असलेल्या गुप्त चेम्बर्समध्ये ऊर्जेची साठवण केल्यास ती अनंत काळापर्यंत अक्षय राहते हे आम्हाला ज्ञात होते. प्रत्येक धर्माच्या प्रार्थनास्थळास तुम्हाला कुठल्यातरी प्रकारचा घुमट आढळून येईल.त्या घुमटाचे वैशिष्ठ्य असे आहे की,त्यामधून निघणारी सकारात्मक ऊर्जा त्याखाली प्रार्थना करणाऱ्या व्यक्तीला प्राप्त होते. पृथ्वीला भेटी देणाऱ्या आमच्यामधील अनेकांनी बरेच अमूल्य ज्ञान त्याकाळी उपलब्ध असलेल्या योग्य व्यक्तींना हस्तांतरित केले होते.त्याचा वापर ते मानव करीत देखील होते.परंतु त्यातील बऱ्याच तांत्रिक गोष्टींचा दैत्यांनी त्यांच्या चढायांमध्ये नाश केला. मानव ज्यावेळी त्याच्या विकासाच्या प्राथमिक अवस्थेत होता, त्यावेळी त्याचा निसर्गाच्या शक्तींवर प्रगाढ विश्वास होता.मानव तेंव्हा निसर्गास देव मानून त्याचे पूजन करीत असे.

तुमच्या विविध धर्मग्रंथात आम्ही पृथ्वीला भेटी दिल्याचे संदर्भ तुम्हाला आढळतील.मानवाचे अंत:करण त्याकाळी बरेच शुद्ध होते. तो त्याच्या पूर्वजांनी आखून दिलेल्या संस्कार आणि नियमांच्या बाहेर जाऊन वर्तन करण्यास घाबरत असे. जसजशी विज्ञानाची प्रगती होऊ लागली तसतसा मानवाचा सत्कर्मांवरील अढळ विश्वास हळूहळू कमी होत गेला. मानव असामान्य शक्तींच्या अस्तित्वाचे वैज्ञानिक पुरावे मागू लागला.नैसर्गिक स्रोतांना; जसे, नद्या, पर्वत, जंगले, समुद्र, इत्यादींबद्दल मानवास पूर्वी वाटणारा आदर आणि प्रेम हळूहळू नष्ट होऊ लागले.तो निसर्गास गृहीत धरू लागला.मानवाने स्वतःच्या फायद्यांसाठी निसर्गाचे शोषण करण्यास सुरुवात केली आणि बरेच नैसर्गिक स्त्रोत व त्यांचे साठे संपुष्टात आले.

हे सर्व घडत असतांना दैत्य देखील पृथ्वीस नियमितपणे भेट देत होते.ते मानवांचे शोषण करून त्यांना गुलाम बनविण्यासाठीच येथे येत होते. आम्ही बरेचदा दैत्यांचा सामना करण्यात मानवाची मदत करत असू. कालांतराने दैत्यांनी मानवावर ताबा मिळविण्याच्या त्यांच्या तंत्रात बदल केले.मानवांचा सरळसरळ छळ करण्याऐवजी त्यांनी त्यांच्या मेंदूचा ताबा घेण्यास सुरुवात केली.त्यामुळे मानवांची ऐहिक सुखाची लालसा वाढली. ऐषआरामाची सवय लागल्याने मानवाने जमिनीच्या तुकड्यांसाठी, स्त्रियांच्या मालकीसाठी, एकमेकांवर आक्रमणे सुरु केली. भ्रष्टाचार,

अनाचार वाढीस लागला.मानवातील सत्शील प्रवृत्तींचा कालांतराने नाश होऊ लागला.
त्या परिस्थितीत देखील मानवी वर्तवणूक सुधारण्याच्या हेतूने आम्ही आमचे प्रतिनिधी संत, महात्म्यांच्या, प्रेषितांच्या स्वरूपात पृथ्वीवर पाठवीत होतो.त्यांना बऱ्याच प्रमाणात यश मिळाले आणि निसर्गाचे संतुलन राखण्यात मदतही झाली.आम्ही पृथ्वीवरील मानवांच्या कायम संपर्कात होतो.गेल्या दोन हजार वर्षांपासून, ठळकपणे सांगायचे तर येशू ख्रिस्ताच्या पृथ्वीवरून निर्वाणानंतर आमच्याशी संपर्क ठेवण्याचा कोणीही प्रयत्न केला नाही.फक्त काही सत्शील संत महंत असे होते जे आमच्या संपर्कात होते आणि अजूनही आहेत.
काळाच्या प्रवाहात परिस्थिती आणखी बिघडत गेली. दैत्यांनी मानवजातीवर दहशतवाद्यांच्या स्वरूपात हल्ले करण्यास सुरुवात केली. दहशतवाद ही मानवा समोरील सर्वात भीषण समस्या होती.मानवांमधील दहशतवादी शोधून काढून त्यांना शासन करणे अवघड होऊन बसले.
मी या सर्व गोष्टींची तुमच्यासमोर उजळणी करण्याचे कारण की,आता परिस्थिती बदलली आहे. तुम्ही वाईटातून चांगल्याकडे वाटचाल सुरु केलेली आहे. वाईट गोष्टींची परिसीमा आता पार झालेली आहे.तुम्हा सर्वांना आता शांततापूर्ण, समृद्ध जीवनाची प्रतीक्षा आहे. तुम्ही तुमच्या जीवनाच्या उत्तम दिशेकडे जाणाऱ्या वळणावर आहात. या सर्व उत्तम परिस्थितीस तुम्हाला जपावे लागणार आहे. चांगल्या प्रवृत्तींचे संवर्धन जर तुम्ही केलेत तर तुमचा विकास आणखी झपाट्याने होण्यास मदत होईल.
भारतातील या दोन तरुणांना अज्ञात संस्कृतीचा शोध घेण्याची दुर्दम्य जिज्ञासा होती. त्यांना मनापासून खात्री होती की, अशी प्रगत संस्कृती दूर अंतराळात अस्तित्वात आहे. त्यांनी शुद्ध हेतूने आमचा, व्याधवासियांचा शोध घेतला, त्यामुळे मला त्यांना प्रतिसाद देणे भाग पडले. त्यांच्या त्या चिकाटीच्या परिणामस्वरूप आज आपण येथे भेटत आहोत.
मानवाच्या उज्वल भविष्यासाठी, शांत आणि समृद्ध जीवनासाठी तुम्हाला फक्त काही मुलभूत गोष्टी ध्यानात ठेवणे गरजेचे आहे. त्यातील सर्वात महत्वाचे तत्व म्हणजे एकमेकांवर नि:स्वार्थ प्रेम, एकमेकांविषयी आदर, सर्वांविषयी समानतेची भावना आणि सर्वात महत्वाची म्हणजे क्षमाशीलता.एकमेकांशी वागतांना मनात शुद्ध प्रेमभावना असेल तर तुम्हाला समृद्ध आयुष्यापासून कोणीच रोखू शकणार नाही. तुम्ही सर्वच नैतिकदृष्ट्या सुदृढ आहात, त्यामुळेच तुम्ही आपापल्या देशातील जनतेचे नेते आहात.

माझी अशी हार्दिक इच्छा आहे की जीवनाची जी अतिशय साधी तत्वे मी तुम्हाला सांगितली,त्यांचे तुम्ही सर्व प्रामाणिकपणे पालन कराल. तुम्ही असे जर केलेत तर तुमची पृथ्वी, आनंद, सुख आणि समृद्धीच्या नंदनवनात परिवर्तीत होण्यास काहीच वेळ लागणार नाही. तुमच्या उज्वल भविष्यासाठी विज्ञान आणि तंत्रज्ञाच्या प्रगतीसोबत प्रेम, आणि शांती जर तुम्हाला प्राप्त झाली तर त्यापेक्षा अधिक सुखकारक काय असणार? जीवनाच्या या मूळ तत्वांवर विश्वास ठेवा आणि तुमच्या लक्षात येईल की आयुष्यात येणारी कुठलीही अडचण सोडविणे अजिबात अवघड नाही.तुमच्या प्रगतीच्या वारूस कोणीही अडवू शकणार नाही.

आपण आता एकमेकांच्या संपर्कात आलो आहोत.आपण भविष्यातही एकमेकांशी संवाद सुरु ठेवूच. त्यामुळे तुम्हाला पुन्हा ज्ञात परंतु दूरवर वसलेल्या संस्कृतीचा शोध घेण्याची वेळ येणार नाही. काहीवेळा मात्र तुम्हाला स्वतःस, स्वतःमध्ये शोधण्याची गरज भासेल. तुम्ही तसे केल्यास तुम्हाला अक्षय सुखाचा ठेवा तुमच्या अंतरात्म्यातच वास करीत असल्याचे सत्य गवसेल.

काही क्षणात आपण सर्व नवीन वर्षात पदार्पण करणार आहोत. तेंव्हा आपण सर्व एकत्रितपणे मानवजातीकरिता एका वचनात बद्ध होऊयात........

".......आपण सर्व एकत्रितपणे केवळ आणि केवळ मानवजातीच्या उज्वल भवितव्याकरिताच अविरतपणे कार्य करू......" टाळयांच्या कडकडात विष्णूंनी त्यांचे संमोहित करणारे वक्तव्य संपविले. घड्याळाचे काटे बारावर सरकले आणि सर्वांनी उभे राहून नवीन वर्षाचे अनोख्या रितीने स्वागत केले.

विष्णूंचे आनंद देणारे भाषण ऐकून तेथील सर्वच अगदी अंतर्बाह्य समाधान पावले.विष्णूंनी त्यांना मानवाच्या भवितव्याकडे पाहण्याचा एक नवीन दृष्टीकोन प्रदान केला होता.

भारताच्या पंतप्रधानांचे जगातील सर्व नेत्यांनी मन:पूर्वक आभार मानले कारण की आयुष्यभर ते ज्या शक्तीची आराधना करीत होते तिला प्रत्यक्षपणे भेटण्याची आणि तिच्याशी संवाद साधण्याची अत्यंत दुर्मिळ संधी सर्वांना केवळ त्यांच्यामुळेच प्राप्त झाली होती. त्यातील जे लोक नास्तिक होते व ज्यांचा कुठल्या शक्तीच्या अस्तित्वावर विश्वास

नव्हता,त्यांना आयुष्यात कधीही नं मिळालेला स्वर्गीय अनुभव विष्णूंच्या सहवासात प्राप्त झाला होता.

सर्व जागतिक नेत्यांचे विष्णूंच्या अविस्मरणीय सहवासाचे ते संमेलन वर्षाच्या शेवटच्या रात्री आणि नवीन वर्षाची पहाट उगवेपर्यंत आनंद आणि उत्साहात सुरु होते.

विष्णू सर्वांबरोबर मनमोकळ्या गप्पांचा आनंद घेत होते.

पृथ्वीवर नववर्षाच्या आगमनाने एकमेकांकरिता आदर आणि प्रेम घेऊन येणाऱ्या नव युगाची सुरुवात होत होती...

****

उपोद्.घात ....

पहाटेचा प्रहर : पाच वाजताची वेळ

विष्णूंच्या प्रस्थानाची तयारी झाली होती. सौरभ आणि शिरीन त्यांच्याबरोबर खाजगीत बोलण्याच्या संधीची वाट पाहत होते. विष्णू सर्वांच्या गराड्यात होते. प्रत्येक जण त्यांना, ' पुन्हा केंव्हा भेटणार?' याची विचारणा करीत होता. विष्णूंनी प्रत्येकास त्यांना भेटण्याचा एक सोपा उपाय सुचविला होता.ते म्हणाले होते,

"मला भेटण्यासाठी तुम्हाला एक अतिशय सोपा उपाय सांगतो. आपल्या दैनंदिन आयुष्यातून काही क्षण निवांत आणि शांत चित्ताने घालवा.आपले संपूर्ण लक्ष माझ्यावर केंद्रित करून एकाग्रतेने व पूर्ण श्रद्धेने माझे स्मरण करा. क्षणार्धात मी तुमच्या समोर असेन."

कोणीही विष्णूंना सोडण्यास तयार नव्हते. शेवटी विष्णूंनी सर्वांना सांगितले की त्यांना सौरभ आणि शिरीन सोबत बोलावयाचे आहे. संमेलनातील सर्वांना सौरभ आणि शिरीनची चांगली ओळख झाली होती. व त्यांना त्या दोघांचे महत्व देखील पटले होते.त्यांनी नाईलाजाने विष्णूंना सौरभ आणि शिरीनशी बोलण्याकरिता मोकळे सोडले.

विष्णूंनी त्या दोघांना एका बंद कक्षात बोलाविले. त्यांना सर्वांसमोर त्या दोघांशी बोलावयाचे नव्हते. सौरभ आणि शिरीन जवळजवळ तासभर विष्णूंसोबत होते.त्यांच्याशी मनमोकळेपणे बोलावयास मिळाल्याने ते दोघेही आनंदले.

विष्णूंना स्टारशिपच्या जिन्यापर्यंत सोडण्याकरिता पंतप्रधानांसोबत सौरभ आणि शिरीन गेले.विष्णूंनी स्टारशिपमध्ये प्रवेश केल्यावर त्याचा जिना परत सरकून आपल्या जागी गेला.त्यांनी दारातून हात हलवून सौरभ, शिरीन आणि पंतप्रधानांचा निरोप घेतला. ते आत शिरताच दार बंद झाले. त्यांच्या स्टारशिपने सकाळच्या कोवळया सूर्यप्रकाशाने प्रकाशित झालेल्या निळया आकाशात उड्डाण केले. क्षणात ते दूर आकाशात गेले आणि दिसेनासे झाले.....

विष्णूंना हात हलवून निरोप देतांना सौरभ आणि शिरीनला विष्णूंसोबत झालेला स्नेहार्द संवाद आठवला.....

विष्णूंसोबत कक्षात गेल्यावर सौरभ आणि शिरीनला शब्द सुचत नव्हते.थोड्याच वेळात विष्णू त्यांच्यापासून दूर निघून जाणार या

विचाराने ते दोघेही अतिशय बेचैन व उदास झाले होते.विष्णूंना त्या दोघांच्या चेहऱ्यावरील उदासी दिसत होती.ते त्या दोघांजवळ आले आणि त्यांनी त्यांच्याकडे पाहून मधुर हास्य करीत बोलले,

"सौरभ, शिरीन, माझ्या लाडक्या मुलांनो,मला तुमच्या मनाची स्थिती कळते आहे.तुम्हाला जरी बोलण्यास शब्द सुचत नसले तरी तुम्हाला माझ्याशी काय बोलायचे आहे हे मला माहित आहे. परंतु ते मला तुमच्या तोंडून ऐकण्यातच समाधान वाटेल.तेंव्हा बाळांनो, तुमच्या मनातील सगळे विचार माझ्याशी स्पष्टपणे बोला.मी तुमच्या सर्व शंकांचे निरसन करेन."

"श्री विष्णू, आम्ही पृथ्वीवर जन्म घेतांना जे विसरलो होतो, ते सर्व आम्हाला आठवते आहे. काल जेंव्हा तुमचे येथे आगमन झाले आणि ज्याक्षणी आम्ही हार घालून तुमचे स्वागत केले, त्याच क्षणी आम्हाला सर्व आठविण्यास सुरुवात झाली.आम्हाला विष्णूलोकातील सर्व आठवते आहे.त्यामुळे आम्ही दोघेही तुमच्याशी बोलण्यास अधीर झालो होतो.तुम्ही जे कार्य करण्याकरिता आमची निलमवर नेमणूक केली होती ते आम्ही पूर्ण केले आहे. तुम्हाला आमच्या कार्याबद्दल समाधान आहे नं?" दोघांनीही एकस्वरात विष्णूंना विचारले.

"होय माझ्या मुलांनो. तुम्ही खरोखरीच स्पृहणीय कार्य केले आहे.तुम्ही दोघांनी मानव इतिहासात नवे सुवर्ण पान लिहिले आहे.जरी तुम्हाला पूर्वीचे काहीही स्मरत नव्हते, तरी देखील तुम्ही तुमचे कार्य पूर्ण जोमाने आणि जीव ओतून केले व म्हणूनच मला तुमच्या हाकेला प्रतिसाद देण्याशिवाय पर्याय उरला नाही.तुम्हा दोघांचे ही आत्मे तेवढेच शुद्ध आहेत जेवढे येथे येतांना होते.मला तुमचे कार्य पूर्णत्वास गेलेले पाहून अतिशय आनंद झाला आहे." विष्णूंनी प्रसन्नतेने उत्तर दिले.

"श्रीहरी, तुम्ही आणि आदिलक्ष्मींनी जेंव्हा आमची पृथ्वीवर पाठवणी केली होती, तेंव्हा तुम्ही दोघांनीही आमचे कार्य संपन्न झाल्यावर आम्हाला विष्णूलोकात परत सामावून घेण्याचे वचन दिले होते. आम्ही दोघे त्या पवित्र ठिकाणी परतण्यास आतुर झालो आहोत. आज आम्ही आपणासोबत येणार आहोत नं?" एखाद्या लहान मुलीने जसे तिच्या वडिलांना निरागसतेने विचारावे, *मला तुमच्यासोबत आज ऑफिसमध्ये नेणार नं?* तसेच शिरीन ने विष्णूंना विचारले.

" शिरीन बाळ तू खरंच निरागस आहेस.तुम्हा दोघांनाही विष्णूलोकात निश्चितपणे सामावून घेतले जाईल. अजून तुम्ही दोघेही वयाने खूप लहान आहात.निलम वरील आयुष्यमानानुसार अजून तुम्हाला येथील आयुष्याचा भरपूर आनंद घ्यायचा आहे. अजून तुमच्या हातून अनेक महत्वाची कार्ये

सिद्धीस जाणार आहेत.तू अजिबात चिंता करू नकोस. मी नेहमी तुम्हा दोघांच्या संपर्कात असेन." विष्णूंनी अतिशय प्रेमळपणे उत्तर दिले.

"तर मग आता शहाण्या मुलांसारखा हास्यवदनाने मला निरोप द्या बघू!!" ते स्मित हास्य करीत दोघांना उद्देशून बोलले.

सौरभ आणि शिरीनने त्यांना वाकून नमस्कार केला.विष्णूंनी प्रेमाने त्यांचे दोघांचे मस्तक कुरवाळिले. तसे करतांना त्यांनी त्या दोघांच्या मेंदूमधील गत जन्माविषयीच्या विष्णूलोकातील आठवणी एका कप्प्यात बंदिस्त केल्या.विष्णूंना हे माहित होते की विष्णूलोकातील आठवणी त्या दोघांना पृथ्वीवर जगणे अवघड करतील......

सौरभ आणि शिरीन आकाशात जेथे स्टारशिप दिसेनासे झाले होते, त्या दिशेस एकटक पाहत होते. त्या दोघांच्या डोळयातून नकळतपणे अश्रू ओघळले. आपले प्रिय वडील आपल्यापासून खूप दूर जाताहेत या भावनेने ते दोघं अस्वस्थ झाले होते.........

नवीन वर्षाचा सूर्य क्षितिजावर उगवला होता. सूर्य देखील त्याच्या आवडत्या अपत्याकडे, पृथ्वीकडे पाहून सुखावला. त्याला त्याच्या तीव्र ज्वालांनी पृथ्वीस दाह होण्याची चिंता आता राहिली नव्हती.पृथ्वीने तिचे संरक्षक कवच पुन्हा स्वतःभोवती पांघरले होते.......

****

Made in the USA
Monee, IL
22 August 2025

23974473R00187